## சி.மோகன் படைப்புகள்

நாவல்கள்
சிறுகதைகள்

# சி. மோகன் படைப்புகள்

## நாவல்கள்
## சிறுகதைகள்

டிஸ்கவரி புக் பேலஸ்

எண்: 9, பிளாட் எண்: 1080A, ரோஹிணி பிளாட்ஸ்,
முனுசாமி சாலை, கே.கே.நகர் மேற்கு,
சென்னை - 600 078. பேச: 99404 46650

வெளியீட்டு எண்: 0198

சி.மோகன் படைப்புகள் (நாவல்கள் - சிறுகதைகள்)
*ஆசிரியர்:* **சி.மோகன்©**

**C.Mohan Padaippukal** (Novels - Short Stories)

Author: **C.Mohan©**

Printed in India

1st Edition: DEC - 2022

ISBN: 978-93-95285-25-4

Pages - 320

---

***Publisher • Sales Rights***

**Discovery Publications**
No. 9, Plot,1080A, Rohini Flats,
Munusamy Salai,
K.K.Nagar West, Chennai - 78.
Tamilnadu, India.
Mobile: +91 99404 46650

**Discovery Book Palace (P) Ltd**
No. 1055-B, Munusamy Salai,
K.K.Nagar West,
Chennai-600 078.
Ph: (044) 4855 7525
Mobile: +91 87545 07070

discoverybookpalace@gmail.com / www.discoverybookpalace.com

---

*இந்த நூலில் பிரசுரமாகியுள்ள எந்த ஒரு பகுதியையும் எழுத்துபூர்வமான முன்அனுமதி பெறாமல் எடுத்தாள்வதோ, மறுபிரசுரம் செய்வதோ, மொழியாக்கம் செய்வதோ, ஊடகங்களில் மறுபதிப்புச் செய்வதோ, காப்புரிமைச் சட்டப்படி தடை செய்யப்பட்டுள்ளது. இந்த நூலிலிருந்து சில பகுதிகளை மேற்கோள்காட்டி நூல்அறிமுகம் செய்யலாம்.*

*உங்கள் மொபைல் போனிலிருந்து ஸ்கேன் செய்து 'டிஸ்கவரி புக் பேலஸ்' மொபைல் ஆப்பை டவுன்லோடு செய்து, புத்தகங்களை வாங்குங்கள்.*

அம்மாவுக்கும்
அப்பாவுக்கும்

# பொருளடக்கம்

**நாவல்கள்:**

1. விந்தை மனிதனின் உருவச் சித்திரம் 13
2. கமலி 95

**சிறுகதைகள்:**

1. மரணவாடை 195
2. மருதாயிக் கிழவியின் காகிதப் பைகள் 205
3. ரகசிய வேட்கை 214
4. அம்மாவின் மரணம் 222
5. நிலவெளி அச்சம் 230
6. கடல் மனிதனின் வருகை 237
7. நாக உடல் 245
8. கண்ணாடி அறை 252
9. பட்டுப்பூச்சியும் கல்வீணையும் 259
10. கைவிடப்பட்ட தொட்டிச் செடிகள் 265
11. ஓடிய கால்கள் 271
12. உயிர் மீட்கும் தருணம் 292
13. சிதைவு 301
14. மஞ்சள் மோகினி 310

## என் குறிப்பு

இரண்டு நாவல்களும், 14 சிறுகதைகளும் கொண்டது இத்தொகுப்பு. என்னுடைய முதல் நாவலான 'விந்தைக் கலைஞனின் உருவச் சித்திரம்' 2013இல் சந்தியா பதிப்பகம் வெளியீடாக வந்தது. அதன் புதுப்பிக்கப்பட்ட பதிப்பு, கே.ராமானுஜத்தின் சில சித்திரங்களைப் பின்னிணைப்பாகக் கொண்டு 2014இல் வெளிவந்தது. மூன்றாவது பதிப்பு, புலம் வெளியீடாக 2021இல் வெளிவந்தது.

இந்த நாவல் விந்தைக் கலை மேதையான ஓவியர் கே.ராமானுஜம் பற்றிய குறைந்த அளவிலான வாழ்க்கைக் குறிப்புகளிலிருந்தும் அவருடைய சித்திரங்கள் மற்றும் ஓவியங்கள் கிளர்த்திய மன எழுச்சிகளிலிருந்தும் புனைவு பெற்றிருக்கிறது. இத்தன்மையால் இது ஆவணப் புனைவு (docu fiction) எனும் வகைமை சார்ந்ததாக அமைந்திருக்கிறது. அதன் காரணமாக, கலைப் புனைவுக்கான கவித்துவ நடையுடன் கூடிய பகுதிகளும் ஆவணப்படுத்தலுக்கான தகவல் பரிமாற்ற நடையுடன் கூடிய பகுதிகளும் இந்நாவல் பக்கங்களில் முயங்கியிருக்கின்றன.

என் இரண்டாவது நாவலான 'கமலி' 2020இல் புலம் வெளியீடாக வந்தது. இந்நாவல் வெளிவந்த சமயம், அதுவரை நான் அறிந்திராத முருகன் மந்திரம் என்ற வாசகர் தன்னுடைய முகநூல் பக்கத்தில் எழுதியிருந்த ஒரு பதிவு, இந்நாவல் பற்றிய ஒரு சித்திரத்தை அழகாக வெளிப்படுத்தியிருந்தது. அதன் ஒரு பகுதி இது: "கலையாகவும் கதாபாத்திரமாகவும் கமலி உண்மைக்கு மிக அருகில் இருக்கிறாள். கமலியைப் படைத்தவராக சி.மோகனும் நம்மை உண்மைக்கு அருகில்

நின்று பார்க்க வைக்கிறார். கமலியின் கதை மிகச் சிறியது. ஆனால் கமலி மிகப் பெரியவள். வாழ்தலென்பது சூழலுடன் நம்மைப் பொருத்திக்கொள்வது அல்லது சூழலை நமக்கேற்ற மாதிரி வளைத்துக்கொள்வது என்ற இரண்டு மட்டும்தான். கமலி இரண்டிலும் கை தேர்ந்தவள். சாமர்த்தியக்காரி, யதார்த்தவாதி, மனிதர்களை அவர்கள் இயல்பின்படிப் புரிந்துகொள்கிற இயற்கையின் மகள்... ஆனாலும் கமலியும் மிகமிக சராசரிப் பெண்தான். அம்மா, அப்பா, கணவன், குழந்தை என கமலிக்குக் குடும்பத்தின் மீதுள்ள பிடிப்பு மிக அலாதியானது. சராசரிப் பெண்ணுக்கான அத்தனை இயல்புகளையும் கொண்ட கமலி, மற்ற பெண்களில் இருந்து எப்படி வேறுபடுகிறாள் என்பதை மிகமிக சுவாரஸ்யமான கதையாகச் சொல்லி இருக்கிறார், சி.மோகன். கமலி கதாபாத்திரத்தையும் கமலி கதையையும் கொண்டு இந்திய சமூக அடுக்கின் பல்வேறு பின்னணி கொண்ட பெண்கள், இது போன்ற விஷயத்தில் எப்படி நடந்துகொள்கிறார்கள் என்று ஒப்பீட்டு ஆய்வு கூட செய்யலாம்.

இவ்விரு நாவல்களோடு, இதுவரை எழுதியுள்ள 14 சிறுகதைகள் இத்தொகுப்பில் இடம்பெற்றுள்ளன. என்னுடைய முதல் புத்தகமாக, 1999இல் 'ரகசியவேட்கை' என்ற சிறுகதைத் தொகுப்பு அகரம் வெளியீடாக வெளிவந்தது. அதில் அடங்கியிருந்த 8 கதைகளோடு, அதற்குப் பின்னர் எழுதப்பட்ட 5 கதைகள் சேர்க்கப்பட்டு இரண்டாவது தொகுப்பாகக் 'கடல் மனிதனின் வருகை' அன்னம் வெளியீடாக 2016இல் வெளிவந்தது. இப்போது மேலும் ஒரு புதுக் கதையாக மஞ்சள் மோகினி சேர்க்கப்பட்டு 14 கதைகள் இத்தொகுப்பின் சிறுகதைப் பகுதியில் அடங்கியுள்ளன.

என் சிறுகதைகள்மீது எனக்குத் தனியான ஒரு அபிமானம் இருந்துகொண்டிருந்தது. இத்தொகுப்புக்காக, மீண்டும் ஒருமுறை 14 கதைகளையும் படிக்க நேர்ந்ததில் அவற்றின்மீதான என் அபிமானம் கூடியிருக்கிறது. மேலும், சிறுகதை சாதனத்தின் மீதான வேட்கையும் என்னுள் மிகுந்திருக்கிறது..

காலம் காலமாக மனித மனங்களில் வேரோடியிருக்கும் பயங்களின் சில சாயைகளும், உறக்கங்களில் விழித்துக்கொள்ளும் கனவுகளின் சில சாயைகளும் இக்கதைகளில் படிந்திருக்கின்றன.

இக்கதைகள் அனைத்திலுமே, அவற்றின் தன்மைக்கேற்ப, மரணத்தின் நிழல் தொடர்ந்தபடியும் கவிந்தபடியும் இருக்கிறது. இவையெல்லாம், வெவ்வேறுபட்ட கதைக்களன்களினூடாக, மனவெளியின் ஒரு குறிப்பிட்ட பிராந்தியத்துக்குள் இக்கதைகள் புக முயற்சித்திருக்கின்றன அல்லது புகுந்திருக்கின்றன என்பதன் தடயங்களாகவே தோன்றுகின்றன.

என்னுடைய நாவல்களின் முதல் பதிப்புகளை வெளியிட்ட 'சந்தியா பதிப்பகம்' நடராஜன் மற்றும் 'புலம்' லோகுவுக்கும்;

சிறுகதைத் தொகுப்புகளை வெளியிட்ட 'அன்னம்' கதிருக்கும்;

இந்தத் தொகுப்பின் முகப்பை மிக நேர்த்தியாக வடிவமைத்திருக்கும் நண்பர் லார்க் பாஸ்கரனுக்கும்;

இந்தத் தொகுப்பைக் குறைந்த அவகாசத்துக்குள் சிறப்பாகக் கொண்டுவந்திருக்கும் 'டிஸ்கவரி பப்ளிகேஷன்ஸ்' மு.வேடியப்பனுக்கும்

என் மனமார்ந்த நன்றிகள்.

சி.மோகன்

# விந்தைக் கலைஞனின் உருவச் சித்திரம்

நாவல்

# 1

**வா**னம், அடர்ந்த கருமேகத் திட்டுகளுடன் காணப்பட்டது. நிலா, மேகப்போர்வையால் மூடப்பட்டிருந்தது. அந்த நிசப்தமான இரவில், அருகிலிருந்த கடலிலிருந்து அலைகள் புரண்டு ஆர்ப்பரிக்கும் ஓசை காற்றை நிறைத்தபடியிருந்தது. அங்கும் இங்குமாகச் சிறு வீடுகளும் குடிசைகளும் மட்டுமே இருந்த அந்தக் கிராமத்தில் அவன் இருந்த இப்பகுதியில் மட்டும் புது வீடுகள் சக கலைஞர்களால் கட்டப்பட்டிருந்தன. ராமன், அவனுக்கென ஒதுக்கப்பட்டிருந்த சிறு இடத்தில் ஒரு குடில் அமைத்துக்கொண்டு கடந்த மூன்று வருடங்களாக அங்கு வசித்து வருகிறான்.

கடந்த சில நாட்களாகவே ராமனின் மனம் மிகுந்த கலக்கத்துடன் இருந்தது. பேணப்படாத அடர்ந்த தலைமுடியும் மீசையும் தாடியோடுமிருந்த அவன் முகம் நிராதரவின் வெம்மையில் ஆழ்ந்த வேதனையைத் தாங்கியிருந்தது. மூர்க்கமான மன உளைச்சலின் ரேகைகள் முடி படியாத முகப் பகுதியில் படிந்திருந்தன. சுயபேணல் பற்றிய அக்கறையின்றி, வண்ணக் கறைகளும் மைக் கறைகளுமாய் இருந்த ஒரு கட்டம் போட்ட கைலியோடும், மேலே கறுத்த வெற்றுடம்போடும் அவன் தன் குடிலின் முன்னிருந்த சிறு திண்டில் குத்துக்காலிட்டபடி அமர்ந்திருந்தான். அவன்முன் பிராந்தி பாட்டிலும், கண்ணாடி டம்ளரும், தண்ணீர்ச் செம்பும், சிகரெட் பெட்டியும், தீப்பெட்டியும் இருந்தன. அவன் கண்ணாடி டம்ளரில் இருந்த பிராந்தியைக் குடித்துக்கொண்டிருந்தான்.

வாழ்க்கை அவனிடம் காட்டிய குரூர முகத்துக்கு மாற்றாக, கேன்வாஸ்களில் வண்ணங்களின் துணையோடும், வெள்ளைத்தாள்களில் கறுப்பும் ஊதாவும் கலந்த ஒரு மையிட்ட பேனாவின் துணையோடும் அவன் உருவாக்கி நிகழ்த்தும் ஒரு கோலாகலத் திருவிழாவுக்கான

எவ்வித எழுச்சியையும் மனம் கொள்ளாதிருந்தது. மனநிலை மிகவும் தாழ்ந்துவிட்டிருந்தது. இது அடிக்கடி அவனுக்கு நேர்வதுதான். ஆனாலும், அவன் எழுச்சி கொண்டு பிரவேசிப்பதற்கான ஒரு விந்தை உலகை அவனால் அப்போது உருவாக்கிக்கொண்டுவிட முடியும். பல அடுக்கு மாடங்களும், பெரும் தூண்களும், வளைவுகளும் கொண்ட மாளிகையை அவனால் எழுப்பிவிட முடியும். அதன் மையக் கோபுர உச்சியில் அவனுடைய காதலி வீற்றிருப்பாள். தேவதைகளும் மோகினிகளும் வானில் வலம் வருவார்கள். இசைக்கருவிகளில் பண்ணிசைப்பார்கள். விரிந்த சிறகுகள் கொண்ட சிறு விலங்குகள் ஊர்திகளாய் பவனி வரும். சிறு தேர் போன்ற அலங்காரத் தோணியில் அவன் கவ்பாய் தொப்பியணிந்து, நேர்த்தியான தாடியோடும், முறுக்கி விடப்பட்ட கம்பி மீசையுடனும் அக்கொண்டாட்டத்தை நிகழ்த்தும் நாயகனென மிடுக்காகவும் எக்களிப்போடும் பயணம் செய்வான். இப்படி இப்படியாக எத்தனையோ விந்தை உலகங்களை சிருஷ்டித்து அதில் அவனே பங்கேற்று அக்கொண்டாட்டத்தை நிகழ்த்தும் நாயகனாக வாழ்ந்துகொண்டிருப்பான். அவனுடைய படைப்புலகம்தான் அவன் வாழும் ஒரே ஆசுவாச வெளி. அவனுக்கென அவன் கொண்டிருக்கும் ஒரே இதமான வெளி. அவனுக்கு வாழத்தெரிந்து அவன் வாழ்கிற அவனுடைய வெளி.

கடந்த சில நாட்களாகவே, விந்தை உலகிற்குள் பிரவேசித்து எக்களிப்புடன் வாழும் எத்தனத்தை மேற்கொள்ள முடியாத அளவுக்கு மனம் ஒளி இழந்திருந்தது. அவனுடைய ஒரே அடைக்கலமான அவனுடைய ஆன்ம உள்வெளியும் கைவிட்டு விட்ட வேதனையில் உடலும் மனமும் துவண்டு துயருற்றிருந்தன. அவன் தொடர்ந்து வாழ்வை நீட்டித்துச் செல்வதற்கான காரணத்தை அவனுடைய ஒரே ஆசுவாச வெளியான கலையாலும் அவனுக்கு அளிக்க முடியாமல் போய்விட்டிருந்தது. மரணம் பற்றிய எண்ணத்தை மனம் தீவிரமாகப் பின்னத் தொடங்கியிருந்தது. விட்டு விடுதலையாகும்படி ஒரு குரல் விடாமல் அவனை நச்சரித்துக்கொண்டிருந்தது.

அவனுடைய குடிலுக்கு முன்னிருந்த மணல் பரப்பில் 'தேவி' படுத்திருந்தது. அது பின்னங்கால்களை மடித்து, முன்னங்கால்களை ஊன்றி அவன் இருந்த திசையில் தலை உயர்த்தி உட்கார்ந்திருந்தது. அவன் கூப்பிட்டால் மட்டுமே அது அவனிடம் வரும். அது ஆண் நாய்தான் என்றாலும் அவன் அதற்கு ஏனோ தேவி என்று பெயர் வைத்திருந்தான். கடந்த இரண்டு வருடங்களாக அவன் ஓரளவுக்கு உறவாடக்கூடிய ஒரு ஜீவனாக தேவி ஆகிவிட்டிருந்தது. அவன் இந்த

இடத்துக்கு வந்து வசிக்கத் தொடங்குவதற்கு முன்பாகவே அது இங்கு புழங்கிக்கொண்டிருந்தது. அந்தக் கிராமத்து மக்களுக்கு அது மணி. ஒரு சிற்பி அதற்கு டைகர் என்று பெயர் வைத்திருந்தார். ஒரு ஓவியர் அவருக்குப் பிடிக்காத ஒரு ஓவியரின் பெயரை வைத்திருந்தார். இப்படி சில பெயர்கள் அதற்குப் புழங்கின. ஆனால் ராமனோடு அது சினேகம் கொண்ட பிறகு, அதன் பிற பெயர்களை அது உதாசீனப்படுத்திவிட்டது. அதன்பிறகு, அப்பெயர்களில் அது அழைக்கப்படும்போது அது கொஞ்சமும் சட்டை செய்வதில்லை. ஆனால் ராமன் 'தேவி' என்று கூப்பிடும்போது ஓடிவந்து அவன்மீது தன் கால்களை ஊன்றி அவனோடு பிரியமாக விளையாடத் தொடங்கிவிடும். பித்துப் பிடித்த இரு ஜீவன்களின் சுபாவமான களியாட்டமாக அவர்களுடைய விளையாட்டு இருக்கும்.

அது தெரு நாயாக வளர்ந்த போதிலும், நல்ல வளப்பமாக இருந்தது. அங்கிருந்த கலைஞர்களால் தத்தெடுக்கப்பட்டதுபோல் அங்கு அது சகஜமாகப் புழங்கி வந்தது. கலைஞர்களின் பொது சமையல்கூடத்தில் அதற்கு நல்ல தீனி. அது பகலில் எங்கு திரிந்தாலும் இரவு தூங்குவதற்கு ராமன் குடிலின் முற்ற மணல் பரப்புக்கு வந்துவிடும். பழுப்பு நிறத்தில், கழுத்திலும் உடலின் சில பகுதிகளிலும் வெண்திட்டுகளுடன் அது காணப்பட்டது. மணல்பரப்பின் நடுப்பகுதியில் முன்னங்கால்களால் குழி பறித்து சொகுசாக அதில் படுத்துக்கொள்ளும்.

ராமன் திண்டிலிருந்து இறங்கி, குடிலுக்குள் சென்று ஒரு சிறு பீங்கான் தட்டையும், ஒரு பொட்டலத்தையும், எவர்சில்வர் டப்பாவையும் எடுத்துக்கொண்டு வந்து மறுபடியும் கல் திண்டில் கால்களைக் கீழே தொங்கவிட்டபடி உட்கார்ந்துகொண்டான். பிராந்தியை ஒரு உறிஞ்சு உறிஞ்சி விட்டு, தேவியைப் பார்த்து, ''வா தேவி, குடிக்கலாம்'' என்று கூப்பிட்டான்.

தேவி ஓடி வந்து, திண்டில் தாவி ஏறி அவன் முன்னால் குந்தி உட்கார்ந்து நாக்கை வெளியில் நீட்டியபடி அவனைக் குறுகுறுவென்று பார்த்தது. வண்ணக் கலவைகள் காய்ந்து விநோத அழகுடன் இருந்த சிறு பீங்கான் தட்டில் பிராந்தியை ஊற்றி, கொஞ்சம் அதிகமாகவே தண்ணீர் விட்டு அதன்முன் வைத்தான். அது நன்றி பாவத்தோடு அவனைப் பார்த்துவிட்டு நக்கிக் குடித்தது. அவன் தன் இடதுகையால் டம்ளரிலிருந்து குடித்தபடியே, வலது கையால் தேவியின் தலையிலிருந்து பிடரி வரையும், உள்ளங்கழுத்தையும் வருடிக் கொடுத்துக்கொண்டிருந்தான். 'சளப் சளப்' என்ற சத்தத்தை எழுப்பியபடி தேவி வேக வேகமாக நக்கிக் குடித்தது. அதில் இன்னும்

கொஞ்சம் ஊற்றி தண்ணீர் விட்டான். அதன் காது மடல்களை வருடிக் கொடுத்தான்.

அது முழுவதுமாகக் குடித்து முடித்ததும், தலையை ஒரு சிலுப்பு சிலுப்பியது. காதுகளையும் கழுத்தையும் சடசடத்து உதறியது. அவனைக் குறும்பாக ஒரு பார்வை பார்த்துவிட்டுக் குதித்துக் கீழிறங்கியது. ஓடி, முற்றத்து மணல் பரப்பில் நின்றுகொண்டு அவனைத் திரும்பிப் பார்த்தது. அவனையும் அங்கு வரும்படி அழைப்பது போலிருந்தது அப்பார்வை.

இப்போது தேவி மெதுவாக அந்த மணல் பரப்பின் ஒரு பகுதியில் சுற்றி வந்தது. பின்னர் கொஞ்சம் கொஞ்சமாக வேகமெடுத்து தன் கால் தடங்களால் ஒரு வட்ட வளையத்தை உருவாக்கியபடி ஓடிக்கொண்டிருந்தது. இந்தச் செய்கை ராமனுக்கு வேடிக்கையாகவும் வினோதமாகவும் பட்டது. அது ஏதோ ஒரு வகையில் தன் சந்தோஷத்தை வெளிப்படுத்துவதாகத் தோன்றி அவனிடமும் மெல்லிய சந்தோஷம் படர்ந்தது.

அவன் எல்லாப் பொருட்களையும் எடுத்துக்கொண்டு முற்ற மணல் பரப்புக்குச் சென்றான். அது உருவாக்கியிருந்த வட்டப்பாதைக்கு வெளியே கைகளால் கால்களைப் பிணைத்துக் கட்டியவாறு குந்தி உட்கார்ந்தபடி, ''வா, தேவி சாப்பிடலாம்'' என்றான். தேவி அவனருகில் வந்து முன்னங் கால்களைத் தூக்கி அவன் தோள்களில் போட்டபடி மூச்சு வாங்கியது. தன் மூக்கை அவன் கன்னத்தோடு உரசியது. அதன் வாயிலிருந்து ஒழுகிய எச்சில் அவன் கன்னத்தில் வழிந்து, அவன் வாயோரம் வழிந்த அவனுடைய எச்சிலோடு கலந்தது. அதன் உடம்போடு தன் இரு கைகளையும் இறுக்கிக் கெட்டியாக அணைத்துக்கொண்டான். அவன் கண்கள் கலங்கின.

பின் அதை மெதுவாக விடுவித்துவிட்டு, பொட்டலத்தைப் பிரித்து அதிலிருந்து ஒரு புரோட்டாவை எடுத்து சிறு பீங்கான் தட்டில் பிய்த்துப் போட்டான். எவர்சில்வர் டப்பாவைத் திறந்து அதிலிருந்த எலும்பு சால்னாவை ஊற்றினான். அதிலிருந்த எலும்புக்கறித் துண்டங்களை எடுத்து அதில் போட்டுவிட்டு, ''சாப்பிடு தேவி'' என்று பரிவோடு சொன்னான். அது சாப்பிடத் தொடங்கியது.

சிகரெட் பெட்டியிலிருந்து ஒரு சிகரெட்டை உருவியெடுத்துப் பற்ற வைத்துக்கொண்டு புகையை ஆழமாக உள்ளிழுத்தான். கண்ணாடி டம்ளரில் பிராந்தியையும் தண்ணீரையும் நிரப்பிக்கொண்டான். அதை எடுத்து ஒரே மூச்சாகக் குடித்துவிட்டு சிகரெட்டை ஊதினான்.

தேவி சாப்பிட்டு முடித்துவிட்டு, அவனுடைய கண்ணாடி டம்ளரை ஏக்கத்துடன் பார்த்தது. அவன் பீங்கான் தட்டில் பிராந்தியை விட்டுத் தண்ணீர் ஊற்றினான். தேவி உற்சாகமாக நக்கி உறிஞ்சியது. குடித்து முடித்ததும் அது மீண்டும் அது உருவாக்கியிருந்த வட்டப்பாதையில் அதிக பிசிறின்றி ஓடியது. அவன் அதைப் பார்த்துப் பித்துப் பிடித்தது போலப் பலமாகச் சிரித்தான். பாதையிலிருந்து விலகாமல் ஓடிவந்து அவன் முன் நின்றது.

சிகரெட்டை உறிஞ்சி மணலில் அழுத்தி அணைத்துவிட்டு அதை அவன் தன் இரு கைகளாலும் வாரி அணைத்துக்கொண்டான். அதன் முகத்தோடு தன் முகத்தை ஒட்ட வைத்தான். தேவி உடலோடு அவன் முகம் பொருந்தியிருப்பதை அப்போது அவன் பார்த்தான். தேவி உடலில் அவன் முகம். கழுத்தைச் சுற்றியிருந்த அவனுடைய இடது கையை தேவி நக்கிக் கொடுத்தது. மெல்ல அதை விடுவித்தான். அது உடனே மீண்டும் தன் வட்டப்பாதையில் ஓடத் தொடங்கியது. ஆயாசமின்றி வட்டமடித்துக்கொண்டிருந்தது. அவன் அதையே பார்த்துக்கொண்டிருந்தான். நாயின் உடலில் அவன் தலை பொருந்தியிருக்க நாய் ஓடிக்கொண்டிருப்பதான தோற்றம் அவனுக்குத் தெரிந்தது. அவனுடைய தலையைப் பொருத்திக்கொண்டு அது வட்டப் பாதையிலிருந்து கொஞ்சமும் பிசகாமல் ஓடிக்கொண்டிருந்தது.

ராமன் குடிலுக்குள் சென்று, அட்டைப்பலகையையும் சில தாள்களையும் அவனுடைய குண்டு பேனாவையும் எடுத்துக்கொண்டு வந்து வட்டப்பாதைக்கு வெளியில் உட்கார்ந்துகொண்டான். அட்டைப்பலகையை மடியில் வைத்துக்கொண்டு, பேனா முனையைத் தாளில் வைத்தான். பேனா நகரத் தொடங்கியபோது, வாயின் இடது ஓரத்துக்கு நாக்கு வந்து அது வாய்க்கு வெளியே கொஞ்சம் நீட்டிக்கொண்டிருந்தது. பற்களால் நாக்கைக் கடித்து இருத்திக்கொண்டபடி பேனா முனையை நகர்த்திக்கொண்டு போனான். சிறு வயதில் அவனுடைய மனப்பிசகு காரணமாக, பாடத்தை கிரஹித்துக்கொள்ள இயலாத நிலையில் ஐந்தாம் வகுப்போடு அவன் படிப்பு முடிந்துபோனது. சக வயதினராலும், பிறராலும் கேலிக்குரியவனாகவும், புறக்கணிக்கப்பட்டவனாகவும் தனித்து விடப்பட்டிருந்த அவன், ஏதோ ஒரு சக்தியின் துணையால், அவ்வப்போது சுவாதீனமற்றுப் பிளவுபட்டுத் தெறித்தோடும் அவனுடைய எண்ண ஓட்டங்களிலிருந்து ஒரு வசீகர வெளியாக ஓவியத்தைக் கண்டடைந்திருந்தான். அது அவன் சுயமாகக் கற்றுக்கொண்ட ஒரு வெளிப்பாடு. அப்போதிருந்து, இந்த

33ஆவது வயதுவரை, சித்திரம் வரையும்போது அவனோடு ஒட்டிக்கொண்டுவிட்ட ஒரு பழக்கம்தான், நாக்கை ஒரு ஓரத்துக்குக் கொண்டுபோய், அது கொஞ்சம் வெளியில் நீட்டிக்கொண்டிருக்க, பற்களால் அதைக் கடித்து இறுக்கிக்கொண்டு வரைவது. சிறகடிக்கும் கற்பனைகளை இறுக்கி வசப்படுத்தும் முனைப்புக்கு அது ஏதோ ஒரு வகையில் அவனுக்குத் துணை செய்வது போலிருந்தது. அவன் வரையத் தொடங்கியதும் தன்னியல்பாக நடக்கும் செயல் இது. பேனா முனை தன் பயணத்தைத் தொடர்ந்துகொண்டிருந்தது. சில சொட்டு உமிழ்நீர் அவன் வாயோரம் வழிந்தது. அதைத் தன் இடது புறங்கையால் துடைத்துக்கொண்டே தன் பயணத்தைத் தொடர்ந்தான்.

நாயின் உடலில் தன் தலை பொருந்தியிருக்கும் சித்திரத்தை அவன் வரைந்து முடித்திருந்தான். முதன் முதலாக, அவனுடைய கோலாகல விந்தை உலகின் ஜீவன்களற்ற, அவனின் மிடுக்கான பவனியோ இருப்போ கொண்டிராத சித்திரம். 'கவ்பாய்' தொப்பி இல்லாத அவனுடைய யதார்த்தமான தலையும், நேர்த்தியான தாடியோ, முறுக்கிய கம்பி மீசையோ இல்லாத அவனுடைய யதார்த்தமான முகமும் முதன் முறையாக அவனுடைய இந்தப் படைப்பில் வெளிப்பட்டிருந்தது. விந்தை உலகின் உல்லாசம் ததும்பும் முகத்தை இழந்து இச்சித்திரத்தில் அவனுடைய முகம் கடும் துயரைச் சுமந்திருந்தது.

வலியும் துயரும் வேதனையும் அப்பியிருந்த அவனுடைய இந்தச் சித்திர முகம் அவனை மிகக் கொடூரமாக இம்சித்தது. அவனைக் கொத்திப் பிடுங்கியது. அந்த முகத்திலிருந்து ஒரு குரல் எழுந்து 'போதும், விட்டு விலகு... வெளியேறு' எனக் கூறியது. அவன் காதுகளில் அக்குரல் மீண்டும் மீண்டும் ஒலித்தது. அவன் எழுந்து குடிலுக்குள் ஓடிப்போய், ஒரு மூலையில் சாய்த்து வைக்கப்பட்டிருந்த நான்கைந்து கேன்வாஸ்களுக்குப் பின்னிருந்த சிறு பாட்டிலை எடுத்துக்கொண்டு மீண்டும் முற்ற மணல் பரப்புக்கு வந்தான். தேவி வட்டமடித்தலை நிறுத்திவிட்டு அவனையே பார்த்துக்கொண்டிருந்தது. அவன் அதைப் பார்ப்பதைத் தவிர்த்தான். முன்னர் அமர்ந்திருந்த அதே இடத்தில் போய் உட்கார்ந்துகொண்டான்.

பிராந்தி பாட்டிலில் மிச்சமிருந்ததைக் கண்ணாடி டம்ளரில் ஊற்றினான். சிறு பாட்டிலைத் திறந்து அதையும் அதனுள் விட்டான். பூச்சி மருந்து. தேவி அவன் முன்னால் வந்து நின்றது. அதன் கண்களைச் சந்திக்காமல் கடகடவென்று குடித்தான்.

கண்கள் செருக ஆரம்பித்தன. தேவி தன் முன்னங்கால்களால் அவன் உடலை நிமிண்டி உசுப்பப் பார்த்தது. அவன் தலை சரிந்து உடல் நீண்டது. தலை வட்டத்துக்குள்ளும் உடல் வட்டத்திற்கு வெளியேயுமாக அவன் சரிந்து விழுந்தான். வாயில் நுரை தள்ளியது.

வானில் பல அடுக்கு மாடங்கள் கொண்ட அவனுடைய உல்லாச மாளிகை எழுகிறது. அதற்கும் மேலே பிறை நிலாவின் மையக் குழிவில் அமர்ந்தபடி, ஒரு கால் மடித்து மறுகாலைத் தொங்கப் போட்டுக்கொண்டிருந்த அவனுடைய காதல் மங்கை அவனை அழைக்கிறாள். அவனுடைய அலங்காரத் தேர்த் தோணி வானில் மேல்நோக்கி மிதந்து செல்கிறது. அதில் அவன் 'கவ் பாய்' தொப்பியோடும், முறுக்கி விடப்பட்ட கம்பி மீசையோடும், நேர்த்தியான தாடியோடும் ஆனந்தத்தில் பூத்த முகத்துடன் அமர்ந்திருக்கிறான். அவன் நிலாவை நெருங்கியபோது அவன் மேலேறி வருவதற்குத் தோதாகத் திராட்சைக்கொடிகளைத் தொங்க விடுகிறாள் நங்கை. அவன் அதைப் பற்றி மேலேறி அவளை அடைகிறான். அவள் தொடை மீதிருக்கும் உள்ளங்கையில் தலை சாய்த்து, நிலா வளைவில் உடல் வளைத்து, கால்களை நிலா முனையில் போட்டபடி படுத்துக்கொள்கிறான். நீண்ட சிறகுகள் கொண்ட சிறு விலங்குகள் பறந்து வந்து அவனை வலம் வருகின்றன. தேவதைகளும், மோகினிகளும், கடல் கன்னிகளும், மச்சக்கன்னிகளும், தெய்வீக மானுடர்களும் இசைக்கருவிகளை முழங்க, கோலாகல வான்வெளித் திருவிழா களை கட்டுகிறது. யானைகளும் பாம்புகளும் கருடன்களும் காவல் தெய்வங்களும் திரண்டு வந்து அவனை வாழ்த்துகின்றன. அவனுடைய விந்தை உலகில் செழித்திருந்த தாவரங்களும் மரங்களும் படர்கொடிகளும் அவனைச் சுற்றிக் கிளைத்து அவனுடைய வான் புகலிடத்துக்கு வளம் சேர்க்கின்றன. வானில் அவனுடைய விந்தை உலகம் ஒய்யாரமாய் உருக்கொண்டிருக்கிறது.

மழை சடசடவெனப் பெய்யத் தொடங்கியது. மழைச் சத்தமும் கடலோசையும் மேவிக் கலந்து விநோத அதிர்வலைகளைக் காற்றில் நிரப்பிக்கொண்டிருந்தன. அவன் உடல் மழையில் நனைந்துகொண்டிருந்தது. தேவி அவனையே மலங்க மலங்கப் பார்த்தபடி கலக்கத்துடன் அவன் உடலைச் சுற்றிச் சுற்றி வந்தது. வட்டப் பாதையை அழித்துவிட்டிருந்தது, மழைநீர்.

இடையீடு
# சந்திப்பு: 1

நான் என்னுடைய 31ஆவது வயதில் 1983ஆம் ஆண்டு ஜூன் 3ஆம் தேதி, அன்று எனக்கு ஆதர்சமாக இருந்த புத்தக நிறுவனத்தில் பணியாற்றுவதற்காக அந்த நிறுவனத்தின் உரிமையாளர் அழைத்ததற்கிணங்க சென்னை வந்தேன். அதற்கு சரியாகப் பத்தாண்டுகளுக்கு முன்பு, 1973ஆம் ஆண்டு ஜூன் 3ஆம் தேதி நள்ளிரவில் ஓவியர் ராமன் தன் வாழ்வை முடித்துக்கொண்டுவிட்டார்.

என் சென்னை வாழ்க்கை என்னை எங்கெங்கோ எப்படி எப்படியெல்லாமோ இழுத்துச் சென்றது. நானும் எவ்வித முரண்டும் பிடிக்காமல் அதன் போக்கில் என்னை ஒப்புக்கொடுத்து அலைக்கழிந்துகொண்டிருந்தேன். நான் சென்னைக்குப் பணியாற்ற வந்த பதிப்பகத்திலிருந்து மூன்றாம் ஆண்டிலேயே விலக நேர்ந்தது. சிறு அச்சகம் தொடங்கினேன். அதில் பெருத்த நஷ்டத்துக்கு ஆளாகி அதை மூடும்படி ஆயிற்று. இதனிடையே குடும்பத்தைப் பிரிய நேர்ந்தது. அதையடுத்து, இருப்பிடமோ முகவரியோ அற்றவனாகி சில வருடங்கள் அலைந்து திரிந்தபோது அடைக்கலம் தந்தது ஓவிய உலகமும் ஓவிய நண்பர்களும்தான்.

அப்படியும்கூட, சில ஆண்டுகள் கழித்துத்தான், ஓவியர் டக்ளஸுடன் அறிமுகமும் நெருக்கமும் உருவான பிறகுதான், ராமன் பற்றி அறிய நேர்ந்தது. அப்போது, ராமன் இறந்து இருபது ஆண்டுகளுக்கும் மேலாகியிருந்தும்கூட, அவர் பற்றிய நினைவோ, அவரின் மேதைமை பற்றிய பிரக்ஞையோ தமிழகக் கலைவெளியில் இல்லாதிருந்தது. இது, அதிர்ச்சியும் வேதனையும் அளித்தது. சோழமண்டலக் கலைஞராக ஒரு குறிப்பிட்ட எல்லைக்குள் மட்டுமே அறியப்பட்டவராக அவர் இருந்தார். இந்தியக் கலை அரங்கில் டக்ளஸ் கவனமும் பிரசித்தியும்

பெறத் தொடங்கியபோது அவர்மூலம் ராமனின் கலை மேதைமை உணரப்பட்டது. ராமனின் சில படைப்புகளைப் பார்த்ததுமே, ஐரோப்பிய நவீனத்துவத்தின் எவ்விதப் பாதிப்புகளுமற்ற, நம் மரபும் தொன்மையும் உயிரோடிய, படைப்பு உருவாக்கத்தில் அபார ஞானமும் வித்தையும் கூடிய ஒரு அசலான படைப்பாளியைக் கண்டுகொண்ட பரவசம் ஏற்பட்டது.

கலையின் புனித பூமியில் சிருஷ்டிகரத்தின் பெரும் கொடையோடு ஆனந்தமாகவும் கம்பீரமாகவும் வாழ்ந்த ராமன் பற்றி அறியும் ஆர்வத்தை என்னுள் விதைத்தவர் ஓவியர் டக்ளஸ். ராமனின் கலை மேதைமை பற்றிச் சொன்னதோடு அவருடைய படைப்புலகை எனக்கு அறிமுகப்படுத்தியவரும் அவர்தான். பார்க்கும் எவரையும் வசீகரிக்கக் கூடிய அவருடைய பிரமாண்டமான விந்தை உலகம் என்னையும் பிரமிக்க வைத்தது. ஒரு மகத்தான படைப்பு மேதையைக் கண்டுகொண்ட பிரமிப்பு.

கடந்த சில வருடங்களாக டக்ளஸோடான என் உறவில் நட்பும் நெருக்கமும் மேம்பட்டிருந்தது. சோர்வும் சஞ்சலமும் மனதை அடைத்துக்கொண்டிருக்கும் சமயங்களில் ஓவியர்கள் கிராமத்துக்குச் சென்று அவரைப் பார்த்துவிட்டு வருவது, ஆறுதலும் உத்வேகமும் அளிப்பதாக ஆகிவிட்டிருந்தது. நம்பிக்கையின் ஊற்றுக்கண் திறந்துகொள்ளும் அனுபவமாக அவருடனான சந்திப்புகள் அமைந்தன. பேசிக்கொண்டிருக்க வேண்டும் என்பதுகூட இல்லை. சில மணி நேரம் கூட இருந்துகொண்டிருந்தால் போதும். வாழ்வு அர்த்தத்தோடும் கலை நம்பிக்கையோடும் சலனம் கொள்ள ஆரம்பித்துவிடும்.

இப்படியான ஒரு சந்திப்பின் போதுதான், சில மாதங்களுக்கு முன்பு, எப்போதுமே ஏதோ ஒரு சந்தர்ப்பத்தில் நிகழ்ந்து விடுவதைப் போல, ராமன் பற்றிய பேச்சு வந்தது. போதையில் ததும்பின வார்த்தைகள். மிகவும் உணர்ச்சிகரமாகப் பேசிக்கொண்டிருந்தவர், ஒரு கட்டத்தில் நான் ராமனைப் பற்றி ஒரு புத்தகம் எழுத வேண்டுமென்றும், அவர் ராமன் பற்றிய ஓர் ஓவியத் தொடரைப் படைப்பதாகவும் சொன்னார். அவருடைய அந்த ஓவியங்களை கேலரியில் காட்சிப்படுத்தும்போது, புத்தகத்தை வெளியிடலாம் என்றார். நானும் போதையின் உத்வேகத்தில் உற்சாகமாக ஏற்றுக்கொண்டேன். இப்படியாகத்தான் ராமன் பற்றிய என் புத்தக முயற்சி ஆரம்பம் கொண்டது. அதன் தொடர்ச்சியாக, அவர் காலத்திய ஓவியர்கள், சிற்பிகளுடன் தொலைபேசி உரையாடல்கள், நேரடி சந்திப்புகளென ஒரு பயணம் தொடங்கியது. அவருடைய கலை மற்றும் வாழ்க்கை பற்றிய விசயங்கள் ஓரளவு சேகரமானதும் ஒரு

மாதிரியாக எழுதவும் தொடங்கிவிட்டிருந்தேன். என் இருப்புக்கான பெரும் பாடுகளினூடே அது மந்தகதியில் நகர்ந்துகொண்டிருந்தது.

ராமன் பற்றிய இப்புத்தகத்தின் முதல் அத்தியாயத்தை ஒருநாள் எழுதி முடித்திருந்தேன். ராமனின் கடைசி தினம்தான் நான் முதலாவதாக எழுதிய அத்தியாயம். நாயின் உடல்மீது தன் முகம் பொருந்தியிருப்பதான மாயத் தோற்றத்தை வரைந்துவிட்டு, ராமன் தன் வாழ்வை முடித்துக்கொண்டுவிட்ட நாள் பற்றிய கோட்டுச் சித்திரமது.

அந்த அத்தியாயத்தை எழுதி முடித்த மறுநாள் இரவு டக்ளஸோடு செல்பேசியில் தொடர்புகொண்டு விபரம் சொன்னேன். சந்தோஷப்பட்டார். அந்த அத்தியாயத்தைச் சொல்ல முடியுமா என்று கேட்டார். சுருக்கமாகச் சொன்னேன். வெகுவாக ஆச்சரியப்பட்டார்.

''ராமன் பற்றிய ஓவியத் தொடரின் முதல் படைப்பாக ராமனின் முகம் தாங்கிய நாயின் உடலைத்தான் நான் என் வழியில் வரைந்திருக்கிறேன்'' என்றார். ''ரொம்ப அபூர்வமான ஒற்றுமைதான் இல்லையா?''

''ஆனால் இப்படியான விசயங்களில் இப்படியான அபூர்வங்கள் சாதாரணமாக நிகழக்கூடியதுதானே'' என்றேன்.

''வாஸ்தவம்'' என்றார். ''நாளை உங்களால் வர முடியுமா? அந்த ஓவியத்தை உங்களுக்குத் தரலாம். சில புத்தகங்களும் உங்களுக்காக வாங்கி வைத்திருக்கிறேன்.''

''கண்டிப்பாக வருகிறேன்'' என்றேன்.

இப்படியான அபூர்வ ஒற்றுமை சாதாரணம் என்பதுபோல நான் சாதுர்யமாகச் சொல்லிவிட்ட போதிலும், திகைப்பும் ஆச்சரியமும் மேவிக் கலந்த ஓர் உணர்வு என்னிடமும் படர்ந்திருந்தது. டக்ளஸின் அந்த ஓவியத்தைப் பார்க்கும் ஆசையோடு, அது என் வசமாகப் போகிறதென்ற புளகாங்கிதமும் என்னுள் பரவிக்கொண்டிருந்தது.

மறுநாள் காலை 11.30 மணியளவில் சோழமண்டலம் சென்றடைந்தேன். செல்லும் வழியில் அவருக்குப் பிடித்த 'பக்கார்டி லைம்' முழு பாட்டில் வாங்கிக்கொண்டேன். அவர் சோழமண்டல கேலரியில் காத்திருந்தார். இருவரும் அருகிலுள்ள அவருடைய ஸ்டூடியோவுக்குச் சென்றோம்.

புத்தகங்கள், வண்ண ட்யூப்கள், தூரிகைகள், வண்ணக் கலவைத் தட்டுகள், ஸ்கெட்ச் நோட்டுகள் என இறைந்துகிடந்த டேபிளின் ஒரு மூலையில் 'பக்கார்டி லைம்' பாட்டிலை எடுத்து வைத்துவிட்டு நாற்காலியில் உட்கார்ந்தபடி சிகரெட் பற்ற வைத்துக்கொண்டேன்.

அவர் சிரித்தபடியே, "அதிருக்கட்டும்... நாம் 'கைலாஸ்' போய் பீர் குடிக்கலாம். நல்ல வெயிலா இருக்கு. அப்படியே மதியம் அங்கேயே மீன் கறி சாப்பாடு சாப்பிடலாம்..." என்றபடி சிகரெட் பற்ற வைத்துக்கொண்டு உள்ளறைக்குள் சென்றார்.

முன்னறையில் நான் அமர்ந்திருந்த நாற்காலிக்கு எதிரில் இருந்த ஈசலில் மிகப் பெரிய வட்டவடிவக் கித்தானில் ஒரு ஓவியம் தொடங்கப்பட்டிருந்தது. சில நாட்களுக்கு முன்புதான் தொடங்கியிருக்க வேண்டும். அது முடிய ஓரிரு மாதங்களாகலாம். ஓர் ஓவியத்துக்கு அனுசரணையான, அந்த உலகை அடர்த்தியாகவும் வாழ்வின் பின்னங்கள் கூடியதாகவும் ஆக்கக்கூடிய பல்வேறு படிமக்கூறுகளை ஓர் இசைமையோடு இணைத்துக்கொண்டே செல்வார். சமீப காலமாகத்தான் வட்டவடிவிலான ஓவியங்களைப் படைத்துக்கொண்டிருக்கிறார். அமராவதி சிற்பங்களின் வட்ட வடிவழகையும் இயக்கத்தையும் அவை எனக்கு நினைவுபடுத்திக்கொண்டிருந்தன. நவீனத்துவ வாழ்வின் அடர்த்தியோடும் பின்னங்களோடும், புதிர்த்தன்மையின் வசீகரத்தோடும், பிரத்தியேகமான அழகியல் நுட்பங்களோடும் கூடியது அவருடைய ஓவிய வெளி.

அந்த வட்டவடிவக் கித்தானின் ஏகதேசமான மத்தியில் அவருடைய ஓவிய உருவப் படிமம் வரையப்பட்டிருந்தது. ரெம்பிராண்டின் தத்துவவாதி அவருடைய படைப்பில் சாந்தமாகவும் புதிர்த் தன்மையோடும் இருளுக்கும் ஒளிக்குமிடையே நின்றுகொண்டிருப்பதைப் போல, இவருடைய உருவப் படிமம் பிறப்புக்கும் இறப்புக்குமிடையேயான வாழ்வெளியில் துயர்கள் சுமந்தும் வலிகள் நிறைந்தும் அதேசமயம் சாந்தமாகவும் புதிர்த் தன்மையோடும் இருந்துகொண்டிருப்பது.

உள்ளறையிலிருந்து வந்த டக்ளஸின் கையில் சட்டமிடப்பட்ட ஒரு ஓவியம் இருந்தது. அருகில் வந்து கொடுத்தார். பவ்யமாக வாங்கிக்கொண்டேன்.

"அதற்குள் ஃப்ரேம் போட்டுவிட்டீர்களா" என்றேன்.

புன்னகைத்தார்.

நான் அதை என் மடியில் வைத்துக்கொண்டு, சட்டைப் பையிலிருந்த கண்ணாடியை எடுத்துப் போட்டுக்கொண்டு நெருக்கமாகப் பார்த்தேன். முதுகுத் தண்டு சிலிர்த்துக்கொள்வதான உணர்வு என்னுள் படர்ந்துகொண்டிருந்தது. அடர்நீலப் பின்புலத்தில் ராமனின் தலை நாய் முகத்தில் பொருந்தியிருக்க நாய் உடல் இரண்டு அடுக்குகளாக

வரையப்பட்டிருந்தது. அதாவது, ஒன்றையொன்று ஒட்டியிருந்த இரண்டு நாய் உடல்களின் ஒரே முகமாக ராமனின் முகம் இருந்தது. ஓவிய வெளியின் மேல் பகுதி இளநீலமும் வெண்மையும் கொண்டிருக்க, நான்கைந்து நாய்கள் வெவ்வேறு திசைகளில் ஊளையிட்டபடி பாய்ந்துகொண்டிருந்தன. சில ஆங்கில வார்த்தைகள் முழுமையாகவும் உடைந்தும் கிடந்தன. சிந்தனையும் கலையும் ஓர் இசைமையுடன் முயங்கி வலியையும் அதிர்வுகளையும் உருவாக்கிக் கொண்டுவிடும் படைப்புகள் அவருடையவை. அப்படியான ஒன்றுதான் இதுவும்.

நான் அந்த ஓவியத்தைப் பார்த்துக்கொண்டிருந்தபோது, அவர் பக்கார்டி பாட்டிலைத் திறந்து இரண்டு கண்ணாடி டம்ளர்களில் விட்டுத் தண்ணீர் ஊற்றினார்.

"இதை மட்டும் குடித்துவிட்டு நாம் 'கைலாஸ்' போகலாம்... புத்தகங்கள் வீட்டில் இருக்கு. போகும்போது எடுத்துக்கொள்ளலாம்" என்றார்.

பக்கத்திலேயே பிரதான சாலையிலிருந்த கைலாஸ் ரெஸ்டாரெண்ட் போனோம். உள்ளே நுழைந்ததுமிருக்கும் மிக விசாலமான வராந்தாவின் இடது பக்கமாக இருந்த, ஐந்தாறு கூடாரம் போன்ற அமைப்பு கொண்ட ஒன்றில் அமர்ந்துகொண்டோம். அந்தப் பகல் நேரத்தில் எந்தக் கூடாரத்திலும் எவரும் இல்லை. பீர் குடித்தபடியும் சிகரெட் புகைத்தபடியும் பேசிக்கொண்டிருந்தோம். உண்மையில் அவர்தான் பேசிக்கொண்டிருந்தார். அவர் பேசுவதற்குத் தோதாக நான் சில கேள்விகள் மட்டும் கேட்டுக்கொண்டிருந்தேன்.

"1970இல்தான் நீங்கள் கேரளாவிலிருந்து வந்து சென்னை ஓவியக் கல்லூரியில் சேர்ந்தீர்கள். ராமனோ 1973இல் தன் வாழ்வை முடித்துக்கொண்டுவிட்டார். மூன்றாண்டுகள் கூட இல்லை. மேலும், ராமன் அப்போது சோழமண்டலத்தில் குடியிருந்தார். அப்படி இருக்கும்போது எப்படி இப்படியானதொரு அருமையான கலை உறவும் நெருக்கமும் ஏற்பட்டது" என்றேன்.

"மிகவும் குறைந்த கால அவதானிப்பும் பழக்கமும்தான். ஆனால் அதற்குள் நான் மிகவும் தீவிர கதியில் அவரை சரணடைந்திருந்தேன். 'வாழ்வதற்கான ஒரே பாதை ஓவியம் மட்டுமே' என்ற சங்கல்பத்தோடு நான் சென்னை ஓவியக் கல்லூரியில் வந்து சேர்ந்தேன். ராமனுக்கு அவர் அறிந்திருந்த ஒரே பாதையாக ஓவியம் மட்டுமே இருந்துகொண்டிருந்தது.

அப்போது அவர் இங்கு குடியிருந்தபோதிலும் அவ்வப்போது ஓவியக் கல்லூரிக்கு வருவார். தன்னுடைய சித்திரங்களையும் ஓவியங்களையும் கொண்டுவந்து பார்வைக்கு வைப்பார். அங்கேயே இருந்து, கிடைக்கும் தாள்களில் வரையவும் செய்வார். அவருடைய விந்தை உலகமும் வெளியீட்டு நுட்பங்களும் எவரையும் வசீகரிக்கக்கூடியவை என்பதால் கல்லூரிக்கு வரும் வெளிநாட்டவர் மட்டுமல்லாமல் மாணவர்கள்கூட 5 ரூபாய் 10 ரூபாய் என்று அவற்றை வாங்குவார்கள்...''

''அவருடைய படைப்புகள் எவரையும் கவரக்கூடிய வியப்பூட்டும் அழகிய அற்புதங்கள்தான்...'' என்றேன் நான்.

''ஆம், அற்புதம்தான்...'' என்றார். ''அற்புதமென்பது எப்போதுமே அழகுதான். அற்புதமான எந்தவொன்றுமே அழகுதான். இன்னும் சொல்லப்போனால், அற்புதம் மட்டும்தான் அழகு. அவருடைய சித்திரங்கள் மற்றும் ஓவியங்களின் அற்புதத்தைக் கண்டு நான் பிரமித்துப் போனேன். அவர் வரைந்துகொண்டிருக்கும்போது அவர் உருவாக்கும் அற்புதத்தை சில மாணவர்கள் அவரருகாக இருந்து பார்த்துக்கொண்டிருப்போம். என்னைப் பொறுத்தவரை, நான் எதிர்பார்த்திருந்த ஒருவராக அவர் எனக்குத் தெரிந்தார். நான் அவர் வரைவதை மிகவும் நெருங்கியிருந்து மிகவும் நெருக்கமாக அவதானிக்கத் தொடங்கினேன். அவருடைய கலைத் திறனை என் வசப்படுத்த எத்தனித்தேன். கோடுகளுக்குப் பேச்சும் சுவாசமும் இருப்பதை அவரிடமிருந்துதான் தெரிந்துகொண்டேன். ஒருமுறை இங்குள்ள சிலருடைய ஓவியங்களைப் பற்றிக் குறிப்பிட்டபோது, 'அவை பேச்சு மூச்சற்ற சவங்கள்' என்று ரகசியக் குரலில் கூறிவிட்டு சத்தமாகச் சிரித்தார்.''

''உங்களுடைய ஆரம்ப கால ஓவியங்களில் அவருடைய பாதிப்பை அறிய முடிகிறது'' என்றேன்.

''உண்மைதான்'' என்றார். ''என்னுடைய ஆரம்பகால ஓவியங்களில் அவருடைய பாதிப்பு இருந்தது. என் ஓவியப் படைப்பை உருவாக்கும் விதத்திலும், ஓவிய வெளியை அணுகும் விதத்திலும் அவருடைய நுட்பங்களை நான் கைக்கொள்ள முயற்சித்தேன். அக்காலகட்டத்தில் அவருடைய கலை உன்மத்தம் என்னை வெகுவாக ஈர்த்திருந்தது. வெகு நுட்பமாக இழையூட்டியபடி நகரும் கோடுகள் மூலம் இன்றைய கிராஃபிக் பாணிக்கு நிகரான நுட்பமான வேலைப்பாடுகளைத் தன் அலாதியான விரல்கள் மூலம் அன்று அவர் சாத்தியப்படுத்திக்கொண் டிருந்தார். நான் அவரைத் தொடர்ந்தபடி இருந்தேன். அதற்காகவே வார இறுதிநாட்களில் சோழமண்டலம் வரத் தொடங்கினேன். அவர்

ஒரு அருமையான ஆசிரியர் என்பது பலருக்குத் தெரியாது. அவரிடம் கற்றுக்கொண்டபடி இருந்தேன். என் கலை ஞான குரு அவர்தான்.''

''ராமனுடைய படைப்பாக்க உத்திகளில் யாருடைய பாதிப்பாவது இருந்ததா?'' என்று கேட்டேன்.

''இல்லை'' என்றார். ''நிச்சயமாக இல்லை. அவருடைய கனவுகள்தான் அவருடைய படைப்புலகம். கனவுலகின் விந்தைத் தன்மைகள்தான் அவருடைய படைப்புக் கூறுகள். அவற்றை அற்புதமாக உருவாக்கியது, அவருடைய சுயமான படைப்பாக்க உத்திகளும் நுட்பங்களும். அவருடைய கலை உன்மத்தம்தான் அவருடைய உலகை சிருஷ்டிப்பதற்கான சில விசேஷத் திறன்களைத் தந்திருக்கும். கனவுலகத்தின் மூட்டத்தைக் கொண்டுவருவதற்காக அவர் மேற்கொண்ட ஓர் உத்தி மிகவும் அலாதியானது. வரைவதற்கு முன் தாளைத் தண்ணீரில் நனைத்துவிட்டு, அதைக் காய வைத்து, அது லேசான ஈரப் பதத்தில் இருக்கும்போது வரையத் தொடங்குவார். விந்தைப் புனைவு வினோதமாய் கூடிவரும். சமயங்களில் முதலில் தாளில் வரைந்துவிட்டுப் பின்னர் தண்ணீரில் லேசாக ஒற்றியெடுத்துக் காய வைப்பார். விந்தையுலகை அற்புதமாக்கும் அவருடைய வெளிப்பாடுகள் வியப்பூட்டும் தனித்துவம் கொண்டவை.''

''நீங்கள் ஒரு கட்டத்தில் தாளை நன்றாகக் கசக்கிவிட்டுப் பின்னர் அதில் உங்கள் படைப்புகளை உருவாக்கிக்கொண்டிருந்தீர்கள் இல்லையா? அவற்றை ஒரு கண்காட்சியில் பார்த்துவிட்டு அந்த பிரமிப்போடும் அதிர்வுகளோடும்தான் உங்களை முதன் முதலாக சந்திக்க வந்தேன்...'' என்றேன்.

''நினைவிருக்கிறது'' என்றார் சிரித்தபடி. ''ராமனுடைய கனவுலகின் விந்தைப் புனைவு ஈரப்பதமானது. நவீனத்துவ வாழ்வின் கடும் சிக்கல்களும் சிந்தனைகளும் கொண்ட என்னுடைய புதிர் உலகம் கசங்கலானது.''

''சரிதான்'' என்று சிரித்தபடி சொன்னேன். பின்னர் தொடர்ந்து, ''அவர் உங்களிடம் நெருக்கமாகப் பேசுவாரா?'' என்று கேட்டேன்.

''பேச்சு குறைவுதான். ஆனால் அவருக்கு என்னைப் பிடித்திருந்தது. அதை நெருக்கமாக என்னால் உணர முடிந்தது. ஒருமுறை பணிக்கரிடம் கல்லூரியில் 'டக்கச்' என்ற பையன் இருக்கிறான். நல்லா ஓர்க் பண்றான் என்று சொல்லியிருக்கிறார். பேசும்போது வாய் திக்குவதோடு, வார்த்தைகள் சரியாக உருக்கொள்வதிலும் சிக்கல் கடுமையாக இருந்துகொண்டிருந்ததால் அவர் குறைந்த வார்த்தைகளிலேயே

பேசுவார். அதை ஈடுகட்டும் வகையில் சைகை மொழி அவரிடம் அதிகம் வெளிப்படும். இந்த அவருடைய தன்மை மற்றும் அவருடைய கலை மேதைமை காரணமாக, பணிக்கர் அவ்வப்போது, குறிப்பாக வெளிநாட்டவர்களிடம், சாமெர்செட் மாமுடைய 'த மூன் அண்டு த சிக்ஸ் பென்ஸ்' நாவலின் பிரதான பாத்திரமான சார்லஸோடு அவரை ஒப்பிடுவார். எங்களுடைய சார்லஸ் ஸ்டிரிக்லாண்ட் என்பார். ஒருமுறை பணிக்கர் அப்படி ஒப்பிடும்போது இப்படி சொன்னார்: 'நாலு காசுக்காக ராமனுடைய கால்கள் இந்த மண்ணில் தரித்திருக்கவில்லை. அதனால்தான் அவனால் நிலவைக் கைப்பற்ற முடிந்தது.' உண்மையில் அப்போதுதான் அந்த நாவல் தலைப்பின் அர்த்தமும் நாவலின் சாரமும் எனக்குப் புரிந்தது.''

இதற்கிடையே நான்கு பீர்கள் முடிக்கப்பட்டிருந்தன. மேலும் இரண்டு பீர் சொன்னார். ''ஒன்று போதும்... அப்படியே சாப்பாட்டுக்கு சொல்லிவிடலாம்'' என்றேன் நான். அவ்வாறே சொன்னார் அவர்.

தொடர்ந்து, ''பணிக்கரோடு அவர் உறவு எப்படி இருந்தது'' என்றேன் நான்.

''பரஸ்பரம் மதிப்பும் நம்பிக்கையும் கொண்ட அருமையான உறவாகத்தான் இருந்திருக்குமென்று நினைக்கிறேன். ராமனின் பல படைப்புகளுக்கு, அவர் தமிழில் சொல்ல பணிக்கர்தான் ஆங்கிலத்தில் தலைப்பு வைத்திருக்கிறார். அவை கவித்துவ வாக்கியங்களாக இருக்கும். ராமனைக் கண்டுகொண்டதும், அவர் படைப்புகளைப் பரவலாக அறியச்செய்ததும் பணிக்கர்தான் என்பதில் சந்தேகமில்லை. அவரின் அரவணைப்பும் ஆதரவும் ராமனின் மேதைமை குறித்த அபார நம்பிக்கையும் ராமனின் வளர்ச்சிக்கும் இருப்புக்கும் பெரிதும் உதவியிருக்கின்றன. ஒருமுறை பணிக்கரின் மகன் நந்தகோபால் என்னிடம் சொன்னார். ராமன் போன்ற எவ்வித அடிப்படை வசதியுமில்லாத ஓவியர்கள் தங்களுக்கென ஓரிடத்திலிருந்து படைப்பாக்கத்தில் ஈடுபட என்ன வழி என்று பணிக்கர் கொண்ட யோசனையிலிருந்து உருவான கனவுதான் சோழமண்டலம்.''

போதையில் நனைந்துகொண்டிருந்தது எங்கள் உரையாடல்.

''அவருடைய இந்த திடீர் மரணம்...'' என்று முடிக்காமல் நிறுத்தினேன்.

சற்று நேரம் அமைதி நிலவியது.

''நான் எப்படி நிலை குலைந்து போயிருப்பேனென்பதை உங்களால் உணர முடியும்தானே...'' என்றார். ''சில நாட்களுக்கு

நான் என்னவாகப் போகிறேன் என்பதே எனக்குத் தெரியாமல் இருந்தது. மீண்டும் மீண்டும் எனக்குள் ஒடுங்கிக் கொள்பவனாகவே இருந்துகொண்டிருந்தேன். அதேசமயம், எனக்குள்ளாக என் கலை நம்பிக்கைக்கு சுடர் ஏற்றிக்கொண்டிருந்தேன். அதன்மூலமாக, நான் தைரியமாகவும் புத்திசாலித்தனமாகவும் என் படைப்புலகை அணுகவும் அதை உருவாக்கவும் முயற்சி செய்துகொண்டிருந்தேன். ராமனுடைய கலை ஆன்மாவின் கருணை என்னை அழைத்துச் சென்றது.''

அவர் கண்கள் கலங்கின.

## 2

கோவிலின் மூன்று சுற்று வீதிகளிலும் மார்கழிக் கோலங்கள் தெருவடைத்து இருந்தன. சில வீடுகளின்முன் வண்ணப் பொடிகளால் கோலங்கள் அலங்காரம் பெற்றிருந்தன. பெரும்பாலான கோலங்களின் நடுவில் மஞ்சள் பூசணிப் பூ வீற்றிருந்தது. பள்ளி விடுமுறைக் காலமென்பதால் மூன்று வீதிகளிலுமே பையன்கள், கோவிலுக்கு வந்து போகிறவர்களின் இடையீட்டையும் ஏச்சையும் சட்டை செய்யாமல், கிரிக்கெட் விளையாடிக்கொண்டிருந்தார்கள். சில பெருசுகள் வீட்டுத் திண்ணைகளில் உட்கார்ந்திருந்தபடியே அவ்வப்போது அவர்களை உற்சாகப்படுத்திக்கொண்டிருந்தார்கள். சமயங்களில் பாவனையாகத் திட்டவும் செய்தார்கள்.

பதினான்கு வயது ராமன், பழுப்பேறியிருந்த பட்டைக்கரை வேஷ்டியோடும், தொளதொள சட்டையோடும் தெப்பக்குளத்தின் தெருவோரக் கிழக்குப் பகுதியில் அமர்ந்திருந்தான். அன்று வானம் லேசான மூட்டத்துடன் இருந்தது. அதனூடாக வெளிப்பட்ட மங்கலான மஞ்சள் வெயில் மந்தகாசத்துடன் காணப்பட்டது.

அன்று ஏதோ விசேஷ நாள். அந்தப் பகல் நேரத்திலும் ஆண்கள் பெண்கள் குழந்தைகளென பெருவாரியாக மக்கள் கூட்டம் வந்துகொண்டிருக்க, கோயில் பகுதி முழுவதும் கலகலத்தும் கமகமத்தும் கொண்டிருந்தது. இப்படியான நாட்களில் அவன் கோயில் முன்மண்டபத்தில் அமர்ந்து சித்திரங்கள் வரைய முடியாது என்பதால் அவன் தெப்பக்குளப் படிக்கட்டுகளில் வெவ்வேறு இடங்களில் அமர்ந்துகொண்டு, கோயில் முகப்பையும் மனித நடமாட்டங்களையும் வெறித்துப் பார்த்துக்கொண்டிருப்பான். சமயங்களில் ஏதாவது வரையவும் செய்வான் அல்லது அவனுக்குப் பிடித்தமான இன்னொரு இடமான ஹேமில்டன் பாலம் பக்கம் சென்றுவிடுவான். ஆனால்

இன்று அவனுடைய அம்மா, மதியம் சினிமாவுக்குப் போகலாம் என்று சொல்லியிருந்ததால் அவன் அங்கு போகாமல், வீட்டுக்குப் பக்கத்திலேயே தெப்பக்குளப் படிக்கட்டில் இருந்துகொண்டான்.

தெப்பக்குளப் படிக்கட்டில் தன் முன்னால் நோட்டை வைத்துப் பிரித்து, இடது காலை முன்புறமாகவும் வலது காலைப் பின்புறமாகவும் மடித்து உட்கார்ந்துகொண்டு, இடது கையைத் தரையில் ஊன்றி வலது கையில் பென்சிலைப் பிடித்தபடி, தெப்பக்குளத்தின் மைய மண்டப முகப்பை வரையத் தொடங்கினான்.

அவனுக்குப் பின்னால் இருந்த கிழக்குக் குளத்தெருவில் ஏழெட்டு சிறுவர்கள் ஆரவாரக் கூச்சலுடன் கிரிக்கெட் ஆடிக்கொண்டிருந்தார்கள். அவர்களில் ராமனின் அண்ணன்கள் இருவரும் இருந்தனர். அவனுடைய அண்ணன்கள் இருவருமே அவனைத் தங்கள் தம்பியென்று கருதுவதில் அவமானப்பட்டார்கள். சகஜமான உறவுக்கு இணக்கமற்ற அவனுடைய சற்றே பிசகிய மனநிலையும் திக்குவாயும் அவனைப் பிற சிறுவர்கள் கிண்டல் செய்து புறக்கணிக்கக் காரணமாக இருந்தன. அவர்கள் அவனை விளையாட்டில் சேர்த்துக்கொள்வதில்லை. அவனுக்கும் அதிலெல்லாம் விருப்பமோ ஈடுபாடோ இருக்கவில்லை என்பதால் அதொன்றும் அவனுக்குப் பிரச்சனையாக இருக்கவில்லை. அவன் தனித்திருக்கவே எப்போதும் விரும்பினான்.

அவனுடைய அம்மாவிடம் மட்டுமே அவனால் சினேகமாகவும் சகஜமாகவும் இருக்க முடிந்தது. இரண்டு வருசங்களுக்கு முன்னால் அவன் தன்னுடைய ஆறாம் வகுப்புப் படிப்பைப் பாதியிலேயே நிறுத்திக்கொண்டுவிட்டான். பாடங்களில் கவனம் செலுத்தவோ, கிரஹித்துக்கொள்ளவோ அவன் மனம் கொஞ்சமும் இடம் கொடுக்கவில்லை. அப்பாவும் அது பற்றிக் கவலைப்படவில்லை. அவர் எது பற்றியுமே அலட்டிக்கொள்ளாத போக்குக் கொண்டவர். பிறந்த ஜீவன் எந்தவொன்றும் அப்படி இப்படியென்று எப்படியோ வாழ்ந்துகொள்ளுமென்று அவர் நம்பிக்கை கொண்டிருந்தார். படைத்தவனுக்குத் தெரியாததா என்ற நிச்சயமும் அவருக்கிருந்தது. நிரந்தர வருமானத்துக்கென்று ஒரு வழியும் அவர் கைக்கொள்ளாதிருந்தபோதும், வறுமை ஒரு நிரந்தர அங்கத்தினராக வீட்டில் குடியிருந்து தொல்லைகள் தந்தபோதிலும் அவருக்கொன்றும் வாழ்க்கையின்மீது புகார்கள் ஏதுமில்லை. யார்மீதும் கூட. அம்மாவின் உடன் பிறந்த சகோதரர்கள் தயவிலும், அம்மா செய்து விற்ற வடகங்கள், வத்தல்கள், ஊறுகாய்களின் உறுதுணையிலும் குடும்பம் தத்தளித்துத் தடுமாறி நடந்துகொண்டிருந்தது.

ராமன் பள்ளிப்படிப்பைக் கைவிட்ட பிறகு, அம்மாவின் காரியங்களுக்குக் கொஞ்சம் கூடமாட ஒத்தாசையாக இருந்தபோதிலும், அம்மாவின் சினிமா துணையாக அவன் ஆனதுதான் அவர்களை நெருக்கமாகப் பிணைத்திருந்தது. அம்மாவுக்கு வாரத்துக்கு ஒரு படமாவது பார்த்துவிட வேண்டும். சமயங்களில் இரண்டு, மூன்று படங்கள்கூடப் பார்த்துவிடுவார்கள். எப்போதுமே மதியக் காட்சிதான். இந்த இரண்டு வருசமாக அவனைத்தான் அம்மா துணையாகக் கூட்டிக்கொண்டு போனார். பெரும்பாலும் அவர்கள் திருவல்லிக்கேணி ஸ்டார் மற்றும் பாரகன் தியேட்டர், மயிலாப்பூர் காமதேனு, மந்தைவெளி கபாலி ஆகிய தியேட்டர்களுக்கே மாறி மாறிச் சென்றார்கள். என்ன படம் என்பதை அம்மாதான் முடிவு செய்வார். ஆனாலும் வசனங்கள் நிரம்பிய குடும்பப் படங்களைக் காட்டிலும், காட்சி ரீதியாகப் பிரமாண்டங்களும் மாயங்களும் நிறைந்த ராஜா காலப் படங்களும், புராணப் படங்களும், மாயாஜாலப் படங்களும்தான் அவனை வெகுவாகக் கவர்ந்தன. படம் பார்த்து வந்த பின்னும் பிரமாண்ட அரண்மனைகளும் மாட மாளிகைகளும் மாயாஜாலங்களும் அவன் மனதில் நிழலாடிக்கொண்டே இருக்கும். அவன் தனியாக இருக்கும் தருணங்களில் அவற்றை வரைந்து பார்க்க முயற்சிப்பான்.

இந்த இரண்டு வருடங்களில் அவனுக்கு நெருக்கமாகியிருக்கும் மற்றொருவர், கோயிலின் மூத்த பட்டர். அவருக்கு 50, 55 வயதிருக்கும். கருத்த மேனி. திடகாத்திர உடம்பு. தெற்கு, மேற்கு, கிழக்கு என மூன்று குளத்துத் தெரு சிறுவர்களுக்கும் அவரை ரொம்பப் பிடிக்கும். சமயங்களில் அவர்களோடு சேர்ந்து அவரும் கிரிக்கெட் விளையாடுவதுண்டு. பையன்களுக்கு சில விளையாட்டு நுணுக்கங்களையும் சொல்லிக் கொடுப்பார். அவருக்கு ராமன்மீது அலாதி பிரியம். அவருக்குக் குழந்தைகள் இல்லை. அவர் மனைவியும் அவருடன் இல்லை. பத்தாண்டுகளுக்கு முன்பே மனைவி வேறு யாருடனோ குடித்தனம் நடத்தப் போய்விட்டதாகப் பேச்சு. வழக்கு, விவகாரமெல்லாம் வேண்டாமென்று அவரே அனுப்பி வைத்துவிட்டதாகவும் பேச்சிருந்தது. ஆனால் அவரென்னவோ கவலை இல்லாத மனிதனாகத்தான் இருந்தார். இதற்கு இருபது வருடங்களுக்குப் பிறகு ராமன் உடல் எரியூட்டப்பட்டபோது அதில் கலந்துகொண்டவர்களில் அவரும் ஒருவர். அன்று அவர் கதறி அழுததைப் பார்த்து, அப்பகுதியைச் சேர்ந்தவர்கள் அதிர்ந்து போனார்கள். அவருடைய வாழ்நாளில் அவர் அழுது அன்றுவரை எவரும் பார்த்ததில்லை.

ராமன் கடந்த இரண்டு வருடங்களாகக் கோயில் முன்மண்டபத்திற்கு அவ்வப்போது சென்று, மண்டபத் தூண்களில் உள்ள சிற்பங்களை வரைந்துகொண்டிருந்தான். அதைக் கவனித்த அவர், அவனருகில் உட்கார்ந்துகொண்டு, அவனுக்கு சிற்பங்களுக்கான விளக்கமும் கதைகளும் சொல்லத் தொடங்கினார். அவனுக்கு அவர் சொல்வது சரிவரப் புரியாது. என்றாலும் தலையாட்டிக்கொண்டிருப்பான். ஆனாலும் அவர் சொல்வதில் ஒரு சில விசயங்கள் அவன் மனதில் பளிச்சென்று உட்கார்ந்துகொண்டுவிடும். ஒருமுறை கருடன் பற்றி அவர், 'பறவைகளின் அரசன்' என்று சொன்னதையடுத்து பட்சி ராஜா மீது அவனுக்குத் தனிக் கவர்ச்சி ஏற்பட்டுவிட்டிருந்தது. அப்படி ஏற்பட்டதுதான் அவர்களுக்கிடையேயான இந்த பிரியமும் நெருக்கமும். ஆரம்பத்தில் அவன் தன்னுடைய பழைய பள்ளிக்கூட நோட்டுப் புத்தகத்தின் வெற்றுப் பக்கங்களில் புழுக்கைப் பென்சிலால்தான் வரைந்தான். கைக்குக் கிடைக்கும் தாள்களின் வெற்றிடங்களிலெல்லாம் வரைந்தான். அவர்தான் அவனுக்குப் புது நோட்டுப் புத்தகமும் பென்சிலும் வாங்கிக் கொடுத்தார். சிற்பங்கள், எளிய கோட்டுச் சித்திரங்களாக உருமாறுவதைப் பார்த்து வியந்துபோயிருக்கிறார். உருவ அளவுகளின் கச்சிதம் அவரை பிரமிக்க வைத்திருக்கிறது. என்ன ஒரு ஞானம், என்ன ஒரு வித்தை என்று அவனை உச்சி முகர்ந்திருக்கிறார். அந்தச் சிறு வயதிலேயே அவனுடைய கோடுகள் தீர்மானமானதாக இருந்தன. வரைவதற்கு ஸ்கேலோ, ரப்பரோ அவனுக்கு ஒருபோதும் தேவைப்படவில்லை. கண்களும் விரல்களும் ஒரு லயத்தில் இசைந்து உறவாடின.

கோயிலில் அவருடைய முறை இல்லாத நாட்களில்கூட மூத்த பட்டர் கோயிலுக்கு வந்து அங்கு அவன் இருந்தால் அவனுடன் பொழுதைக் கழிப்பார். பல நாட்கள் கோயில் பிரசாதமே அவனுக்கு மதியச் சாப்பாடாக இருந்திருக்கிறது. அவன்மீது அவர் கொண்ட வாஞ்சை நாளுக்கு நாள் அதிகரித்துக்கொண்டே வந்தது.

கோயில் முன்மண்டபம், சினிமா தியேட்டர்கள் தவிர, ராமனுக்குப் பிடித்தமான இன்னொரு இடம் ஹேமில்டன் பாலம். அதனடியில் ஓடும் கூவம் ஆற்றில் படகுகள் அவ்வப்போது ஆட்களோடும் சரக்குகளோடும் செல்வதை வேடிக்கை பார்த்துக்கொண்டிருக்க அவனுக்குப் பிடிக்கும். கரையிலிருந்தபடி பாலத்தைப் பார்ப்பதும், பாலத்திலிருந்தபடி ஆற்றைப் பார்ப்பதும் அவனுடைய வழக்கம். பல நிலைகளில் அவற்றை வரைந்து பார்த்திருக்கிறான். படகில் ஒருநாள் செல்ல வேண்டுமென்றே ஆசையும் தணியாது பெருகிக்கொண்டிருந்தது.

அதற்கான வழியேதும் அவனுக்குத் தெரியாத நிலையில், ஒருநாள் படகில் அவன் அமர்ந்து சென்றுகொண்டிருப்பதான சித்திரத்தை மனம் உருவாக்கிக் கொடுத்தது. அதை அவன் வரைந்தான். அந்தச் சித்திரம் அவனுக்கு மிகுந்த பரவசத்தைக் கொடுத்தது. அதன்பிறகு, அவனுடைய படகுப் பயணச் சித்திரங்களை அவன் விதம் விதமாய் வரைந்தான். அந்தப் பயணத்தில் நல்ல டவுசரும் சட்டையும் அணிந்திருக்கும் அழகான சிறுவனாக அவன் தன்னைச் சித்தரித்தான். ஒரு நாள் படகு, அவன் பார்த்த சினிமாவில் வந்த அலங்காரத் தோணியாகியது. குட்டி இளவரசனாக அவன் அதில் வீற்றிருந்தான்.

சித்திரம் வரைவதில் அவனுக்கு அபார ஆற்றல் இருப்பதையும், தான் ஒரு சித்திரக்காரன் என்பதையும் அவன் ஒரு கனவின் பரிசாகவே அறிந்துகொண்டிருந்தான். காட்சிகளை மனதளவில் ஒரு சட்டகத்துக்குள் வடிவமைத்துக்கொள்ளவும், உருவங்களை வரி வடிவங்களாக கிரஹித்துக்கொள்ளவும் அவனுக்கு இயல்பாக முடிந்திருக்கிறது. ஆனால் அது ஒரு பிரத்தியேகத் திறனென்றோ, அதை ஒரு விசேஷமாகவோ அவன் அறிந்திருக்கவில்லை. அந்தக் கனவுக்குப் பிறகுதான் அவன் ஒரு சித்திரக்காரனாகச் செயல்படத் தொடங்கினான்.

இருளால் சூழப்பட்டிருந்த, ஒரு பிரமாண்டமான ஆயிரங்கால் மண்டபத்துக்குள் ஒரு தூணையொட்டி அவன் நின்றுகொண்டிருக்கிறான். அந்த இடம் அவனுக்கு மிகவும் பரிச்சயமானதாகவும், நீண்ட நெடுங்காலமாகப் புழங்கி வந்ததாகவும், மிகவும் அணுக்கமானதாகவும் இருக்கிறது. அவன் நிற்குமிடத்தின் தூண் மட்டும் வெளிச்சச் சுடரில் பிரகாசமாக ஒளிர்கிறது. பிற தூண்களும் மண்டபத்தின் எஞ்சிய பகுதிகளும் இருளின் வெளிச்சத்தில் மங்கலாகத் தென்படுகின்றன. அவன் மெள்ள நகர்ந்து அடுத்த தூணுக்குச் செல்கிறான். அவன் நகர நகர வெளிச்சமும் அவனோடு நகர்கிறது. இருள் பின்னால் தங்க, ஒளி முன்னால் செல்கிறது. அவன் அடுத்த தூணை அடைந்ததும் அது ஒளிரத் தொடங்குகிறது. அந்த ஒளி விளையாட்டின் மாயத்தில் தன்னை இழந்தவனாய் அவன் அந்த மண்டபம் முழுவதும் குறுக்கு மறுக்காய், கோணல்மாணலாய் ஓடித் திரிகிறான். ஒளியும் இருளுமான விந்தை விளையாட்டில் மண்டபம் திளைத்திருக்கிறது. இந்த விளையாட்டின் ஒரு தருணத்தில் அவன் ஒளியோடு ஒளியாக மறைந்துபோகிறான்.

காலையில் விழிப்பு தட்டியதும் அந்தக் கனவு மங்கலாக நினைவுக்கு வந்தது. கனவில் அவன் ஒளியோடு அணுகிய ஒவ்வொரு தூணும் அவனுள் சுடரும் ஒரு விசேஷத்தை ரகசிய மொழியில் அவனிடம் சொல்லியதாக அப்போது அவனுக்குத் தோன்றியது.

அன்று அவன், அண்ணன்கள் பள்ளிக்கூடமும் அப்பா எங்கென்றில்லாத எங்கேயோவும் சென்றுவிட்ட பிறகு, பழைய நோட்டொன்றையும் புழுக்கைப் பென்சிலையும் தேடி எடுத்து வரைய உட்கார்ந்தான். நாக்கு வாயோரம் வந்து நீட்டிக்கொண்டுவிடப் பற்கள் அதை இறுக்கிக்கொண்டன. எண்ணற்ற தூண்கள் கொண்ட ஒரு இருண்ட மண்டபத்தில், பிற தூண்கள் எல்லாம் இருளின் ஒளியில் மூட்டமாகத் தெரிய, ஒரு தூண் மட்டும் பிரகாசித்துக்கொண்டிருக்கும் சித்திரத்தை அவன் வரைந்து முடித்தான். ஒளியும் நிழலும் அந்தச் சித்திரத்தில் ஏகதேசமாகக் கூடிவந்திருந்தன. அவன் மனம் ஒரு புதிய உலகைக் கண்டடைந்த ஆனந்தத்தில் எக்களித்தது. அன்று அவன் அடைந்த பரவசம் அவன் வாழ்வின் திசையை நிர்ணயித்தது.

## 3

ராமனின் தோற்றம் 18 வயதுக்குரிய சராசரி வளர்ச்சியை அடைந்துவிட்டிருந்தது. மெலிந்த தேகம். கறுப்பு மேனி. கூர்மையான நாசி. உப்பலான வாயோரம். உதட்டுக்கு மேலும், கன்ன ஓரங்களிலும் மயிர் அரும்பத் தொடங்கியிருந்தது. தலையில் முடி அடர்ந்திருந்தது. அது சரிவரப் பேணப்படாமல் தலைமீது ஒரு சிறு மயிர்க் கூடாரமெனக் குவிந்திருந்தது. அவன், பழுப்பேறியிருந்த பட்டைக்கரை வேஷ்டியோடும் தொளதொள சட்டையோடும் கோயில் முன்மண்டபத்தில் வேணுகோபாலன் சிற்பமுள்ள தூணின் முன் இரு கால்களையும் பின்னால் மடித்துக் குனிந்து உட்கார்ந்திருந்தான். இடது முழங்கை அவன் முன்னிருந்த நோட்டின் இடது பக்கத்தில் ஊன்றியிருந்தது. வலது கையில் தூரிகை வடிவிலான, முனையில் நிப் சொருகப்பட்ட கட்டைப் பேனா இருந்தது. பக்கத்தில் மைக்கூடு.

இந்தப் பேனாவும் மைக்கூடும் மூத்த பட்டரான கிருஷ்ணமாச்சாரி வாங்கிக் கொடுத்ததுதான். சில மாதங்களுக்கு முன் அவர் அவனுக்கு ஒரு பேனா வாங்கிக் கொடுத்தார். முதன் முதலாகப் பேனாவில் வரைந்தபோது, கோடுகளும் உருவங்களும் மையில் பளிச்சென்று வெளிப்பட்டதில் அவன் மனம் குதூகலித்தது. அன்று அவன் விடாமல், விதம் விதமாய் வரைந்தான். அன்று அவன் சந்தோஷத்தோடு வீட்டுக்குப் போனான். அவனிடம் புது பேனாவைப் பார்த்த மூத்த அண்ணன், அவனை அடித்து அதைப் பறித்துக்கொண்டான். மறுநாள் முதல் மறுபடியும் பென்சிலுக்கு மாறினான். மூத்த பட்டர் வேறு பேனா வாங்கித் தருவதாகச் சொன்னபோதும் அவன் மறுத்துவிட்டான்.

கடந்த மாதம் அவர் மறுபடியும் வற்புறுத்தி வாங்கிக் கொடுத்ததுதான் இந்தத் தூரிகை பேனா. கடையில் அதைப் பார்த்ததும் அவனுக்கு மிகவும் பிடித்துப்போனது. அதை அவன் ஒரு சினிமாவில் ஏற்கெனவே பார்த்திருந்தான். அதிலிருந்தே அதன்மீது ஒரு ஏக்கம் ஏற்பட்டுவிட்டிருந்தது. கடைக்காரருக்கு மூத்த பட்டரிடம் ஒரு அபிமானம் இருப்பது, அவர் பொறுமையாகக் காட்டுவதிலிருந்து தெரிந்தது. விதவிதமான, வெவ்வேறு தன்மையிலான நிப்புகள் காட்டினார். மெல்லிய, மிதமான, பட்டையான கோடுகளை உருவாக்கக்கூடிய நிப்புகள். மெல்லியதாய் எழுதக்கூடிய நிப்மீது அவனுக்கு ஆர்வம் அதிகமிருந்தது. அதேசமயம் மற்ற இரண்டையும் அவனால் ஒதுக்கவும் முடியவில்லை. அவனின் ஆசையைக் கவனித்துக்கொண்டிருந்த பட்டர், "விலை கம்மிதான், மூணையுமே எடுத்துக்கோ" என்றார். அவன், அவர் முகம் பார்த்துத் தலையாட்டினான். அன்று அந்தக் கடையில்தான் அவனுக்கான மையையும் கண்டடைந்தான்.

அவன் தொட்டு எழுதிப் பார்க்க, கடைக்காரர் ஊதா மைப்புட்டி ஒன்றையும், கருப்பு மைப்புட்டி ஒன்றையும் அவன்முன் வைத்தார். அவன் முதலில் ஊதாவில் தொட்டு சில கோடுகளை இழுத்தான். பின்னர் கருப்பில் தொட்டு. மறுபடியும் ஊதாவில் தொட்டு என மாறி மாறி ஓரிரு நிமிடம் அவன் தன்னினைவு அற்றவனாக வரைந்துகொண்டிருந்தான். பட்டரும் கடைக்காரரும் வியப்புடன் அவனையே பார்த்துக்கொண்டிருந்தார்கள். பித்துக்குளிப் பையன்போல் தோற்றமளித்த அவனுடைய செயல் கடைக்காரருக்குப் பெரும் ஆச்சரியமாக இருந்தது. பொதுவாக, தங்கள் பெயரை எழுதுவார்கள், கையெழுத்துப் போடுவார்கள் அல்லது கடவுள் நாமம். இவன் கோடுகளை இழுப்பதும், விந்தையான உருவங்கள் வெளிப்படுவதும் அவருக்கு ஏதோ மாயாஜாலம் போலிருந்தது. அவன் அப்படி மாறி மாறித் தொட்டுத் தொடர்ந்தபோது, ஒரு தருணத்தில் கோடு ஊதாவும் கருப்பும் கலந்த வண்ணத்தில் நகர்ந்தது. அவன் சட்டென நிறுத்திவிட்டு அந்த வண்ணக் கோட்டைப் பார்த்தான். அவன் எதிர்பார்த்த ஏதோ ஒன்று வசப்பட்டு விட்டதைப்போல உணர்ந்தான். அந்த வண்ணக்கோட்டைத் தொட்டுக் காட்டி, "இந்த மை இருக்கா" என்றான்.

புதிய தூரிகைப் பேனாவையும், மைக்கூட்டையும் பட்டரின் ஏற்பாட்டில் கோயில் முன்மண்டப நுழைவாயிலுக்கு முன்னிருக்கும் தேங்காய், பழ வியாபாரக் கடையொன்றில் அவன் கொடுத்து

வைத்திருந்தான். வரும்போது அங்கு பெற்றுக்கொண்டு, போகும்போது அங்கேயே கொடுத்துவிட்டுச் செல்வான். புது பேனாவிலும் ஊதாக் கருப்பு மையிலும் வரைவதில் புது ஆனந்தமும் கூடிவந்திருந்தது. கடந்த ஐந்தாறு வருடங்களாக அவன் முன்மண்டபத் தூண்களில் இருக்கும் சிற்பங்களை மட்டுமல்ல, கோயில் பிரகாரத் தூண்களில் இருக்கும் சிற்பங்களையும் நேரம் கிடைக்கும்போதெல்லாம் வந்திருந்து வரைந்து பார்த்திருக்கிறான். கோயில் கதவுகளில் கீழிருந்து உச்சிவரை அமைந்திருக்கும் சிற்பங்களின் வடிவமைப்புமீது அவனுக்குத் தனி வசீகரம் இருந்தது. அடிப்பாகத்தில் ஒரு பெரும் உருவச்சிலை. அதிலிருந்து கிளைத்து மேல்நோக்கி வளையம் வளையமாய், ஒவ்வொரு வளையத்துக்குள்ளும் ஒரு உருவமென அமைந்திருந்த அந்தச் சிற்பக் கற்பனை அவனை எப்போதும் ஈர்த்துக்கொண்டிருந்தது. தூண் வெளி பகுதி பகுதியாகப் பிரிக்கப்பட்டு, பகுதிகளிலும் முழுமையிலுமாகக் கூடியிருந்த லயம் படைப்பு வெளியைக் கையாளும் வித்தகம் பற்றி அவனுக்கு உணர்த்திக்கொண்டிருந்ததால் உருவான வசீகரம்.

அன்று வேணுகோபாலன் சிற்பம்முன் அவன் அமர்ந்திருந்த போது, அதுவரை அனுபவித்திராத கிளர்ச்சி அவனை ஆக்ரமித்திருந்தது. அவனுடைய சித்திரப் பயணத்தில் ஒரு புதிய வெளியில் அடியெடுத்து வைக்க அவன் மனம் ததும்பிக்கொண்டிருந்தது. வேணுகோபாலன் குழலூதும் வடிவத்தில் கருடன் குழலூதுவதாக அவன் மனம் ஒரு விந்தையில் லயித்திருந்தது. சமீப நாட்களாக, அவ்வப்போது வரும் ஒரு கனவின் உந்துதலில் உருவானதுதான் இந்த விந்தைக் கற்பனை.

அவன் உடல் தரையிலிருந்து உயர்ந்து மேலெழும்பி மெல்ல மெல்ல மிதந்து மிதந்து வான் நோக்கிச் செல்கிறது. வானில் மிதந்தபடி உயர உயரச் சென்றுகொண்டிருக்கிறான் அவன். அப்போது வானில் அவனருகில் ஒரு கருடன் தோன்றிக் குழலூதுகிறது. அந்த நாதம் வான்வெளியெங்கும் பரவி வியாபிக்கிறது. இசை அவனை ஏந்திச் செல்வது போலிருக்கிறது. அவன் கண்கள் மூடியிருக்கின்றன. அவன் மேல் நோக்கிப் பயணித்துக்கொண்டிருக்கிறான். எனினும் அவன் வான்வெளியையும் கருடன் குழலூதியபடி உடன் வருவதையும் பார்த்தபடியே மிதந்துகொண்டிருக்கிறான். இப்போது ஒரு யானை தும்பிக்கையை உயர்த்தியபடி அவனருகில் வருகிறது. அவனைத் தும்பிக்கையில் ஏந்திக்கொண்டு வான்வெளியில் மேல்நோக்கி நீந்திச் செல்கிறது. கருடனின் குழலிசையில் மெய் மறந்து, யானையின் தும்பிக் கையில் ஒய்யாரமாக அமர்ந்துகொண்டு ஆனந்த பவனி செல்கிறான். மேலே செல்லச் செல்ல நட்சத்திரங்களின் ஒளிப் பிரவாகத்தில் வான்வெளி

வெளிச்சக் கடலாய் பிரகாசிக்கிறது. வானுலகின் குட்டி இளவரசன் என்ற பெருமிதத்தோடும் எக்களிப்போடும் அவன் திளைத்திருக்கிறான். வானில் பிறை நிலா அண்மையில் தெரிகிறது. இன்னும் சில எட்டுகளில் நிலாவைத் தொட்டுவிடலாம் போலிருக்கிறது. கருடன் குழலிசைத்தபடியே உடன் வந்துகொண்டிருக்கிறது. யானை தும்பிக்கையை மேலுயர்த்தி நிலாவின் மையத்தில் அவனை அமர்த்துகிறது. நிலா ஒரு ஊஞ்சல் போல அவனைத் தாலாட்டுகிறது. நிலாவின் ஒரு முனைப் பக்கம் நின்றபடி கருடன் குழல் இசைக்கிறது. மறுமுனைப் பக்கமாய் யானை அவனை வாழ்த்துவது போலவும் ஆசிர்வதிப்பது போலவும் தும்பிக்கையைத் தூக்கி நிற்கிறது. நிலாவின் ஊஞ்சலாட்டம் தொடர்ந்துகொண்டிருக்கிறது.

அன்று காலை விழித்ததும் கனவில் கருடன் குழலூதிய காட்சி மட்டுமே பளிச்சென அவன் நினைவுக்கு வந்தது. முன்மண்டபத் தூண்கள் ஒன்றில் இருக்கும் வேணுகோபாலன் சிற்ப மாதிரியில் அவன் அதை வரைந்து பார்க்க ஆசை கொண்டான்.

வேணுகோபாலன் சிற்ப மாதிரியில் கருடன் குழலூதும் சித்திரத்தை அவன் வரைந்து முடித்திருந்தான். அவன் அதை மீண்டும் மீண்டும் பார்த்துக்கொண்டிருந்தான். ஒரு புதிய, தனதான பிரத்தியேக உலகை அவன் கண்டுகொண்டுவிட்டதாக உணர்ந்தான். மனம் களி நடனம் புரிந்தது. கருடன் வான்வெளியில் குழலூதுவதான தோற்றத்தை அளிக்க சில மேக மூட்டங்களை உருவாக்கினான். நட்சத்திரங்கள் உதித்தன. நிலா தோன்றியது. அதன் மத்தியில் அவன் பேண்ட், சட்டை அணிந்தவனாக அமர்ந்தான்.

ஒரு விந்தை உலக சஞ்சாரத்தில் அவன் தன்னை இழந்து திளைத்திருந்ததில் பக்கத்தில் மூத்த பட்டரும் அவருடன் ஒரு நடுத்தர வயதுக்காரரும் நின்றுகொண்டிருந்ததை அவன் கவனித் திருக்கவில்லை. மாலை நேரத்துக்கான நடை திறக்கப்பட்டு, ஒரு சிலரின் நடமாட்டமும் தென்பட்டுக்கொண்டிருந்தது. ஆள் நடமாட்டச் சத்தம் அவனை உசுப்பியபோதுதான், அவனையே பார்த்தபடி பட்டரும் மற்றொருவரும் நிற்பதைக் கவனித்து, அசட்டுச் சிரிப்புடன் எழுந்து நின்றான். புதியவர் அவனிடமிருந்த நோட்டை வாங்கி, அவன் அப்போது வரைந்திருந்த சித்திரத்தை வெகு உன்னிப்பாகக் கவனித்தார்.

ஒருவித சங்கடத்துடன் நின்றுகொண்டிருந்த ராமனைப் பார்த்து பட்டர், "ஓவிய மாஸ்டர்" என்றார். "எக்மோர் ஓவியப்பள்ளியில மாஸ்டரா இருக்கார்."

அவன் என்ன செய்வதென்று தெரியாமல் திகைத்திருந்தான். லேசான பதற்றம் அவனைத் தொற்றிக்கொண்டிருந்தது.

''எங்க கத்துக்கிட்ட'' என்றார் மாஸ்டர்.

''இங்கதான்'' என்றான், தயங்கியபடி.

அவர் லேசாகச் சிரித்தபடி, ''யார்கிட்டப்பா'' என்றார்.

அவன் என்ன சொல்வதென்று தெரியாமல் மலங்க மலங்க விழித்துக்கொண்டிருந்தான். பட்டர் குறுக்கிட்டு, ''அவனாவே கத்துக்கிட்டதுதான்'' என்றார். ''என்ன படிக்கிற தம்பி'' என்றார்.

''படிக்கலை... படிப்பு ஏறலை... இந்தப் படிப்புல இவ்வளவு ஞானம் இருக்கும்போது புத்தகப் படிப்பு எப்படி ஏறும்'' என்றார் பட்டர்.

''அபார ஞானம். சந்தேகமே இல்லை. கடவுளோட அனுகிரஹம்தான். சரியான நேரத்துலதான் நான் இவனைப் பார்த்திருக்கேன். எங்க ஸ்கூல்ல மாணவர்களை சேர்க்கிற நேரமிது. இவனை அங்கே சேர்த்தா ரொம்ப பிரமாதமாக ஜொலிப்பான். இவனோட அப்பாவை நான் பார்த்துப் பேசினால் தேவலை. செலவு ஒண்ணும் பெருசா ஆகாது'' என்றார் மாஸ்டர்.

''எல்லாம் பெருமாள் செயல். நீங்க கோயிலுக்குள்ள போயி சேவிச்சுட்டு வாங்கோ... அதுக்குள்ள நான் அவரை எப்படியாச்சும் அழைச்சுட்டு வந்துடறேன்'' என்றார் பட்டர்.

என்ன நடந்துகொண்டிருக்கிறது என்பதை சரிவர விளங்கிக்கொள்ள முடியாதவனாய் ஒரு விசித்திர மனநிலையில் ராமன் இருந்தான்.

மலர்ந்த முகத்துடன் அந்த நோட்டை அவனிடம் திருப்பிக் கொடுத்த மாஸ்டர், அந்தச் சித்திரத்தில் அவன் அமர்ந்திருந்த நிலாவைத் தொட்டுக் காட்டியபடி, ''இது யார்'' என்றார்.

அவன், தன் நெஞ்சில் இடது கையை வைத்தபடி, ''நாந்தான்'' என்று சன்னமான குரலில் கூச்சத்தோடு சொன்னான். மிகுந்த சங்கோஜத்தில் அவன் தலை குனிந்தது. முகம் நிறைந்த புன்னகையுடன் மாஸ்டர் அவனின் தலையில் கை வைத்து ஆசிர்வதித்தார்.

## 4

ஓவியப்பள்ளி வளாகத்திற்குள் ராமனும் அவனுடைய தந்தையும் நுழைந்தார்கள். ராமன், அவனுக்கென்று கடந்த தீபாவளிக்கு எடுத்திருந்த, அதற்குப் பின் ஓரிரு முறையே போட்டிருந்த பட்டைக்கரை வேஷ்டியும் சட்டையும் அணிந்திருந்தான். நீண்ட நாட்களுக்குப் பிறகு முடி வெட்டியிருந்தான். அவனுடைய தலைமுடி எண்ணெய் தேய்த்து

வகிடெடுத்துப் படிய வாரப்பட்டிருந்தது. இந்த ஏற்பாடுகளெல்லாம் அவனைப் பெரும் சங்கடத்துக்கு ஆளாக்கியிருந்தன. அவனுடைய இயல்பு குலைந்துபோயிருந்தது. அவனுடைய முகத்தின் வாயோர உப்பல் பளிச்செனத் தெரிந்தது. அவனுடைய சுதந்திர வெளியாக அவன் அறிந்தும் அடைந்துமிருந்த ஓவிய உலகிற்குள் வாழ்வதற்கான ஞானத்தைக் கற்றுத் தரும் பள்ளியில் சேரவிருப்பதில் அவன் மனம் ஓரிரு நாட்களாகவே துள்ளிக்கொண்டிருந்தது. அதேசமயம், அதற்கான தயாரிப்புகளும், பல மாணவர்களுடன் சேர்ந்து ஒரு கல்விச் சூழலில் பயில வேண்டியிருப்பது குறித்த தயக்கமும் ஒன்று சேர்ந்து அவனுக்குப் பதற்றத்தை ஏற்படுத்தியிருந்தது. இப்போது அந்தக் கல்லூரி வளாகத்தில் அவனுடைய அப்பாவுடன் நடந்து சென்றுகொண்டிருந்தபோது பரவசத்தை மேவிய பதற்றமே அவனிடம் நிலைத்திருந்தது.

பிரதான சாலைக்குத் தன் பின்புறத்தைக் காட்டியபடி உள்முகமாக முகப்பு கொண்டிருக்கும் காவி வண்ண, பிரிட்டிஷ் பாணி பிரமாண்ட கட்டிடம் அது. அக்கட்டிட முகப்பை அப்பள்ளி வளாகத்தினுள் சென்று அதன்முன் நின்று மட்டுமே பார்க்கக்கூடியதாக அது இருந்தது. அவர்கள் உள்ளே நுழைந்து, கல்லூரி முதல்வர் அறை மற்றும் அலுவலக அறை கொண்ட பிரதான கட்டிடத்தின் முன் நின்றபோது அக்கட்டிட முகப்பு ராமனைப் பெரிதும் வசீகரித்தது. ஒரு மாளிகையின் முன் நின்றுகொண்டிருப்பதாகத் தோன்றியது அவனுக்கு. விசாலமான படிக்கட்டுகளுடன் வெகு கம்பீரமாய் தோற்றமளித்த அக்கட்டிடம் அவனை நேசத்தோடும் மகிழ்ச்சியோடும் வரவேற்கும் வகையில் புன்னகை செய்துகொண்டிருப்பதாக அவனுக்குத் தோன்றியது. அந்தக் கட்டிடத்தை அவன் ஒரு கனவில் கண்டிருப்பதான ஒரு பிரமையும் நிச்சயமும் அவன் மனதில் எழுந்தது. அந்த வளாகத்துடன் ஒரு இணக்க பாவம் கூடிவருவதற்கு அது அவனுக்குத் துணை செய்தது. மருட்சி கொஞ்சம் வெளியேறிவிட்டிருந்தது. அதற்கு எதிரில் மரங்களடர்ந்த வெட்டவெளி இருந்தது. அதில் ஆங்காங்கே சில மாணவர்களும் மாணவிகளும் ஓவியம் வரைந்துகொண்டிருந்தார்கள். அங்கும் இங்குமாக சிலர் உட்கார்ந்துகொண்டும் நின்றுகொண்டும் பேசிக்கொண்டிருந்தார்கள்.

பிரதான கட்டிடத்தை அடுத்திருந்த ஒரு வெளியில் பல கல் சிற்பங்களும் சுடுமண் சிற்பங்களும் நிறைந்திருந்தன. மரபான கோயில் சிற்பங்களை மட்டுமே பார்த்திருந்த ராமனுக்கு அவற்றின் விசித்திரக் கோலங்கள் வியப்பளித்தன. அங்கும் வெவ்வேறு மூலைகளில் இருந்தபடி இரண்டு மூன்று மாணவர்கள் கல்லை செதுக்கிக்கொண்டிருந்தார்கள்.

அவர்கள் உள்ளே நுழையும்போதே, அவனுடைய அப்பா காவல் பணியாளரிடம், கிருஷ்ணாராவ் மாஸ்டர் எங்கிருப்பாரென விசாரித்து அறிந்திருந்தார். அவர்கள் அந்த வளாகத்தின் பிரதான கட்டிடத்தைக் கடந்து, இடது மூலையிலிருந்த மற்றுமொரு உயரமான காவி வண்ணக் கட்டிடத்தை அடைந்தார்கள். கீழிருந்த நூலக வாயிலை ஒட்டியிருந்த மரப்பலகைப் படிகளில் ஏறி மாடிக்குச் சென்றார்கள். ராமனிடம் லேசான பதற்றம் மீண்டும் தொற்றிவிட்டிருந்தது. பேசும்போது திக்கும் என்பதால் யாரையும் சந்தித்துப் பேசும் சூழ்நிலையை எதிர்கொள்வதில் அவனுக்குத் தயக்கமும் பயமும் இருந்தது. படியேறும்போது, அவனுடைய தோளில் ஆடிய துணிப்பையின் வாயை இறுக்கிப் பிடித்துக்கொண்டான். அதனுள் அவன் கடைசியாக வரைந்த சித்திரமடங்கிய நோட்டும் தூரிகைப் பேனாவும் மைக்கூடும் இருந்தன.

மாடியை அடைந்ததும் இருந்த பெரிய கூடத்தின் ஒரு மூலைக்கருகில் ஒரு உயரமான ஸ்டூலில் கைலி கட்டிய 45 வயதுக்காரர் மேலே வெற்றுடம்போடு, ஆடாமல் அசையாமல் ஏதோ ஒரு புள்ளியில் நிலை குத்திய பார்வையோடு உட்கார்ந்திருந்தார். அந்தக் கூடத்தின் ஓரிடத்தில் ஒரு ஈசலின் முன் நின்றபடி ஒரு மாணவி அவரின் உருவத்தை வரைந்துகொண்டிருந்தாள். தரையில் கொஞ்சம் இடைவெளி விட்டு அமர்ந்தபடி, ஏழெட்டு மாணவர்களும் இரண்டு மூன்று மாணவிகளும் அவரைப் பார்த்துப் பார்த்து வரைந்துகொண்டிருந்தார்கள்.

கூடத்திற்குள் நுழைந்ததுமுள்ள வலது மூலையில், ஒரு சிறிய மேஜைக்குப் பின், நாற்காலியில் கிருஷ்ணாராவ் மாஸ்டர் அமர்ந்திருந்தார். அவரும்கூட, அந்த மாடலைப் பார்த்து வரைந்துகொண்டிருந்தார். அவருடைய மேஜையின்மீது இருந்த ஓர் அழகிய, வளைவிளிம்புகள் கொண்ட தொப்பி ராமனின் பார்வையைக் கவர்ந்தது. ராமனும் அவனுடைய அப்பாவும் வாசலில் தயங்கியபடி நின்றுகொண்டிருந்தார்கள். ஈசலின் முன் நின்றபடி வரைந்துகொண்டிருந்த மாணவிதான் அவர்களைக் கவனித்துவிட்டு, அவர்களை நோக்கி மெதுவாக நடந்துவந்து, ''யாரைப் பார்க்கணும்'' என்று ரகசியக் குரலில் கேட்டாள். அதேசமயம் அவர்களைப் பார்த்துவிட்ட மாஸ்டர், ''வாங்க'' என்றார். அவர்கள் அவரருகில் சென்றார்கள். அவருக்கு முன்னிருந்த நாற்காலிகளில் அவர்களை உட்காரச் சொன்னார். அவர்கள் உட்காரவில்லை. ராமன், அந்த மாடலையும் வரைந்துகொண்டிருந்த மாணவர்களையுமே பார்த்துக்கொண்டிருந்தான். இங்கு தன்னால் சுபாவமாகப் புழங்க முடியுமென்ற நம்பிக்கை அவனுள் எழுந்து ஆறுதல் அளித்தது.

அதேசமயம், இதுவரை அவன் அங்கு பார்த்த மாணவர்களில் தான் மட்டுமே வேஷ்டி அணிந்திருப்பதைத் திடீரென அவன் உணர்ந்தான். ஒருவிதக் கூச்சமும் வெட்கமும் அவனிடம் பரவியது.

''சரி, வாங்க பிரின்ஸிபாலைப் பார்க்கலாம்'' என்றபடி எழுந்துகொண்டார் மாஸ்டர். தொப்பியை எடுத்து மாட்டிக்கொண்டு ராமனின் தோளில் தட்டியபடி, ''இனி, அடுத்த ஆறு வருசத்துக்கு நீ கத்துக்கப் போற இடம் இதுதான். உன்னைப் பட்டை தீட்டி ஜொலிக்க வைத்துவிடும் இந்த ஸ்கூல். இங்கு நீ ஃப்ரியா இருக்கலாம்... சரியா'' என்றார். ராமன் தலையாட்டினான். இவர்களின் வருகையோ, பேச்சோ மாடலாக அமர்ந்திருந்தவரிடம் சிறு அசைவையும் ஏற்படுத்தவில்லை.

அவர்கள் முதல்வர் அறை இருந்த பிரதான கட்டிடத்தை நோக்கி நடந்தார்கள். முன்னால் தொப்பியணிந்து சென்ற மாஸ்டர், கோயிலில் பார்த்த எளிய தோற்றத்துக்கு மாறாக, வெகுமிடுக்காகத் தெரிந்தார்.

முதல்வரின் அறைக்குள் அவர்கள் நுழைந்தபோது, ராமனின் உடலில் லேசான நடுக்கம் படர்ந்திருந்தது. அகன்ற, பளபளப்பான ஒரு மேசைக்குப் பின்னால் முதல்வர் கே.சி.எஸ். பணிக்கர் அமர்ந்திருந்தார். குறுகத் தரித்த பிரெஞ்ச் தாடியுடன் அவர் முகம் பொலிவோடு காணப்பட்டது. அந்த அறையில் அங்கும் இங்குமாக சில ஓவியங்கள் மாட்டப்பட்டிருந்தன.

''பார்த்தசாரதி கோயிலில் ஒரு பையனைப் பார்த்தேனென்று சொன்னேன் இல்லையா... அந்தப் பையன்தான் இவன்'' என்று முன்னிருந்த நாற்காலியில் உட்கார்ந்தபடியே சொன்னார் ராவ். ''இது அவனோட அப்பா.''

''நமஸ்காரம்'' என்றார் ராமனின் அப்பா.

பணிக்கர் அவர்களை உட்காரச் சொன்னார். அவர்கள் தயக்கத்துடன் நின்றபடியே இருந்தார்கள். பணிக்கர் வற்புறுத்தியதும் ராமனின் அப்பா இருக்கையின் முனையில் சங்கோஜத்துடன் உட்கார்ந்துகொண்டார். அப்பாவின் நாற்காலியை ஒட்டியபடி நின்றுகொண்டான் ராமன்.

ராமனைப் பார்த்து, ''அந்தக் கருடன் சித்திரத்தை சாரிடம் காண்பி'' என்றார் ராவ் மாஸ்டர்.

கை நடுக்கத்துடன் நோட்டை எடுத்து, அவன் கடைசியாக வரைந்திருந்த, கருடன் குழலூதும் சித்திரப் பக்கத்தை நீட்டினான். அதை வாங்கிப் பார்த்த பணிக்கர், எதிர்பாராத திகைப்புக்கும் பிரமிப்புக்கும் ஆட்பட்டவராக, அதை மேஜை மீது வைத்துக் குனிந்து உன்னிப்பாகப் பார்த்தார்.

''எதைப் பார்த்து வரைந்தாய்... இது எங்கிருக்கிறது'' என்று வியப்போடிய குரலில் புன்முறுவலுடன் ராமனைப் பார்த்துக் கேட்டார்.

அவன் தடுமாறிக் குழறியபடி, ''வேந்நுகோபாலன் சிற்பம்...'' என்றான்.

''ஆனால் இதில் வேணுகோபாலன் இல்லையேப்பா... கருடன்தானே குழலூதுகிறது.''

''அது கனவுல பாத்தது.''

''உன் கனவை வரைஞ்சிருக்கியா.''

ஆமாம் என்பதுபோலத் தலையாட்டினான் ராமன். அவன் உடல் நடுங்கியபடியே இருந்தது. உடம்பெல்லாம் குப்பென்று வியர்த்துவிட்டிருந்தது.

பணிக்கர் பரவசமான குரலில், ''நிலவில் உட்கார்ந்திருப்பது யார்... நீயா'' என்றார்.

ராமன் மறுபடியும் தலையாட்டினான்.

''நிலவில் நீ ரொம்ப அழகாயிருக்கே'' என்றார்.

ராமனிடம் ஒரு அசட்டுச் சிரிப்பு வெளிப்பட்டது.

பணிக்கர் ராமனின் அப்பாவைப் பார்த்து ''இவன் ஒரு இளம்மேதை... சந்தேகமே இல்லை'' என்றார். ''இங்கு வந்துசேரும் மாணவர்களுக்கு வரைவதற்கும் வண்ணமிடுவதற்குமான தேர்ச்சியை மட்டுமே எங்களால் கற்றுத் தர முடியும். ஆனால் யாராலும் ஒருவனைக் கலைஞனாக்கக் கற்றுக்கொடுக்க முடியாது. ஆனால் உங்கள் பையன் இப்போதே இளம் கலைஞனாக இருக்கிறான். இப்படி ஒரு மாணவனை நான் இதுவரை சந்தித்ததில்லை. இந்த ஸ்கூல் இவனுக்கு வரைவதிலும் வண்ணமிடுவதிலும் கலை நுட்பங்களைக் கற்றுக் கொடுக்கும். இவன் அபாரமாக வளர்ச்சி அடைவான்... அடுத்த புதன்கிழமை முதலாமாண்டு மாணவர்களுக்கான வகுப்பு ஆரம்பமாகுது. வரட்டும்...'' என்றபடி எழுந்துகொண்டவர், ராமனை நெருங்கிவந்து அவன் தோளில் இடது கையை வைத்தபடி, வலது கையால் அவன் வலது கையைப் பற்றிக் குலுக்கினார். ''பிரில்லியண்ட்'' என்று அவர் சொன்னபோது, தோளில் இருந்த கை அவனைத் தட்டிக் கொடுத்தது. இதுவரை யாரும் அவனுக்குக் கை கொடுத்திருக்கவில்லை. அந்தச் சமயத்தில் அவரை அவனுக்கு மிகவும் பிடித்துப்போனது. பெருமிதமும் சங்கோஜமும் மேவிக் கலந்த உணர்வில் அவன் திளைத்திருந்தான்.

ராமனின் அப்பா, அவர் வாழ்வில் அதுவரை உணர்ந்திராத ஒரு நெகிழ்ச்சியில் கரைந்திருந்தார். கை கூப்பியபடி எழுந்து விட்டிருந்த அவரிடம் பணிக்கர் பதிலுக்குக் கை கூப்பியபடி சொன்னார்: ''நீங்களும் ஒத்தாசையாக இருங்கள். இவன் ஒருநாள் நிலவைத் தொட்டுவிடுவான்.''

## 5

அவனுடைய ஓவியப் படிப்பின் இறுதியாண்டின் இறுதிக் கட்டத்தின்போது, ஒருநாள் காலை பள்ளி வளாகத்தின் ஒரு மரத்தடியில் பசிக் கிறக்கத்தோடு உட்கார்ந்திருந்த ராமனை நோக்கி ஓவியப்பள்ளி அலுவலகப் பணியாளர் வந்து, முதல்வர் கூப்பிடுவதாகச் சொன்னார். அவன் முதல்வர் அறைக்குச் சென்று, பணிக்கர் முன் பவ்யமாக நின்றான். அவனைப் பார்த்ததும் பணிக்கர் எழுந்துகொண்டு, அவனுக்குக் கை கொடுத்தபடி, ''கங்கிராட்ஸ் ராமன், உனக்கு நேசனல் ஸ்காலர்ஷிப் கிடைத்திருக்கிறது'' என்றார். எல்லையற்ற பரவசத்தில் திகைத்துப்போய் நின்றிருந்த ராமன், சட்டெனக் குனிந்து அவர் கால்களைத் தொட்டு வணங்க முற்பட்டான். அவனை அப்படியே தாங்கியபடி அணைத்துக்கொண்டார் பணிக்கர்.

தேசிய ஸ்காலர்ஷிப் கிடைத்ததன் மூலம் அவனுடைய சுதந்திரக் கலைவெளிப் பயணத்துக்கான ஒரு விசாலமான கதவு திறந்துகொண்டுவிட்டிருந்தது. தேசிய ஸ்காலர்ஷிப் இரண்டாண்டுகளுக்கானது. பின்னர் அது மேலும் ஒரு ஆண்டு நீட்டிக்கப்பட்டதில், ராமனின் அதுவரையான வாழ்க்கையில் கொஞ்சம் நிம்மதியான மூன்றாண்டுகளாக அவை அமைந்தன. அன்று அதற்கான உதவித்தொகை மாதம் 250 ரூபாய். ஆக, 1964-67 வரையான மூன்றாண்டுகள் - அதாவது, ராமனுடைய 24 முதல் 27 வயது வரையான காலம் - அதுவரை அவன் பட்ட பாட்டுக்கான கொடையாக அவனுக்கு வாய்த்தது. அதன் மிகவும் பெறுமதியான பலனென்பது அவனுக்கென்று ஓர் இருப்பிடம் அமைந்ததுதான்.

அன்று ஓவியப்பள்ளியின் ஒரு கட்டிட மாடியில்தான் முதல்வருக்கான இல்லமும் இருந்தது. (1932இல் அப்பள்ளியின் தலைமைப் பொறுப்பை தேவி பிரசாத் ராய் சௌத்ரி ஏற்ற காலத்திலிருந்து 1967இல் கே.சி.எஸ்.பணிக்கர் முதல்வராக ஓய்வு பெற்ற காலம் வரை இந்த நடைமுறை நீடித்தது.) அக்கட்டிடத்தின் கீழ்த்தளத்தில்

தேசிய ஸ்காலர்ஷிப் பெறுபவர்கள் தங்கள் பணியில் ஈடுபட ஓர் அறை ஒதுக்கப்பட்டிருந்தது. அதில் ராமன் முழு நேரமும் தங்கியிருந்து தன் படைப்புலக சிருஷ்டியில் அந்த மூன்றாண்டுகளும் வெகு தீவிரமாக ஈடுபட்டான். கலை ஆர்வமும் நம்பிக்கையும் வேட்கையும் கொண்ட மாணவர்கள் அவனிடமிருந்து கலைநுட்பங்களைக் கற்றறிந்தார்கள்.

ராமன் ஓவியனாகத் தீவிர கதியில் இயங்கிய இக்கால கட்டத்தில் இந்தியக் கலை அரங்கிலும் ஒரு விழிப்பு நிலை ஏற்பட்டிருந்தது. நவீன இந்தியக் கலைப் படைப்புகளில் வெளிப்பட்ட காலனிய செல்வாக்கையும் ஆதிக்கத்தையும் வெளியேற்றும் முனைப்போடு, இந்தியக் கலை மரபு பற்றிய ஞானத்தோடும் இந்தியத் தன்மை குறித்த கோட்பாடுகளோடும் பல்வேறு கலை இயக்கங்கள் இந்தியக் கலையரங்கில் உருவாகி உத்வேகத்துடன் செயல்பட்ட காலமது.

1960களில் 'மெட்ராஸ் மூவ்மெண்ட்' என அறியப்பட்ட ஒரு நவீன கலை இயக்கம் உருவானது. இவ்வியக்கத்தின் ஆதர்ச சக்தியாக இருந்து கட்டமைத்து வழிநடத்தியது அன்று சென்னை ஓவியப்பள்ளியின் முதல்வராக இருந்த பணிக்கர். இந்தியக் கலையின் சாரமாக எது இருக்கிறதோ அதுவே நவீன இந்தியக் கலையின் உயிர்ப்பாக இருக்கவேண்டும் என்ற கருத்தியலை முன்வைத்து செயல்பட்ட பணிக்கர் 60களில் அத்தகைய படைப்பாக்கங்களில் ஈடுபட்டார். இவ்வியக்க செயல்பாடுகளில், ஐரோப்பிய கல்வித்துறைசார் பகுப்பாய்வு உத்திகள் புறமொதுக்கப்பட்டன. காலனிய செல்வாக்கும் ஆதிக்கமும் இந்திய நவீன கலை அரங்கிலிருந்து வெளியேற இவருடைய கருத்தியலும் படைப்புகளும் வழிகாட்டின.

பேராற்றலின் எழுச்சி வடிவங்களாக உருப்பெறும் உருவ பாணியைக் கொண்டது நம் நாட்டார் கலை மரபு. விசித்திரக் கவர்ச்சியோடும் ஒரு நிகழ்ச்சி பற்றிய குறுங்கதைத் தன்மையோடும் வெளிப்பட்டது நம் மினியேச்சர் மரபு. மகத்தான காவியத் தன்மை கொண்டது நம் செவ்வியல் மரபு. ஆற்றல்மிக்க உருவம், குறுங்கதை, காவிய அம்சம் ஆகிய நம் மரபுக் கோலங்கள் நம் நவீன கலையில் உள்ளுறைய வேண்டுமென்ற கனவோடும் வேட்கையோடும் சிந்தனைகளோடும் பணிக்கர் செயல்பட்டார். மெட்ராஸ் ஓவியப்பள்ளியைச் சேர்ந்த கலை நம்பிக்கையும் வேட்கையும் கொண்ட படைப்பாளிகள் இந்த சிந்தனையின் வழி செல்ல முற்பட்டனர்.

இக்காலகட்டத்தில்தான் ராமன் ஆறு ஆண்டுகள் படித்து கலைநுட்பங்களிலும் வெளியீட்டுத் திறனிலும் அபார வித்தகம் பெற்றிருந்தான். தேசிய ஸ்காலர்ஷிப் பெற்றான். தனதான விந்தை

உலகையும், படைப்பாக்கத்தில் அதுவரை அறியப்பட்டிராத தனித்துவ பாணியையும் வசப்படுத்தி அற்புதங்கள் நிகழ்த்திக்கொண்டிருந்தான். ஆனால் அன்றைய கலை இயக்கமோ, கோட்பாடுகளோ, சிந்தனைகளோ கிஞ்சித்தும் அவனை பாதிக்கவில்லை. அதேசமயம், அந்த இயக்கம் எதை வலியுறுத்திக்கொண்டிருந்ததோ அதைத்தான் அது பற்றிய எவ்வித பிரக்ஞையும் இல்லாமல் ராமன் சுபாவமாகவும் வெகுளித்தனமாகவும் கலை மேதைமையோடும் உருவாக்கிக் கொண்டிருந்தான். ஆற்றல்மிக்க உருவம், குறுங்கதை, காவிய அம்சம் மூன்றும் ஒரு லயத்தோடு இசைமை பெற்று, அதிஅற்புதமான வெளியீட்டு நுட்பங்களோடு அவனுடைய விந்தைப் படைப்புகள் உருவாகிக்கொண்டிருந்தன. எவ்வித சிந்தனா முறைகளையும் அறியாமலேயே, தன் படைப்புலகை சிருஷ்டிப்பதற்கான எல்லாவற்றையும் பரிபூரணமாக அறிந்திருந்த ஓர் அபூர்வ மேதையாக அக்கால கட்டத்தில் அவன் வெளிப்பட்டுக்கொண்டிருந்தான். வெகுளித்தனத்தில் ஒளிர்ந்துகொண்டிருந்தது மேதைமை. இந்தியக் கலை எதை நோக்கி நகர வேண்டுமென்று தான் பிரயாசைப்படுகிறோமோ அதை நோக்கியதாக ராமனுடைய படைப்புகள் எவ்விதப் பிரயாசையுமின்றி தன்னியல்பாக அமைவதைப் பார்த்துப் பார்த்துப் பணிக்கர் பிரமிப்பும் பெருமிதமும் அடைந்துகொண்டிருந்தார்.

தேசிய ஸ்காலர்ஷிப் பெற்றதன் மூலம் பொருளாதார ரீதியான ஆசுவாசமும், அவனுக்கென ஓர் இடமும் அமைந்தது வாழ்க்கையின் கொடைதான் என்றாலும், அதற்கு முன்பாக ஓவியப் படிப்பை மேற்கொண்ட ஆறு வருடங்கள் மிகவும் கொடூரமானவை. அக்காலகட்டத்தில் வாழ்க்கை அவன்மீது நிகழ்த்திய தாக்குதல்கள் அசுர வெறி கொண்டவை. அவனுள் சுடர்ந்துகொண்டிருந்த கலைவெளி ஆன்மாவின் அரவணைப்புதான் அவனை அவற்றினூடாக நகர்த்திக்கொண்டிருந்தது. அவன் கலை நம்பிக்கையோடு கனவுகளில் வாழ்ந்துகொண்டிருந்தான். வறுமையோடும் பட்டினியோடும் தங்க இடமின்றி உழன்று திரிந்த அந்த நாட்களில் அவனிடம் முளைத்திருந்த கனவுலகக் கலைச் சிறகுகள் அவனை ஆசுவாச வெளிக்கு அழைத்துச் சென்று ஆறுதல் அளித்தன.

அவனுடைய இரண்டாமாண்டுப் படிப்பின் இறுதியில் சற்றும் எதிர்பாராதவிதமாக அப்பா மரணமடைந்தார். சாதாரண காய்ச்சல் என்று படுத்தவர், எவ்வித சிகிச்சையும் மேற்கொள்ளாமல், சில மாதங்கள் படுத்த படுக்கையாக இருந்து ஒருநாள் இறந்துபோனார். அக்காலகட்டத்தில் அவரைப் பராமரிப்பதில் தன் நேரத்தைச் செலுத்திய அம்மா, மெள்ள மெள்ள தன் சுய தொழிலைக் கைவிடும்படி நேர்ந்தது.

அண்ணன்கள் இருவருமே பள்ளிப்படிப்போடு நிறுத்திக்கொண்டு சிறு சிறு வேலைகளுக்குச் சென்றுகொண்டிருந்தனர். அம்மாவிடம் காசுப் புழக்கம் இல்லாமல் போனதால் அம்மாவிடமிருந்து அவனுக்கு அவ்வப்போது கிடைத்துக்கொண்டிருந்த சில்லறைக் காசுகூட இப்போது சுத்தமாக இல்லையென்றாகிவிட்டது. அவன் ஆரம்பத்திலிருந்தே திருவல்லிக்கேணியிலிருந்த அவனுடைய வீட்டிலிருந்து எக்மோரிலிருந்த ஓவியப்பள்ளிக்கு நடந்துதான் போய் வந்துகொண்டிருந்தான். பழைய வேஷ்டி சட்டைதான் அவனுடைய உடுப்பாக இருந்துகொண்டிருந்தது. இவை எதையுமே அவன் பெரிதாக சட்டை செய்யவில்லை. வரைவதற்கான பொருட்கள் வாங்கக் காசில்லாததுதான் பெரும் கஷ்டமாக இருந்தது. மூத்த பட்டர் அவனைப் பார்க்கும்போது எப்போதாவது தரும் ஒன்றிரண்டு ரூபாய்தான் ஒரே வழியாக இருந்தது.

எல்லாவற்றையும்விட, அவனால் சமாளிக்க முடியாத பெரும் பிரச்சனையாக அவனுடைய அண்ணன்கள் இருந்தார்கள். காசில்லாததோ, அதன் காரணமாக விளைந்த கடும் சிரமங்களோ அவனுடைய கலை வேட்கைக்கும் அதனூடான பயணத்துக்கும் குந்தகமாக இருக்கவில்லை. ஆனால் அவனுடைய அண்ணன்களுக்கு அவன் ஓவியம் படிக்கச் செல்வது சுத்தமாகப் பிடிக்கவில்லை. அவன் ஏதாவது எடுபிடி வேலைக்குப் போய் கொஞ்சமாவது காசு சம்பாதித்துக் கொண்டுவரலாமென்று நினைத்தார்கள். அதை வற்புறுத்தி அவனை அடித்து உதைத்து இம்சித்தார்கள். அம்மாதிரி தருணங்களில் அவன் அம்மாவால் அழுவதைத் தவிர வேறொன்றும் செய்ய முடியவில்லை.

அவன் வீட்டுக்குச் செல்வதைக் கொஞ்சம் கொஞ்சமாகக் குறைத்துக்கொண்டான். சமயங்களில் நடைபாதைகளில், கடற்கரையில், வீட்டுக்குச் செல்லும் வழியில் அவனுக்கு அறிமுகமாகியிருந்த தச்சு ஆசாரியின் வீட்டுத் திண்ணையில் எனப் படுத்துறங்கினான். கிடைக்கும் தாள்களில் வரைந்தான். கண்காட்சி அழைப்பிதழ்களின் வெற்றிடங்களில் வரைந்தான். சக மாணவர்களிடம், ஒரு ரூபாய் இரண்டு ரூபாய்க்கு அவனுடைய சித்திரங்களை விற்றுக் கிடைத்ததைக் கொண்டு சாப்பிட்டான். ஆர்வமுள்ள மாணவர்கள் அவனுடைய சித்திரங்களை வாங்கி டிரேசிங் தாள் மூலம் அவற்றைப் பிரதியெடுத்து ராமனுடைய மிக மிக நுட்பமாக நெய்யப்பட்ட கோடுகளை வரையப் பழகினார்கள். பட்டினி அவனுக்குப் பழகிப்போய்விட்டிருந்தது.

சக மாணவர்களோடு சேர்ந்தும் தனியாகவும் பீடி, சிகரெட், கஞ்சா புகைக்கப் பழகினான். மதுவும் சாராயமும் அறிமுகமானது. கேரள மாணவர்களின் தயவில் மாட்டிறைச்சி உணவும் பழக்கமானது.

அவனுடைய ஆஸ்துமா தொல்லைக்கு அது கொஞ்சம் நிவாரணமாகவும் தெரிந்தது. இவை எல்லாமே அவனுடைய வீட்டாருக்குத் தெரிய வந்தபோது அவன் அடித்துத் துரத்தப்பட்டான். ஆசார ஐயங்கார் குடும்பத்தால் கொஞ்சமும் சகிக்க முடியாததாக அது இருந்தது. மூத்த பட்டரும் மிகவும் வேதனைப்பட்டார். அதன்பிறகு, சில ஆண்டுகள் அவன் வீட்டுப்பக்கம் தலை காட்டவில்லை. வீடற்றவனாகவும் உறவுகளற்றவனாகவும் தன் படிப்பைத் தொடர்ந்தான். கிட்டத்தட்ட அவனுடைய ஓவியப் படிப்பின் கடைசி மூன்றாண்டுகளை அவன் இப்படியாகத் தொடர்ந்தான். அவனிடமும் அவனுடைய படைப்புகளிலும் தொடந்து வெளிப்பட்டுக்கொண்டிருந்த வெகுளித்தனமும் உன்மத்தமும்தான் அவனைத் தொடர்ந்து அழைத்துச் சென்றிருக்க வேண்டும்.

அப்போது முதல்வராக இருந்த பணிக்கரும், பயிற்றுவிப்பாளர்களாக இருந்த கிருஷ்ணாராவ், சந்தானராஜ் போன்றோரும், சிற்பப் பிரிவுப் பொறுப்பாசிரியரான தனபால் மாஸ்டரும் அவனின் மேதைமையைப் போற்றி அரவணைத்துச் சென்றார்கள். மூத்த மற்றும் இளைய ஓவிய-சிற்ப மாணவர்களாக இருந்த ஜெயபால் பணிக்கர், குன்ஹி ராமன், விஸ்வநாதன், ஆதிமூலம், கிருஷ்ணமூர்த்தி போன்ற கலைத் துடிப்புமிக்கவர்கள் ஆதரவாக இருந்தார்கள். அதேசமயம் ராமனுடைய வெகுளித்தனமும் பித்துக்குளித்தனமும் தோற்றமும் பல மாணவர்களின் பரிகாசத்துக்குரியதாக இருந்துகொண்டிருந்தன. அவன் தன் படைப்புகள் மூலம் அவற்றைப் புறமொதுக்கிக்கொண்டிருந்தான்.

அவன் இறுதியாண்டு படித்துக்கொண்டிருந்தபோது, இந்தியக் கலைஞர்களுக்கான செய்தி மடலாக அன்று வெளிவந்துகொண்டிருந்த 'ஆர்ட்ரெண்ட்ஸ்' இதழில் அவனுடைய ஓவியம் வெளிவந்து பெரும் கவனிப்பைப் பெற்றது. 1961ஆம் ஆண்டு அக்டோபரில் காலண்டிதழாக அது வெளிவரத் தொடங்கியது. இந்தியாவில் பிரசித்தி பெற்ற ஓவியர்கள் மற்றும் சிற்பிகளின் சித்திரங்களும் ஓவியங்களும் சிற்பங்களும் இடம் பெற்றதோடு படைப்பாளிகள் பற்றிய குறிப்புகளோடும் கலை நிகழ்வுகள் பற்றிய செய்திகளோடும் அது வெளிவந்தது. அதன் மூன்றாமாண்டின் முதல் இதழில் - அதாவது, அதன் ஒன்பதாவது இதழில் ராமனின் 'கனவு' என்ற ஓவியம் இடம்பெற்றது. ஒரு மாணவனின் ஓவியம் ஒன்று அவ்விதழில் இடம்பெறுவது அதுவே முதல் முறை மட்டுமல்ல, 1982 வரை வெளிவந்த அவ்விதழில் ஒரு மாணவனுடைய படைப்பு இடம்பெற்ற கடைசி முறையும்கூட அதுதான்.

ராமனின் கலைத்திறனும் கலை உன்மத்தமும் அவன் மாணவனாக இருந்த காலத்திலேயே மூத்த படைப்பாளிகளின் ஈர்ப்பையும் கவனத்தையும் மதிப்பையும் பெற்றிருந்ததன் விளைவே இது. 'கனவு' என்ற அந்த ஓவியத்தில் பெங்குவின் தோற்றத்திலான வினோதப் பறவைகளும் விலங்குகளும் ஒன்றோடொன்று நெருக்கமாக நின்றுகொண்டிருக்க, அவற்றோடு ராமன் பேண்ட், சட்டை, கம்பி மீசை, நேர்த்தியான தாடி, தொப்பி என தன் ஓவிய உருவத் தோற்றத்தில் மிடுக்கான வெகுளித்தனத்தோடு நின்றுகொண்டிருந்தான். பெரும் கொம்புகள் கொண்ட எருதின் தலை அப்படைப்பில் மையம் கொண்டிருந்தது. கீழ்ப்பகுதியின் இடது ஓரத்திலிருந்து ஒரு பருத்த மலைப்பாம்பின் தலை உட்புகுந்திருந்தது. வானில் வலது ஓரத்தில் நிலா வீற்றிருந்தது. வெகுளித்தனமும் அச்சமும் முயக்கம் பெற்று கலை மேதைமையோடு உயிர்கொண்டிருந்த படைப்பு.

அவனுடைய இக்காலகட்ட விந்தைப் புனைவுகள் சிலவற்றில் ஒரு கடிகாரமும் எங்காவது இருந்துகொண்டிருந்தது. முட்கள் ஏதுமற்ற கடிகாரமாகப் படைப்பில் காலம் உறைந்திருந்தது.

அக்காலகட்டத்தில், மதிய நேரங்களிலும் விடுமுறை நாட்களின் பகல் பொழுதுகளிலும் ஓவியப்பள்ளியை அடுத்திருந்த சர்ச் வளாகத்தின் முன்னிருந்த அகன்ற புல்தரையில் சிகரெட் புகைத்தபடி, வானம் பார்த்து ஒருக்களித்துப் படுத்திருப்பான். சமயங்களில் கஞ்சா அடித்துவிட்டுத் தன் கனவுலகில் சஞ்சாரம் செய்வான். அவனுடைய கனவுப் பிராந்தியத்தின் சகல திசைகளிலும் அவனை பாந்தமாக கஞ்சாப் புகை அழைத்துச் செல்லும். கண் பார்வைக்கு மறைந்திருக்கும் நிலவின் அழகை அந்தப் பட்டப்பகலில் அவன் பார்த்துக்கொண்டிருப்பான். இப்போதெல்லாம் மனிதர்கள் வானத்தைப் பார்ப்பதில்லை என்று அப்போது நினைத்துக்கொள்வான். கட்டிடங்களால் வானம் மறைக்கப்பட்டுவிட்டது. யாராலும் பார்க்கப்படாது புறக்கணிப்பட்ட நிலா அவனுடைய படைப்புகளில் வந்து ஓய்வெடுப்பதாக அவனுக்கு அப்போது தோன்றும்.

ஏளனம் செய்யும் மனிதர்களும் லௌகீக வாழ்க்கையும் அவனைப் புறக்கணித்துவிட்ட நிலையில் அவன் தன் கனவுலகில் நிலவுக்குச் சென்று ஓய்வெடுப்பதைப் போலத்தான், நிலவும் பெரும் ஏக்கத்தோடு தன் படைப்புகளில் வந்து தங்கியிருப்பதாக அவனுக்குத் தோன்றும். நிலவின் துணையோடும் கருணையோடும் நேசத்தோடும் நெருக்கடியான ஆறு ஆண்டுப் படிப்புக் காலத்தைக் கடந்தான்.

# 6

1966ஆம் ஆண்டின் முதல் நாள் அதிகாலையில் விழித்துக்கொண்ட பணிக்கரின் மனதில் மெல்லிய மூட்டம் கவிழ்ந்திருந்தது. இரவு, புத்தாண்டுக் கொண்டாட்டத்துக்காக அவர் வீட்டில் ஒரு விருந்து நடந்ததால் வெகு தாமதமாகத்தான் அவர் தூங்கப் போனார். எனினும், ஏதோ ஒரு மன அவசத்தில் அதிகாலையிலேயே விழிப்பு தட்டிவிட்டது. 1936ஆம் ஆண்டில் தன் 25ஆவது வயதில் இந்தியத் தொலைத் தொடர்புத் துறையில் ஐந்து ஆண்டுகள் புரிந்த பணியை உதறிவிட்டு இப்பள்ளியில் அவர் ஓவிய மாணவனாகச் சேர்ந்தார். உள்ளார்ந்த திறன் சார்ந்த வெளிப்பாடாகத் தன் வாழ்க்கை அமைய வேண்டுமென்று அவருள் தகித்துக்கொண்டிருந்த தீரா வேட்கை வேலையை உதறச் செய்து இங்கு கொண்டுவந்து சேர்த்தது. அன்றிலிருந்து இன்றுவரை, ஓவியப்பள்ளி வளாகத்தோடு அவர் வாழ்க்கை கடந்த 30 ஆண்டுகளாக உறவும் உயிர்ப்பும் கொண்டிருக்கிறது. ஒரு மாணவனாக, ஆசிரியராக, முதல்வராக, நிர்வாகியாக இந்த 30 ஆண்டு காலமும் பரிபூரணக் கலை நம்பிக்கையோடும் உத்வேகத்தோடும் அயராது செயல்பட்டிருக்கிறார். அடுத்த ஆண்டோடு அவருடைய பதவிக்காலம் முடியப்போகிறது. இன்னும் ஒன்றரை ஆண்டுதான் இருக்கிறது. அதன்பிறகு அவர் இந்த வளாகத்தை விட்டு வெளியேறியாக வேண்டும். அதற்குப் பிறகு என்ன... எப்படி என்ற கேள்விதான் அவரது மனதில் மூட்டமாக வந்து இறங்கியிருந்தது.

மெட்ராஸை விட்டோ அதன் கலை இயக்கத்தை விட்டோ அவரால் ஒருபோதும் விலகிச் செல்ல முடியாது. தன் மரணம் வரை கலைப் படைப்பாளிகளோடு சேர்ந்தியங்கும் ஒரு கலை இயக்க வாழ்வு தொடர வேண்டும். சேர்ந்தியக்கம் என்ற வேட்கை அவருள் எப்போதும் தணியாது சுடர் விட்டுக்கொண்டிருந்தது.

கலைஞர்கள் தங்கள் திறன் சார்ந்து வாழ்வதற்கான பல்வேறு முயற்சிகளை, அவர் முதல்வராகப் பொறுப்பேற்ற பின், கடந்த சில வருடங்களாக மேற்கொண்டு வந்திருக்கிறார். அவர் இப்படியாக முன்னெடுத்துச் செய்த காரியங்களில் ஒன்றாக, மாணவர்கள் தங்கள் படைப்புகளைப் பற்றிப் பேசுவதற்கும் விற்பதற்கும் ஆங்கிலப் பேச்சறிவு உதவும் என்பதால் ஆங்கிலம் பேசக் கற்றுக்கொள்வதற்கான சிறப்பு வகுப்புக்கு ஏற்பாடு செய்தார். ராமனும் அவ்வகுப்பில் பணிக்கர் சொன்னதற்காகச் சேர்ந்தான். முதல்நாள் வகுப்புக்குப் போனதோடு சரி. இதெல்லாம் தனக்கு ஒத்துவராது என்று ஒதுங்கிக்கொண்டான்.

தன்னுடைய கோட்டுச் சித்திர மற்றும் ஓவிய மொழி எவரோடும் உரையாடக் கூடியது. அதை விளக்க வேறு மானுட பாஷை தேவையில்லை. அது தன்னளவில் பரிவர்த்தனை நிகழ்த்தக்கூடியது. தனக்குத்தான் சரிவரப் பேச்சு வரவில்லையே தவிர, தன் படைப்பு அபாரமாகப் பேசும் ஆற்றல் கொண்டது என்பது அவனுக்குத் தெரியும். ஆனால் பலருக்கு ஆங்கிலப் பேச்சுக் கல்வி பின்னால் பெரிதும் உதவியாக இருந்திருக்கிறது.

வருமானத்திற்கான ஒரு வழியாக, பத்திக் ஓவியம் மற்றும் கைவினைப் பொருட்கள் செய்வதற்கான பயிற்சி வகுப்புகளுக்கு ஏற்பாடு செய்தார். பல படைப்பாளிகள் மட்டுமல்ல, அவர்களுடைய குடும்பத்தாரும்கூட பயிற்சி பெற்று இம்முயற்சிகளில் ஈடுபட்டனர். அது உண்மையிலேயே பெரும் உதவியாக இருந்தது. ராமனும் இக்காலகட்டத்தில் பத்திக் ஓவியப் பயிற்சி பெற்று, பல பத்திக்குகளை உருவாக்கினான். இதனைத் தொடர்ந்து, 1964இல் 'கலைஞர்களின் கைவினைப் பொருட்கள் சங்கம்' தோற்றுவிக்கப்பட்டது. இது படைப்பாளிகளுக்கான மூலப் பொருட்களை வழங்கியது. அவர்களுடைய ஆக்கங்கள் இதன் மூலமாக விற்கப்பட்டன. பத்திக்குகளுக்கும் கைவினைப் பொருட்களுக்கும் நல்ல வரவேற்பு இருந்தது. அமோகமாக விற்பனையாகின. விற்பனை விலையிலிருந்து மூலப் பொருள்களுக்கான தொகை எடுத்துக்கொள்ளப்பட்டது. கைவினைக் கலைஞர்களுக்கு பத்து சதவீத உரிமத் தொகை அளிக்கப்பட்டது. மீதிப் பணம் பொதுநிதியில் வைக்கப்பட்டது. பொதுநிதியில் கணிசமான தொகை சேர்ந்துமிருந்தது.

'மெட்ராஸ் இயக்கம்' என்ற பெயரில் கலை இயக்கச் செயல்பாடுகளை முன்னின்று நடத்தி இந்தியக் கலை அரங்கிற்குப் புத்துயிர்ப்பு அளித்துக்கொண்டிருந்த அதேசமயம், கலைப் படைப்பாளிகளின் வாழ்வாதாரத்துக்கான வழிகள் பற்றியும் அவர் மனம் சிந்திக்கத் தவறியதில்லை. இப்போது அவர் மனதில் ஒரு பெரும் கனவு உருப்பெறுவதற்கான சமிக்ஞைகள் தென்பட்டுக்கொண்டிருந்தன.

படுக்கையிலிருந்து எழுந்துகொண்ட பணிக்கர், மனைவியும் மகனும் அயர்ந்து உறங்கிக்கொண்டிருப்பதைப் பார்த்துவிட்டு, நேராக சமையல் கட்டுக்குச் சென்று கடும் தேனீர் - பால் கலக்காதது - போட்டார். இரவு விருந்துக் களேபரங்களின் அடையாளங்களுடன் சமையல்கட்டு அலங்கோலமாக இருந்தது. கடும் தேனீரை எடுத்துக்கொண்டு முன்னறைக்கு வந்து அகன்ற பிரம்பு நாற்காலியில் உட்கார்ந்துகொண்டார். இரவு விருந்தின் எவ்விதத் தடயமுமின்றி

அறை சுத்தமாக இருந்தது. தேர்ந்தெடுத்த மூத்த மாணவர்களுக்கு அவ்வப்போது தன் இல்லத்தில் விருந்தளிப்பதை முன்னாள் முதல்வராக இருந்த ராய் சௌத்ரி ஒரு வழக்கமாகக் கொண்டிருந்தார். பணிக்கர் மாணவனாக இருந்தபோது கடைசி இரண்டு ஆண்டுகளும் அந்த விருந்துக்குத் தவறாமல் அழைக்கப்பட்டார். பொருளாதார நெருக்கடிகளுக்கிடையே மாணவர்கள் பயின்று வந்தபோது, சமூகச் சூழல் எவ்வகையிலும் அவர்களுக்குத் தெம்பூட்டுவதாக இல்லாத நிலையில், அவர்களுக்காக அக்கறைப்பட்ட ஒரே மனிதராக அப்போது ராய் சௌத்ரி தெரிந்தார். அவர்கள் முக்கியமானவர்கள், கலைஞர்கள் எனப் பெருமிதம் கொள்ளும்படியாக அந்த விருந்துச் சூழல் அமையும். உற்சாகமும் தெம்பும் நம்பிக்கையும் அப்போது மீண்டும் புதிதாய் மலரும். அதன் அருமையை அனுபவித்தவர் என்பதால் ராய் சௌத்ரி மேற்கொண்ட அந்த வழக்கத்தைப் பணிக்கரும் தொடர்ந்துகொண்டிருந்தார்.

தேனீரைக் குடித்துவிட்டு, ஒரு சிகரெட் எடுத்துப் பற்றவைத்துக்கொண்டார். இரவு விருந்தில் ஏழெட்டு மூத்த மாணவர்களோடு ராமனும் கலந்துகொண்டிருந்தான். ராமனை அழைக்க அவர் ஒருமுறைகூடத் தவறியதில்லை. ஆனால் அவன் சில சமயம் வருவான். சிலசமயம் தலைமறைவாகிவிடுவான். அவர் அழைக்கும் மூத்த மாணவர்கள் ராமனின் மேதைமைமீது பெரும் மதிப்பு கொண்டிருந்தவர்கள் என்பதால் அவன் சங்கடப்படும்படியாகப் பொதுவாக நடந்துகொள்ள மாட்டார்கள். ஆனாலும் அவன் எப்போது, எதற்காக சுருங்கிக்கொள்வான் என்பது நிச்சயமில்லாமல்தான் இருந்தது. இரவு விருந்து கொண்டாட்டம், மிகுந்த உற்சாகத்தோடும் சகஜபாவத்தோடும் அமர்க்களப்பட்டது. மலையாளப் பாடல்களும் தமிழ்ப் பாட்டுகளுமாக சூழல் குதூகலம் கொண்டிருந்தது. அவரேகூட, செம்மீன் பட 'மானச மய்னே வரூ...' பாடினார். ஒருமாதிரி உணர்ச்சி பாவத்தோடு நன்றாகவே பாடினார். அவருடைய மனைவிக்குத்தான் அது பெரும் ஆச்சரியமாக இருந்தது. அவருக்குப் பாட வருமென்பதே அவர்களுக்கு இவ்வளவு காலமாகத் தெரிந்திருக்கவில்லை. ஆச்சரியத்தில் மாய்ந்துபோனார்கள். சில மாதங்களுக்கு முன்புதான் 'செம்மீன்' வெளிவந்து அந்தப் பாடல் அந்த ஆண்டின் மிகப்பெரிய ஹிட்டாகி எல்லோருடைய மனதையும் சுண்டியிழுத்து தன் வசம் ஈர்த்துக்கொண்டிருந்தது. கேரள இளைஞர்களைக் கிறங்கடிக்க வைத்திருந்தது. காதல் பரவசம் கசிந்துருகிய அந்தப் பாடலை அவர் பாடியது மாணவர்களுக்கு வியப்பையும் ஒரு அலாதியான

நெருக்கத்தையும் ஏற்படுத்தியது. 'ஒன்ஸ் மோர், ஒன்ஸ் மோர்' என்று கூப்பாடு போட்டார்கள். அவர் சிரித்துக்கொண்டே, 'ராமன் நீ பாடு, கேட்கலாம்' என்று சொல்லி அவர்களின் வேண்டுதலைத் தள்ளிவிட்டார். அதற்காகவே காத்திருந்ததுபோல, ராமன் பாடியதுதான் வேடிக்கை. 'தூங்காதே தம்பி தூங்காதே, நீ சோம்பேறி என்ற பெயர் வாங்காதே' என்ற பாட்டை ராமன் அவனுக்கே உரிய ஒரு பிரத்தியேக மெட்டில் பாடினான். அவன் எந்த ஒரு பாடலையும் அவனுடைய அந்த ஒரே மெட்டில்தான் பாடுவான். அவனுக்குப் பாடுவதென்றால் பெரும் இஷ்டம். அவனுக்கு குஷி வந்துவிட்டால், தமிழ் சினிமாப் பாட்டுகளைத் தன் மெட்டில் தானிழைந்து, சுற்றியிருப்பவர்களின் பரிகாசத்தைக் கொஞ்சமும் பொருட்படுத்தாமல் பாடுவான். அவன் கூடவே சேர்ந்து அவனை மாதிரியே பாடிக் கேலி செய்வார்கள். ஆனால் இந்தப் பரிகாசம் மட்டும் அவனைக் கொஞ்சமும் காயப்படுத்துவதில்லை. அவன் பாடுவதைப் பற்றி அவர் கேள்விப்பட்டிருந்தபோதிலும் அந்த வினோதத்தை அந்த இரவுதான் அவர் கண்டார்.

சிகரெட்டை சாம்பல் கிண்ணத்தில் வைத்து அணைத்து விட்டு, பள்ளி வளாகத்துக்குள் நடை செல்ல முடிவெடுத்துக் கீழிறங்கினார். படியிறங்கும்போதே மார்கழிக் குளிர் பைஜாமா ஜிப்பாவை ஊடுருவியது. முகம் சில்லிட்டது. கீழ்த்தளத்தில் ராமனின் அறை லேசாகத் திறந்தபடியிருந்தது. கதவை மெல்லத் தள்ளி உள்ளே பார்த்தார். ராமன் நேற்று அணிந்திருந்த பேண்ட், டிசர்ட்டோடு தரையில் சுருண்டு படுத்திருந்தான். அறை முழுவதும் கேன்வாஸ்களும் வரைபொருட்களும் சிகரெட் துண்டுகளும் இறைந்து கிடந்தன. கதவை மெதுவாக இழுத்து சாத்திவிட்டு, இறங்கி வளாகத்தின் நடைபாதையில் சீராக நடக்கத் தொடங்கினார்.

ராமனுக்கு இந்த வருசத்தோடு ஸ்காலர்ஷிப் முடிகிறது. மேலும் ஒரு வருசத்துக்கு நீட்டிக்கச் செய்ய முயற்சி எடுக்கலாம். அது ஒருவேளை முடியலாம். அப்படி நடந்தாலும் அடுத்த வருசம் தன் பதவிக் காலம் முடியும் அதேசமயம் அவனுடைய ஸ்காலர்ஷிப் காலமும் முடிவடையும். இருவரும் ஒரேசமயத்தில் வெளியேற வேண்டியிருக்கும். இந்த ஸ்காலர்ஷிப் காலகட்டத்தில் பொருளாதார சிரமங்களின்றி கேன்வாஸ்களில் ஓவியம் வரைந்துகொண்டிருக்கிறான். இந்த வளாகத்துக்குள்ளேயே கொஞ்சம் நிம்மதியாக இருக்கிறான். எங்கோ படுப்பதோ, இருப்பதையும் இழந்துவிடுவதோ, தொலைத்துவிடுவதோ இல்லாமல் இருந்துகொண்டிருக்கிறான். ஆர்வமுள்ள மாணவர்கள்

அவனிடமிருந்து கற்றுக்கொள்கிறார்கள். உருவச் சித்திரம் வரையவும் உருவச் சிற்பம் வடிக்கவும் மாணவர்களுக்கு மாடலாக உட்கார்கிறான். ஆதிமூலம் ராமனின் நான்கைந்து உருவச் சித்திரங்களை வெவ்வேறு தொனிகளில் அற்புதமாக வரைந்திருக்கிறான். குன்ஹி ராமன் அருமையான சிற்பமொன்றைப் படைத்திருக்கிறான். இவர்களெல்லாம் ராமனிடம் அலாதியான மதிப்பும் நட்பும் கொண்டிருக்கிறார்கள். ஸ்காலர்ஷிப் காலம் முடிந்த பின்பு எங்கு போவான், என்ன செய்வான். இவனைப் புரிந்துகொள்ளவும் மதிக்கவும் கூடிய, கொஞ்சமாவது அனுசரணையான சூழல் எப்படி அமையும்...

அடுத்தது என்ன... எப்படி என்ற கேள்வி அவரைப் பற்றியதாக மட்டுமல்லாமல், ராமனைப் பற்றியதாகவும் அவருள் உழன்றுகொண்டிருந்தது. அவர் நிதானமாக நடந்துகொண்டிருந்தார். குளிர் மெல்லக் குறைந்துகொண்டிருந்தது. ராய் சௌத்ரி முதல்வராகப் பணியாற்றிய கிட்டத்தட்ட மூன்று தலைமுறைகள் காலத்தில் அவர் இந்தியக் கலை அரங்கில் பேருருவச்சிலையென விகாசம் பெற்றிருந்தார். இந்தியா முழுவதிலுமிருந்து ஆர்வமிக்க இளம் கலைஞர்கள் அவரிடம் மாணவனாகப் பயிலும் கனவோடு இந்தப் பள்ளிக்கு வந்தார்கள். தன்னுடைய காலத்தில் கேரளாவிலிருந்து கணிசமான மாணவர்கள் வந்து சேர்கிறார்கள். ஒவ்வொரு ஆண்டும் ஓரிரு மாணவர்களாவது தங்களை சிறப்பாக வெளிப்படுத்துகிறார்கள். தமிழ்நாட்டின் பல பகுதிகளிலிருந்தும் மாணவர்கள் ஆர்வத்தோடு வந்து சேர்கிறார்கள். ஆதிமூலம், தக்ஷிணாமூர்த்தி, பாஸ்கரன், கிருஷ்ணமூர்த்தி என பல மாணவர்கள் தீவிர கதியில் கலை நம்பிக்கையோடு வெளிப்பட்டுக் கொண்டிருக்கிறார்கள். இவர்களெல்லாம் ஓரிடத்தில் ஒருங்கிணைந்து தங்கள் படைப்புலகை சிருஷ்டிக்க ஒரு வழி இல்லாமலா போகும்... அவர் சீராக நடந்துகொண்டிருந்தார்.

கலைப் படைப்பாளிகள் ஓரிடத்தில் தங்கி வாழ்ந்து, தங்கள் படைப்பாக்கங்களில் ஈடுபட ஏதுவாக ஒரு தனி கிராமத்தை உருவாக்க முடியாதா என்ற எண்ணம் ஒரு ஒளியாகப் பாய்ந்து மனதின் மூட்டத்தைக் கலைத்தது. அந்த எண்ணம் ஒரு கனவின் ஊற்றை சுரக்கச் செய்தது. கனவின் சமிக்ஞைகள் வடிவம் பெறத் தொடங்கின.

கலைப் படைப்பாளிகளுக்கென புறநகர்ப் பகுதியில் ஒரு தனி கிராமம். முப்பது முதல் நாற்பது கலைஞர்களுக்கான குடியிருப்பு இடம். பிரம்மச்சாரி படைப்பாளிகளுக்கான ஒரு பொது சமையல்கூடம். திறந்தவெளிக் கலை அரங்கம். படைப்புகளைக் காட்சிப்படுத்துவதற்கான கலைக்கூடம். விருந்தினர் இல்லம்... கனவின் பிரகாசத்தில் பணிக்கரின் மனம் ஒளிர்ந்தது.

கலைஞர்களின் கைவினைப் பொருட்கள் சங்கத்தின் பொதுநிதியில் கணிசமான பணம் சேர்ந்திருக்கிறது. அதை ஆதாரமாகக் கொண்டு நடவடிக்கைகளை மேற்கொள்ளலாம். வேறு பல வழிகளிலும் நிதி திரட்டலாம். மானியம் பெற முயற்சிக்கலாம். விருந்தினர் இல்லம், கலை அரங்கம், கலைக் கூடம் போன்றவற்றின் கட்டுமானத்துக்கு வெளிநாட்டு கலை, கலாசார அமைப்புகளின் உதவியை நாடலாம்.

கலைஞர்களுக்கான கிராமம் என்பது முடியக்கூடிய ஒன்றுதான் என மனதில் ஓர் உறுதி ஏற்பட்டது. முடியும். நிச்சயமாக முடியும். இந்தக் கனவு நிச்சயம் நிறைவேறும் என்று தனக்குத்தானே சொல்லிக்கொண்டார்.

இன்று விடுமுறை நாள். வருசத்தின் முதல்நாள். தனபால் வாத்தியாரைப் பத்து மணி போல வரும்படி கேட்க வேண்டும். அவரோடு கலந்து பேசினால் எல்லாம் ஒரு தெளிவான திட்டத்துக்குள் வந்துவிடும்.

உடலும் மனமும் தெளிந்து மலர்ந்திருந்தன. அவர் மாடியேறிச் சென்றபோது, கீழ்வானில் சூரியோதயத்தின் முதல் ரேகைகள் எழுந்துகொண்டிருந்தன.

# 7

ராமன் மவுண்ட் ரோடு சாந்தி பஸ் ஸ்டாப்பில் திருவான்மியூர் பஸ்ஸிற்காகக் காத்திருந்தான். அன்று, மவுண்ட் ரோடிலுள்ள ஐந்து நட்சத்திர ஹோட்டலான கன்னிமாராவில் அவன் வரையவிருக்கும் மூன்று மியூரல்களுக்காக ஆயிரம் ரூபாய் முன்பணம் தரப்பட்டிருந்தது. அவன் ஒருபோதும் நினைத்துப் பார்த்திராத பெரும் தொகை அது.

அன்று காலை அவன், பிரபல கட்டிடக் கலைஞர் ஜியாஃப்ரி பாவா சில நாட்களுக்கு முன்பு அவனுக்கு வாங்கிக் கொடுத்திருந்த புது பேண்ட், அரைக்கை ஜிப்பா அணிந்து சென்று அவரை அந்த ஐந்து நட்சத்திர ஹோட்டலில் சந்தித்தான். அந்த ஹோட்டலுக்குள் அவன் நுழைந்தபோது, அதன் பிரமாண்டம் அவன் உடலில் லேசான நடுக்கத்தை உண்டுபண்ணியது. கால்கள் சகஜமாக இயங்கத் தடுமாறின. வரவேற்பறையின் ஒய்யாரமான மேஜைக்குப் பின்னிருந்த இரு அழகிய இளம் பெண்களை நோக்கி அவன் தயக்கத்துடன் சென்றான். அவன் அங்கு போய் நின்றதும் ஒரு பெண், ''உங்களுக்கு நான் என்ன செய்ய வேண்டும், சார்'' என்று மெல்லிய புன்னகையுடன் பதவிசாகக் கேட்டாள். அவன் பதற்றத்தில், வாயோரம்

புறங்கையால் துடைத்தபடியே, என்ன சொல்வதென்று தெரியாமல் தடுமாறிக்கொண்டிருந்தான். நாக்கு வழக்கத்தை விடவும் மோசமாகத் திக்கி வார்த்தை உருக்கொள்ளவும் வெளிவரவும் மறுத்தது. அந்தப் பெண் மாறாப் புன்னகையுடன் அவனையே சுபாவமாகப் பார்த்துக் கொண்டிருந்தாள். அவன் ஒரு வழியாகத் தட்டுத் தடுமாறி, ''ஜப்ரி...'' என்றான். உடனே அந்தப் பெண் உற்சாகத்துடன், ''ஓ, நீங்கள் ஓவியர் ராமன் இல்லையா...'' என்றபடியே அவனருகே வந்து, ஒரு சோபாவை சுட்டிக்காட்டி, ''நீங்கள் அங்கே அமர்ந்திருங்கள். நான் அவரை வரச் சொல்கிறேன்'' என்றாள். ராமன் தலையாட்டினான்.

அந்தப் பெண் சுட்டிக்காட்டிய சோபாவில் போய் உட்கார்ந்து கொண்டான். அந்த விசாலமான, நவீன மோஸ்தருடன் கூடிய, மாசற்ற ஹாலை நோட்டமிட்டான். உடலின் விதிர்விதிர்ப்பு மெல்லத் தணிந்துவிட்டிருந்தது. அவன் அமர்ந்திருந்த சோபாவுக்கு முன்னிருந்த குறுமேஜையில் இருந்த அழகிய சாம்பல் கிண்ணத்தைப் பார்த்ததும், ஒரு சிகரெட் பற்ற வைத்தால் கொஞ்சம் லகுவாக இருக்க முடியுமென்று தோன்றியது. பேண்ட் பாக்கெட்டிலிருந்து சிகரெட் பாக்கெட் மற்றும் தீப்பெட்டி எடுத்து ஒரு சிகரெட் பற்ற வைத்துக்கொண்டான். அந்த வரவேற்பறையில் அவனுடைய மியூரல் இடம் பெறப் போகிறதென்ற எண்ணம் ஒரு பரவச ஊற்றை அவனுள் சுரக்கச் செய்தது. அந்த நட்சத்திர ஹோட்டலின் வரவேற்பறை, பார், ரெஸ்டாரண்ட் ஆகியவற்றில் அவன் மூன்று மியூரல்கள் வரைய வேண்டுமென ஜியாஃப்ரி சொல்லியிருந்தார். அதற்கான மாதிரி சித்திரங்கள் சிலவற்றை அவன் அவரிடம் கொடுத்து அதில் மூன்றை அவர் தேர்வும் செய்துவிட்டிருந்தார். அவனுடைய விந்தை உலகின் வெவ்வேறுபட்ட மூன்று சித்திரங்கள் அவை. அவற்றை வரையும்போது, அந்நேரத்திய கற்பனைக்கேற்ப அ‹ ன் சுதந்திரமாகச் செயல்படலாமென்றும் கூறியிருந்தார்.

அவன் உட்கார்ந்திருந்த சோபாவுக்கு எதிரில் இருந்த பரந்த சுவற்றில் அவன் கண்கள் நிலைத்தன. அதன் முழுச் சட்டகமும் அவன் மனதில் பதிந்தது. நடுவில் மைய விதானம், இடமும் வலமும் ஆறு அடுக்கு மாடங்கள், தூண்கள். விந்தை மிருகங்களும் பறவைகளும் அவற்றின் இடங்களில் வந்தமர்ந்தன. கீழே நீரோடையில் தேர் வடிவிலான சிறு தோணி பவனி. அதில் மிடுக்காக அவன் தன் காதலியுடன் அமர்ந்திருக்கிறான். ஒரு மகத்தான விந்தை யுலகம் விழாக்கோலம் பூண்டுவிட்டிருந்தது. அவன் அதைப் பார்த்தபடி அமர்ந்திருந்தான்.

"ஹலோ ராமன்" என்ற ஜியாஃப்ரியின் குரல் அவனை உசுப்பியது. படபடப்பாக சிகரெட்டை அணைத்துவிட்டு, "ஹலோ சார்" என்றான். "என்ன கனவுக் கற்பனையா...?" என்றார். ஒரு நேசமான புன்னகை அவர் முகத்தில் படர்ந்திருந்தது.

ஐம்பது வயது வெள்ளைக்காரத் தோற்றம். இலங்கைக்காரர்தான் என்றாலும் இனக் கலப்பால் உருவான தோற்றம். உயர்ந்த மனிதனுக்குரிய லட்சணம். எளியதுபோல் தோற்றமளிக்கக்கூடிய விலையுயர்ந்த காட்டன் பேண்ட், காட்டன் சட்டை, கோலாபுரி செருப்பு. அவருடைய அழகிய மூக்குக் கண்ணாடியில் ராமனின் பார்வை நிலைத்தது. அவரிடம் அவனுக்கு மிகவும் பிடித்ததே அந்த மூக்குக் கண்ணாடிதான். அது அவனுடைய தாத்தா அணிந்திருந்ததைப் போன்ற வடிவமைப்பை அச்சு அசலாகக் கொண்டிருந்தபோதிலும், அதன் தோற்ற அழகு மிகவும் நவீனமானது. அக்கண்ணாடியில் ஒளிரும் பழுப்பு வண்ண ஃப்ரேமும், அதில் ஓர் ஒழுங்கில் சிதறிக் கிடக்கும் ஒளிர் புள்ளிகளும் அவனை விடாது ஈர்த்துக்கொண்டிருந்தன.

இதற்கு முன்னர் அவரை நான்கைந்து முறை அவர்களுடைய ஓவியர் கிராமத்தில் அவன் சந்தித்திருக்கிறான். பொதுவான அவனுடைய பரிமாற்றத் திறன் குறையோடு மொழிப் பிரச்சனையும் சேர்ந்துகொண்டதால் அவரோடு அவனால் உறவாடவோ, ஒட்டவோ முடியவில்லை. அவர் எளிய ஆங்கிலத்தில், குறைந்த வார்த்தைகளில் ஆசிய உச்சரிப்போடு பேசுவதை ஓரளவு புரிந்துகொள்ள அவனுக்கு சிரமமிருக்கவில்லை என்றாலும் அவனால் ஆங்கிலத்தில் பேச முடியாது. பணிக்கரின் உறுதுணையில்தான் அவர்களிடையே உறவும் உடன்பாடும் ஏற்பட்டது. அவன் அவ்வப்போது சில ஒற்றை வார்த்தைகளைத் தயக்கத்தோடு சொல்வான். பொதுவாகவே, அவனுடைய திக்கல் மற்றும் வார்த்தைகள் ஸ்பஷ்டமாக உருக்கொள்வதில் உள்ள சிக்கல் காரணமாக குறைந்த வார்த்தைகளும் சைகை மொழியுமாகத்தான் அவனுடைய பேச்சுப் பரிமாற்றம் இருக்கும். ஆனால் அவனுடைய சித்திர மொழியில் அவர் கிறங்கிப் போய்விட்டிருந்தார். ஓரிரு சந்திப்புக்குப் பின், ஜியாஃப்ரி அவன்மீது மிகுந்த பிரியம் கொண்டிருப்பதை அவனால் உணர முடிந்தது. அவருக்கு இவனுடைய சித்திரங்கள் என்றால் இவனுக்கு அவருடைய மூக்குக் கண்ணாடி. அதுதான் ஜியாஃப்ரியின் அடையாளம் என்று அவனுக்குத் தென்பட்டிருந்தது. மரபான வடிவமும் வசீகரமான நவீனத்துவமும் முயங்கிய தன்மை.

அவனை அழைத்துக்கொண்டு சென்று அவன் வரைய வேண்டிய இடங்களைக் காட்டினார். பாருக்குச் சென்றபோது, இருவரும் இரண்டு லார்ஜ் பிராந்தி குடித்தார்கள். உயர்தர பிராந்தி என்பது அதன் இதத்தில் தெரிந்தது. சிகரெட் புகைத்தார்கள். அவன் தனியாக இருந்தபோது, பிரமாண்டமாகவும் மிரட்டுவதாகவும் தோன்றி மருட்சி அளித்த அந்த ஐந்து நட்சத்திர ஹோட்டல், அவரோடு இருந்தபோது வெகு சகஜமான ஓரிடமாக உருமாறி விட்டிருப்பதை உணர்ந்தான்.

அந்த இடத்தின் பிரமாண்டத்தை விடவும் ஜியாஃப்ரியின் ஆகிருதி எழுச்சி பெற்றிருப்பதால் ஏற்பட்டிருக்கும் விளைவு என்று எண்ணிக்கொண்டான். தானும் அவரைப் போல ஆகிவிட வேண்டுமென்ற ஓர் எண்ணம் அவனுள் ஒருகணம் தங்கிச் சென்றது.

கடைசியாக, அவனை அவருடைய அறைக்கு அழைத்துச் சென்றார். அந்தப் பாரம்பரியமிக்க கட்டிடம் ஜியாஃப்ரியால் புனரமைக்கப்படவிருந்தது. அதற்காகவே அவர் அங்கு வந்திருந்தார். அறையின் மிடுக்கு அவனைக் கூசச் செய்தது. எனினும், உள்ளிருந்த இரண்டு லார்ஜ் பிராந்தியின் மெல்லிய போதை அவனை ஓரளவு சமனப்படுத்திக்கொண்டிருந்தது. ''இன்னும் சில நாட்களில் வேலையைத் தொடங்கிவிடலாம். அப்போது தெரியப்படுத்துகிறேன். வரைவதற்கான எல்லாப் பொருட்களும் இங்கு இருக்க ஏற்பாடு செய்துவிடுவேன்... ஓகே...'' என்றார். அவன் தலையாட்டினான். ஒரு கவரில் பத்து நூறு ரூபாய்த் தாள்களைப் போட்டு, ''முன்பணம்'' என்று லேசாகச் சிரித்தபடி நீட்டினார். அவன் சங்கடத்தோடு பெற்றுக்கொண்டு, ''தேங்ஸ் சார்'' என்றான்.

ஹோட்டல் வெளிவாசல் வரை வந்து, அவனைத் தோளோடு அணைத்து வழியனுப்பினார்.

அவன் அங்கிருந்து அப்படியே நடக்கத் தொடங்கினான். அவன் பேண்ட் பாக்கெட்டில் இருந்த ஆயிரம் ரூபாய், இனம் பிரித்து அறிய முடியாத ஏதேதோ கலவை உணர்ச்சிகளால் அவனை நிரப்பியிருந்தது. லௌகீக வாழ்வில் அவன் இதுவரை அறிந்திராத பெருமிதமும் அவற்றுள் ஒன்றாக இருந்தது. ஹிக்கின்பாதம்ஸைக் கடந்தபோது, உள்ளே நுழைந்து சில வரைபொருட்கள் வாங்கும் ஆசை மேலெழுந்தது. ஏனோ அதைக் கட்டுப்படுத்திக்கொண்டு தொடர்ந்து நடந்தான். தலைமை அஞ்சலகத்தைக் கடந்தபோது, நடைபாதையில் பரப்பப்பட்டிருந்த புத்தகக் கடைகளின்மீது ஒரு கணம் கவனம் சென்றது. வரும்போது பார்த்துக்கொள்ளலாமென எண்ணியபடி நடையைத் தொடர்ந்து, பாட்டா ஷோரூமிற்குள் நுழைந்தான். அங்கு

ஒரு கட்ஷூவைத் தேர்ந்தெடுத்துப் போட்டுக்கொண்டு, பழைய செருப்பை அங்கேயே விட்டுவிட்டு வெளியே வந்தான். மனதில் தெம்பும் மெல்லிய கர்வமும் குடியேறின.

மேலும் சில எட்டுகள் நடந்து 'காதி பவனை' அடைந்தான். அவன் வெகுநாள் ஆசைப்பட்டிருந்த பட்டும் பருத்தியும் கலந்த மினுமினுக்கும் ஒரு மென்பழுப்பு வண்ண ஜிப்பாவை எடுத்துக்கொண்டதோடு அழகிய வேலைப்பாடுகள் கொண்ட ஒரு ஜோல்னாப் பையையும் வாங்கிக்கொண்டான். திடீரென, ஜியாஃப்ரி அணிந்திருந்த கோலாபுரி செருப்பு அங்கு கிடைக்கும் என்பது நினைவுக்கு வந்தது. செருப்புகள் பகுதிக்குச் சென்று, ஒரு ஜோடியைத் தேர்ந்தெடுத்து போட்டுப் பார்த்தான். தான் ஒரு ஜென்டில்மேனாக ஆகிக்கொண்டிருப்பதாகத் தோன்றியது. சிறு சங்கடமும் சந்தோஷமும் மேவிக் கலந்து அவனுள் பரவின. இப்போது செருப்போடு செல்லலாமா, ஷூ போட்டுக்கொள்ளலாமா என்ற தடுமாற்றம் ஏற்பட்டது. செருப்பை பேக் பண்ணச் சொல்லிவிட்டு, ஷூவை மாட்டிக்கொண்டான்.

புது ஜோல்னாப் பையில் புதுச் செருப்பும் ஜிப்பாவும் இருக்க அவன் திரும்பி நடந்தான். வெயில் ஏறிவிட்டிருந்தது. அது ஒன்றும் அவனுக்கு எப்போதும் பிரச்சனையாக இருந்ததில்லை. இப்போது வெயில் அவனுடைய போதையை மெல்லக் கிளறிவிட்டிருந்தது, கொஞ்சம் சுகமாகவே இருந்தது. நடையில் ஒரு மிடுக்கு ஏறியிருப்பதாகவும், வேறு யாரோ போல் தான் நடந்து சென்றுகொண்டிருப்பதாகவும் தோன்றியது. அது அவனுக்குப் பிடிக்கவும் செய்திருந்தது.

ஒரு பிரசித்தி பெற்ற ரெடிமெட் ஆடை நிறுவனத்தின் முன் அவன் கால்கள் சட்டென நின்றன. காதிக்குப் போகும்போது, அதை எப்படி கவனிக்காமல் விட்டோம் என்று நினைத்துக்கொண்டான். ஆனால் இப்படியெல்லாம் நடப்பதென்பது அவனுக்கு வெகு சகஜமானதென்பதும் அவனுக்குத் தெரிந்திருந்தது. வாசலில் நின்றபடி உள்ளே பார்த்தான். ஒரு உயரமான ஸ்டேண்டின் ஏகப்பட்ட கொக்கிகளில் விதவித வடிவங்களிலும் வண்ணங்களிலும் தொப்பிகள் மாட்டப்பட்டிருந்தன. அவனுடைய நெடுநாள் ஆசைகளில் ஒன்று எப்போதும் தொப்பி அணிந்துகொண்டிருக்க வேண்டுமென்பது. சில ஆண்டுகளுக்கு முன்பு அவன் ஓவியக் கல்லூரியிலேயே தங்கியிருந்தான். அப்போது அங்கு மாஸ்டராக இருந்த கிருஷ்ணாராவ் தொப்பி அணிந்திருப்பார். அது போன்ற ஒரு தொப்பியை வாங்கி அவனும் சில நாட்கள் அணிந்துகொண்டான். சில நாட்களிலேயே அது தொலைந்து போய்விட்டது. அதன்பிறகு, வேறொன்று அவன்

வாங்கவில்லை. ஆனால், அவன் இந்தப் பக்கம் வரும்போதெல்லாம் அந்த ஸ்டேண்டை ஒரு அலாதியான ஏக்கத்துடன் பார்க்கத் தவறியதில்லை. அதில் ஒன்றை வாங்கிவிடுவது அப்படியொன்றும் பெரிய பிரச்சனையாக இல்லாதபடிக்குத்தான் அவனுடைய சமீப காலம் இருந்தது. ஆனால் அவனுடைய ஆசையையும் மீறி அதை வாங்கி அணிவதற்கான தயக்கம் அப்போது ஏற்பட்டுவிட்டிருந்தது. இன்று அந்தத் தயக்கத்தை அவன் மனம் சுலபமாகக் கடந்துவிட்டிருந்தது.

கடைக்குள் நுழைந்து அந்த ஸ்டேண்டின்முன் நின்றபோது, அருகிலிருந்த ஆளுயரக் கண்ணாடியில் அவனுடைய முழுத் தோற்றமும் தெரிந்தது. நிதானமாக அதில் அவனைப் பார்த்தான். முதன்முறையாக, தன் முழுத் தோற்றத்தையும் அவன் முழுமையாகப் பார்த்துக்கொண்டிருந்தான். புத்தாடையும் ஷூவும் அவனை ஒரு நாகரிகவானாகக் காட்டிக்கொண்டிருந்தன. சரியாகப் பேணப்படாத தலை முடியும்கூட ஒரு கலைஞனாகத் தனக்குப் பொருந்தியிருப்பதாகவே தோன்றியது. தொப்பி அணிந்துவிட்டால் தான் ஒரு ஜென்டில்மேன்தான் என்பதில் துளியும் அவனுக்கு சந்தேகமில்லை. விளிம்பைச் சுற்றிலும் வளைவுள்ள மென்பழுப்புத் தொப்பியைத் தேர்ந்தெடுத்து, அதைப் பட்டும் படாமலும் தலையில் வைத்துக் கண்ணாடியில் பார்த்தான். அட்டகாசமாக இருந்தது. அந்தத் தொப்பி மரபான வடிவமைப்பில் அழகிய நவீன தோற்றம் கொண்டிருப்பதாகத் தோன்றியது. ஜியாஃப்ரிக்கு அந்த மூக்குக் கண்ணாடி என்றால் தனக்கு இந்தத் தொப்பி என்று நினைத்தபடி அதை எடுத்துக்கொண்டான். ஒரு அழகிய பிளாஸ்டிக் கவரில் அதைப் போட்டுக் கொடுத்தார்கள். அதை அப்போதே மாட்டிக்கொள்ளும் ஆசையைக் கட்டுப்படுத்திக் கொண்டான். அப்படிக் கட்டுப்படுத்திக்கொள்ள முடிவதே கூட தனக்குள் நேர்ந்துகொண்டிருக்கும் நல்ல மாற்றம்தான் என்று எண்ணிக் கொண்டான்.

ஜோல்னாப் பைக்குள் இருந்த தொப்பி அவனுக்குப் பெரும் பூரிப்பை ஏற்படுத்திக்கொண்டிருந்தது. இனி தான் ஒரு கனவான் என்று மனதுக்குள் சொல்லிக்கொண்டான். அவன் திரும்பி நடக்கத் தொடங்கினான்.

தலைமை அஞ்சலகத்தின் முன் நடைபாதையில் அடுக்கியும் பரப்பியும் வைக்கப்பட்டிருந்த புத்தகக் கடையின் முன் நின்று நோட்டமிட்டான். குத்துக் காலிட்டபடி உட்கார்ந்து சில புத்தகங்களைப் புரட்டினான். அப்போதுதான் வரத் தொடங்கியிருந்த முத்து காமிக்ஸ் புத்தகங்களில் நான்கைந்து எடுத்துக்கொண்டான். கொஞ்சம் பழைய

அம்புலிமாமா, ஒரு கைரேகை சோதிடப் புத்தகம், கண்ணில் பட்ட கருட புராணம் ஆகியவற்றை எடுத்துக்கொண்டிருக்கும்போது, கண்கள் அவ்வப்போது செக்ஸ் புத்தகங்கள் இருந்த ஓர் ஓரத்தை மேய்ந்தபடி இருந்ததைத் தவிர்க்க முடியாமல் தவித்தான்.

"என்ன ஓவியரே... மேற்படி புக்ஸ் கொஞ்சம் புதுசு வந்திருக்கு... பாக்குறீங்களா?" என்றபடி புத்தகங்கள் விரிக்கப்பட்டிருந்த பலகைக்கு அடியிலிருந்து கடைக்காரர் சில புத்தகங்களை எடுத்துக் கொடுத்தார். அவன் அவற்றைப் பரபரப்போடு புரட்டிப் பார்த்துவிட்டு, அவற்றிலிருந்து புகைப்படங்கள் அடங்கிய ஒரு புத்தகத்தையும் இரண்டு சரோஜாதேவி கதைப் புத்தகங்களையும் எடுத்துக்கொண்டான். எல்லாப் புத்தகங்களுக்குமாக அவர் கேட்ட பணத்தைக் கொடுத்துவிட்டு, சாலையைக் கடந்து, எதிர்ப்பக்க சாந்தி பஸ் ஸ்டாப்பிற்கு வந்து நின்றுகொண்டான்.

மதிய நேரம். நிறுத்தத்தில் கூட்டம் அதிகமில்லை. ஆனால், நடைபாதையில் ஆட்கள் நடமாட்டம் இருந்துகொண்டிருந்தது. பக்கத்திலேயே புஹாரியில் சாப்பிட்டுவிட்டு, ஒரு சினிமா பார்க்கலாமா என்றொரு யோசனையும் எழுந்தது. ஆனால் பையில் இருக்கும் செக்ஸ் புத்தகங்கள் மனதை நிறைத்து, குடிலுக்குச் சென்றுவிடப் பரபரத்தது. காமச் சூட்டின் கனப்பு உடலெங்கும் பரவியிருந்தது. அவன் நிலை கொள்ளாத தவிப்பில் இருந்தான். அவனுக்கு இப்போது வயது முப்பது. இதுவரை பெண் ஸ்பரிசம் அறியாத உடல். பெண் துணைக்கான ஏக்கமோ சமீப நாட்களாக அதிகரித்தபடியே சென்று மனம் கழிவிரக்கத்தில் நொந்து கிடந்தது. மண வாழ்க்கைக்கான ஏக்கம் எவ்வித பிரயாசையுமின்றி ஏங்கியபடியே இருந்தது. எப்படியாவது திருமணத்துக்கு ஒரு வழி செய்ய வேண்டுமென்று இன்றைய அவன் மனம் தீர்மானம் செய்தது. இப்படி அவ்வப்போது தீர்மானம் எடுப்பதும், அதற்காகக் கொஞ்சம் பிரயாசைப்படுவதும் கடைசியில் எதுவும் கைகூடாமல் நொந்து போவதுமாகத்தான் அவனுடைய முயற்சிகள் அமைந்தன. காமப் புத்தகங்கள் வழியாகத்தான் அவனுடைய காமம் பல வருடங்களாக வடிந்துகொண்டிருந்தது.

அவனுக்கு ஆஸ்துமா தொல்லை உண்டென்றாலும் ஐஸ்கிரீம் சாப்பிடும் ஆசையை அவனால் ஒருபோதும் கட்டுப்படுத்த முடிந்ததில்லை. இப்போது நாக்குவேறு வறண்டு விட்டிருந்தது. சாந்தி தியேட்டர் இருந்த காம்ப்ளக்ஸில் நுழைந்ததுமே இடது பக்கம் ஒரு பெரிய ரெஸ்டாரண்ட் உண்டு. அங்கு விதவிதமான ஐஸ்கிரீம் கிடைக்கும். அங்கு சென்றான். உள்ளே கூட்டம் நிறைந்திருந்தது.

சட்டென திரும்பி வந்து நிறுத்தத்தில் நின்றுகொண்டான். பரபரப்பான இயக்கம் கொண்டிருந்த பொது இடத்தில் நின்றுகொண்டிருந்த போதிலும், மனம் அந்தப் புத்தகங்களைப் புரட்டிப் பார்க்க முண்டியபடி இருந்தது. அவன் பையின் ஒரு கைப் பிடியைத் தளர்த்தி, பையை அகல விரித்து, இடது கையை உள்ளே விட்டு, புகைப்படப் புத்தகத்தை மனம் படபடக்கப் புரட்டினான். கண்கள் உள்ளே துழாவி மேய்ந்தன. பக்கங்களைப் புரட்டிய விரல்கள் லேசாக உதறின. உடல் முறுகியது. சட்டென்று கையை வெளியிலெடுத்து, பையைத் தோளில் சரி செய்துகொண்டு சுற்று முற்றும் பார்த்தான். அவன் மெல்ல மெல்ல ஆசுவாசமடைந்தபோது, திருவான்மியூர் செல்லும் பஸ் வந்துகொண்டிருப்பதைப் பார்த்து அதை நோக்கிக் கொஞ்சம் நகர்ந்தான்.

பஸ்ஸில் ஓரளவு கூட்டம் இருந்தபோதிலும் நெரிசல் இல்லை. ஏறிக்கொண்டான். உள்ளே கண்கள் துழாவியபோது உட்கார ஓரிரு இடம் இருப்பது தெரிந்தது. அவன் ஒரு இருக்கையில் ஜோல்னாப் பையை மடியில் வைத்தபடி அமர்ந்துகொண்டான். பஸ் போகும்போது வீசிய வெக்கைக் காற்றும் போதையின் லேசான கிறக்கமும் சேர்ந்து அவன் கண்களை வருடின. கண்கள் செருக மெல்லக் கண்ணயர்ந்தான்.

திருவான்மியூரில் இறங்கியதும் 'ஜான் எக்ஸ் ஷா' பிராந்தி முழு பாட்டிலும், சிகரெட் பாக்கெட்டுகளும் வாங்கிக்கொண்டான். பின்னர் பக்கத்திலுள்ள ஒரு சந்தில் இருக்கும் மாட்டிறைச்சி பிரியாணிக் கடைக்குச் சென்று அவனுக்கும் தேவிக்குமாக இரண்டு பொட்டலம் பிரியாணி வாங்கினான். அவன் வெளியில் சென்று திரும்பும்போது தேவிக்கு அதை வாங்கிச் செல்ல ஒருபோதும் தவறியதில்லை. அது தேவிக்கு மிகவும் பிடித்த உணவு. இந்த உணவுக்காக அதுவும் பேராசையுடன் காத்திருக்கும். அது சாப்பிடும்போது கொஞ்சம் பிராந்தியும் ஊற்றிக் கொடுத்துவிட்டால் போதும். அதன் குஷியும் துள்ளலும் சுலபத்தில் அடங்காது. ஏகமாக அவனோடு உருண்டு புரளும்.

ஜட்காக்கள் நிற்குமிடத்தில் அவனுக்குப் பரிச்சயமான வண்டிக்காரர் இருந்தார். ''என்ன சார், ரொம்ப ஜோரா இருக்கீங்களே'' என்றார் அந்த நடுத்தர வயது வண்டிக்காரர். வாயோர எச்சிலைத் துடைத்தபடி அவரைப் பார்த்துப் புன்னகைத்தான். அவர், ''குந்துங்க சார்'' என்றதும் ஜட்காவில் ஏறிக்கொண்டான்.

வண்டியின் மத்தியில் கால்களைச் சரித்து நீட்டி அமர்ந்துகொண்டதும் பையிலிருந்து தொப்பியை எடுத்து மாட்டிக்கொண்டான். ''சார்... அப்படியே தொரை மாதிரி இருக்கீங்க சார்'' என்றார் வண்டிக்காரர், அவனைப் பார்த்தபடியே. குதிரை நகரத் தொடங்கியது. ஒரு கனவானின் கச்சிதம் தனக்குக் கூடிவிட்ட பெருமிதத்தில் அவன் திளைத்திருந்தான்.

வண்டிக்காரர், ''ஹேய்... ஹேய்'' என்ற சத்தத்துடன் குதிரை விரைந்து செல்வதற்கு முயற்சி செய்துகொண்டிருந்தார். அவன் சாவகாசமாக, பைக்குள்ளிருந்து ஒரு சரோஜாதேவி புத்தகத்தை எடுத்து வாசிக்கத் தொடங்கினான். உடல் ஜிவு ஜிவு எனக் கிளர்ந்தது. குதிரை வேகமெடுத்தது.

## 8

ஓவியர் கிராமத்தின் நுழைவாயிலில் ஜட்கா நின்றது. ராமன் இறங்கிக்கொண்டு வண்டிக்காரருக்குப் பணம் கொடுத்தான். ''சார் இப்ப ரொம்ப ஷோக்கா இருக்கீங்க... இனிமே எப்பவும் இப்படியே இருங்க சார்'' என்று பூரிப்போடு சொன்னார் வண்டிக்காரர். ராமன் சந்தோஷமாகத் தலையாட்டினான். அப்போது எங்கிருந்தோ பாய்ந்துவந்த தேவி, அவன்மீது தன் முன்னங்கால்களைப் போட்டு நின்று மூச்சு வாங்கியது. அவன் அதன் தலையைத் தடவிக் கொடுத்தபடி நடக்கத் தொடங்கினான். அது அவனைச் சுற்றிச் சுற்றி வந்து, ஷூவும் தொப்பியும் அணிந்திருந்த அவனுடைய புதுத் தோற்றத்தை வியந்து பார்த்தபடி அவனைத் தொடர்ந்தது. இடையிடையே அவனுக்கு முன்னால் ஓடிச் சென்று, பின் திரும்பி அவனைப் பார்த்தபடி, பின்னங்கால்களைச் சற்று முன்னகர்த்தியும், உடலை வளைத்துக் குனிந்தும், முன்னங்கால்களைத் தரையில் படும்படி முழுவதுமாக நீட்டியும், தலையை எக்கி அவனுக்கு ஓரிரு முறை அதன் வழக்கமான பாணியில் வணக்கம் தெரிவித்தது. மாட்டிறைச்சி பிரியாணி வாசம் வேறு அதன் நாசியில் ஊடுருவி, வாயில் எச்சிலை வழிய விட்டுக் கொண்டிருந்தது. அவன் தன் வாயோரத்தைத் தன்னியல்பாகப் புறங்கையால் துடைத்துக்கொண்டான். தேவியை செல்லமாகக் கோபித்து அதைக் குடிலுக்குப் போகும்படி சைகையில் சொன்னான். ஆனால், அது அவனைக் கொஞ்சமும் பொருட்படுத்தாமல் அவனைச் சுற்றிச் சுற்றி வந்தபடியே அவனைத் தொடர்ந்துகொண்டிருந்தது. அவனும் செல்லக் கோபத்தைத் தொடர்ந்து காட்டியபடி, கொஞ்சம்

மிடுக்காக நடந்துகொண்டிருந்தான். மனதில் தன்னம்பிக்கையும், இவ்வுலகுடனான உறவில் ஒரு சகஜ பாவமும் ஏற்பட்டுவிட்டிருப்பதாக அவனுக்குத் தோன்றியது.

ஓவியர் கிராம முகப்பிலிருக்கும் ஆலமரத்தடித் திண்டில் பணிக்கரும் இளம் வயது அயல்நாட்டவர் இருவர் - ஆணும் பெண்ணுமாக - அமர்ந்திருந்தனர். கீழே தரையில் ஹரி, ஜெயபால், கோபி, நந்தன், பதி, சங்கர் உட்கார்ந்திருந்தனர். அவர்கள் ராமனைப் பார்த்து திகைப்பும் வியப்பும் அடைந்திருந்தனர். அவர்களைக் கவனிக்காதபடி கடந்து போய் விடலாமா என்ற எண்ணமும், பணிக்கர் இருக்கும்போது அப்படி நடந்துகொள்ள இடம் கொடுக்காத மனமும் சேர்ந்து அவனைத் தடுமாறச் செய்தன. தொப்பியை எடுத்துக் கையில் வைத்துக்கொண்டு, ''போய் இரு... வர்றேன்'' என்று தேவியிடம் சொல்லிவிட்டு மரத்தடி நோக்கி நடந்தான். ஆலமரத்தடியில் பணிக்கர் மற்றவர்களுடன் உட்கார்ந்து பேசிக்கொண்டிருக்கும்போது, அது அந்தப்பக்கம் போவதில்லை. இப்போது என்ன செய்வதென்று தெரியாமல், அவன் பிரிந்த இடத்தில் அப்படியே நாக்கைத் தொங்கப்போட்டுக்கொண்டு பின்னங்கால்களை மடித்து முன்னங்கால்களை ஊன்றி இறைச்சிக்கான ஏக்கத்தோடு எச்சில் வழியக் குந்தியிருந்தது.

''என்ன ராமன், ஜியாஃப்ரியைப் பார்த்துவிட்டு வருகிறாயா?'' என்று கேட்டார் பணிக்கர்.

அவன் தலையாட்டினான். ஸ்வீடன் நாட்டு ஆண், பெண் ஓவியர்களை அவனுக்கு அறிமுகம் செய்துவைத்தார். ''இவனிடமிருந்து நீங்கள் நிறைய கற்றுக்கொள்ளலாம். அபூர்வமான சித்திரக் கலைஞன்'' என்று அவர்களிடம் சொன்னார். தொடர்ந்து, ''எங்களுடைய சார்ல்ஸ் ஸ்டிரிக்லேண்ட் இவன்தான்'' என்றார். அவர்கள் எழுந்து, அவனோடு கை குலுக்கினார்கள்.

''நான் குடிசைக்குப் போயித்து வந்திடறேன்...'' என்று பணிக்கரைப் பார்த்துச் சொன்னான் ராமன்.

''சரி... வா. இவர்கள் ஒரு மாசம் இங்கிருப்பார்கள்'' என்ற பணிக்கர், ''என்ன ராமன், தொப்பி எல்லாம் ரொம்ப அமர்க்களமாக இருக்கே...'' என்றார்.

எவ்விதத் தயக்கமுமின்றி, தீர்க்கமான குரலில், ''நான் ஒரு ஜெந்தில்மன்னா வாழப் போறேன்'' என்றான் ராமன்.

இடையீடு

## சந்திப்பு: 2

சில நாட்களுக்கு முன்பு, டக்ளஸ் தொலைபேசியில் தெரிவித்த ஒரு விஷயத்தால் மனம் பரபரப்பில் தத்தளித்துக்கொண்டிருந்தது. மனம் கிளர்ச்சியில் விழிப்படைந்திருந்ததால் தூக்கம்கூட சரிவர அமையவில்லை. இருப்புக் கொள்ளாத தவிப்புடன் நாட்கள் நகர்ந்துகொண்டிருந்தன. ராமன் பற்றிய புத்தகத்தை எழுதத் தொடங்கிய பின்னரும்கூட அதுவரை ராமனின் ஒரேயொரு மூலப் படைப்பை மட்டுமே நான் சோழமண்டலக் கலைக்கூடத்தில் பார்த்திருக்கிறேன். பார்க்கக் கிடைத்ததெல்லாம் அவருடைய ஓவியங்கள் மற்றும் கோட்டுச் சித்திரங்களின் அச்சுப் பிரதிகள்தான். பல ஓவியப் புத்தகங்கள் மற்றும் அவர் காலத்தில் வெளிவந்த 'ஆர்ட்ரெண்ட்ஸ்' இதழ்கள் வழியாகக் கணிசமாகப் பார்க்கக் கிடைத்திருக்கிறது. அதுவும்கூட டக்ளஸின் தயவால்தான். ராமனின் இரண்டு படைப்புகள் மும்பையிலிருந்து தருவிக்கப்பட்டு காட்சிக்கு வைக்கப்பட இருக்கின்றன என்பதுதான் அன்று டக்ளஸ் தொலைபேசியில் தெரிவித்த தகவல்.

ஒரு கேலரி தன்னுடைய பத்தாமாண்டு நிறைவு விழாவைக் கொண்டாடும் முகமாக பிரசித்தி பெற்ற இந்திய ஓவியர்களின் படைப்புகளை வெவ்வேறு கேலரிகளிடமிருந்தும் தனிநபர்களிடமிருந்தும் தருவித்து ஒரு கண்காட்சிக்கு ஏற்பாடு செய்திருந்தது. அதில்தான் ராமனின் இரண்டு படைப்புகள் இடம்பெற இருந்தன.

பொதுவாக, கண்காட்சி தொடக்க விழா நாளன்று அதற்குச் செல்வதைக் கூடுமானவரை தவிர்க்கவே நான் எப்போதும் முயற்சி செய்வேன். அப்படியே சமயங்களில் செல்ல நேர்ந்தாலும் அது நண்பர்களைச் சந்திப்பதற்கான முகாந்திரமாகவே அமைந்துவிடும். படைப்புகளை நிதானமாகப் பார்ப்பதற்கான சூழல் அப்போது இருக்காது. தொடக்க விழாவுக்குப் பின்னான ஒரு நாளில் சென்று நிதானமாகவும் உரிய நேரமெடுத்தும் பார்ப்பதே என் வழக்கம். ஆனால்

இப்போது மனம் சஞ்சலப்பட்டுக்கொண்டே இருந்தது. கூட்டத்தோடு கூட்டமாக எட்டிப் பார்த்துவிடலாம். மறுநாள் சென்று நிதானமாகப் பார்த்துக்கொள்ளலாமென்ற ஏக்கமும் இருந்துகொண்டிருந்தது.

தொடக்கவிழாவிற்கு முதல் நாள் இரவு டக்ளஸ் தொலைபேசியில் அழைத்து மீண்டும் நினைவுபடுத்தினார். அதற்கு மறுநாள் வருவதாகச் சொன்னேன். ஆனால் அவருக்குத் தொடக்க நாளன்று போக வேண்டிய கட்டாயம் இருந்தது. அக்கலைக்கூடம் அவருக்கு நெருக்கமானது மட்டுமல்லாமல் அவருடைய இரண்டு செராமிக் சிற்பங்கள் அக்காட்சியில் இடம்பெற இருந்தன. எனினும் நான் பிடிவாதமாய் மறுநாள் பகலில் சென்று நிதானமாகப் பார்க்க விரும்புவதைச் சொன்னேன். அவரும் வற்புறுத்தாமல் மறுநாள் சாயந்திரம் மீண்டும் தான் வருவதாகவும் சந்திக்கலாம் என்றும் சொன்னார். அதற்குப் பின்னும் இரண்டு மனசாகத்தான் இருந்தது. எப்படியோ தொடக்க நாளன்று போகாமல், தவிப்போடுதான் என்றாலும், திடமாய் இருந்துவிட்டேன்.

மறுநாள் காலை 11.30 மணியளவில் காட்சிக்கூடத்துக்குச் சென்றேன். பார்வையாளரென யாருமே இல்லை. நான் உள்ளே நுழைந்ததைக் கவனித்த கூடத்துப் பணியாளர் அவசர அவசரமாக வந்து தரைத்தளத்தின் மின்விளக்குகளைப் போட்டுவிட்டுச் சென்றார். உள்ளே நுழைந்ததும் பார்வையை ஈர்த்தது கண்ணாடிப் பேழை. தரைத் தள அறையின் இடது பக்கமாக மார்பளவு உயரப் பலகையின்மீது கண்ணாடியிடப்பட்ட ஒரு நீண்ட பெட்டிக்குள் ராமனின் கோட்டுச் சித்திரம் மிகப் பாதுகாப்பாக வைக்கப்பட்டிருந்தது. அதன்முன் நின்றதும் ஏற்பட்ட திகைப்பிலும் பரவசத்திலும் உடலும் மனமும் அலாதியாக சிலிர்த்துக்கொண்டன. 'அசாத்தியம்' என மனம் அரற்றியது.

அசாத்தியத்தை சாத்தியமாக்கியிருக்கும் அபூர்வமான படைப்பு. அவருடைய விந்தை உலகின் பரிபூரணம். கிட்டத்தட்ட 14, 15 அடி நீளமும் ஒன்றரை அடி உயரமும் கொண்ட தாளில் வரையப்பட்டிருந்த கோட்டுச் சித்திரம். சம அளவிலான 13 பகுதிகளாக அச்சித்திரம் பிரிந்து இணைந்திருந்தது. மையப் பகுதி ஓங்கி உயர்ந்த மாடம். அதன் இரு பக்கமும் ஆறு, ஆறு மாடங்கள். ஒவ்வொன்றும் விந்தையின் கோலாகலம். ஒன்றோடொன்று பிணைந்த விந்தைப் பிரபஞ்ச இசைமை. படைப்பு வெளியானது, நம் மினியேச்சர் மரபின் தன்மையோடு, சிறு சிறு பகுதிகளாகப் பிரிக்கப்பட்டு, ஒவ்வொன்றும் ஒரு குறுங்கதை கொண்டதாகவும், படைப்பு முழுமையில் அது ஒரு

விந்தைக் கதைத் தொகுப்பாகவும் உருவாகியிருந்தது. எல்லா மாட உச்சிகளின் இருபுறமும் விலங்கு, பறவை மற்றும் விந்தை ஜீவன்களின் ஜோடிகள் வீற்றிருந்தன. யானை, பாம்பு, மச்சக்கன்னி, கருடன், நாகக்கன்னி, யாழி, பெரும் கொம்புகள் கொண்ட எருதுத் தலை என... கீழே நீண்ட நீரோடை. அதில் அலங்கார சிறு தோணி பவனி. மையப் பகுதியை அடைந்திருக்கும் தோணியில் மிடுக்காக வீற்றிருக்கும் ராமன். மைய மாடத்தின் உச்சியில் பிறை சூடிய காதல் நங்கை. மிக மிக நெருக்கமாக இழையூட்டப்பட்ட கோடுகள் ரத்த நாளங்களென உயிர் கொண்டிருக்கும் படைப்பு.

அச்சித்திரம் மார்பளவு உயரப் பலகையில் படுக்கை வசத்தில் ஒரு கண்ணாடிப் பெட்டிக்குள் இருந்ததால், குனிந்து பார்க்கவேண்டியதாக இருந்தது. என் முக நிழல் சித்திரப் பகுதியினூடாக விழுந்துகொண்டிருந்தது வேறு, இடையூறாக இருந்தது. ஒவ்வொரு பகுதியையும் பார்க்கப் பார்க்க பிரமிப்பாய் இருந்தது. ராமனின் மேதைமை உயிர் பெற்று உலவிக்கொண்டிருந்தது. அந்தப் பெட்டி சற்று உயரத்தில், சுவற்றோடு சரிந்திருந்தால் பார்ப்பதற்குத் தோதாக இருக்குமென்று தோன்றியது. ஆனால் நாற்பதாண்டுகளுக்கும் மேலாகப் பாதுகாக்கப்பட்டு இன்று பார்வைக்கு வந்திருப்பதே பெரிய விசயம். 1970களின் மத்தியில், ராமனின் மறைவுக்குப் பின், அவருடைய படைப்புகளை சேகரிக்கும் முயற்சி இந்தியாவின் சில முக்கிய கலைக்கூடங்களாலும், தனிநபர் சேகரிப்பாளர்களாலும் மேற்கொள்ளப்பட்டது. இவ்வகையில் மும்பையைச் சேர்ந்த கலை விமர்சகரும் ஆர்வலருமான சஞ்சய் குமார் அக்காலகட்டத்தில் ராமனின் சில ஓவியங்களையும் கோட்டுச் சித்திரங்களையும் பத்திக் ஓவியங்களையும் சேகரித்தார். 1995இல் அவரால் வெளியிடப்பட்ட *'View from the edge'* என்ற புத்தகத்தில் அவற்றிலிருந்து சில கோட்டுச் சித்திரங்கள் இடம் பெற்றிருந்தன. இக்கண்காட்சியில் இடம் பெற்றிருந்த கோட்டுச் சித்திரமும் துணி ஓவியமும் அவரிடமிருந்து பெறப்பட்டவைதான். இவை அப்புத்தகத்தில் இடம் பெற்றிராதவை.

கலைக்கூடத்தின் மாடியில் ராமனின் ஒரு பத்திக் ஓவியம் இருந்தது. அடர் பழுப்பு நிறத்தாலானது. அவருடைய அலசல் உத்தியில் அமைந்த மூட்டமான விந்தைப் புனைவு. அதன் அச்சுப் பிரதியை 'ஆர்ட்ரெண்ட்ஸ்' இதழில் பார்த்த ஞாபகம் எட்டிப் பார்த்தது. அந்த பத்திக்கின் வலது மூலையில் *Rs.75/* என்ற ஸ்டிக்கர் ஒட்டப்பட்டிருந்தது. அன்று அவர் வைத்த விலை. இன்று நிச்சயம் 6 அல்லது 7 லட்சம் விலை நிர்ணயிக்கப்பட்டிருக்கும் என்று

நினைத்துக்கொண்டேன். அப்போது ராமனின் சமகாலத்தவரும் சோழமண்டல ஓவியருமான கிரி சொன்ன ஒரு விஷயம் நினைவுக்கு வந்தது.

நான்கைந்து ஆண்டுகளுக்கு முன்பு, எப்போதும் போல, நான் எப்போதாவது டக்ளஸைப் பார்க்கப் போவது போல, ஒருநாள் சோழமண்டலத்துக்கு அவரைப் பார்க்கப் போயிருந்தேன். அவருடைய வீட்டில் மது அருந்தியபடி இருவரும் பேசிக்கொண்டிருந்தோம். அப்போது ஓவியர் கிரி அங்கு வந்தார். அவர் அதற்கு ஓரிரு மாதங்களுக்கு முன்புதான், ஏதோ ஒரு நெருக்கடி காரணமாக, அவருடைய சோழ மண்டல வீட்டை விற்றுவிட்டு அங்கிருந்து கொஞ்சம் தள்ளிய ஒரு பகுதியில் ஒரு வாடகை வீட்டிற்குக் குடும்பத்தோடு குடி பெயர்ந்திருந்தார். ஆனாலும் வாரத்துக்கு ஒரு முறையாவது சோழமண்டலம் வந்துபோய்க்கொண்டிருந்தார்.

அவர் உள்ளே நுழைந்ததும் ஒரு சேரில் உட்கார்ந்துகொண்டார். ''இவர் வீட்டுக்கு எதிரில்தான் ராமனின் குடில் இருந்தது. கடைசியாக, ராமனை சந்தித்தது இவர்தான். இவரிடம் ராமனைப் பற்றிக் கேளுங்கள்'' என்றார் டக்ளஸ். நான் மது அருந்தியபடியே கிரியைப் பார்த்தேன்.

''என்ன சொல்றது... அன்னைக்கு அவனோட அருமை எனக்குத் தெரியலை. என் வீட்டுக்கு எதுத்த மாதிரிதான் இருந்தான். நாங்க சில பேர் எப்பவும் அவனை கேலியும் கிண்டலும் பண்ணிக்கிட்டு இருப்போம்... அப்ப எதுவும் தெரியலை. அவன் மருந்து குடிச்ச ராத்திரியில, அதுக்கு கொஞ்சம் முன்னாடிதான் அவனை பார்த்தேன்... பொதுவா, ராத்திரியில் அவன் குடிக்கறப்ப போனா, எப்பவும் 2, 3 கிளாஸ் தருவான். அப்ப அவனோட படம்தான் நிறைய வித்தது. அதனால் அவன்ட்ட எப்பவும் காசு புழங்கும். ஆனா அன்னிக்கு நான் போனப்ப, திண்ணையில் கைகளால் கால் முட்டிகளைப் பிணைத்துக்கொண்டு முழங்கைகளின் வளைவுக்குள் தலையைக் கவுத்தியபடி குந்தி உட்கார்ந்திருந்தான். நான் அவன் பக்கத்தில் போய் நின்றபோதுகூட என்னைக் கவனிக்கவில்லை. அந்த சமயத்தில் அவன்கூட எப்பவும் இருக்கும் நாய்கூட அப்ப இல்லை. 'என்ன ராமா, பொண்டாட்டி ஓடிப் போயிட்ட மாதிரி உட்காந்திருக்க'ன்னு ஏதோ கிண்டலா சொன்னேன். அவன் நிமிந்துகூடப் பாக்கலை. சமயங்களில் இப்படித்தான் அவன் அவனுக்குள்ளயே ஒடுங்கியிருப்பான். யாரோடயும் பேச மாட்டான்... சரி இன்னைக்கு எதுவும் தேறாதுன்னு நான் திரும்பிட்டேன்...''

டக்ளஸ், ஒரு கிளாஸ் எடுத்து வந்து பிராந்தி ஊற்றி, தண்ணீர் கலந்து கிரிக்குக் கொடுத்தார். அவர் வேக வேகமாக அதைக் குடித்துவிட்டுக் கீழே வைத்தார். ''இன்னும் சொல்லுங்க... அப்பதான் அடுத்த ரவுண்டு'' என்று லேசாகப் புன்னகைத்தபடி டக்ளஸ் சொன்னார்.

''வேறென்ன சொல்றது... அதுதான் அவன் ஒரு மேதைன்னு அப்ப எனக்குத் தெரியாமப் போச்சே... ஆனா டக்ளஸ்க்கு அவன் மேல அப்பவே ரொம்ப மரியாதை. இவன் அவனைத்தான் குருவா பாவிச்சுட்டு இருந்தான். அப்படியொரு ஒட்டுதல். கிறுக்கும் கிறுக்கும் சேந்துக்கிச்சு என்று நாங்கள் பேசிக்கிட்டோம். அதனாலதானோ என்னமோ இவனும் பெரிய ஆளா ஆயிட்டான். நிறைய விக்குது. நல்லா சம்பாதிக்கிறான்... ரெண்டு பேருமே பெரிய ஆர்ட்டிஸ்ட்... ம்... ராமன் நிறைய படம் போட்டு அப்படி அப்படியே போட்டு வைச்சிருந்தான். அப்ப அதுல ஒண்ணு, ரெண்டை எடுத்து வைச்சிருந்தேன்னா கூட இங்கயிருந்த வீட்டை விக்க வேண்டி வந்திருக்காது...'' என்றார் கிரி. அவர் குரல் கடைசி வாக்கியத்தைச் சொன்னபோது வெகுவாகத் தணிந்திருந்தது.

ராமனின் பத்திக்கை உன்னிப்பாகப் பார்த்துக்கொண்டிருந்தபோது என்னுடைய செல்பேசி ஒலித்தது. எடுத்துப் பார்த்தேன். டக்ளஸ்தான். பேசினேன். அவர் அந்த கேலரிக்கு வந்துவிட்டதாகச் சொன்னார். நானும் மாடியில்தான் இருக்கிறேன் என்றேன். நிதானமாகப் பார்த்துவிட்டு வாருங்கள். நான் கீழே இருக்கிறேன் என்றார்.

சுற்றிலும் நோட்டமிட்டேன். அந்த ஹாலின் இணைப்புச் சுவரில் ஜே. சுவாமிநாதனின் பிரசித்திபெற்ற 'பறவையும் மலையும்' ஓவியம் மையமாக வைக்கப்பட்டிருந்தது. அதன் அச்சுப் பிரதியை வெவ்வேறு புத்தகங்களில் பார்த்திருக்கிறேன். நானே ஒரு புத்தகத்துக்கு அதை அட்டைப் படமாகப் பயன்படுத்தியிருக்கிறேன். அந்த மூலப் படைப்பு ஓர் ஆழ்ந்த தியானத்துக்கான அழைப்பென அங்கு வீற்றிருந்தது. ராமனின் படைப்பு விந்தைக் கோலாகலம் என்றால் சுவாமிநாதனின் படைப்பு ஆழ்நிலை தியானம்.

அந்தக் கண்காட்சியில் எம்.எப். ஹுசைன், ஜே. சுவாமிநாதன், எப்.என்.சூசா, சந்தானராஜ், முனுசாமி, லக்ஷ்மா கௌடு, மஞ்சித் பாவா, டக்ளஸ் போன்றோரது படைப்புகள் இருந்தன. அவற்றை எல்லாம் மேலோட்டமாகப் பார்த்துவிட்டு, இன்னொரு நாள் நிதானமாகப் பார்த்துக்கொள்ள முடிவு செய்து கீழிறங்கினேன். மீண்டும் கீழ்த்தளத்தில் ராமனின் கோட்டுச் சித்திரமிருந்த பேழை முன் நின்று கவனித்தேன். அதன் வலது மூலையில் பென்சிலில் *Rs.90/*

என்று போட்டிருந்தது மங்கலாகத் தெரிந்தது. இன்றைய சந்தை மதிப்பு 10 லட்சத்துக்குக் குறையாது.

வராந்தாவின் கல்திண்டில் அமர்ந்து பேசிக்கொண்டிருந்த டக்ளஸும் கேலரி உரிமையாளரும் உள்ளே வந்தனர். டக்ளஸ் உரிமையாளரிடம் என்னை அறிமுகப்படுத்தினார். "தெரியும். பழக்கமில்லை" என்றபடி கலைக்கூட அதிபர் கை நீட்டினார். "ராமன் பற்றி ஒரு புத்தகம் எழுதிக்கொண்டிருக்கிறார்" என்றார் டக்ளஸ். அவர் ஒன்றும் அதில் ஆர்வம் காட்டவில்லை. அதுவும் தமிழில் என்றவுடன் அவருக்கு அது ஒரு பொருட்டாகவே இல்லாமல் போய்விட்டது.

கேலரிக்கு அருகிலிருந்த நட்சத்திர ஹோட்டலின் பாருக்கு டக்ளஸும் நானும் சென்று, பிட்சர் பீருக்கு ஆர்டர் கொடுத்துவிட்டு அமர்ந்திருந்தோம்.

"எப்படி இருந்தது... மகத்தான படைப்பு இல்லையா?" என்றார் டக்ளஸ்.

"மகத்தான அனுபவம்" என்றேன் நான். "என் வாழ்வின் அற்புதமான தருணங்களில் ஒன்று இது. உங்கள் அறிமுகம் எனக்குக் கிடைத்திருக்காவிட்டால் ஒருவேளை இதை நான் இழந்திருப்பேனோ என்று தோன்றுகிறது."

"இல்லை... அப்படியில்லை. உங்கள் கலை நம்பிக்கையும் பயணமும் நிச்சயம் உங்களை இங்கே கொண்டுவந்து சேர்த்திருக்கும்" என்றுவிட்டு அமைதியாக இருந்தார்.

ஒரு பெரிய கண்ணாடிக் குடுவையில் பீர் வந்தது. இரண்டு கிளாஸ்களிலும் நேர்த்தியாக நிரப்பப்பட்டது. ஒரு பெரிய மடக்காக உறிஞ்சிவிட்டு, "ரொம்பவும் பிரமிப்பாக இருக்கிறது. இவ்வளவு நீளமான, 13 பிரிவுகள் கொண்ட ஒரு படைப்பை எப்படி இவ்வளவு துல்லியமாக, அற்புதமான லயத்தோடு & சிருஷ்டி முகூர்த்தத்தில் லயம் என்று தமிழின் சிறந்த படைப்பாளிகளில் ஒருவரான நகுலன் குறிப்பிடுவார் & வரைய முடிந்தது... மனித சாத்தியத்துக்கு அப்பாற்பட்ட அசாத்தியம் என்றே தோன்றுகிறது. ஸ்கேல் ஏதும் பயன்படுத்துவாரா" என்று வெகுளித்தனமாகக் கேட்டேன்.

"இல்லை. சித்திரம் வரைய அவர் பேனாவைத் தவிர வேறெந்த உபகரணத்தையும் பயன்படுத்துவதில்லை" என்றவர் பீரை உறிஞ்சிவிட்டு, மேஜையிலிருந்து ஒரு டிஷ்யு தாளை எடுத்தார். அதை நான்கைந்து மடிப்புகளாக மடித்தபடி என்னைப் பார்த்தார்.

''இப்படியாக மடித்து வைத்துக்கொண்டு ஒவ்வொரு மடிப்பாக வரைவார்'' என்றார். ''இன்னொரு விஷயம் தெரியுமா? கன்னிமாரா ஹோட்டலில், ஜியாஃப்ரி பாவா ஏற்பாட்டில் அவர் வரைந்த மியூரலின் ஒரு பகுதிதான் இது.''

''ஓ, அப்படியா? உத்தி ரீதியாக அது சரி... கட்டமைப்பு, லயம், இசைமை...'' என்றேன்.

''அவருடைய கலை மனம் எல்லை கடந்த வெட்ட வெளியில் வெகு பாந்தமாக சஞ்சரிக்கக் கூடியது. கோட்டை இயக்கும் விதம் மூலமாகவும் வெகு நுட்பமாக நெருக்கும் விதம் மூலமாகவும் ராமன் வடிவமைக்கும் தன்மை பிரத்தியேகமானது. மிகத் தீவிரமான கிராஃபிக் பாணியிலானது. ராமனின் மேதைமையை வெளிப்படுத்தும் அம்சமிது. என் கல்லூரி நாட்களில், அவருடைய நுட்பமான வேலைப்பாடுகளை வெகு கவனமாக அவதானித்திருக்கிறேன்... அதை வசப்படுத்த பிரயாசைப்பட்டிருக்கிறேன். விமர்சகர் ஜோசப் ஜேம்ஸ், மிக நெருக்கமாக இழையூட்டப்பட்ட ராமனின் படைப்புகள் ஒரு விசேஷ வெட்டவெளி அமைப்பைக் கொண்டிருப்பதாகக் கூறி, அவற்றை மகாபலிபுரத்தின் பிரசித்தி பெற்ற 'அர்ச்சுனன் தபஸ்' சுதைச் சிற்பத்தோடு ஒப்பிட்டிருக்கிறார். எவ்விதக் கட்டமைப்பும் சட்டகமும் இல்லாது எல்லையற்ற வெளியில் அற்புதமாக உருவாகி இருப்பவை என்று குறிப்பிட்டிருக்கிறார். உண்மைதான் இல்லையா...'' என்றபடி என்னைப் பார்த்தார்.

நான் மௌனமாகத் தலையாட்டினேன்.

அவர் தொடர்ந்தார். ''அவருடைய மேதைமையோடு, சிருஷ்டி முகூர்த்தத்தில் லயமும் அவருக்கு எப்போதுமே கூடிவிடுகிறது... வேறென்ன'' என்று விட்டுப் பரவசத்தோடு சிரித்தார்.

## 9

அன்று அவனுக்கு வந்திருந்த ஒரு அஞ்சலட்டை ராமனை மிகுந்த பரவசத்துக்கு ஆட்படுத்தியிருந்தது. தன் வாழ்வில் அதுவரை அனுபவித்திராத ஒரு பரவச நிலையில் ராமன் திளைத்திருந்தான். அந்தக் கடிதத்திலிருந்த ஏழு அல்லது எட்டு வரிகளை அவன் அதற்குள் நூறு முறைக்கு மேலாகப் படித்துவிட்டிருந்தான். ஒவ்வொரு முறை வாசிக்கும்போதும் அது புத்தம் புதிதாய் அவனுள் ஊடுருவி இனம் புரியா மனக் கிளர்ச்சியை ஏற்படுத்கியது. மனம் ஆனந்தத்தில் ததும்பிக்கொண்டிருந்தது. ஒவ்வொரு வார்த்தையும் அவனுள்

ஒரு ஊற்றுக்கண்ணைத் திறந்துவிட்டது. ஒரு குதூகல ஊற்று அவனுள் பொங்கிப் பிரவாகித்துக்கொண்டிருந்தது. அக்கடிதத்தின் ஒவ்வொரு வார்த்தையும் மந்திரச் சொற்களென அவனை உருவேற்றிக் கொண்டிருந்தன. அவன் மனம், யதார்த்த வாழ்விலேயே விந்தை மனோபாவத்தோடு முதன் முறையாக சஞ்சரிக்கத் தொடங்கியிருந்தது. உடலும் மனமும் அவன் இதுவரை உணர்ந்திராத ஒரு புதுவித லகரியில் புலர்ந்திருந்தன.

அஞ்சலட்டை பாண்டிச்சேரியிலிருந்து வந்திருந்தது. ஒரு பெண் எழுதியது. எழுத்துகள் நேர்த்தியாகவும் அழகாகவும் இருந்தன. அந்த வார்த்தைகளின் மூலம் முதன்முறையாக ஒரு பெண்ணின் ஸ்பரிசத்தையும் இதத்தையும் அவன் உடலும் மனமும் உணர்ந்து சிலிர்த்திருந்தன. வந்தனா என்ற அந்தப் பெண்ணின் பெயர் அதற்குள்ளாக அவனுடைய நாளங்களில் ஊடுருவிவிட்டிருந்தது. அக்கடிதத்தில் இருந்த வரிகள் இவைதான்:

“என் பிரியத்துக்குரிய ராமன்,

கடந்த மாதம் நான் உங்கள் ஓவியக் குடிலுக்கு வந்திருந்தது உங்கள் நினைவில் தங்கி இருக்குமென்று நம்புகிறேன். அன்று நான் உங்கள் ஓவியத் திறனிலும் மேதைமையிலும் சொக்கிப்போய் முழுவதுமாக என்னை இழந்துவிட்டேன். இன்றுவரை அதிலிருந்து மீள முடியவில்லை. காலம் முழுவதும் உங்கள் அருகிலிருந்து, நீங்கள் உருவாக்கும் ஓவிய உலகைப் பார்த்துக்கொண்டிருக்க வாய்த்தால் அதைப் பெரும் பாக்கியமாகக் கருதுவேன். அதன்மூலம் மட்டுமே என் வாழ்வுக்கும் ஒரு அர்த்தம் இருக்குமென நம்புகிறேன். அதை வேண்டிப் பிரார்த்திக்கிறேன்.

ஓரிரு மாதங்களில் உங்களை சந்திக்க மீண்டும் வருவேன். நேரில் விரிவாகப் பேச முடியுமென்றுதான் இப்போது நினைக்கிறேன். உங்கள் ஓவிய விரல்களுக்கு ஆயிரம் ஆயிரம் முத்தங்கள்.

உங்கள் ஆருயிர் ரசிகை,<br>
வந்தனா.

பாண்டிச்சேரி,<br>
*12.6.1972*

அவன் எவ்வளவோ முயற்சி செய்து பார்த்தும் அப்படி யாரும் வந்துபோனதாக அவன் நினைவுக்கு வரவில்லை. கடந்த மாதத்தில் மூன்று அல்லது நான்கு அயல்நாட்டுப் பெண்மணிகள்தான் அவனை அங்கு சந்தித்திருந்தார்கள். அவனுடைய சில கோட்டுச் சித்திரங்களை வாங்கவும் செய்திருந்தார்கள். ஆனால் அப்போது எந்தவொரு

தமிழ்ப் பெண்ணையும் சந்தித்ததாக அவனுக்கு நினைவில்லை. பாண்டிச்சேரியிலிருந்து வந்திருந்த அந்த அயல்நாட்டுப் பெண்களோடு ஒருவேளை இந்தப் பெண்ணும் வந்திருந்து அவன் கவனிக்காமல் விட்டிருக்கலாம். அந்தக் கடிதத்தில் அந்தப் பெண்ணின் முகவரி இல்லாததுதான் அவனுக்குப் பெரும் குறையாக இருந்தது.

அந்த அஞ்சலட்டைதான் இந்த வாழ்க்கை அவனுக்களித்த அரிய பரிசாக அவனுக்கு இருந்தது. அன்று, அவன் சில நாட்களுக்குப் பிறகு நன்றாகக் குளித்தான். வழக்கத்துக்கு மாறாக, தன்னைப் பேணிக்கொள்வதில் அலாதியான ஆர்வம் அவனுக்கு ஏற்பட்டுவிட்டிருந்தது. எப்போதோ துவைத்து ஏனோ தானோவென்று மடித்து வைத்திருந்த பேண்ட், காலரில்லாத அரைக்கை ஜிப்பாவை எடுத்துக் கைகளால் அழுத்தித் தேய்த்து ஓரளவு சுருக்கங்கள் நீக்கி மாட்டிக்கொண்டான். அந்த ஆடை ஒரு சமயத்தில் பிரபல கட்டிடக் கலைஞர் ஜியாஃப்ரி பாவா அவனுக்கு எடுத்துக்கொடுத்தது. அவரின் ஏற்பாட்டில் ஐந்து நட்சத்திர ஹோட்டலுக்கு மியூரல்கள் வரைவதற்காக அவன் சென்று வந்த இரண்டு மாதங்களும் அவன் அவற்றைத்தான் மாறி மாறி அணிந்து சென்றான். அதன்பிறகு, எப்போதாவதுதான் அவற்றை அவன் உடுத்தினான். இன்று அப்படியான ஒரு விசேஷ நாளாக அமைந்துவிட்டிருந்தது. ஜிப்பாவின் மேல் பாக்கெட்டில் அவன் இதயத்தை வருடியபடி அந்த அஞ்சலட்டை அமர்ந்திருந்தது.

அவன் மதிய சாப்பாட்டுக்காகப் பொது சமையல்கூடத்தை நோக்கி உல்லாசமாகச் சென்றான். மனதிலும் நடையிலும் ஒரு துள்ளல். பொதுவாக இந்த சமயத்தில் சாப்பாட்டுக்கூடத்தில் ஓவியர்களும் சிற்பிகளும் கூடியிருப்பார்கள். சமயங்களில் பணிக்கர்கூட அப்போது அவர்களோடிருந்து உரையாடிக்கொண்டிருப்பார். அவன் எப்போதும் மிகவும் தாமதமாகத்தான், எல்லோரும் சாப்பிட்டுவிட்டுப் போன பிறகுதான், அங்கு போவான். அவனுக்குப் பிரியமான தேவியும் அந்தச் சமயத்தில், எங்கிருந்தாலும் அங்கு அவனைத் தாண்டிக்கொண்டு முன்னால் சென்று அமர்ந்திருக்கும். இன்று எல்லோரோடும் கலந்திருக்கலாமென ஓர் ஆர்வம் அவனை உந்தித் தள்ளிக்கொண்டிருந்தது. அப்போது சமையல்கூடத்தை நோக்கி வேறு பாதையில் வந்துகொண்டிருந்த சங்கரனை ஒரு முனையில் அவன் எதிர்கொள்ளும்படி நேர்ந்தது. அவனைப் பார்த்து, வழக்கத்துக்கு மாறாக, ராமன் புன்னகைத்தான்.

"என்ன ராமா, ஆள் ஜோரா இருக்க. டவுன்ல ஏதும் பெரிய அசைன்மெண்ட் கிடைச்சிருக்கா?" என்றான் சங்கரன்.

''அ... அ... அதொன்னுமில்லை'' என்றான் ராமன்.

''என்ன அதிசயமா இந்த நேரத்துல சாப்பிட வந்திருக்க'' என்று கேட்டபடி ராமனுடன் சேர்ந்துகொண்டான் சங்கரன். இருவரும் அருகருகாக நடந்தபடி சமையல்கூடத்தை நெருங்கிக் கொண்டிருந்தார்கள்.

''என்னப்பா ரொம்ப குஷியா இருக்கற மாதிரி தெரியுது... ஆனா ஒண்ணும் சொல்ல மாட்டேங்கறியே. ஏதும் படம் வித்து பணம் வந்திருக்கா? ம்... பலான புக்ஸ் வாங்க டவுனுக்கு போற போல...'' என்று விடாமல் கேட்டான் சங்கரன்.

சங்கரனைப் பார்த்து லேசாக சிரித்தபடியே, எதுவும் பேசாமல் நடந்துகொண்டிருந்தான் ராமன். சட்டையின் மேல் பாக்கெட்டிலிருந்து அஞ்சலட்டையை எடுத்துக் காண்பிக்க மனம் பரபரத்தது. எனினும் கட்டுப்படுத்திக்கொண்டான்.

சங்கரன் விடவில்லை. ''நீ சந்தோஷமா இருக்கிறதப் பார்க்க எவ்வளவு சந்தோஷமா இருக்கு தெரியுமா... நீ என்னடான்னா ரொம்ப பிகு பண்ணிக்கிறயே'' என்றான்.

அதற்கு மேலும் ராமனால் முடியவில்லை. அந்த அஞ்சலட்டையைப் பெருமிதத்தோடு எல்லோரிடமும் காட்டவே அவன் விரும்பினான். இருந்தாலும் அதை சங்கரனிடம் முதலில் காட்ட அவன் மனம் விரும்பாதிருந்தது. இப்போது சட்டெனத் தன் பாக்கெட்டிலிருந்து அந்த அஞ்சலட்டையை எடுத்துப் புன்முறுவலோடு சங்கரனிடம் நீட்டினான்.

ராமனை ஆச்சரியத்தோடு பார்த்தபடி, சங்கரன் அந்த அஞ்சலட்டையை வாங்கினான். அவன் அதை வாசித்தபடியே நடந்துகொண்டிருந்தபோது, ஒருவித மன கிலேசத்தோடு ராமன் அவனின் முகத்தைப் பார்த்தபடியே உடன் நடந்தான். இடைஇடையே நின்று ராமனின் தோள்களில் குறும்புச் சிரிப்போடு தட்டினான் சங்கரன். ராமன் வெட்கப்பட்டுத் தலை குனிந்துகொண்டான்.

படித்து முடித்ததும், ''ஓவிய விரல்களுக்கு ஆயிரம் ஆயிரம் முத்தங்கள்... அடேங்கப்பா'' என்றபடி ராமனிடம் கடிதத்தைத் திருப்பிக் கொடுத்தான்.

ராமன் பெருமிதமும் அசடும் கலந்த ஒரு வினோதப் புன்னகையோடு அதை வாங்கிக்கொண்டு வாயோரம் வழிந்த எச்சிலைப் புறங்கையால் துடைத்துக்கொண்டான்.

''ஓவியத்த ரசிக்கிற பொண்ணு கிடைக்கிறது பெரிய பாக்கியம் ராமா... விட்டுராத'' என்றான் சங்கரன்.

ராமன் எதுவும் சொல்லாமல் ஏதோ ஒருவிதமாகத் தலையசைத்துவிட்டு, கடிதத்தை மேல் பாக்கெட்டில் மீண்டும் வைத்துக்கொண்டான். திடீரென அவனிடம் அந்தக் கடிதத்தைக் காட்டியிருக்கக் கூடாதென்று தோன்றி ஒருவித சங்கடத்துக்கு ஆளானான் ராமன்.

அவர்கள் சமையல்கூடத்தை நெருங்கிவிட்டிருந்தார்கள். உள்ளே அரட்டைச் சத்தமும் சிரிப்பும் கலகலத்துக்கொண்டிருந்தது.

ராமனும் சங்கரனும் சேர்ந்தாற்போல் உள்ளே நுழைந்ததைப் பார்த்ததும், சாப்பிட்டுக்கொண்டிருந்த ஐந்தாறு பேரும் திடுக்கிட்டுப் பார்த்தார்கள். ஒரு கணம் ஆச்சரியத்தின் பாற்பட்ட மௌனம் அங்கு உறைந்தது. பொதுவாக, சங்கரனைக் கண்டாலே ராமன் ஒதுங்கிவிடுவான். பணிக்கரிடம்கூட தான் வரைவதைக் கவனித்து தன்னுடைய உத்திகளை காப்பி அடிக்க சங்கரன் முயற்சிப்பதாகச் சொல்லியிருக்கிறான். அவன் வரைந்துகொண்டிருக்கும் தருணத்தில் சங்கரன் அங்கு வந்துவிட்டால் அப்படியே வரைவதை நிறுத்திவிடுவான் ராமன்.

இன்று இருவரும் ஒன்றாக வந்தது மட்டுமல்லாமல் ராமன் நேர்த்தியாக உடையணிந்திருந்ததும் அவர்களுடைய ஒருகண திடீர் மௌனத்துக்கு மற்றொரு காரணம். அந்தக் கணநேர பிரமிப்பிலிருந்து விடுபட்டு, ''என்ன அதிசயம் இது'' என்றார் சிற்பி சீதாராமன், அவருடைய முரட்டு மீசையை வருடியபடியே.

இருவரும் தட்டுகளை எடுத்துக்கொண்டு மற்றவர்களுடன் உட்கார்ந்துகொள்ளச் சென்றபோது சங்கரன், எல்லோருக்கும் பொதுவாக, ''இதென்ன அதிசயம்... ராமனுக்கு ஒரு பொண்ணு லவ் லெட்டர் எழுதியிருக்கா... அதுதான் உண்மையிலேயே அதிசயம்'' என்று கலகலப்பான குரலில் சொன்னான்.

''நிஜமாவா'' என்று சில குரல்கள் ஒருமித்துக் கேட்டன.

''பின்ன பொய்யா சொல்றேன். லட்டரை வேண்ணா வாங்கிப் பாருங்க... நாமெல்லாம் சுத்த வேஸ்டு...'' என்றான் சங்கரன்.

ராமன் சங்கடத்தோடும் கூச்சத்தோடும், அதேசமயம் இனம் புரியாத மனக்கிளர்ச்சியோடும் பாவங்களேதும் வெளிக்காட்டாமலிருக்க சிரமப்பட்டுக்கொண்டிருந்தான்.

''கொடு மாப்ளே... பார்க்கலாம்'' என்று எச்சில் கையோடு ராமன் அருகில் வந்தான் பிரபாகர். ராமன் என்ன செய்வதென்று

தெரியாமல் அவனிடம் அந்த அஞ்சட்டையை எடுத்துக் கொடுத்தான். அந்த அஞ்சலட்டையை இடது கையில் வாங்கி, எல்லோருக்கும் கேட்கும்படியாக, நாடக பாணியில், மலையாள வாடையோடு படித்தான் பிரபாகர்.

அப்போது தேவி உள்ளே நுழைந்து ஓடிச்சென்று, சாப்பாட்டு பெஞ்சின் கீழ் ராமனின் காலடியில் சுருண்டுகொண்டது. கூச்சம், சங்கடம், தயக்கம், பெருமிதம் என ஒரு கலவையான உணர்ச்சியோடு இருந்த ராமன், கீழே குனிந்து தன் இடது கையால் தேவியின் கழுத்தையும் காதுகளையும் வருடிக்கொண்டிருந்தான். வலது கை சோற்றில் அலைந்துகொண்டிருந்தது. கடிதங்களின் வார்த்தைகள் பிரபாகரின் குரல் வழியாக அவன் காதுகளுக்குள் புகுந்து அன்று காலையிலிருந்து அவனுள் பரவியிருக்கும் புதுவித உணர்ச்சிக் கிளர்ச்சியைத் தூண்டிக்கொண்டிருந்தது. ஆனந்தத்தின் விம்மல் தாளாமல் அவன் அழுதுவிடுவான் போலிருந்தது.

"ஓவிய விரல்களுக்கு ஆயிரம் ஆயிரம் முத்தங்கள்" என்றபோது எல்லோரும் கைதட்டி ஆர்ப்பரித்தார்கள். தலை நிமிர முடியாதபடி ஒரு அசூயை ராமனைத் தாக்கியது. உடலில் லேசான நடுக்கம் பரவியது. எழுந்து சென்றுவிட மனம் பரபரத்தது. ஆனால் அவனால் நகர முடியவில்லை. தேவியின் கழுத்தை அவனுடைய இடது கை இறுகப் பற்றியது.

"வாங்க... நாமெல்லாம் போய் பொண்ண பார்த்து பேசி கல்யாணத்தை முடிச்சுடலாம். இவனும் எவ்வளவு நாள்தான் இப்படியே காஞ்சு கிடப்பான்" என்றான் கிரி.

இந்த ஆரவாரங்களுக்கிடையே அமைதியாக இருந்த மூத்த சிற்பி சீதாராமன், ஏதோ சந்தேகம் கொண்டவராய், பிரபா கரைப் பார்த்து, "அதை இங்க கொஞ்சம் கொடு, பார்க்கலாம்" என்றார்.

"மாஸ்டர் நாங்கதான் சின்னப் பசங்க... உங்களுக்கெதுக்கு மாஸ்டர் இதெல்லாம்..." என்றான் சங்கரன்.

"பிரபா, நீ அத இங்க கொண்டு வா" என்று கண்டிப்பான குரலில் சொன்னார் சீதாராமன்.

பிரபாகர் சற்றுத் தயங்கியபடியே அவரிடம் கொண்டுபோய்க் கொடுத்தான்.

அதைத் தன் இடது கையால் வாங்கிப் பார்த்த அவர், அதைத் திருப்பி, அஞ்சல் முத்திரையைக் கவனமாகப் பார்த்தார்.

"யாரு வேலைடா இதெல்லாம்..." என்று அதட்டலாய்க் கேட்டார்.

''ஏண்டா உங்க ஜாலிக்கு அவன்தானா கிடைச்சான். ஏண்டா அவனை இப்படி இம்சை பண்ணி வேடிக்கை பாக்கறீங்க...''

''என்ன சார் சொல்றீங்க...'' என அப்பாவி போலக் கேட்டான் சங்கரன்.

''சங்கரா எல்லாம் உன் வேலைதான்... சும்மா பசப்பாத. இந்த கார்டு மவுண்ட் ரோடு போஸ்ட் ஆபிஸ்லதான் போஸ்ட் ஆகியிருக்கு. கையெழுத்தும் உன்னோடது மாதிரிதான் இருக்கு... இந்தா பார்... இனிமே நீ அவனை சீண்டினா நான் பணிக்கர்கிட்ட சொல்லி மோசமான நடவடிக்கை எடுக்க வேண்டியிருக்கும்'' என்று சீறியபடி, கார்டை அவனை நோக்கி வீசியெறிந்தார்.

என்ன நடந்துகொண்டிருக்கிறதென்பதை ராமனால் சரிவரப் புரிந்துகொள்ள முடியவில்லை. தான் மிக மோசமாக அவமானப் படுத்தப்பட்டுக்கொண்டிருக்கிறோம் என்பது மட்டும் தெரிந்தது. சட்டென்று எழுந்து சென்று கீழே கிடந்த கார்டைக் குனிந்து எடுத்து மேல் பாக்கெட்டில் வைத்துக்கொண்டு விறுவிறுவென்று வெளியேறினான். கூடம் திடீர் நிசப்தத்தில் மூழ்கியது. தேவி பெஞ்ச் அடியிலிருந்து விரைந்து வெளியேறி அவனைப் பின்தொடர்ந்தது.

## 10

சமீப நாட்களாக அவன் மனம் ஆழ்ந்த துயரத்தில் தத்தளித்தபடி இருந்தது. துயரம் என்பதை விடவும் கடுமையான இம்சை. இதுவரை அனுபவித்திராத முற்றிலும் புதிய இம்சை. அது அவனைக் கொத்திப் பிடுங்கிக்கொண்டிருந்தது. இரண்டு காரணங்களால் அந்த இம்சை அவனைக் குடைந்து குதறிக்கொண்டிருந்தது. ஒன்று, ஒரு வாழ்க்கைத் துணை வேண்டும். ஒரு துணையின்றி ஆறுதலும் இல்லை. மீட்சியும் இல்லை. கடும் சோர்வில் உழன்ற ஆன்மா ஒரு பெண்ணின் கைகளில் ஓய்வெடுக்க விரும்பியது. அதேசமயம் ஒரு துணையை அடைவதற்கான எந்தவொரு வழியும் புலப்படவில்லை. பாதைகள் எல்லாம் அடைபட்டுவிட்டிருந்தன. மனம் சதா குமைந்து கொண்டிருந்தது. மற்றொன்று, படைப்புவெளியில் அவனுடைய கனவுப் பிரதேச விந்தைப் புனைவுலகைக் கடந்து, புதிய படைப்புலகைக் கண்டடைய அவன் மனம் மேற்கொண்ட பிரயாசைகள் படைப்பாக சாத்தியப்படவில்லை. மனம் விரக்தியில் புதையுண்டிருந்தது.

இரண்டு மாதங்களுக்கு முன்பு 'தினத்தந்தி' நாளிதழில் மணமகள் தேவை பகுதியில் அவன் ஒரு வரி விளம்பரம் கொடுத்திருந்தான்.

கலைக்கல்லூரியில் கார்பெண்டராகப் பணிபுரிந்த வேலாயுதத்தின் யோசனைப்படி, அவரோடு கல்லூரிக்குப் பக்கத்திலேயே இருந்த 'தினத்தந்தி' அலுவலகத்துக்குச் சென்று, அக்காரியத்தை அவன் செய்திருந்தான். 'வயது 32. ஐயங்கார் இனம். ஓவியர். கணிசமான சுயசம்பாத்தியம். ஜாதி, மதம் தடை இல்லை' என்பதாக அந்த விளம்பரம் அமைந்திருந்தது. அந்த விளம்பரம் வெளிவந்த நாளிலிருந்து அடுத்த சில நாட்கள் அவன் மனம் பரபரப்பில் இருந்தது. நம்பிக்கையும் தவிப்புமாக நாட்கள் கடந்தன. ஆனால், பல நாட்களுக்கு எவரிடமிருந்தும் எவ்வித விசாரணையும் இல்லை. மனம் பேதலித்துக் கிடந்தது.

சில நாட்களுக்கு முன்பு, 65 வயது மதிக்கத்தகுந்த ஒரு பெரியவர் அவனைப் பார்க்க வந்தார். கொஞ்சம் சுத்தமான வெள்ளை வேட்டி, சட்டை அணிந்திருந்தும் ஏழ்மையின் அசுரத் தாக்குதல் தெரியும்படி வறண்டிருந்த உடம்போடு அவர் காணப்பட்டார். ஆனால் ராமனுடைய காட்டுத்தனமான தலைமுடியையும் தாடியையும், அவரை வரவேற்ற விதத்தில் வெளிப்பட்ட அவனுடைய பித்துக்குளித்தனத்தையும் திக்கலையும் பார்த்துவிட்டு அந்தப் பெரியவர் மருண்டு போய்விட்டார். மிக மோசமாக அவமானப்படுத்தப்பட்டு விட்டதுபோல அவர் உணர்ந்ததில் உடல் படபடத்தது. ஆத்திரம் ஆத்திரமாக வந்தது. தன்னைக் கட்டுப்படுத்திக்கொள்ள முடியாமல், "இவனுக்கெல்லாம் பொண்ணு கேட்டு எதுக்கு விளம்பரம் கொடுக்கறீங்க... இவன் கெட்ட கேட்டுக்கு பொம்மனாட்டி வேண்டிக் கிடக்கா... இப்படி பகல் குடிகாரனா வேறு இருக்கானே... அழுக்குப் பிச்சைக்காரன்கூட இவனை விட நல்லா இருப்பானே... அரைக் கிறுக்குக்கெல்லாம் எதுக்குடா பொண்ணு... இவனுக்கெல்லாம் பொண்ணக் கொடுக்கறதுக்கு அவ கன்னியாவே கெடந்து சாகலாம்... என்ன கருமமடா இதெல்லாம்..." என்று ஆவேசமாய் கொட்டினார். அவர் உடல் உதறியது. ஓவியர் கிராமத்துக்குள் வந்து ராமனைப் பற்றி விசாரித்த அந்தப் பெரியவரை சங்கரன்தான் ராமனுடைய குடிலுக்குக் கூட்டி வந்திருந்தான். சங்கரன், ஒரு வழியாக அவரை சமாதானப்படுத்தி அங்கிருந்து நகர்த்திக்கொண்டு போனான்.

முதல் நாள் முன்னிரவு ராமன், பனங்காட்டின் வழியாகக் காற்றின் ஊளையும் பனையோலைகள் காற்றோடு உராயும்போது எழும் வினோதமான சப்தமும் மேவிக் கலந்து நிரம்பியிருந்த ஓசையைத் தீட்சண்யமாகக் கேட்டபடியே, அவன் அவ்வப்போது செல்லும் கள்ளச் சாராய இடத்துக்குப் போய் நன்றாகக் குடித்துவிட்டு, ஒரு

பாட்டில் சாராயமும் வாங்கி வந்திருந்தான். லேசான தள்ளாட்டத்துடன் திரும்பும்போது காற்றின் ஊளையை எதிரொலிப்பதுபோல் சத்தம் எழுப்ப அவன் எப்போதும் முயற்சிப்பான். அது அவனுக்கு மிகவும் பிடித்தமான செயல். இன்று காலை அவன் வழக்கம் போலத் தாமதமாகத்தான் எழுந்தான். எழுந்ததும், நேற்று வாங்கிவந்த சாராயத்தில் மிச்சமிருந்ததில் இரண்டு கிளாஸ் குடித்தும் விட்டிருந்தான். அதன் தள்ளாட்டமும் அப்போது சேர்ந்துவிட்டிருந்தது. அந்தப் பெரியவர் எதற்காக வந்து சென்றார், ஏன் கத்தினார் என்பதைக்கூட அப்போது அவனால் சரிவரப் புரிந்துகொள்ள முடியவில்லை.

அவனாகத் தனி முயற்சியெடுத்து ஆகக் கூடியதில்லை திருமணம் என்பது அவனுக்கு சமீப நாட்களில் புரிந்து விட்டிருந்தது. உறவுகளோடு அவன் எந்த பந்தமும் கொண்டிருக்காத நிலையில், சொந்தம் எதுவும் முன்னெடுத்து செய்யப் போவதில்லை. இவற்றோடு அவன் உடல் மற்றும் மனநலக் குறைபாடுகள் வேறு. இதையெல்லாம் மீறி துணை கிடைப்பதென்பது சாத்தியமில்லைதான். ஆனால் இந்த ஆசையும் அதற்காக ஒரு பிரயாசையும் கொண்டதையடுத்தும், தன்னுடைய கனவுப் பிரதேசப் புனைவுகளிலிருந்து விலகிப் புது உலகம் படைக்க அவன் மனம் கொண்ட விழைவைத் தொடர்ந்தும் அவனுள் பத்தாண்டுகளாக வீற்றிருந்த அவனுடைய கனவு நங்கை இப்போது அவனிடமிருந்து வெகு தொலைவில் இருப்பதாக அவனுக்குத் தோன்றியது. அவனுக்கு இப்போது ஒரு பிரத்தியட்சப் பெண் துணை வேண்டும். அவன் மனம் கொண்ட இந்த வேட்கையில் அவனுடைய கனவுலகம் மங்கத் தொடங்கியது.

பூமியில் அவன் கால்கள் பாவியிராத நிலையில் அவனை நிலவுக்கு அழைத்துப்போய் அவனுக்கு இதமும் காதலும் தந்தவளும் கடந்த பத்து வருடங்களாக அவனுடைய கனவுலகக் காதல் நாயகியாக அவனுடைய படைப்பு வெளியில் அவனோடு இணைந்து உறவாடியவளுமான அவனுடைய காதல் நங்கையின் கீர்த்திக்காக அவன் பிரமாண்டமான மாளிகைகள் எழுப்பினான். அம்மாடங்களின் கூரைகள் வழியாக பூமியிலிருந்து படர் கொடிகள் சொர்க்கத்தை நோக்கி உயர்ந்தன. அவள் பூமிக்கும் சொர்க்கத்துக்குமான அரசியாகத் திகழ்ந்தாள். நிலவில் அமர்ந்து அவனை அழைக்கவும் பரவசப்படுத்தவும் குழலூதுவாள். அவனை ஏந்தியபடி உயர்ந்து நிற்கும் அவளுடைய உள்ளங்கையில் அவன் ஓய்வெடுப்பான். அப்போது அவளுடைய கை விரல்களில் கொடிகள் படர்ந்து அவனுக்குப் புகலிடம் அளிக்கும். காலம் உறைந்து அவர்களுடைய காதலால் நிரம்பியிருக்கும். தாமரை

தாங்கிய அவளுடைய கை அவனை நட்சத்திரங்களுக்கு நடுவே உயர்த்திப் பிடிக்கும். நிலவில், குதிரை சவாரி செய்வதுபோல் அமர்ந்திருக்கும் அவளுக்காக அவன் குழலூதுவான். அவனுடைய ஒய்யார எழில் மாட உலகில் நிலவினைச் சூடியவளாக அதன் மைய விதானத்தின் உச்சியில் அவள் வீற்றிருப்பாள். ஒரு வினோத மிருகத்தின் வாயில் அவன் தலைக்கொரு திண்டும் காலுக்கொரு திண்டுமாகப் படுத்திருக்க, அவன் அருகில் அமர்ந்து அவனுடைய கரத்தோடு தன் கரம் கோர்த்து நடனமாடுவாள். ஆறு தலைகள் கொண்ட பருத்த நாகவுடல் படுக்கையின்மீது அவளுடைய உடலும் பாம்புத் தலைகளின்மீது அவளுடைய தலையும் சாய்ந்திருக்க திருமாலைப்போல சயனித்திருந்தபடி அவனுக்காகப் பண்ணிசைப்பாள். யானையின்மீது வீற்றிருந்து அவனுக்கு அருள் பாலிக்கும் அம்பிகை அவள். நாகலோக ராணி. கடலடி உலகில் பெரும் சிப்பிக்குள் எண்ணற்ற கோலங்கள் கொண்டிருப்பவள். அவளே மச்சக்கன்னி; அவளே கடல் ராணி; அவளே கருட வாகன தேவதை. அவளே பெண்மையின் சொரூபம். அவளே பெண் ரூப விஷ்ணு; விஷ்ணு ரூபப் பெண். அவனுடைய நாகரிகக் கோமகன் தோற்றத்துக்கு இணையாக, முழுநீள ஸ்கர்ட்டும் முழுக்கை மேலாடையும் அணிந்திருக்கும் நவநாகரிகக் கோமகள்.

பத்தாண்டு காலக் கனவுலகக் காதல் வாழ்வு. பரிபூரண மெய்க்காதல். வெளியும் காலமும் எல்லைகளும் முடிவுமற்றுத் திகழ்ந்த ஒரு விந்தைப் பிரதேசத்தில் வாழ்ந்த அவர்கள் இருவரும் பூமியைச் சேர்ந்த மானுடர்கள்தான். ஆனால் பூமியிலிருந்து வெகு வெகு தொலைவில் அவர்கள் விலகியிருந்தார்கள். அவளைக் கனவுப் பிரதேசப் படிமத்திலிருந்து, நடப்புலகின் ரூபமாக மாற்றியாக வேண்டும். அவளின் துணையைக் கைவிட்டு விட முடியாது. பிரத்தியட்சத் துணையாக அவள் பூமிக்கு வர வேண்டும்.

கடந்த பத்து வருடங்களாக இந்த யதார்த்த உலகோடு சகஜமாகவும் அனுசரணையாகவும் உறவாட முடியாத நிலையில் அவனுடைய கனவுப் பிரதேசத்தின் விந்தைப் புனைவுலகப் படைப்பு வெளி மட்டுமே அவனுக்கு உற்ற துணையாக இருந்து வந்திருக்கிறது. அதை விதவிதமாய் உருவாக்கி அதில் வாழ்ந்திருப்பதைத் தவிர வேறு எந்த ஒன்றையும் செய்ய அறிந்திராதவன் அவன்.

அவன் தன் கற்பனையில் ஓர் அழகிய விந்தை உலகைக் கண்டான். அதை அபாரத் திறனோடு சிருஷ்டித்தான். அவ்வுலகின் எல்லா ரகசியங்களையும் புதிர்களையும் அவன் தன் படைப்புகளின் வழியாகக் கண்டடைந்துவிட்டான். ஆனால் இன்று, அந்தப் பழக்கப்பட்ட

பயணம் படிந்து போய்விட்டதில் அவனுக்குப் பெரும் சலிப்பு ஏற்பட்டுவிட்டிருந்தது. அவனுடைய கலைத்திறனின் அபார ஆற்றல் காரணமாக, அவன் மிகமிக நெருக்கமான, தீர்க்கமான, வெகு இயல்பாக சலனிக்கக்கூடிய கோடுகள் மூலம் கனவுப் பிரதேசத்தின் பிரமாண்டத்தை எழிலாகவும் ஒய்யாரமாகவும் எழுப்பிவிடவும், அவனுடைய பிரத்யேக உத்தியான தண்ணீரில் லேசாக அலசி விடுவதன் மூலம் அல்லது ஈரப்பதமான தாளின் மூலம் விந்தை உலகின் மாயத்தை அவனால் சிருஷ்டித்துவிடவும் முடிந்தது. இப்போது அது அவனிடம் ஒரு படிந்துபோன கலைச் செயல்பாடாகி விட்டது. அதிலிருந்து மீள வேண்டும். புதிய உலகை சிருஷ்டிக்க வேண்டும். சிருஷ்டிகரத்தின் பெரும் கருணை அவனுக்குக் கிடைத்திருக்கிறது. அதன் ஆசியில்தான் அவன் வாழ்ந்துகொண்டிருக்கிறான். சிருஷ்டிகரம் அவனுக்குப் புதிய திசையை நிச்சயம் காண்பிக்கும் என அவன் நம்பினாலும், அவனுடைய பிரயாசைகள் வியர்த்தமாகிக்கொண்டிருந்தன.

அவனுடைய பேனாவும் மையும், தூரிகையும் வண்ணங்களும், மனமும் விரல்களும் அதி அற்புதமான நிகரற்ற குதிரைகள் என்பதில் சந்தேகமில்லை. எந்த எல்லையையும் அசாத்தியமாக அடைந்துவிடக்கூடிய பெரும் சிறகுகள் கொண்ட குதிரைகள். ஆனால் இன்று அவை அவனுடைய கனவுப் பிரதேசத்தின் சகல பாதைகளிலும் பயணம் செய்து பழக்கப்பட்டுவிட்டன. போகுமிடம் அறிந்து அங்கு சென்று சேர்ந்துவிடக்கூடிய குதிரைகள், சடுதியில் கச்சிதமாய் சென்று சேர்ந்துவிடுகின்றன. இது அவனுக்குப் புதிய மன நெருக்கடியையும் கலை ரீதியான சவாலையும் உண்டுபண்ணியிருந்தது. இந்தத் தொடர் ஓட்டத்துக்கு இடம் கொடுக்கக் கூடாது என்று சங்கல்பம் செய்துகொண்டிருந்தான். இனியான கலைப் பயணம் புதிய பிரதேசத்தை, புதிய படிமங்களைக் கண்டடைவதாக இருக்க வேண்டும். புதிய பாய்ச்சல், புதிய படிமம், புதிய படைப்புலகம்.

பொதுவாக மண்ணில் அவனுடைய நடமாட்டம், ஒரு நிலவுவாசி பூமிக்கு வந்துவிட்டதைப் போல, ஏதும் புரியாததாகவும், இயல்பற்றதாகவும், பெரும் தடுமாற்றம் கொண்டதாகவும், மிக அந்நியமானதாகவும்தான் இருந்துகொண்டிருந்தது. அதிலிருந்து விடுபட அவன் இவ்வளவு காலமும் அவனுடைய ஆழ்மனம் மேற்கொண்ட கனவுப் பயணத்தில் வானையும் நிலவையும் அடைந்துகொண்டிருந்தான். அங்கு அவன் சுபாவமாயும் குதூகலமாயும் வாழ்ந்துகொண்டிருந்தான்.

ராமன் உருவாக்கிய தனிப்பட்ட புராணிகங்கள்தான் இதுவரையான அவனுடைய படைப்புகள். அவனுள் புதையுண்டிருக்கும் தொன்மமான ஆயிரங்கால் மண்டபத்தில் ஒரு சிறு பகுதி மட்டுமே - சில தூண்கள் மட்டுமே - ஒளி பெற்றதில் உருவானவை அவை. இனியும் எவ்வளவோ தூண்கள் - பல பகுதிகள் - இருண்டு கிடக்கின்றன. அவன் இனி செய்ய வேண்டியதெல்லாம் மேலும் சில தூண்களுக்குச் சுடரேற்றுவதுதான். அவனுடைய கலை பிரயாசைகளில் அது நிச்சயம் கைகூடும். ஒளி பெற்றுப் பிரகாசிக்கவிருக்கும் புதிய தூண்களிலிருந்து புதியதோர் படைப்புலகை அவன் நிர்மாணிப்பான். அதன்மூலம், அவன் தன் படைப்புகளில் இயற்கையில் உள்ளுறைந்திருக்கும் பேரழகையும் ரகசியங்களையும் புதிர்களையும் தரிசிப்பான். தொன்மத் தூண்களிலிருந்து அவனுடைய புதிய புராணிகங்கள் உயிர்த்தெழும்.

மீண்டும் மீண்டும் மனதை உருவேற்றிக்கொள்வதும், மீண்டும் மீண்டும் சரிந்து சோர்வின் பாதாளத்துக்குள் விழுந்து தவிப்பதுமாக அவன் நாட்கள் கடந்துகொண்டிருந்தன.

## 11

சமீப நாட்களாக ராமனின் குடிலில் எங்கிருந்து வருகிறதென்று தெரியாத இரைச்சலும் ஏதேதோ நடமாட்டங்களும் அதிகரித்துக்கொண்டிருந்தன. அவன் மூளையையும் ஏதோ ஒன்று கருமிக்கொண்டிருப்பது போல ஓயாத நமநமச்சல். உள்ளும் புறமுமான இந்த இம்சையில் அவன் முன்னெப்போதையும் விடக் கூடுதலாக வாட்டமும் மோசமான மனநிலையும் கொண்டிருந்தான். அவன் புதிய படைப்புலகுக்குள் பிரவேசிக்கவும் சிருஷ்டிக்கவும் வேட்கை கொண்டிருந்தபோதிலும் அவனால் கேன்வாஸ் முன் அமர முடியவில்லை. அவனைச் சுற்றிலும் என்ன நடந்துகொண்டிருக்கிறது என்பதை அவனால் கொஞ்சமும் அனுமானிக்க முடியவில்லை. அவன் வரைவதற்கு எதிரான ஒரு சதி பின்னப்பட்டுக்கொண்டிருப்பதாக அவனுக்குத் தோன்றியது. அதிலிருந்து தப்பிக்கும் மார்க்கமும் அவனுக்குத் தெரிந்திருக்கவில்லை.

மேலும், கடந்த சில நாட்களாக ஒரு ஓநாய் அவனைக் கண்காணித்தபடி அவனைப் பின்தொடர்ந்துகொண்டிருப்பதுதான் அவனுக்குப் பெரும் பீதி அளிப்பதாக இருந்தது. அவனுடைய குடிலைச் சுற்றிலும் சமயங்களில் குடிலுக்குள்ளும் அது தென்பட்டுக்கொண்டிருந்தது. அது தட்டுப்படும் போதெல்லாம் தேவி அங்கு இல்லாதிருந்தது வேறு அவனுக்குப் பெரும் கவலையளித்தது. தேவி இருந்தால்

கொஞ்சம் நிம்மதியாக இருக்கும்போலத் தோன்றியது. தேவி இல்லாத சமயமாகப் பார்த்துத்தான் அந்த ஓநாய் வந்துகொண்டிருப்பதாகவும் தெரிந்தது. எப்போதும் தேவி உடனிருந்தால் இந்தப் பிரச்சனையை சமாளித்துவிடலாம். ஆனால், அதற்கு என்ன செய்ய வேண்டுமென்று அவனுக்குத் தெரிந்திருக்கவில்லை. ஓநாயின் நடமாட்டம் பற்றிப் பிறரிடம் சொல்லவும் அவனுக்குத் தயக்கமாக இருந்தது. அவன் பார்த்தது ஒருவேளை மாயையாக இருக்கலாம். ஆனால் நிச்சயம் பொய்யில்லை. சொன்னாலும் யாரும் நம்பப் போவதில்லை. கேலியும் கிண்டலும் இன்னும் அதிகரிக்கும். சமயங்களில் இங்கு திரும்பவும் வந்திருக்கக் கூடாதோ என்றுகூட மனம் சஞ்சலப்படும். ஆனால் இங்கு வந்திருக்காவிட்டால் வேறு எங்கிருந்து அவன் இவ்வளவு வரைந்திருக்க முடியும்; அவனுடைய படங்களை எவ்வளவோ பேர் வாங்கிச் சென்றிருக்கிறார்கள். வேறெங்கு இருந்திருந்தாலும் இது நடந்திருக்காது என்று சமாதானப்பட்டுக்கொள்வான். ஆனாலும் சக மனிதர்களோடு உறவாடுவதுதான் அவனுக்கு சகஜமற்றதாக இருந்தது. எப்போதாவது ஒருநாள் ஓவிய நண்பர்களோடு அவன் குஷியாக இருந்திருக்கிறான்தான். இல்லையென்று சொல்வதற்கில்லை. அவனிடம் காசிருக்கும் போது, அவனை உசுப்பேற்றி அவனைப் பாடச் சொல்லி, அதைக் கேட்கும் சாக்கில் வடையும் டீயும் அவர்கள் வாங்கி சாப்பிட்டிருக்கிறார்கள். அவனும் தன்னுடைய ஒரே மெட்டில் சலிக்காமல் பாடி சந்தோஷப்பட்டிருக்கிறான். அவர்களுடைய நோக்கமும் கேலியும் அறியாது வெள்ளந்தியாக இருந்திருக்கிறான். ஆனால் எப்போதுமாக எவரோடும் ஒட்டி இருக்க முடிவதில்லை அவனால், பொதுவாக எல்லோரிடமிருந்தும் வெகு தொலைவிலேயே அவன் எப்போதும் இருந்துகொண்டிருந்தான். சமீப நாட்களாக இந்தத் தொலைவு, தொலைவுக்கும் அப்பால் வெகு தொலைவிலிருந்தது.

ஒருநாள் காலை அவன் கண் விழித்தபோது, அவனருகில் ஓநாய், நாக்கைத் தொங்கப் போட்டபடி, தன் கோரைப் பற்களைக் காட்டிக்கொண்டு சாதுவாக உட்கார்ந்திருந்தது. அவன் விதிர்விதிர்த்துப் போய் எழுந்து உட்கார்ந்தான். அது அவனையே அமைதியாகப் பார்த்துக்கொண்டிருந்தது. அது அவனை எங்கோ கூட்டிச் செல்வதற்காக வந்து, அவன் தயாராவதற்காகக் காத்துக்கொண்டிருப்பதைப் போலிருந்தது. அது பிரமையா, நிஜமா என்று நிச்சயமில்லாமல் இருந்தது. ஆனால், இருவரும் அருகருகாக அமர்ந்து ஒருவரை ஒருவர் பார்த்துக்கொண்டிருந்தார்கள். அவன் கலக்கத்தோடும் பீதியோடும்; அது அமைதியாகவும் எதிர்பார்ப்போடும். ஓரிரு நிமிடங்களில் அது மெள்ள நகர்ந்து அவனைத் திரும்பிப் பார்க்காமல் வெளியேறிவிட்டது.

அவன் அதிர்ச்சியிலிருந்து மீளாது அப்படியே உட்கார்ந்திருந்தான். மூச்சு திணறியது. அவனுடைய படைப்புலகில் எவ்வளவோ விலங்குகளும், பறவைகளும், தெய்வீக மானுடர்களும் பல்வேறுபட்ட விந்தை ரூபங்களில் வெளிப்பட்டிருக்கிறார்கள். ஆனால் ஒரு ஓநாய் எந்த ரூபத்திலும் வெளிப்பட்டதில்லை. ஒரு புதிய படைப்புலகுக்குள் பிரவேசிப்பதற்கான தொடக்கமாக அது இருக்கக்கூடுமென அவனுக்குத் தோன்றியது. இந்த எண்ணம் அவனுக்கு ஆசுவாசமளித்தது. அன்று பகலில் அவன், வானில் கரும் மேகங்கள் திட்டுத் திட்டாய் அடர்ந்திருக்க, அவனும் ஓநாயும் அருகருகாக அமர்ந்திருக்கும் ஒரு ஓவியத்தை வரைந்தான். அந்த ஓவியத்தில் ஒரு மிகப்பெரிய யானை தும்பிக்கையை உயர்த்தி அவர்களை ஆசிர்வதித்துக்கொண்டிருந்தது. அதுதான் ராமன் கடைசியாக வரைந்த அநேகமாக முற்றுப்பெற்ற ஓவியம். (எனினும் அதில் அவர் கையொப்பம் இல்லையென்பதால் அது முழுமையடையாததாகவும் இருக்கலாம்.)

இது நடந்து ஒரு மாதத்துக்கும் மேலிருக்கும். அதற்குப் பின் அந்த ஓநாய் அவன் கண்ணில் தட்டுப்படவே இல்லை. ஆனால் அதற்கடுத்து வந்த நாட்களில் குடிலுக்குள் அதன் ரகசிய நடமாட்ட சப்தம் அவன் காதுகளுக்குக் கேட்டபடி இருந்தது. நாளுக்கு நாள் அது அதிகரித்துக்கொண்டிருந்தது. அவன் அதைப் பொருட்படுத்தாமல் இருக்கும் முனைப்போடு, வரைவதற்கு மனதை ஊக்கப்படுத்திக்கொண்டு சிறு ஸ்டூல்மீது கேன்வாஸை வைத்துவிட்டு, கீழே குத்துக் காலிட்டு உட்கார்ந்துகொள்வான். மனம் எந்த ஒன்றிலும் நிலை கொள்ளாது தத்தளிக்கும். ஏதோ ஒன்றைத் தொட்டு, அதன்போக்கில் நகர்ந்து செல்லலாமென முயற்சிப்பான். வெள்ளைக் கித்தான் அவனைப் பார்த்து பரிகசிப்பது போலிருக்கும். அப்படியே இரு கால்களையும் கைகளால் பிணைத்தபடி தலையைக் கை வளைவுகளுக்குள் கவிழ்த்துக்கொண்டுவிடுவான். கொஞ்ச நேரத்தில் சட்டையை எடுத்து மாட்டிக்கொண்டு பனங்காட்டுக்கு சாராயம் குடிக்கச் சென்று விடுவான்.

பகலெல்லாம் குகையில் தூங்கிக் கழித்து, இரவில் இரை தேடிப் புறப்பட்டுவிட்ட ஒரு விலங்கைப் போல அவன் மனம் எதையோ தேடிச் சலித்துக்கொண்டிருந்தது. ஒருநாள் மாலை அங்கு வசிக்கும் கலை விமர்சகர் ஜேம்ஸைப் பார்த்து தான் இனி எத்தகைய படைப்புலகிற்குள் பிரவேசிக்க முயற்சிக்கலாமெனக் கேட்டறிய விரும்பி அவரைப் பார்க்கச் சென்றான். அவர் அவனை ஓரளவு தொடர்ந்து அவதானித்து வந்திருப்பவர். அவனுடைய கலைத்திறனிலும்

மேதைமையிலும் அபார நம்பிக்கை கொண்டவர். இப்போது அவன் தன்னை முற்றிலுமாக மாற்றிக்கொண்டு புது மனிதனாக வாழ்வை ஸ்பரிசிக்க ஆசை கொண்டுவிட்டிருந்தான். அவனுடைய வாழ்வின் திசையை மட்டுமல்ல; படைப்பின் திசையையும் மாற்றியாக வேண்டும். படைப்பின் திசையை மாற்ற அவர் உதவக்கூடுமென அவன் நம்பினான். அவனுடைய அந்த நம்பிக்கையும் அவனைக் கைவிட்டு விட்டது. அந்த சந்திப்பு அவனை முன்னைவிடவும் மோசமான நெருக்கடிக்கு ஆளாக்கிவிட்டது. ‘கனவுலகமும் அதன் விந்தைப் புனைவும்தான் அவனுடைய படைப்புலகம். படைப்பு உருவாக்கத்தில் அவன் அடைந்துவிட்டிருக்கும் அபார ஞானம் மட்டுமே வேறொரு படைப்புவெளிக்குள் அவன் பிரவேசிக்கக் கைகொடுத்துவிடாது. அவனுடைய சுபாவமான படைப்புலகிலிருந்து அவன் வெளியேற முயற்சிப்பது உசிதமான காரியமல்ல. அப்படியேதும் பிரயாசைப்பட்டால் அது அவனுக்கு இன்னும் மோசமான மனச்சோர்வையும் அழுத்தத்தையுமே தரும்’ என்று மிகவும் தீர்மானமாகவும் தீர்க்கமாகவும் அவர் சொல்லிவிட்டார். அவனுக்கு எதுவும் பேசத் தோன்றவில்லை. தாளமுடியாத விரக்தி அவனுள் கவிழ்ந்தது. சட்டென எழுந்து வெளியில் வந்தான். முற்றிலும் நம்பிக்கை சிதைந்தவனாக அடுத்து என்ன செய்வதென்று அறியாதவனாக மலைத்துப்போய் நின்றுவிட்டிருந்தான். அந்த இடத்தை விட்டே விலகி எங்காவது சென்றுவிட வேண்டுமென்று தோன்றியது. மனம் கொந்தளித்துக்கொண்டிருந்தது.

இப்போதைக்கு பனங்காட்டின் ஊளையைத் தவிர வேறெதுவும் இதமளிக்கப் போவதில்லை என்பது மட்டும் அவனுக்கு நிச்சயமாகத் தெரிந்தது. எதெதிலிருந்து எல்லாமோ அவ்வப்போது ஒலித்த, விட்டு விலகி வரும்படி அழைத்த மாயக் குரல்களோடு ‘உன்னால் புதுவுலகை சிருஷ்டிக்க முடியாது’ என்ற நிஜக் குரலும் இப்போது சேர்ந்துகொண்டுவிட்டிருந்தது. பனங்காட்டின் ஓசை, இக்குரல்களைத் துரத்திவிடும் மாயம் கொண்டது.

பனங்காட்டைக் கடந்து சென்றால், அதன் கடைசியில் ஒரு கிராமத்துக்குச் செல்வதற்கான பாதையில் ஏறும்போது தனித்திருக்கும் ஒரு குடிசையில்தான் சாராயம் கிடைக்கும். எப்போதாவதுதான் அக்குடிசையின் திண்ணையில் அமர்ந்து அங்கு தரப்படும் கருவாட்டோடு சேர்த்து மூணு, நாலு கிளாஸ் குடிப்பான். பொதுவாக ஒரு பாட்டிலில் வாங்கி வந்து இரவில் குடிலில் குடிப்பதுதான் அவன் வழக்கம். அவன் பனங்காட்டினுள் நடந்துகொண்டிருந்தபோது

பனை ஓலைகள் காற்றோடு உரசி எழுந்த மிதமான சப்தத்தில் தன் மனதைக் குவித்திருந்தான். மாலை வெயில் மங்கிக்கொண்டிருந்த நேரம். காற்றின் இதமான வருடல்களில் அவன் மனதின் சிடுக்குகள் வெளியேறிக்கொண்டிருந்தன. அவன் லேசாகிக்கொண்டிருந்தான்.

மனதின் ஆசுவாசத்தைப் பூரணமாக்கிக்கொள்ளும் விருப்பத்தோடு, அப்படியே ஒரு பனை மரத்தடியில் உட்கார்ந்துகொண்டான். சூரியன் அஸ்தமனத்துக்காக ஆரஞ்சும் மஞ்சளும் சிவப்பும் மேவிக் கலந்த வண்ணப் பிரகாசத்தோடு இறங்கிக்கொண்டிருந்தது. அந்த நாளுக்கான அதன் கடைசி வெளிச்சம் பனை ஓலைகளினூடாகச் சிதறி அவன் உடல்மீது தெறித்திருந்தது. பனங்காட்டின் மெல்லிய ஊளையை அவன் உன்னிப்பாக உள்வாங்கிக்கொண்டிருந்தான். அவனைக் குறித்த ஒரு நிறைவு அவனுக்குள் சுரந்துகொண்டிருந்தது. லௌகீக வாழ்க்கை அவனுக்கு ஆறுதலற்றதாக இருந்தபோதிலும், அவன் உருவாக்கிக்கொண்ட கலை வாழ்க்கை பரிபூரணமாக இருந்திருக்கிறது. அதில் அவன் திளைத்து வாழ்ந்திருக்கிறான். சிருஷ்டிகரத்தின் பெரும் கருணையை அவன் பரிபூரணமாக அனுபவித்திருக்கிறான். போதும். நிச்சயமாகப் போதும்.

அவன் எழுந்துகொண்டான். சாராயக் குடிசைக்குச் செல்வதைக் கைவிட்டு, திரும்பி பிரதான சாலையில் இருக்கும் ஒயின் ஷாப்பை நோக்கிச் சென்றான்.

அவனுக்குப் பிடித்தமான ஜான் எக்ஸ் ஷா பிராந்தி முழு பாட்டிலாக இல்லாததால் இரண்டு அரை பாட்டில்கள் வாங்கிக்கொண்டான். பக்கத்திலிருந்த பரோட்டா கடையில் அவனுக்கும் தேவிக்குமாக உணவு வாங்கிக்கொண்டான். கொஞ்சம் தள்ளியிருந்த அந்தப் பகுதியின் ஒரே பலசரக்குக் கடைக்குச் சென்று மூன்று பாக்கெட் சிகரெட் வாங்கிக்கொண்டதோடு, அக்கடையின் பக்கவாட்டுப் பலகையில் அடுக்கி வைக்கப்பட்டிருந்த பூச்சிமருந்து பாட்டில்களில் ஒன்றையும் எடுத்துக்கொண்டான்.

ஒரு ஜட்காவில் ஏறிக் குடிலுக்குத் திரும்பினான். வானம் இருண்டுவிட்டிருந்தது.

முடிப்பு
# சந்திப்பு: 3

பூமியில் மனிதன் தன் பணி முடிந்ததும் உலக வாழ்விலிருந்து துண்டித்துக்கொண்டு, விடைபெற்றுக்கொள்ள முடிந்தால் அதுவே விவேகமான காரியமாக இருக்க முடியுமென்று தோன்றுகிறது. இளம் மேதைகள் விஷயத்தில் இதுதான் நிச்சயம் அழகான முடிவாக இருக்கமுடியும். இளம் மேதைகள் இளம் பிராயத்திலேயே தங்கள் கனவுகளின் உச்சத்தை எட்டிவிடுவதோடு அவ்வுலகில் பரிபூரணமாக வாழ்ந்தும் விடுகிறார்கள். தங்கள் துறை சார்ந்த மேதைமையின் சிகரத்தை எட்டிவிட்ட பிறகு, முதலில் மரணம் நேர்வது அவர்களுடைய கனவுகளுக்குத்தான். கனவுகளின் மரணத்துக்குப்பின் வாழ நேர்வது துரதிர்ஷ்டவசமானது மட்டுமல்ல; அவலமும்கூட. அப்படி நேராமல் தடுத்தாட்கொள்ளும் அழகிய சாதனம்தான் மரணம்.

ராமன், நவீன தமிழ்க் கலை உலகில் ஓர் இளம் மேதை. தன்னுடைய 33ஆவது வயதில் இவ்வுலக வாழ்விலிருந்து தன்னைத் துண்டித்துக்கொண்டுவிட்டவர். கணிதமேதை ராமானுஜத்துக்கு அவருடைய 33ஆவது வயதில் உடல்நலம் குன்றி மரணம் நேர்ந்தது. ராமன் தன்னுடைய 33ஆவது வயதில் மனநலம் குன்றி மரணத்தை நிகழ்த்திக்கொண்டார்.

ஒருநாள் காலை கண் விழித்த அந்த நொடியில் அன்றைய தேதி நினைவில் தட்டியது. ஜூன் 4. ஓவியர் ராமன் வாழ்வுடனான தன் உறவைத் துண்டித்துக்கொண்ட நாள். இறந்த வருடத்தைக் கணக்கிட்டபோது, அது நாற்பதாவது நினைவு நாள் என்பது தெரிந்தது. டக்ளஸைப் பார்க்க மனம் விழைந்தது. காலையில் அவருடன் செல்பேசியில் தொடர்புகொள்வது சிரமம். பொதுவாக, அவர் எங்கும் வெளியில் செல்பவரில்லை. நகரில் ஏதாவது முக்கியமான ஓவிய, சிற்பக் கண்காட்சி நடந்தால் வருவார். அம்மாதிரி சமயங்களில்

பெரும்பாலும் எனக்குத் தெரிவிப்பார். முடிந்தவரை நானும் கண்காட்சிக்கு செல்ல முயற்சிப்பேன். இருவரும் அங்கு சந்தித்துப் பின்னர் ஒரு நல்ல பார் சென்று மதுவருந்துவோம். அன்று அப்படி எதுவும் இல்லை. ஒன்று ஓவியர் கிராமத்தில் வீட்டில் இருப்பார் அல்லது அங்கேயே பக்கத்திலிருக்கும் அவருடைய ஸ்டூடியோவில் இருப்பார். போனால் பார்த்துவிடலாம் என்ற நம்பிக்கை இருந்தது.

காலை 11 மணியளவில் அவர் வீடு போய்ச் சேர்ந்தேன். மிகச் சிறிய அழகிய வீடு அது. படர்கொடிகளும் எண்ணற்ற தொட்டிச் செடிகளும் முகப்பில் அடர்ந்திருக்கும். கல் மற்றும் செராமிக் சிற்பங்கள் இடை இடையே நிறைந்திருக்கும். மிகச் சிறிய இரும்பு கேட்டைத் திறந்துகொண்டு நுழையும்போதே மனதில் மெல்லிய பரவசம் படரத் தொடங்கியது.

டக்ளஸ் வீட்டில்தான் இருந்தார். ஏதோ என்னை எதிர்பார்த்துக் காத்திருந்தவர் போல அவர் முகம் பூத்தது. 'குட்மார்னிங்' என்றபடி நான் கையை நீட்டினேன். வழக்கம்போல தன் நுனி விரல்களால் என் விரல் நுனிகளைத் தொட்டார். முழுவதுமாகக் கையோடு கை சேர்ப்பதோ, குலுக்குவதோ, அழுத்துவதோ அவர் சுபாவமில்லை. நான் அகன்ற மர சேரில் உட்கார்ந்தபடி, சிகரெட் பற்றவைத்துக்கொண்டு அந்தச் சிறிய முன்னறையை நோட்டமிட்டேன். அவர் என்னை உட்காரச் சொல்லிவிட்டு உள்ளறைக்குச் சென்றுவிட்டிருந்தார். அந்தச் சிறு முன்னறையின் கடைசியிலிருந்து மாடிக்குச் செல்லும் படிக்கட்டுகளின் பக்கவாட்டுச் சுவரில், நான் அதுவரை பார்த்திராத அவரின் ஒரு ஓவியம் மாட்டப்பட்டிருந்தது. ஒரு மூன்றடுக்கு பால்கனியின் மேல்பால்கனியில் ஒரு குழந்தை முகம்; நடுபால்கனியில் ஒரு பெரிய முட்டை; கீழ்பால்கனியில் ஒரு மண்டையோடு. வாழ்வியக்கத்தின் சூட்சுமத்தை அதிர்வூட்டும் வகையில் அந்த ஓவியம் வெளிப்படுத்திக் கொண்டிருந்தது. நான் எழுந்து சென்று அதன் முன் நின்று, கண்ணாடி அணிந்துகொண்டு உன்னிப்பாகப் பார்த்தேன்.

'பக்கார்டி லெமன்' முழு பாட்டில் மற்றும் இரண்டு கண்ணாடி டம்ளர்களோடு உள்ளிருந்து வந்த டக்ளஸ், ''புடிச்சிருக்கா'' என்று கேட்டார். ''ரொம்பவே'' என்றேன் நான். மெல்லிய புன்முறுவலோடு ஒரு சிகரெட் பற்ற வைத்துக்கொண்டு மீண்டும் உள்ளறைக்குச் சென்றார். நான் மர சேரில் வந்து உட்கார்ந்துகொண்டு சிகரெட்டின் கடைசி இழுப்பை இழுத்துவிட்டு, சாம்பல் கிண்ணத்தில் அதை அணைத்தேன். அந்த அழகிய பீங்கான் சாம்பல் கிண்ணம் கிட்டத்தட்ட நிறைந்திருந்தது. கண்கள் மறுபடியும் அந்த ஓவியத்தை

நோக்கின. 'வாழ்க்கை; படைப்பு; மரணம்' என்று மனதுக்குள் சொல்லிக்கொண்டேன். உடனேயே, 'விளக்கமல்ல ஓவியம். விளக்குவது விவேகமற்ற செயல். படைப்பாக்கத்தின்போது வாழ்வும் சிந்தனையும் கலையும் முயங்குவதில் முகிழ்க்கும் லயம்தான் கலை. அது அற்புதமாக இதில் கூடிவந்திருக்கிறது' என்றும் மனம் சொல்லிக்கொண்டது.

தண்ணீர் பாட்டில், கொறிக்கும் பதார்த்தங்களுடன் வந்து குறுமேஜையின்மீது வைத்துவிட்டு எதிரில் இருந்த சேரில் உட்கார்ந்துகொண்டு, சிகரெட்டை அணைத்துவிட்டு, 'பக்கார்டி' பாட்டிலைத் திறந்து இரண்டு கண்ணாடி டம்ளரிலும் ஊற்றினார். அவருக்குப் பாதி டம்ளர் அளவுக்குத் தண்ணீர் விட்டுக்கொண்டு எனக்கு டம்ளர் நிறையத் தண்ணீர் விட்டு, எடுத்துக் கொடுத்தார். பெற்றுக்கொண்டு, 'சியர்ஸ்' என்றேன். அவர் தலையை மட்டும் தாழ்த்தி நிமிர்த்தினார். ஒரு மடக்கு குடித்துவிட்டுக் கீழே வைத்தவர், ஒரு சிகரெட்டைப் பற்ற வைத்துக்கொண்டு, ''எந்த அளவு நகர்ந்திருக்கிறது, ராமன் பற்றிய புத்தகம்'' என்று கேட்டார்.

''... ம்... பரவாயில்லை'' என்றபடி, ''இன்று ராமனின் நாற்பதாவது நினைவு நாள்'' என்றேன்.

சட்டென்று கண்ணாடி டம்ளரைக் கீழே வைத்துவிட்டு, ''நாற்பது வருடம் கடந்துவிட்டதா?'' என்றார். நான் எதுவும் சொல்லவில்லை. கனத்த மௌனம் உறைந்துவிட்டிருந்தது. சில கணங்களுக்குப் பிறகு, ''அந்த நாளை உங்களால் நினைவுபடுத்த முடியுமா?'' என்று சன்னமான குரலில் கேட்டேன். ஆனாலும் என் குரல் விபரீதமாக ஒலிப்பது போல் எனக்குத் தோன்றியது. ஆனால் அவர் அமைதியாகத் தலை குனிந்திருந்தார். ஓரிரு நிமிஷங்களுக்குப் பிறகு, அவருடைய வழக்கமான, சாதுவான குரலில் ஆங்கிலத்திலும் தமிழிலுமாகப் பேசத் தொடங்கினார். அவருடைய ஆங்கிலம் சரளமானது; வெளியீட்டில் துல்லியம் கூடியது. அவருடைய தமிழ், மலையாள வாடையோடும், சின்னச் சின்ன வார்த்தைகளாகவும், துல்லியமற்ற வாக்கியங்களாகவும் வெளிப்படுவது.

''என் வாழ்க்கையில் அது மிகவும் துயரம் தோய்ந்த ஒரு நாள். மழை கொட்டிய ஓர் இரவு அது. இரவு மணி இரண்டு, இரண்டரை இருக்கும் அவருடைய பிரியமான நாய் தேவி, படுபயங்கரமாகவும் ஆழ்ந்த சோகத்தோடும் வெளிப்படுத்திய நெடிய துயர ஊளை இப்பகுதியை உலுக்கியெடுத்தது. மழை நின்றுவிட்டிருந்த பின்னிரவில் கடலோசை மட்டும் கொந்தளிப்புடன் கேட்டுக்கொண்டிருந்தது. அதையும்

மேவி நாயின் ஓலம் இரவை நடுநடுங்க வைத்துக்கொண்டிருந்தது. சோகம் ததும்பிய நெடிய ஊளை. நான் விழித்துக்கொண்டுவிட்டேன். ஒவ்வொரு குடிசைக்கு முன்பாகவும் வீட்டுக்கு முன்பாகவும் நின்று அது விடாமல் ஊளையிட்டுக்கொண்டிருந்தது. எங்கள் குடிலுக்கு முன் அது தன் துயரம் தோய்ந்த ஊளையை வெளிப்படுத்தியபோது நான் எழுந்து உட்கார்ந்துகொண்டேன். ஏதோ விபரீதம் நடந்துவிட்டிருப்பதை அதன் ஊளை உணர்த்தியது. நான் வெளியில் வந்தேன். வாசலில் நின்றிருந்த தேவி என்னைப் பார்த்ததும், என்னருகில் வந்து, என் சட்டையின் கீழ்முனையைப் பிடித்து இழுத்தது. நான் அதோடு சேர்ந்து நகர்ந்தேன். பிறகு, அது ராமனின் குடிலை நோக்கி ஓடியது. நான் ஓட்டமும் நடையுமாக அதைப் பின்தொடர்ந்தேன்.

குடிலுக்கு வெளியே மணல் முற்றத்தில் மழை ஈரத்தில் ராமன் ஒருக்களித்துப் படுத்துக் கிடந்ததைப் பார்த்ததும், பதறிப் பதைபதைத்து அருகில் சென்று குனிந்து அவரை உசுப்பினேன். ஒரு அசைவுமில்லை. தேவியைப் பார்த்தேன். அது பின்னங்கால்களை மடித்து, முன்னங்கால்கள் இரண்டையும் ஒன்று சேர்த்து அவரை வணங்குவது போல் உட்கார்ந்திருந்தது. நான் நெருக்கமாகக் குனிந்து அவர் முகத்தைப் பார்த்தேன். வாயோரம் நுரை ஒழுகிக்கொண்டிருந்தது. அப்போதுதான் பிராந்தி பாட்டிலும் பக்கத்தில் பூச்சி மருந்து பாட்டிலும் கிடப்பது கண்ணில் பட்டது. ஒரு கணம் என் இதயத் துடிப்பு நின்றுவிட்டதைப் போலிருந்தது. என் உடல் விதிர்விதிர்த்து, அப்படியே சரிந்து அவர் உடல் மீது விழுந்துவிடுவதைப் போலத் தடுமாறியது. ஒரு வழியாக சுதாரித்து எழுந்துகொண்டு பணிக்கர் வீட்டை நோக்கி ஓடினேன்...''

டக்ளஸ் ஓரிரு கணங்கள் அமைதியாக இருந்தார். ஒரு சுற்று மதுவைக் குடித்து முடித்திருந்தோம். இரண்டு கிளாஸ்களிலும் ஊற்றினார். அவர், மிகக் குறைவாகத் தண்ணீர் விட்டு அப்படியே ஒரே மடக்கில் குடித்துவிட்டு சிகரெட் பற்றவைத்துக்கொண்டார். நான் என்னுடைய கிளாஸில் தண்ணீர் நிறைத்து, ஒரு மடக்கு உறிஞ்சினேன்.

சிறிது அவகாசம் விட்டு, ''அப்போது நீங்கள் இங்குதான் வசித்தீர்களா?'' என்று கேட்டேன்.

''இல்லை... நான் அப்போது ஓவியக் கல்லூரியில் மூன்றாமாண்டு முடித்திருந்தேன். அப்போதெல்லாம் ஓவியக் கல்லூரிப் படிப்பு ஆறாண்டுகள் என்பது தெரியும்தானே... அது கோடை விடுமுறைக் காலம் என்பதால் நான் இங்கு வந்திருந்து பிரபாகர் குடிலில் அவரோடு தங்கியிருந்தேன்.''

''பிறகென்ன நடந்தது...''

''பிறகென்ன... அடுத்த அரை மணி நேரத்துக்குள் இந்த ஓவியர் கிராம ஓவியர்களும் சிற்பிகளும் அவர் உடல் கிடந்த இடத்தில் கூடிவிட்டார்கள். பணிக்கர் அந்தச் சூழ்நிலையிலும் பரபரப்பாகச் செயல்பட்டார். அதிகாலையில் அவர் உடல் அரசு பொது மருத்துவமனைக்குக் கொண்டு செல்லப்பட்டது. மருத்துவமனை டீன் பணிக்கர்மீது மதிப்பும் அபிமானமும் கொண்டவர் என்பதால் காரியங்கள் ஓரளவு வேகமாகவே நடந்து முடிந்தன...''

திடீரென ஏதோ யோசனையில் தட்டுப்பட்டவராக, ''ஆம்புலன்ஸில் அவர் உடல் கொண்டு செல்லப்பட்டபோது, அந்த வண்டிக்குப் பின்னால் வெகுதூரம் தேவி ஓடிவந்தது. அதன் சோகமும் பரிதவிப்பும்தான் உலுக்கி எடுப்பதாக இருந்தது. தேவியைப் போன்றேதான் நானும் நிர்கதிக்கு ஆளாகிவிட்டிருப்பதாக அப்போது எனக்குத் தோன்றியது. நான் அவரைத்தான் குருவாக வரித்துக்கொண்டு கற்றுக்கொண்டிருந்தேன். நானாவது எப்படியோ என் கலைக்குள் அடைக்கலமாகி மீண்டுவிட்டேன். ஆனால், தேவி சில நாட்கள் அவர் இறந்துகிடந்த இடத்திலேயே சுருண்டு கிடந்து செத்துப்போனது'' என்றபடி எழுந்துகொண்டு உள்ளறைக்குள் சென்றார்.

ராமன் பற்றி டக்ளஸ் மிகவும் நெருக்கமாகப் பேசத் தொடங்கியிருப்பதாகத் தோன்றியது. இதற்கு முன்னர் ராமன் பற்றி டக்ளஸ் எத்தனையோ முறை பேசி இருக்கிறார். அவையெல்லாம் அவருடைய மேதைமை பற்றிய சிலாகிப்புகளாகவும் பரவசமாகவும் வெளிப்பட்ட சில அபிப்ராயங்கள் மட்டுமே. பொதுவாக, கலை, இலக்கியம், தத்துவம் குறித்து உள்ளார்ந்த தீவிரத்தோடும் நம்பிக்கையோடும் அமையும் உரையாடல்கள் அவருடையவை. தமிழகக் கலை வெளியில் செயல்பட்டவர்களில் ராமன் தவிர, பணிக்கர், சந்தானராஜ், ஜானகிராம், ஆதிமூலம் ஆகியோர் பற்றி மிகுந்த பெருமிதத்தோடும், இந்த நிலத்தைப் பண்படுத்தி வளப்படுத்தியவர்கள் என்ற நன்றியோடும் சில வார்த்தைகள் அவ்வப்போது வெளிப்படும். போதையின் உச்சத்தில், உடல் கொழகொழவென்றாகிவிட்ட நிலையில், குரல் தழுதழுக்க அவர்களை நினைவு கூறும்போது அவர் கண் கலங்குவது உண்டு. 'நான் ராமனின் சேவகன்; நான் சந்தானராஜின் சேவகன்; நான் ஜானகிராமின் சேவகன்; நான் ஆதிமூலத்தின் சேவகன்' எனத் திரும்பத் திரும்ப, தலை கவிழ்ந்து விழ விழ சொல்லிக்கொண்டே இருப்பார். நல்ல குடியில் அவரிடம் வெளிப்படும் மூர்க்கம் பற்றிப் பலரும் சொல்ல நான் கேள்வி மட்டுமே

பட்டிருக்கிறேன். ஆனால் அப்படியாக அவரைப் பார்க்கும் ஒரு சிறு தருணம்கூட இதுவரை எனக்கு வாய்க்கவில்லை.

அந்த நாள் அபூர்வமாக அமைந்துவிட்டிருந்தது. அவர் தொடர்ந்து ராமனைப் பற்றிப் பேச வேண்டும் என்ற சுயநலம் மேலோங்கியிருந்தது. பொதுவாக பேச்சின் போக்கை என் விருப்பத்துக்கு வளைக்கும் எண்ணம் எப்போதும் எனக்கிருப்பதில்லை. அதன் போக்கில் செல்வதையே நேசிப்பவன் நான். ஆனால் அன்று என் மனம் ராமனுக்கும் டக்ளஸுக்குமான கலை ரீதியான அபூர்வப் பிணைப்பை அறிந்துகொண்டுவிட விருப்பம் கொண்டுவிட்டிருந்தது.

சிக்கன் சுருள் ஏழெட்டைப் பொறித்தெடுத்து, ஒரு தட்டில் வைத்துக்கொண்டு வந்தார் டக்ளஸ். தட்டைக் குறுமேஜையின்மீது வைத்துவிட்டு சேரில் உட்கார்ந்துகொண்டார். ஏதோ, முதலில் இருந்து ஆரம்பிப்பதைப் போல, இரண்டு கண்ணாடி டம்ளரிலும் மதுவை ஊற்றி அவருக்குப் பாதி தண்ணீரும் எனக்கு நிரம்ப தண்ணீரும் விட்டுக் கொடுத்தார்.

மீண்டும் ராமன் பற்றிய பேச்சுக்கு அவரை எப்படித் தூண்டுவதென்று யோசித்தபடியே அமைதியாக இருந்தேன். ஆனால் நான் கொஞ்சமும் எதிர்பாராத விதமாக அவரே ராமன் பற்றிப் பேசத் தொடங்கினார். அவரும் தன்னை வெளிப்படுத்திக்கொண்டுவிடும் மனநிலையில்தான் இருந்துகொண்டிருப்பது தெரிந்தது.

"அப்போது எனக்கு வயது 22. என் வாழ்வில் என்னை மிகவும் பாதித்த முதல் மரணம் அது. என் கலை மனதுக்கு மிகவும் நெருக்கமானவராகவும் ஆதர்சமாகவும் இருந்த ஒருவர், அந்த உறவின் ஆரம்ப கட்டத்திலேயே என்றென்றைக்குமாக விடை பெற்றுக்கொண்டுவிட்டார்... அன்று மாலை அவர் வீட்டுக்குப் பக்கத்திலுள்ள சுடுகாட்டில் அவர் உடல் சகல சடங்குகளும் செய்யப்பட்டு எரிக்கப்பட்டது. இறுதி மரியாதைக்காக அவர் உடலைச் சுற்றி வந்தபோது, அவர் கால் பெருவிரல்கள் இரண்டையும் குனிந்து தொட்டுக் கும்பிட்டேன். கடைசியாகப் பார்த்த அவர் முகம் இன்றும் என் நினைவில் உறைந்திருக்கிறது. அவர் உடல் எரியூட்டப்பட்டபோது, திரும்பிப் பார்க்காமல் போகச் சொன்னார்கள். எல்லோரும் வேகமாகத் திரும்பி நடந்தார்கள். தயங்கித் தயங்கி மெதுவாகச் சென்ற நான் சில அடிகள் சென்றதும் திரும்பி நின்று ஒரு சில கணங்கள் பார்த்தபடியே உறைந்திருந்தேன். அவர் உடலை எரித்த அந்த நெருப்பு... அந்த ஜுவாலை... நிச்சயமாகச் சொல்வேன்... அந்த ஜுவாலைதான் என்னைத் தீவிரமான படைப்பாளியாக்கியது. ஜெர்மனிக்குப் போய்

சில ஆண்டுகள் மனைவி, குழந்தை, குடும்பம் என்றும், வெறுமையான மனநிலையில், உணர்வுகளின் உந்துதல்களற்று முக்கோணங்கள், செங்குத்துகள், படுக்கைக் கோடுகள் என்றும் வரைந்துகொண்டிருந்த என்னை மீண்டும் இந்த ஓவியர் கிராமத்துக்கு அழைத்து வந்தது என்னுள் தணியாதிருந்த அந்தத் தணல்தான்...''

சட்டென்று அமைதியானார். டம்ளரில் மதுவை ஊற்றி, தண்ணீர் கலக்காமல், ஒரே மடக்கில் குடித்துவிட்டுக் கீழே வைத்தார். சிறிது நேர மௌனத்துக்குப் பிறகு, ''அவருடைய இந்த முடிவுக்கான காரணமென்று எதையாவது குறிப்பிட முடியுமா? அப்படி ஏதாவது பேச்சு அப்போது இருந்ததா?'' என்று கேட்டேன்.

அவர் முகம் கோணலாகி லேசான புன்முறுவல் வெளிப்பட்டது. என்ன அசட்டுத்தனமான கேள்வி என்பது போலிருந்தது அந்தக் கோணல் சிரிப்பு. அவர் முகத்தைப் பார்த்தபோது எனக்கும் அப்படித்தான் தோன்றியது.

''அவர்மீது மிகுந்த மதிப்பும் அன்பும் கொண்டு அவரோடு நெருக்கமாக இருக்க பிரயாசைப்படும் ஒருவரால்கூட, அவருக்குள் என்ன நடந்துகொண்டிருக்கிறது என்பதைக் கொஞ்சமும் அறிந்துகொள்ள முடியாது. அவருடைய தற்கொலை குறித்து சில யூகங்கள் இருந்தன. ஆனால் அவையொன்றும் முக்கியமில்லை. இப்போது யோசிக்கும்போது, அவர் தன்னைத் தானே கொன்றுகொண்டிருக்கவில்லை. தற்கொலை எனும் அழகிய சாத்தியத்தைத்தான் அவர் கைக்கொண்டார் என்று தோன்றுகிறது... அவரைப் பற்றி நினைக்கும்போதெல்லாம் ரில்கேயின் வரிகள் ஞாபகத்துக்கு வரத் தவறுவதில்லை:

"ஒரு ஜீவன் ஓடற்று இருக்குமெனில்
வலி எளிதில் தாக்கும்
ஒளியால் வதையுறும்
ஒவ்வொரு சப்தமும் நிலை குலையச் செய்யும்."

ராமன் ஓர் ஓடற்ற ஜீவன். உலக வாழ்வில் அவர் நடமாட்டம் அப்படித்தானிருந்தது. அவருடைய படைப்பு வெளியில்தான், அவருடைய அந்த விந்தை உலகில்தான், அவருடைய அந்த அதீதக் கற்பனை உலகில்தான், அவர் சகஜமாக வாழ்ந்துகொண்டிருந்தார். அவருடைய கனவுலக சஞ்சாரத்திலும் அதன் அபார கலை வெளிப்பாட்டிலும்தான் அவரின் உயிர் தரித்திருந்தது. அவர் எதை சிருஷ்டிக்க நினைத்தாரோ அதை சிருஷ்டித்துப் பார்த்து, அதில்

முழுமையாக வாழ்ந்தும் விட்டிருந்தார். அவர் தன் பணி முடிந்ததும் விடைபெற்றுக்கொண்டுவிட்டார்... அவ்வளவுதான். அவர் தன்னைக் கொன்றுகொள்ளவில்லை...''

சிறிது நேரம் மௌனம் நிலவியது. அவர் தொடர்ந்து பேசுவார் என்ற நம்பிக்கை ஏற்பட்டுவிட்டிருந்தது. அவர் அதிகம் குடித்துவிடக் கூடாது என்ற பதற்றம் முதன் முறையாக அப்போது எனக்கு ஏற்பட்டிருந்தது. அப்போதே முக்கால் பாட்டில் காலியாகிவிட்டிருந்தது. அதிகம் போனால் பேச்சு திசை மாறக்கூடுமென்ற கவலையைத் தவிர வேறில்லை. ஆனால் அவர் மீண்டும் கொஞ்சம் ஊற்றி அதை அப்படியே முழுங்கிவிட்டு மீண்டும் பேசத் தொடங்கினார். ''அவர் வான்வெளியில் மேகங்களின் இளவரசனாகத் திகழ்ந்தார். ஏளனம் செய்யும் மக்கள் கூட்டத்தால் அவர் நிலத்திலிருந்து வெளியேற்றப்பட்டார். அவருடைய பிரமாண்டமான சிறகுகள் அவர் வானுலகில் சஞ்சரிக்கத் துணையாக இருந்தன. அதேசமயம் அவரைத் தரையில் சுபாவமாக நடக்க விடாமல் அவை தடுத்துக்கொண்டிருந்தன... ராமனைப் பற்றிப் பணிக்கர் ஓரிரு முறை சொன்னதுதான் இப்போது ஞாபகத்துக்கு வருகிறது. அவர் சொல்வார்: நாலு காசுக்காக அவன் கால்கள் பூமியில் தரித்திருக்கவில்லை. அதனால்தான் அவனால் நிலவைக் கைப்பற்ற முடிந்தது.''

அதைச் சொல்லி முடித்தபோது அவர் உடல் துவளத் தொடங்கியிருந்தது. தலை துவண்டு தொங்கியபடி சொன்னார்: ''அவர் தன்னைக் கொன்றுகொள்ளவில்லை... அவர் தன்னைக் கொன்றுகொள்ளவில்லை... புரிகிறதா... வந்த வேலை முடிந்துவிட்டது... விடை பெற்றுக்கொண்டுவிட்டார்... அவ்வளவுதான். உங்களுக்குத் தெரியுமா... தற்கொலை என்பது ஒரு அழகிய சாத்தியம்... அதைத்தான் அவர் தேர்ந்தெடுத்தார்...'' என்று மறுபடியும் மறுபடியும் சொல்லிக்கொண்டிருந்தார்.

# கமலி

நாவல்

# 1

கமலி குளித்து முடித்து, பெரிய வெள்ளை டர்கித் துண்டை உடலில் சுற்றியபடி வெளியில் வந்தாள். மஞ்சள் வாசனை அவளுடைய உடலிலிருந்து பரவிக்கொண்டிருந்தது. பீரோவின் கண்ணாடி முன் நின்று தன் மேனி மெருகைப் பார்த்துப் பரவசப்பட்டுக்கொண்டாள். நீல வண்ணச் சுடிதாரையும் அதற்கு இசைவான மேலாடையையும் எடுத்தாள். டர்கி டவலைக் கழற்றிக் கட்டிலின்மீது வீசிவிட்டு, தன் கண்ணாடி பிம்பத்தில் லயித்தபடியே சுடிதாரை மாட்டிக்கொண்டு பூஜை அறைக்குள் நுழைந்தாள்.

பூஜை அறை பிரத்தியேக கவனத்துடன் அமைக்கப்பட்டிருந்தது. ஒரே அளவிலான, ஒரே மாதிரி சட்டமிடப்பட்ட சாமி படங்கள் ஏழெட்டு இருந்தன. அவளுடைய அப்பாவின் ஏற்பாடு இது. இந்த வீடு கட்டி முடிக்கப்பட்ட இறுதி நாட்களில் அப்பா வந்திருந்து செய்த நிறைவுப் பணி. சாமி படங்களுக்குப் பூப் போட்டாள். குத்துவிளக்கு ஏற்றினாள். மணியடித்து தீபாராதனை செய்தாள். குங்குமத்தை எடுத்து நெற்றியிலும் கழுத்திலும் தலை வகிட்டிலும் இட்டுக்கொண்டாள். பின் தரையில் உட்கார்ந்து தியானித்து வழிபட்டாள். சில நிமிடங்களுக்குப் பின் எழுந்துகொண்டவள் மீண்டும் மணியடித்து தீபாராதனை காட்டிவிட்டு வெளியில் வந்தாள்.

படுக்கையறைக்குள் நுழைந்து, பீரோவைத் திறந்து மேலே பட்டன்கள் வைத்த, பூப் போட்ட அரக்கு வண்ண நைட்டியை எடுத்தாள். கண்ணனுக்கு மிகவும் பிடித்த நைட்டி அது. கண்ணனைக் கூப்பிட்டுப் பேச உடலும் மனமும் பரபரத்தது. இந்த நைட்டியில் இருக்கும்போது அவனோடு பேச வாய்ப்பு கிடைத்தால், "என்ன டிரஸ் போட்டிருக்க" என்று அவன் வழக்கம் போலக் கேட்கும்போது, "உன்னோட நைட்டிதான்" என்பாள். அவன் இந்த நைட்டியைப் பார்த்ததுகூடக் கிடையாது. பொதுவாகவே அவனுக்கு அவளைப்

பற்றிய எல்லாமே தெரிந்திருந்தது. சின்னச் சின்ன விபரமாகக் கேட்டு முழுமையாகத் தெரிந்துகொண்டுவிடுவான். சார் என்று கூப்பிட ஆரம்பித்து, வாங்க, போங்க என்றாகி இப்போது வா, போ என்று வந்துவிட்டது. எல்லாம் ஆறு மாதங்களுக்குள்தான். தன்னை விடப் பதினைந்து வயது மூத்தவரோடு இப்படியொரு நெருக்கம் அமைந்துவிட்டதில் அவளுக்கு எவ்வித சங்கடமும் இல்லை. அடுத்த பிறவியில் அவனோடு வாழ்வதற்காக இப்பிறவியில் இது ஒரு முகாந்திரம் என்று அவள் திடமாக நம்பினாள். உறவு காதலாக மலர்ந்த ஆரம்ப நாட்களில், "இந்தப் பிறவியில் பழகுவோம், அடுத்த பிறவியில் சேர்ந்து வாழ்வோம்" என்று அவனிடம் சொல்லவும் செய்திருக்கிறாள். சமீபத்தில் வாங்கிய நைட்டி அது. கண்ணன் சொல்லித்தான் பட்டன் வைத்த நைட்டியாக இரண்டு வாங்கினாள். அவனோடு பேசும்போது அவனுடைய விளையாட்டுகளுக்கு அது வசதியாக இருந்தது. அதில் ஒன்றுதான் இது. எல்லாமே தொலைபேசிப் பேச்சின் வழியாக நடப்பதுதான். ஆனால் அதன்மூலம்தான் அவர்கள் வாழ்ந்துகொண்டிருந்தார்கள்.

கண்ணன் ஐம்பது வயதுகளின் ஆரம்பத்தில் இருந்தான். திருமணம் செய்துகொள்ளவில்லை. குடும்ப அமைப்பின் மீது அவனுக்கு இளம் வயதிலேயே நம்பிக்கை இல்லாமல் போய்விட்டது. அது மனிதனை வளர்ப்புப் பிராணியாக ஆக்கும் ஓர் அதிகார அமைப்பு என்று கருதினான். மனிதனின் இயல்புணர்ச்சிகளைக் காயடிக்கும் ஒரு சமூக நிறுவனம் என நம்பினான். அதேசமயம் அவன் வாழ்வில் அவ்வப்போது பெண்களோடு நெருக்கமான உறவும் நட்பும் காதலும் இருந்திருக்கிறது. கமலியிடம் காதல் வசப்படும் வரை, 'காதல் அபாயகரமானது. அது ஒரு ஆட்கொல்லி நோய். ஆனால் காமம் இயற்கையானது, ஆரோக்கியமானது' என்றே கருதியிருந்தான். அவன் வாழ்விலும் காதல் வந்திருக்கிறது. அது கடந்தும் போயிருக்கிறது. கமலியோடு அவன் கொண்ட காதல் அமரத்துவம் வாய்ந்தது என அவன் நம்பும் அளவுக்குத் தீவிரம் கொண்டிருந்தது. அந்த அனுபவம் அவனுடைய முந்தைய நிலைப்பாட்டைக் கலைத்துப் போட்டது. எந்த ஒன்றையும் அனுபவத்தில் உரசிப் பார்த்து ஏற்கவோ நிராகரிக்கவோ வேண்டும் என்பதுதான் அவனுடைய பார்வை. நண்பர்களோடு உரையாடுவதில் வித்தகன். அவனோடு உறவாடுவதிலும் நட்பு பாராட்டுவதிலும் நண்பர்கள் மகிழ்ந்தனர். தான் இருக்குமிடத்தைக் கொண்டாட்டக் களமாக மாற்றும் மாயம் அவனிடமிருந்தது.

கமலி, கடந்த ஆறு மாதங்களுக்குள் அவனை இரண்டு முறை நேரில் பார்த்திருக்கிறாள். அந்த இரண்டு முறையுமே அவர்கள் வீட்டில்

அவன் மதியம் சாப்பிட்டிருக்கிறான். கண்ணன் ஒரு பிரபல மருந்து கம்பெனியின் விற்பனை மேலாளராக மதுரையை அலுவல் மையமாகக் கொண்டு தென் தமிழ்நாட்டின் எல்லாப் பகுதிகளையும் நிர்வகித்து வந்தான். அதை முன்னிட்டுத்தான் அவன் எப்போதாவது நெல்லைக்கு வருவதும் அமைந்தது. அவன் தங்கியிருந்த லாட்ஜிலிருந்து ரகுதான் தன் ஸ்கூட்டரில் அழைத்து வந்தான். வீட்டுக்கு சாப்பாட்டுக்கு ஒருவரை ரகு அழைத்து வருவது அதுவே முதல் முறை. ரகுவுக்கு கண்ணனின் ஆளுமைமீது மிகுந்த பிரேமை இருந்தது. அவர் வரப்போவது பற்றிச் சில நாட்களாகவே பரவசத்துடன் சொல்லிக்கொண்டிருந்தான். முதல் முறை அவனுக்குப் பிரியமானது என்னவென்று ரகுமூலம் கேட்டறியச் சொல்லி சமைத்தாள். இரண்டாம் முறை உங்களுக்குப் பிடித்தமானதை சமையுங்கள் என்று அவன் சொல்லிவிட்டான். இரண்டு முறையுமே அவன் ருசித்துச் சாப்பிட்டதை அவள் ரசித்தாள். குழந்தை நந்திதாவோடு குதூகலமாக விளையாடினான். அவளும் சட்டென்று அவனோடு ஒட்டிக்கொண்டு விட்டாள். இதுவரை யாரிடமும் இல்லாத அளவு அவனோடு இசைவாக இருந்தாள். கமலியிடமும் அவன்மீது அலாதியான பிரியமும் மரியாதையும் உருவாகியிருந்தது. இதற்கு முன் கணவனின் நண்பர்களென ஒரு சிலரை இந்தத் தாம்பத்திய வாழ்வில் அவளுக்குத் தெரியும் என்றாலும் யாரோடும் அவள் சகஜமாகப் பழகியதில்லை. பட்டும் படாமலும்தான் அவள் அந்த உறவுகளைப் பேணினாள். அதுதான் அவளுடைய இயல்பாகவும் இருந்தது.

இரண்டாம் முறை வந்தபோது நந்திதாவுக்கு கிரேயான்ஸ், கலர் பென்சில் பெரிய பாக்கெட், வித விதமான அளவுகளில் ஸ்கெட்ச் நோட்டுகள் வாங்கி வந்திருந்தான். “சின்னக் குழந்தைக்கு எதுக்கு இவ்வளவு” என்றாள் கமலி. “அவ இஷ்டத்துக்கு வரையட்டும், நீங்க வேடிக்கை மட்டும் பாருங்க... என்ன ஏதுனு கேக்காம அவ போக்கில வரைய விடுங்க. அவ மனசு ஏதோ ஒன்னைத் தொடர்ந்து போய்க்கிட்டிருக்கும். அது நமக்குப் புரியாது. புரிய வேண்டியதுமில்ல. அவளா ஏதும் சொன்னா கேட்டுக்கங்க... உற்சாகப்படுத்துங்க” என்றான். கமலி மௌனமாகத் தலையாட்டினாள்.

கண்ணனைக் கூப்பிட்டுப் பேசும் ஆசையைக் கட்டுப்படுத்திக் கொண்டு சமையலறைக்குள் நுழைந்தாள். அவள் சமீப நாட்களாகக் கண்ணனோடு பேசும் நேரங்களை மிகவும் கவனமாகத் தேர்வு செய்தாள். சிறு பிசகும் நேர்ந்து விடக்கூடாது என்பதில் வெகு கவனமாக இருந்தாள். அவனாக அவளைக் கூப்பிடக் கூடாது என்ற கட்டுப்பாட்டையும் அவனுக்கு விதித்திருந்தாள். அவனும் அதற்கேற்ப

பக்குவமாக நடந்துகொண்டான். இந்த ஜென்மம் முழுவதும் நிறைவாக நீடிக்கும் உறவாக இது இருக்க வேண்டுமென அவள் கருத்தில் கொண்டிருந்தாள். ரகு, நந்திதாவை அவனுடைய பெற்றோர்கள் வீட்டில் விட்டு வரப் போயிருக்கிறான். எதையாவது சாக்கிட்டு எப்போது வேண்டுமானாலும் கூப்பிடுவான். அவன் கூப்பிடும்போது செல் உபயோகத்தில் இருந்தால் யார், என்ன, ஏது என்று விடாமல் கேட்பான். அவள் எப்போது கண்ணனோடு பேசினாலும், பேசி முடித்ததும் அதை உடனடியாக நீக்கிவிடுவாள். ஒருவேளை அப்போது ரகு கூப்பிட்டால் உடனே பேச்சைத் துண்டித்துவிட்டு, கண்ணனுக்குக் கூப்பிட்டதை நீக்கி விடுவதோடு, உடனே அவளுடைய அம்மாவுக்குக் கூப்பிட்டுக் கொஞ்ச நேரம் பேசிவிட்டு, ரகுவைக் கூப்பிட்டுப் பேசுவாள். "அம்மாட்ட பேசிட்டிருந்தேன், சொல்லுங்க" என்பாள். பொதுவாகவே, ரகுவுக்கு ஒரு விநோதமான பிரச்சனை இருந்தது. அலுவலகத்திலும் சரி, நண்பர்கள் வட்டாரத்திலும் சரி, சுற்றத்திலும் சரி, உறவுகளிலும் சரி அவனுக்கு எதிராக ஒரு சதி நடந்துகொண்டிருப்பதான ஒரு கற்பனை அவனிடம் இருந்துகொண்டிருந்ததை அவள் அநேக முறை எதிர்கொண்டிருக்கிறாள். மிக அற்பமான, சாதாரண விசயத்தை பூதாகரமாக்கிக் குமைந்துகொண்டிருப்பான். அதேசமயம் எந்த ஒன்றையும் அவளிடம் சொல்லும் வழக்கம் அவனிடமிருந்தது. அவளுடைய வார்த்தைகள் அவனுக்கு வழிகாட்டும் திசைகளாக இருந்தன. ஒரு விசயத்தை அவள் அணுகும் விதத்திலும் அவள் எடுக்கும் முடிவுகளிலும் அவனுக்குத் திடமான நம்பிக்கை இருந்தது. அவளும் நிதானமாகக் கேட்டு அவனுடைய மனச் சிடுக்குகளை வெகு இதமாக நீக்கிவிடுவாள். கண்ணனுடன் பழக்கம் ஏற்பட்ட ஆரம்ப நாட்களில் ரகுவை கண்ணனுக்குப் பேசவைத்து, தானும் பேசுவாள். "சாருக்குக் கூப்பிடுங்க பேசலாம்" என்று சகஜமாகச் சொல்வாள். அவனும் கூப்பிட்டுப் பேசுவான். அவளிடமும் கொடுப்பான். அவ்வப்போது நந்திதா வரையும் ஓவியங்களை ஃபோட்டோ எடுத்து அவனுக்கு வாட்ஸ் அப்பில் ரகு அனுப்பவும் ஏற்பாடு செய்வாள். இதுவரை, அவள்மீது அவனுக்கு எந்த சந்தேகமும் ஏற்படவில்லை என்றுதான் அவள் நினைத்திருந்தாள். ஆனால் சமீப நாட்களாக, அவளுடைய செல்லை அவன் நோண்டத் தொடங்கியிருந்தான். எனவே, அவள் அதிக கவனத்துடன் இருந்தாள்.

காலையில் வைத்த சாம்பார் இருந்தது. அதை சூடு பண்ணினாள். மிக்ஸியில் கொஞ்சமாகத் தேங்காய்ச் சட்னி அரைத்தாள். ரகு வந்த பின்பு, தோசை வார்த்துக்கொள்ளலாமென முதலில் நினைத்தாள்,

ஆனால் அதனையும் மீறி அடுப்பைப் பற்றவைத்து தோசைக் கல்லை வைத்தாள். ஒரு நெய் தோசை வார்த்தெடுத்துவிட்டு அடுப்பை அணைத்தாள். கண்ணனைக் கூப்பிட்டாள்.

பரவசக் குரலில், "ஹலோ மை டார்லிங் மனஸ்" என்றான். அவளை வசியப்படுத்தும் மந்திரக்குரல்.

தன்னை சுதாரித்துக்கொண்டபடி, "இப்ப பேச நேரமில்ல. நந்திதாவை அவங்க வீட்ல விட்டிட்டு அவர் வர்ற நேரம். தோசை ஒரு விள்ளல் தர்றேன். அதைச் சாப்பிட்டிட்டு, சாப்பிடப் போ. அப்புறமா கூப்பிடறேன்" என்றாள்.

"உம் கொடு" என்றான்.

தோசையை விண்டு, வாய்க்குள் வைத்தபடி, "ம்ம்ம்... எடுத்துக்கோ" என்றாள். இதெல்லாமே அவன் பழக்கியதுதான். ஒவ்வொரு தொடக்கத்தின்போதும் அவள் முரண்டத்தான் செய்தாள். அப்போது அவன் வற்புறுத்த மாட்டான். ஒவ்வொன்றிலும் மெல்ல மெல்ல அவளாக இணங்கி வரச் செய்தான். அவளும் தானாகத் தரத் தொடங்கினாள். அவன் குரலுக்குக் கட்டுப்படுவதிலிருந்து அவளால் தப்பிக்க முடிந்ததில்லை. அவன் விருப்பங்களை நிறைவேற்றுவதில் பேரானந்தம் அடைந்தாள்.

அவன் அவளை அணைத்து வாயோடு வாய் வைத்து தோசை விள்ளலைக் கவ்வி எடுத்தான். அவள் சிலிர்த்து நின்றாள். "ஸோ ஸ்வீட் ஆஃப் யூ டார்லிங்" என்றபடி முத்தம் கொடுத்தான்.

"சரி, போய் சாப்பிட்டிட்டு வா" என்று ஒரு முத்தம் கொடுத்து இணைப்பைத் துண்டித்தாள்.

அழைப்பு மணியின் சத்தம் கேட்டு மீண்டு வந்தாள். போய் வாசல் கதவைத் திறந்தாள். ஸ்கூட்டரை உள்ளே ஏற்றிவிட்டு, ஸீட்டைத் தூக்கி ஒரு பார்சலை எடுத்தபடி குறும்புச் சிரிப்போடு ரகு வந்தான். அந்த பார்ஸலின் வடிவத்திலிருந்தே அது அமேஸான் ஆர்டர் என்பது தெரிந்தது. அவள் சற்றே சலிப்போடு, "இன்னும் இத விடலியா?" என்றாள். "இருக்கிறது பத்தாதா... வீட்டிலயும் போட முடியாது. வெளியிலயும் போட முடியாது. பிறகு எதுக்கு இவ்வளவு?" என்றாள். "எல்லாம் உனக்குப் பிடிச்சதுதான். பிடி..." என்றபடி அந்த பார்சலை அவள் கையில் திணித்தான்.

அவள் அந்த பார்ஸலை சோபாவில் வைத்தபடி "சரி போய் ரெடியாகிட்டு வாங்க. தோசை வாக்கிறேன். சுடச் சுட சாப்பிடலாம்" என்றாள்.

“மொதல்ல இப்படி உக்காந்து இதப் பிரிச்சுப் பாரு” என்றபடி ரகு சோபாவில் உட்கார்ந்தான். அவள் அவனுடைய கால்மாட்டருகே கீழே தரையில் உட்காந்தாள். அவன் அந்த பார்ஸலை எடுத்து அவளிடம் கொடுத்தான். அவள் ஆர்வமில்லாதவள் போல், சலிப்புடன் பிரிக்கத் தொடங்கினாள். அவன் தன்னுடைய இடது காலைத் தூக்கி அவளுடைய தோள்மீது போட்டுக்கொண்டான். உள்ளே சந்தனக் கலரில் ஓர் அழகிய நவீன மினி ஸ்கர்ட் இருந்தது. அதை எடுத்து விரித்துப் பார்த்தாள். அவளுக்கு மிகவும் பிடித்திருந்தது. “ரொம்ப நல்லாருக்கு” என்றபடி தன் மார்போடு அதை இறுக்கிக்கொண்டாள்.

சில நாட்களுக்கு முன்பு, காலை பத்திரிகையில் வந்திருந்த த்ரிஷா பற்றிய ஒரு செய்தியில் இடம்பெற்றிருந்த புகைப்படத்தில் த்ரிஷா இந்த ஆடைதான் போட்டிருந்தாள். அதை அவனிடம் காண்பித்து, “நல்லாருக்கில்ல” என்றாள் கமலி. “நீ போட்டா இன்னும் நல்லாருக்கும்” என்றான் அவன். “...க்கும்...” என்றாள் அவள். ஆனால் அதை அவன் வாங்குவான் என்று அவள் கொஞ்சமும் எதிர்பார்க்கவில்லை. இந்த வீட்டுக்கு வந்த கடந்த மூன்றாண்டுகளில் இந்தமாதிரி கவர்ச்சியான நவீன ஆடைகள் நிறைய சேர்ந்து விட்டன. கடந்த முறைதான், “இங்க பாருங்க... உள் ரூம் பீரோல நிறைய சேந்து போச்சு. போதுங்க... இப்ப இருக்கிறதே போதும். இனிமே புதுசா வாங்க வேண்டாம்” என்றாள். “சரிடி... இருக்கிறதப் போட்டு அழகு பாத்துக்கலாம்” என்றான் அவன்.

இந்தப் புது வீட்டுக்கு வந்த இந்த மூன்று வருடங்களில்தான் அவனுக்கு இப்படியொரு ஆசையும் விசித்திரமான ரசனையும் இருக்கிறதென்பது அவளுக்குத் தெரியும். ஆரம்பத்தில் அவளுக்கு அந்தச் செயல் பெரும் அசூயையாக இருந்தது. நாளடைவில் அவனுடைய அந்தப் பழக்கத்துக்கு அவளும் ஒத்துழைத்தாள். அவளுடைய அழகை அவன் ரசிப்பதில் அவளுக்குப் பெருமிதமும் உருவானது. அவனுடைய பெற்றோர்கள் வீட்டில் வாழ்ந்த 11 ஆண்டுகளில் இதற்கான சிறு தடயமும் அவனிடமிருந்து வெளிப்பட்டதில்லை. திருமணமாகி வந்ததிலிருந்து அந்த வீட்டின் மாடியிலிருந்த சிறு அறையில்தான் இரவுகளில் அவர்கள் சேர்ந்திருந்தார்கள். ஆறு வருடங்களுக்குப் பிறகுதான் நந்திதா பிறந்தாள். நந்திதாவின் ஒரு வருசம் வரை அவள் குழந்தையோடு கீழே மாமனார் மாமியோடுதான் படுத்துக்கொண்டாள். அதன் பிறகுதான் இரவில் மாடிக்குச் செல்ல ஆரம்பித்தாள். குழந்தை கீழே தாத்தா பாட்டியோடு இரவில் இருந்தது.

அந்த வீட்டின் மாடியறை சிறியது. ஒரு சிறிய கட்டிலும் கொஞ்சம் இடமும் இருந்த அறை. பாத்ரூமுக்குக் கீழேதான் வரவேண்டும். இரவுப் புணர்ச்சிக்குப் பின் அவன் தனியாகப் படுப்பதையே விரும்பினான். அதனால் அவள் கீழே தரையில் பாய் விரித்துப் படுத்துக்கொள்வாள். அவன் சட்டையைக் கூட உடம்பில் ஒட்டாதபடி தொள தொளவென்றுதான் போடுவான். தொடக்கத்தில் ஜீன்ஸ் பேண்ட், காட்டன் பேண்ட், டிசர்ட் போட வைக்க அவள் எவ்வளவோ பிரயத்தனப்பட்டாள். ஆசை ஆசையாகக் கேட்டுப் பார்த்தாள். அவன் இம்மியும் அசைந்து கொடுக்கவில்லை. இந்த ஒரு விசயத்தில் அவளுடைய சொல்லும் விருப்பமும் அவனிடம் எடுபடவில்லை. நாளடைவில் அந்த ஆசையை அவள் கைவிட்டாள். எப்போதும் போல இதற்கும் 'தான் வாங்கி வந்த வரம் அப்படி' என்று சமாதானப்பட்டுக்கொண்டாள்.

இந்தப் புது வீட்டிலும் ஆரம்பத்தில் இரவில் படுக்கை அறையில் அவனோடு சேர்ந்து இருந்த பிறகு, கீழே தரையிலதான் படுத்தாள். நல்ல அகலமான பெரிய இரட்டைக் கட்டில்தான். இருந்தாலும் அவள் கட்டிலில் படுப்பதில்லை. படுக்கை அறையில் ஏசி போட்ட பிறகு அவள் முன்னறையில் பாய் விரித்துப் படுக்கத் தொடங்கினாள். அவளுக்கு ஏசி ஒத்துக்கொள்வதில்லை. இப்போது அந்தப் பழக்கம் அவளுக்குப் பெரும் வரப்பிரசாதமாக இருந்தது.

இரவு உணவை முடித்த பின்பு, கமலி சமையல் கட்டுக்குள் சென்று எல்லாவற்றையும் ஒழுங்கு செய்யத் தொடங்கினாள். ரகு, படுக்கையறைக்குள் சென்று ஏசியைப் போட்டுவிட்டு, கட்டிலில் அமர்ந்து லேப் டாப்பில் ஆபாசப் படங்கள் பார்க்கத் தொடங்கினான். சமயங்களில் கமலியையும் பக்கத்தில் உட்கார வைத்துக்கொண்டு அவளோடு சேர்ந்து பார்ப்பான். அவளும் மெல்ல மெல்ல அந்தப் படங்களில் லயிக்கத் தொடங்கினாள். காமக் கொண்டாட்டத்தின் எல்லையற்ற விளையாட்டுகளை அறிந்தாள். கலவி இன்பத்தின் சாத்தியங்களில் மனமும் உடலும் திளைத்தன. அவற்றைப் பார்க்கும்போது உடலில் காம அரும்புகள் மொக்கவிழ்வதில் பெரும் கிளர்ச்சியடைந்தாள். ஆனால் அவனுடனான உறவுகளில் அதன் சிறு துளிகூட அவளுக்குப் பருகக் கிடைக்கவில்லை. அதில் அவ்வப்போது அவளுக்கு ஏமாற்றமும் சலிப்பும் விரக்தியும் ஏற்படுவதுண்டு. எப்போதாவது நிறைவு கிட்டியிருக்கிறது. கலவிக்கு முந்தைய அவனுடைய முன் தயாரிப்புகளுக்கும், நிகழ்வுக்கும் எவ்வித சம்பந்தமும் இருப்பதில்லை. அதேசமயம், அவள்

தன்னுடைய ஏமாற்றங்களை, நிறைவின்மையை ஒருபோதும் வெளிப்படையாகக் காட்டிக்கொண்டதில்லை. எனினும் வீட்டில் தனித்திருக்கும்போது சமயங்களில் அப்படக் காட்சிகள் நினைவில் புரண்டெழுந்து அவளை இம்சித்தன. அச்சமயங்களில் உடல் தினவைத் தணிக்கப் படாத பாடு பட்டாள். அது சுய இன்பத்தில் நிறைவுற்றாலும், அதற்குப் பின் உருவான கழிவிரக்கத்தையும் குற்றவுணர்வையும் அவளால் தவிர்க்க முடியவில்லை. கண்ணன் அவளுடைய உடலைக் கொண்டாடத் தொடங்கிய பிறகுதான் அவளுடைய உடலில் காமம் பூத்துக் குலுங்கி அவள் உடலே ஆனந்தப் பூஞ்சோலையாகியது. அவனோடு அலைபேசியில் உரையாடியபடி, சமயங்களில் அவனுடைய வார்த்தைகளின் மகுடி வாசிப்புக்குக் கட்டுப்பட்டு அவள் சுய இன்பக் களிநடனம் கொள்ளும்போதும் அவளுக்கு அது பேரின்பப் பரவசமாகவே இருந்தது. சிறு அசூயையும் அவளிடம் உண்டானதில்லை. அவனோடான உறவில் அனைத்துமே இன்பம், இன்பம், இன்பம் மட்டுமே. இன்ப ஊற்றில் முக்குளித்து முழு நிறைவில் களித்திருந்தாள்.

கமலி, வேலைகளை எல்லாம் முடித்து படுக்கை அறைக்குள் நுழைந்தபோது, ரகு லேப் டாப்பை ஆஃப் செய்துவிட்டு, "என்ன... அதப் போடலியா" என்றான்.

"என்ன அவசரம்... இப்பதான வேலையெல்லாம் முடிச்சுட்டு வந்திருக்கேன். கொஞ்சம் ரெஸ்ட் எடுத்துக்கிறேனே" என்றபடி அவனுக்குப் பக்கத்தில் கட்டிலில் உட்கார்ந்தாள். அவனைக் கொஞ்ச நேரம் தவிக்க விடுவதும் வாடிக்கையானதுதான். அவன் அவளுடைய தொடைமீது கால்களைப் போட்டபடி கட்டிலில் சாய்ந்து உட்கார்ந்து செல்லை நோண்டிக்கொண்டிருந்தான்.

பின்னர் வழக்கம்போல அவள் அந்தப் புதுக் கவர்ச்சி உடையை உள்ளறைக்குச் சென்று போட்டுக்கொண்டு வந்தாள். அதன் மேல் பகுதி கையில்லாமல் இருந்தது. கீழ்ப் பகுதி தொடையில் பாதிவரை இருந்தது. இடையில் அந்த ஆடைக்கு இசைவான ஓர் அழகிய துணி பெல்ட். அவளுடைய கைகள், தொடைகள் மற்றும் கால்களின் மெருகும் மினுமினுப்பும் வாளிப்பும் ரகுவைக் கிறங்கடித்தன.

"அய்யோ, பிரமாதம்டி!" என்று சிலிர்த்தான் ரகு.

"எது... டிரஸ்ஸா நானா?"

"ரெண்டுமேதான், நீ போட்டிருக்கிறதால இந்த டிரஸ் அழகு. இந்த டிரஸ்ஸில் நீ பேரழகு!"

பின் எல்லாம் வழக்கம் போல் நடந்தன. அந்த ஆடையில் தன் மேனி எழிலைக் காட்டியபடி அவள் அங்கும் இங்குமாக நடந்தாள். அவன் கட்டிலில் கைலியோடு அமர்ந்திருந்தபடி ரசித்தான். இடை இடையே சிறு கொஞ்சல்கள். மீண்டும் உள்ளறைக்குச் சென்று வேறு ஒரு கவர்ச்சி ஆடை அணிந்து வந்து நடை பயின்றாள். அவன் கிறுகிறுத்திருந்தான்.

இப்படியாக நான்கைந்து ஆடைகளில் அவளின் நடையழகு முடிந்த பின் இருவரும் கட்டிலில் கூடினார்கள். கலவி எப்போதும் போல ஒரே மாதிரி தொடங்கி ஒரே மாதிரி முடிந்தது. அவன் உச்சத்தை அடைந்ததும் அவளிடமிருந்து விலகிப் படுத்தான்.

படுக்கையறைக் கதவைச் சாத்திவிட்டு, முன்னறையில் பாய் விரித்துப் படுத்துக்கொண்டாள் கமலி. திருமணமான ஆரம்ப நாட்களில் புணர்ச்சிக்குப் பின் அவனை அணைத்தபடி அவனுடைய மார்பில் சாய்ந்து தூங்க வேண்டும் என்ற ஆசை அவளுக்கு இருந்தது. ஆனால் கலவி முடிந்ததும் அவளிடமிருந்து உடனையாக விலகிப் படுத்துக்கொள்வான். அவள் கட்டிலிலிருந்து இறங்கி கீழே தரையில் பாய் விரித்துப் படுத்துக்கொள்வாள். அவனுக்குத் தூங்கும்போது உடம்பில் எதுவும் படக் கூடாது. ஆரம்பத்தில் தன் ஆசையை ஒருநாள் அவள் வெளிப்படுத்தினாள். அவன் இசையவில்லை.

சூடேற்றப்பட்டுத் தணிக்கப்படாதிருந்த உடல் தகித்தது; தவித்தது. இனி அவன் காலையில்தான் எழுந்திருப்பான். அவள்தான் இடையில் ஒருமுறை பாத்ரூம் செல்வதற்காக எழுந்து, படுக்கை அறையில் இணைந்திருக்கும் பாத்ரூம் போவாள். அவன் அயர்ந்து குறட்டை விட்டுக்கொண்டிருப்பான். கொஞ்ச நேரம் புரண்டுகொண்டிருந்தாள். பின், கண்ணனுக்கு ஃபோன் செய்தாள். அவன் காத்திருப்பான். அவனுடைய பரவசக் குரல் அவளை சிலிர்க்கச் செய்தது. அவன் மனஸ், மனஸ் என்று கொஞ்சிக் கொஞ்சிக் கூப்பிடும்போது அவள் வேறு லோகத்தில் சஞ்சரித்திருப்பாள்.

"வா, வந்து பக்கத்தில படுத்து என்னை அணைச்சுக்க..." என்றாள்.

அவள் ஒருக்களித்துப் படுத்திருந்தாள். அவன் பின்னிருந்து அவளை அணைத்தபடி, கழுத்தில் இதமாக முத்தமிட்டான். காது மடல்களை நாவால் வருடினான். கைகள் முன்னால் விளையாடிக்கொண்டிருந்தன. அவள் படிப்படியாக நிர்வாணமானாள். அவன் அவளுடைய இடது கால் பெருவிரலைக் கவ்விச் சுவைத்தான். பின் ஒவ்வொரு விரலாக

முத்தமிட்டான். அதேபோல் வலது காலிலும். தொடர்ந்து அவள் மேனி முழுவதும் முன்னும் பின்னுமாக இதழ்களால் முத்தமிட்டான். நாவால் வருடினான். அவன் செயல்களில் ஒவ்வொரு முறையும் ஏதோ ஒன்று புதுசாக இருக்கும். கடந்த முறை அவளுடைய கழுத்தெழும்புகளின் இரு பக்கக் குழிகளிலும் நாக்கால், ஏதோ அமுதம் சுரப்பதைப் போல் துழாவிக்கொண்டிருந்தான். அமுதம் சுரந்தது. இம்முறை இரண்டு கையிடுக்குகளிலும் விடாது முத்தங்கள் தந்தான். நாவால் லயித்து வருடிக்கொண்டிருந்தான். அவள் துடிதுடித்துத் தெறித்துச் சிதறினாள். முனகல் பலத்தது. "ம்ம்ம்... போதும் போதும்" என்று அரற்றியபடி, "வா, எனக்குள்ள வா" என்று முனங்கினாள். அவன் அவளுள் இயங்கத் தொடங்கினான். அவனுடைய இச்சைகளுக்கும் வேண்டுதல்களுக்கும் ஆணைகளுக்குமேற்ப அவள் தன்னைத் தந்துகொண்டிருந்தாள். அவள் உச்சத்தைத் தொட்டபோது, சிலிர்த்து அரற்றினாள். வேறு வெளியிலிருந்து மெல்ல மெல்ல அவளைத் தரையிறக்கினான். இதுவரை அவள் அனுபவித்திராத உச்சங்களை அடைந்த பூரணக் கலவியில் அவள் அவனை இறுக்கி அணைத்து, "ஐ லவ் யூடா ஐ லவ் யூ ஸோ மச்" என்று வெறியோடு முத்தமிட்டாள்.

ஆசுவாசமாகவும் இளைப்பாறலாகவும் கொஞ்ச நேரம் கொஞ்சிக் கொண்டிருந்தார்கள். பின் அவள், "சரி, தூங்கலாம்" என்றபடி ஃபோனை முழு நிறைவுடன் துண்டித்தாள்.

## 2

கமலி பிறந்து வளர்ந்தது எல்லாம் சென்னையில். அவளுடைய முழுப் பெயர் கமலாம்பிகை, அது ரெக்கார்டுகளில் மட்டுமே இருந்தது. அவள் எல்லோராலும் எப்போதும் கமலி என்றே அழைக்கப்பட்டாள். அவளுடைய அப்பா பார்த்தசாரதி நங்கநல்லூரில் பிரபல ஜோசியர். மிகவும் ஆச்சாரமான குடும்பம். கமலி பிறக்கும் வரை மிகவும் சிரம தசையில் சிக்கித் தவித்த குடும்பம். ஆரம்பத்தில் அவர்களுடைய குடும்பம் மாம்பலத்தில் ஒரு ஒண்டுக் குடித்தன வீட்டில்தான் வசித்தது. கஷ்ட ஜீவனம். கமலியின் அம்மா பத்மாவதி அப்பளம், வடகம், ஊறுகாய் போட்டு அண்டை வீடுகளிலும் பக்கத்துத் தெருக்களிலும் விற்றுவந்தாள். பார்த்தசாரதியும் அதில் ஒத்தாசையாக இருந்தார். அவருடைய சுயதொழில் விருத்தியடையவில்லை. குழந்தையும் பிறக்கவில்லை. ஏகப்பட்ட விரதங்கள் இருந்தார் பத்மாவதி. பார்த்தசாரதியோ தெய்வாம்சங்கள் பொருந்திய பெண் குழந்தை

பிறக்கும் என்றும் அதன் பிறகு தங்களுக்கு விடிவு காலம்தான் என்றும் உறுதியாக நம்பினார். அவருடைய ஜாதகமும் பத்மாவதியின் ஜாதகமும் அப்படித்தான் அவருக்குச் சொல்லின.

பத்தாண்டு மண வாழ்க்கையின் இறுதியில் கமலி பிறந்தாள். கமலாம்பிகை எனப் பெயர் சூட்டி மகிழ்ந்தார் பார்த்தசாரதி. அவள் வளர வளர பார்த்தசாரதியின் தொழிலும் துலங்கியது. அவருடைய வாக்கு பலிதமாகி பிரபல்யம் அடையத் தொடங்கினார். பக்கத்திலேயே தனி வீடு பார்த்துக் குடிபெயர்ந்தார். ஜாதகம், எண் கணிதம், பிரசன்ன ஜோதிடம் என வகை வகையாக வாழ்க்கையைக் கணிக்கவும் வளமான மாற்றங்களுக்கு வழிகாட்டவும் செய்தார். அவருடைய கணிப்பில் அமோக வசதியடைந்த ஒரு அரசியல்வாதி, நங்கநல்லூரின் புறப்பகுதியில் இருந்த தனக்குச் சொந்தமான இடத்தை அவருக்கு எழுதிக் கொடுத்தார்.

அக்குடும்பத்தின் ஒரே பெண்ணாகவும் அதிர்ஷ்ட தேவதையாகவும் கமலி வளர வளர அவர்களுடைய குடும்பமும் வளர்ந்து வளம் பெற்றது. அவள் தி.நகரில் பள்ளிப் படிப்பை முடித்தாள். அவளுடைய பள்ளிப்படிப்பின் இறுதி நாட்களில் நங்கநல்லூரில் வீடு கட்டி முடிக்கப்பட்டது. பார்த்தசாரதியின் கணிப்புகளும் பிரசித்தமாயின. மாருதி 800 கார் வாங்கினார். கமலி கல்லூரிக்குக் காரில் போனாள். காரில் வந்தாள். கமலி பி.ஏ., முடித்து எம்.ஏ., சேர்ந்தபோது, கார் மாருதி ஸ்விஃப்ட் ஆனது. அவள் திருமணத்தின்போது கார் ஸ்கார்பியோவாக மாறியது. கமலி தோற்றத்தில் சராசரிக்கும் மேலான வளர்ச்சி பெற்றிருந்தாள். 5 அடி 6 அங்குலம். உயரத்திற்கேற்ற வாளிப்பான உடல். கிரஹப் பிரவேசம் நடந்த நாளில் கமலி அரக்கு வண்ணப் பட்டுச் சேலையில் அப்படியே அம்பாள் போல இருந்தாள். அவர் எப்போதும் பூஜித்து வரும் அம்பாளின் அச்சு அசலான வடிவில் இருந்தாள். அவர் எப்போதும் ஒரு ஜாதகத்தைப் பார்ப்பதற்கு முன் அந்த ஜாதகத்தை தான் பூஜிக்கும் அம்பாள் படத்தின் முன்வைத்து வணங்கிவிட்டுத்தான் பார்க்கத் தொடங்குவார். அந்தப் படத்திலிருக்கும் அம்பாள் சட்டகத்தை விட்டு வெளியில் வந்து நேரில் பிரசன்னம் ஆனதைப் போல் கமலி இருப்பதாக அவருக்குத் தோன்றியது. மனம் பூரித்தது. அவளுடைய ஜனன ஜாதகமும் சரி, ருது ஜாதகமும் சரி அவளுடைய வாழ்க்கை சுபிட்சமாக இருக்கும் என்றதோடு, வாழ்வின் பிற்பாதியில் அவள் பெயர், புகழுடன் அமோகமாக இருப்பாள் என்றன. பார்த்தசாரதிக்கு அதில் பூரண திருப்தி. அதைச் சொல்லிச் சொல்லிப் பெருமைப்பட்டுக்கொண்டார்.

கமலி பாடப் படிப்பில் சூட்டிகையில்லை. ஆனால் வாசிப்பில் அவளுக்குப் பெரும் ஆர்வமிருந்தது. ஆங்கிலத்திலும் பிரெஞ்சிலும் கவிதை, புனைகதைகளை விரும்பி வாசித்தாள். பள்ளியில் பிரெஞ்சு மொழியை விருப்பப் பாடமாக எடுத்தவள், பள்ளி முடித்த பின்னும் அந்த மொழியைக் கற்றுத் தேர்ந்தாள். வீட்டில் பெரும்பாலும் அவள் எதையாவது வாசித்தபடிதான் இருந்தாள். "இன்னொரு ஆத்துக்குப் போப் போற பொண்ணு... வீட்டு வேலைகளைக் கத்துக்காம இப்படி எப்பப் பாரு பொஸ்தகமும் கையுமா இருந்தா எப்படி..." என்று பத்மாவதி அம்மா சலித்துக்கொள்வார். "அதெல்லாம் அவசியம் வர்றப்போ கத்துப்பா... இங்க இருக்கிறவரைக்கும் அவ இஷ்டம் போல இருக்கட்டும்" என்று பார்த்தசாரதி அவளை அடக்கிவிடுவார்.

சமையல் கட்டில்தான் அவள் புழங்கவில்லையே தவிர, அப்பாவின் பூஜைகளில் அவருக்கு உதவியாக இருந்தாள். ஈடுபாட்டோடு இறை வழிபாடு மேற்கொண்டாள். மந்திரங்களும் ஸ்லோகங்களும் பக்திப் பாடல்களும் அறிந்திருந்தாள். 'அம்பாளே வந்து பிறந்திருக்கா' என்று அவளுடைய அப்பா சொல்லிச் சொல்லி வளர்த்ததாலோ என்னவோ அவள் மிகத் தீவீரமான சிவ பக்தையாக இருந்தாள். விசேஷ நாட்களில் வீட்டு வாசலில் அவள்தான் விதம் விதமான வண்ணக்கோலங்கள் போட்டாள்.

கல்லூரியில் ஆங்கில இலக்கியத்தில் முதுகலை வரை படித்த கமலி, அதன் பிறகு, ஒரு பெரிய அயல்நாட்டு வர்த்தக நிறுவனத்தில் ரிசப்ஷனிஸ்ட் ஆகச் சேர்ந்தாள். அதற்குப் பிறகுதான், அவளுடைய 23ஆவது வயது தொடங்கிய பிறகுதான், அவளுக்கு மாப்பிள்ளை பார்ப்பதில் பார்த்தசாரதி முனைப்பு காட்டினார். அவருடைய சொந்தங்கள், அயல்நாட்டு சம்பந்தங்கள் எல்லாவற்றையும் நிர்தாட்சண்யமாக ஒதுக்கினார். பக்கத்திலேயே இருக்கும்படி அமைந்தால் நல்லது என்பது பத்மாவதியின் அபிப்ராயமாக இருந்தது. ஆனால் பார்த்தசாரதி ஒவ்வொரு ஜாதகத்தையும் கவனமாகப் பரிசீலித்தார். கமலியின் ஜாதகத்துக்குப் பொருத்தமான ஒன்றைக் கண்டடைய வெகுவாகப் பிரயத்தனப்பட்டார். அப்படி அமையும் ஒன்றிரண்டு பம்பாய், டில்லியாக இருந்தது. வெளிநாடும் வெகுதொலைவும் வேண்டாம்; அதிகபட்சம், இரவில் கிளம்பினால் காலையில் அடையக்கூடியதாக இருக்க வேண்டும். பையனின் உயரம் குறைந்தது 5 அடி 7 அங்குலமாவது இருக்க வேண்டும். குடுபப் பின்புலம் பாரம்பரியமானதாக இருக்க வேண்டும். அதிக வசதியும் வேண்டாம்; பிடுங்கலும் வேண்டாம். ஒரே பையானாகவும்

நல்ல உத்தியோகத்தில் இருப்பவனாகவும் இருந்தால் நல்லது என்றெல்லாம் கணக்குப் போட்டு வரனைத் தேடிக்கொண்டிருந்தார் பார்த்தசாரதி. அவருடைய கணக்குகளுக்கெல்லாம் பொருத்தமாக அமைந்திருந்ததுதான் ரகுவரனின் ஜாதகமும் பின்புலமும்.

பெண் பார்க்கும் வைபவம் முடிந்து, இரண்டு மாதங்களுக்குப் பின்னான ஒரு சுப முகூர்த்த நாளில் திருமணம் வைத்துக்கொள்வதென நிச்சயமானது. பத்மாவதி அம்மாவுக்கு மட்டும் பெண்ணை இவ்வளவு தள்ளிக் கொடுப்பதில் ஒரு மனக்குறை இருந்தது. அதேசமயம், அவளுடைய பூர்வீகம் அம்பாசமுத்திரம் என்பதால் இந்த சம்பந்தத்தில் கொஞ்சம் ஆறுதல் அடைந்தாள். இப்போதும் அவளுடைய அண்ணன் குடும்பம் அம்பாசமுத்திரத்தில்தான் இருக்கிறது. அவளும் கமலியோடு, அங்கு பலமுறை போய்வந்திருக்கிறாள். அவளுடைய அண்ணன் குடும்பத்தில் குழந்தை இல்லை என்பதால் கமலிமீது அவர்கள் அதிக பாசம் கொண்டிருந்தார்கள். மேலும் அவளுடைய அண்ணன் மூலம் வந்த சம்பந்தம்தான் இது. பத்மாவதியோட ஒரு தங்கை மதுரையில் மேலக் கோபுர வீதியில் ஒரு கோவில் வீட்டில் வாழ்ந்தாள். அவளுடைய கணவர் மீனாட்சி அம்மன் கோவிலில் அர்ச்சகராக இருந்தார். தன்னுடைய சொந்தங்கள் பக்கத்தில் இருப்பதில் நிம்மதி அடைந்தாள் பத்மாவதி.

ரகுவின் குடும்பம் திருநெல்வேலியில் ஒரு ஆச்சாரமான வைதீகக் குடும்பம். அம்மன் சன்னதித் தெரு அக்ரஹாரத்தில் தனி வீடு. ரகுவின் அப்பா ஈஸ்வரன் தொலைபேசித் துறையில் பணியாற்றி வருபவர். அவர் ஓய்வு பெற இன்னும் இரண்டாண்டுகளே இருக்கின்றன. அம்மா விசாலாட்சி குடும்ப ஸ்திரி. அவர்களுடைய ஒரே மகன் ரகு. மின்வாரியத் துறையில் இளம் பொறியாளன். வயது 27. கமலிக்கு 4 வயது மூத்தவன். 5 அடி 7 அங்குலம். இவர்களுடைய திருமண பந்தம் மிக விசேஷமாக இருக்குமென்று ஜாதகப் பொருத்தம் சொல்லியது. பார்த்தசாரதி ஒருமாதிரி நிம்மதி அடைந்தார்.

செனையில் திருமணமும் நெல்லையில் வரவேற்பும் விமரிசையாக நடந்தன. கமலியின் தாம்பத்திய வாழ்க்கை நெல்லை அம்மன் சன்னதித் தெருவில் இருந்த ரகுவின் அப்பா ஈஸ்வரனின் பூர்வீக வீட்டில் தொடங்கியது. தனி வீடு. மூன்று பேர் ம்ட்டுமே வசித்த குடும்பம். கமலியின் வருகையோடு நால்வரானது. சென்னைப் பெருநகரில் சுதந்திரமாகவும் வீட்டில் கட்டுப்பாடுகளற்றும் வாழ்ந்த கமலி புகுந்த வீட்டின் அந்நியச் சூழலில் தொடக்கத்தில் சிரமப்பட்டாள். ரகுவும் மாமனாரும் தங்கள் வேலைகளுக்குப் போன பிறகு மாமியாரும்

கமலியும் சமையல், கோவில் என சகஜமாக இருந்தார்கள். பண்டிகை நாட்களில் கமலி செய்யும் பூஜைகளிலும், போடும் கோலங்களிலும், அவளுடைய எளிமையிலும், சகஜமாக வெளிப்படும் கம்பீரத்திலும் விசாலாட்சி அம்மா மிகவும் மகிழ்ந்திருந்தார். இருவரும் அந்நியோன்யமாக இருந்தார்கள்.

மாமனார் ஈஸ்வரன் மிகவும் கலகலப்பானவராக இருந்தார். பக்தி, பூஜை, புனஸ்காரம் என ஒரு பக்கம் இருந்தாலும் நண்பர்களோடு அரட்டை, அரசியல் விமர்சனங்கள், கிண்டல்கள், அலுவலக வம்பு தும்புகள், சினிமா மோகம், பழைய பாட்டு, புதுப்பாட்டு, கதாகாலேட்சபம், சமயப் பேருரைகள் என சகட்டுமேனிக்கு எல்லாவற்றிலும் ஈடுபட்டுக் குதூகலமாக இருந்தார். அலுவலகத் தொழிற்சங்கத்தில் தீவிரமாகச் செயல்பட்டார். நகரில் இயங்கிய பல்சமய வழிபாட்டு மன்றத்தில் ஈடுபாட்டுடன் பங்கேற்றார். காலையில் கிளம்புபவர், இரவு சாப்பாட்டுக்கு 8 மணி போல வீட்டுக்கு வருவார். அவர் வந்ததும் வீடு களை கட்டிவிடும். கலகலப்பாகிவிடும். கமலி புக்ககம் வந்த இரண்டாண்டுகளில் பணி ஓய்வு பெற்றார். அதன் பின் வீடு எப்போதும் கலகலப்பாக இருந்தது. அவரிடம் வெத்திலை சீவல் போடும் பழக்கமிருந்தது. ஒடிசலான தேகம். பார்ப்பதற்கு நடிகர் சந்திரபாபு போலவே இருந்தார். அவருடைய உடலும் மனமும் எப்போதும் துள்ளிக்கொண்டிருந்தது. ஓய்வு பெற்ற பின்பு சாயந்தரம் மட்டுமே வெளியில் போனார். பகலில் முரசு டி.வி.யில் பழைய பாடல்களை ரசித்துப் பார்ப்பார். அவரோடு சேர்ந்து கமலிக்கும் அது புதுப் பழக்கமானது. கூடவே சேர்ந்து பாடவும் செய்வார். மனைவி விசாலாட்சியை எப்போதும் சீண்டிக்கொண்டும் நக்கலடித்தபடியும் இருப்பார். அதில் ஒரு அந்நியோன்யமும் அலாதியான பிரியமும் இருக்கும். கமலியின் பதவிசான நடத்தை அவருக்கு மிகவும் பிடித்துப் போயிற்று. தினமும் கமலிக்கு இருட்டுக்கடை அல்வாவும் மிச்சரும் வாங்கி வந்தார். கமலிக்கும் அவரை மிகவும் பிடித்திருந்தது. வாரத்தில் ஒருநாள் ரகுவும் கமலியும் வெளியில் போய் சாப்பிடும் பழக்கத்தை அவர்தான் உருவாக்கினார்.

திருமணத்திற்கு முன் எப்போதும் இரவு 9 மணிக்கு மேல்தான் வீடு திரும்புவான் ரகு. பெரும்பாலும் நண்பர்களுடன் குடித்துவிட்டு இரவு சாப்பாட்டையும் முடித்துவிட்டே வந்திருப்பான். நேராக அவனுடைய மாடி அறைக்குப் போய் தஞ்சமடைந்துவிடுவான். திருமணத்துக்குப் பின் ரகு, பொதுவாக, 7 மணிக்கெல்லாம் வீட்டுக்கு வந்தான். இதில் விசாலாட்சி அம்மாவுக்கு பரம திருப்தி. மாதத்தில்

ஓரிரு நாள் மட்டும் நண்பர்களுடன் பொழுதைப் போக்கிவிட்டு இரவு 9 மணிக்கு வருவான். சமயங்களில் மிதமாகக் குடித்தும் இருப்பான். சில சமயங்களில் அசைவ உணவும் சாப்பிட்டுவிட்டு வருவான். அதையும் தொலைபேசி மூலம் கமலியிடம் தெரிவித்து விடுவான். அவளிடம் மிகுந்த பிரியமாக இருந்தான். அவள் சந்தோஷமாக இருக்க வேண்டும் என ஆசையும் பிரயாசையும் பட்டான். அவனுடைய இந்தப் பழக்கங்களையெல்லாம் அவள் திருமணத்துக்கு முன்பே அறிந்திருந்தாள். நிச்சயத்திற்குப் பின் திருமணத்திற்கு இருந்த இரண்டு மாத இடைவெளியில் அவர்கள் செல் மூலம் பேசிக்கொண்டார்கள். அவளுக்கு இதுவொன்றும் பிரச்சனையாக இல்லை. எல்லாம் சரிசெய்துவிடலாம் என்று அவளுக்கு உறுதியாகத் தெரிந்தது. சனிக்கிழமை இரவுகளில் தவறாமல் சினிமாவுக்குப் போனார்கள்.

"நீங்க குடிச்சிட்டு கவுச்சி சாப்பிட்டிட்டு வர்ற நாள்ல மட்டும் நாம ஒண்ணு சேர வேண்டாம். எனக்கு அந்த ஸ்மெல் பிடிக்கல. குமட்டிட்டு வருது..." என்றாள் ஒருநாள். அவன் உடனே நிறுத்தினான். அவள் தன் பெற்றோர் வீட்டுக்குச் சென்னை செல்லும் நாட்களில் மட்டும் எப்போதாவது அவற்றை எடுத்துக்கொண்டான். அதையும் அவளிடம் அவன் சொல்லத் தவறுவதில்லை. அவளும் அதைப் பெரிதாக எடுத்துக்கொள்வதில்லை. வருசத்துக்கு மூன்று நான்கு தடவையாவது ஏதாவது விசேசமென்று கமலி சென்னை கிளம்பிவிடுவாள்.

அவளுடைய அப்பாவும் அம்மாவும் அவ்வப்போது வந்து போனார்கள். இருவரும் சேர்ந்து வருவதில்லை. வரும்போது இவர்கள் வீட்டில் தங்குவதுமில்லை. அப்பா தொழில் விசயமாக வந்ததாகச் சொல்வார். ஹோட்டல் ஜானகிராமில் அறை எடுத்துத் தங்குவார். அம்மா, அம்பாசமுத்திரம் வந்து தன்னுடைய அண்ணன் வீட்டில் தங்கி அவளை வந்து பார்த்துப் போவார். இருவருமே வரும்போது அப்பளம், வடகம், ஊறுகாய்கள், பட்சணங்கள் என பெரிய பெரிய பார்சல்களோடுதான் வருவார்கள். அம்பாசமுத்திரத்திலிருந்து மாமாவும் அத்தையும் இடையிடையே வந்து போவார்கள்.

கமலி பெரும் வருத்தமென்று ஏதுமில்லாமல் சந்தோஷமாகத்தான் இருந்தாள். நாட்கள் செல்லச் செல்ல குழந்தை தரிக்கவில்லை என்ற பெருங்குறை குடும்பத்தில் உருவெடுத்தது. கோயில் கோயிலாக மாமியாருடனும், சமயங்களில் ரகுவுடனும் சென்றாள். விரதங்கள் இருந்தாள். கந்த சஷ்டி விரதத்தைக் கடுமையாக மேற்கொண்டாள். ஆறாம் வருடம் நந்திதா பிறந்தாள்.

நந்திதாதாவின் முதல் வருடப் பிறந்தநாளின்போது, கமலியின் அப்பா தெரிவித்த யோசனையோடும் உதவியோடும் அவர்கள் பாளையங்கோட்டையில் என்.ஜி.ஓ. காலனியில் இடம் வாங்கினார்கள். ரகு வங்கியில் கடன் வாங்கி வீடு கட்டும் வேலையைத் தொடங்கினான். ஈஸ்வரனின் மேற்பார்வையில் வேலைகள் நடந்தன. ரகு அகலக் கால் வைத்ததில் வீடு பல சிரமங்களுக்குப் பின் 4 வருடங்களில் முடிந்தது. கடைசிக் கட்டத்தில் பார்த்தசாரதிதான் மேலும் பணம் கொடுத்து அது முடிவதற்குத் துணையாக இருந்தார். மூன்று வருடங்களுக்கு முன் இந்த வீட்டுக்குக் குடி வந்தார்கள். கமலியின் தனிக் குடித்தன வாழ்க்கை தொடங்கியது.

# 3

கமலி தன்னுடைய 37ஆவது வயதில், 14 வருடக் குடும்ப வாழ்க்கைக்குப் பின், முதன்முதலாகக் காதல் வசப்பட்டிருப்பதாக உணர்ந்தாள். அவளுடைய உடலும் மனமும் காதல் பரவசத்தில் களித்திருந்தன. ஆரம்பத்தில் இது உடல் தேவைகளுக்கு அப்பாற்பட்ட அமரக் காதல் என்றுதான் அவள் நம்பிக்கொண்டிருந்தாள். ஒரு மலரைப் போல வெகு இயல்பாக மலர்ந்துவிட்டிருந்த காதல் இது. குடும்ப வாழ்வில் சிறு சிறு பிணக்குகளும் ஏமாற்றங்களும் சலிப்புகளும் அவளுக்கு நேர்ந்திருந்தாலும் அவள் ரகுமீது மிகுந்த மதிப்பும் அன்பும் கொண்டிருந்தாள். அதுதான் காதல் என்று அதுவரை எண்ணியிருந்தாள். ஆனால் காதல் என்பது வேறு ஒரு உணர்ச்சிப் பிரவாகம் என்பது இப்போது அவளுக்குப் பிடிபட்டிருந்தது. அதேசமயம் ரகுமீது அவளுக்கு ஒரு சிறிதும் அன்பு குறையவில்லை. அது என்றும் மாறாத நித்யத்துவம் கொண்டது. அவனுடனான வாழ்க்கை என்பது, இந்த ஜென்மத்தில் அவளுக்கு அளிக்கப்பட்ட வரம் என்பது மட்டுமல்ல, அப்பா அமைத்துக் கொடுத்தது என்ற எண்ணமும் அவளை ஆட்கொண்டிருந்தது. அதைப் பேணவும் அதற்குரிய கடமைகளைச் செம்மையாகச் செய்யவும் அவள் ஒருபோதும் தவறிவிடக் கூடாது என்ற சங்கல்பத்தோடு தாம்பத்திய வாழ்க்கையை நடத்தினாள். எதன் காரணமாகவும் ரகு காயப்பட்டுவிடக் கூடாது என்பதிலும் மனைவி என்ற முறையில் அவன்மீதான அக்கறையிலும் அவள் ஆற்ற வேண்டிய கடமைகளிலும் அவனுடைய விருப்பங்களை நிறைவேற்றுவதிலும் சிறு குறையும் நேர்ந்துவிடக் கூடாது என்பதில் அதிகப்படியான கவனம் எடுத்துக்கொண்டாள். அதேசமயம்

கண்ணனுடன் ஏற்பட்டுவிட்டிருந்த இக்காதல் உறவை ஒருபோதும் இழந்துவிடக் கூடாது என்றும் பிரயாசைப்பட்டாள். இரண்டு உறவுகளையும் நேர்த்தியாக நடத்திக்கொண்டு சென்றுவிட முடியும் என்ற நம்பிக்கை அவளிடம் இருந்தது.

கண்ணனுக்குக் கூட, அவளுடைய இந்த மனோபாவம் அபூர்வமானதாகவும் ஆச்சரியம் தருவதாகவும் இருந்தது. அவள்மீது அவன் தனி அபிமானமும் மதிப்பும் கொள்ள அதுவே ஒரு விசேஷ காரணமாகவும் இருந்தது. அவனை இதற்கு முன்னர் நேசித்த மூன்று பெண்களுமே தம் கணவர்கள் மீது ஏகப்பட்ட புகார்கள் கொண்டிருந்தனர். இப்படியான ஒரு காதல் கொள்ள நேர்ந்ததற்கு அவர்களுடைய கணவர்களே காரணம் என அவர்கள் தீவிரமாக நம்பினார்கள். கணவர்கள் மீதான புகார்களையும் அதிருப்திகளையும் அவர்கள் விடாது வெளிப்படுத்தியபடி இருந்தார்கள். அதன் மூலம்தான் அவர்களுடைய காதலுக்கான நியாயத்தை அவர்கள் கொண்டிருந்தார்கள். ஆனால் கமலி, கண்ணனைக் கண்ணனுக்காகவே நேசித்தாள். அதன் காரணமாக, அவளுக்கு ரகுமீது எந்தப் புகாருமில்லை. கமலியின் இந்த மனோபாவம் அவள்மீது கண்ணனுக்கு தனி மதிப்பை ஏற்படுத்தியிருந்தது. அவளுடைய இந்த அபூர்வமான மனோபாவம் பற்றி அவன் வெகுவாக அவளிடம் சிலாகித்துச் சொல்லவும் செய்திருக்கிறான். அவன் இவ்வளவு காலமும் ஓடிக் களைத்ததெல்லாம் கமலியை வந்தடைவதற்குத்தான் என்று அவனும் தீவிரமாக நம்பினான்.

கண்ணனுடன் அமைந்த உறவுக்குப் பின் அவள் பழைய தமிழ்ப் பாடல்களை விரும்பிக் கேட்க ஆரம்பித்தாள். தனித்திருக்கும் பகல் பொழுதுகளில் முரசு டிவி.யில் தஞ்சமடைந்தாள். கண்ணன் சில பழைய பாடல்களை மிகவும் லயித்துப் பாடுவான். அவளுக்காக, அவள் கேட்டுக்கொண்டதற்காக, சில புதிய பாடல்களையும் கற்றுக்கொண்டு பாடியிருக்கிறான். ஒருநாள் மதியம் டிவியில் பழைய பாடல் கேட்டுக்கொண்டிருந்தபோது ஒரு பாடல் அவளை மிகவும் கிளர்ச்சியடையச் செய்தது. உடனே கண்ணனுக்கு ஃபோன் செய்து அவனை அந்தப் பாடலைக் கேட்க வைக்க வேண்டும் என்று தோன்றியது. ரகு எப்போது வேண்டுமானாலும் கூப்பிடக்கூடிய நேரம் அது. அந்தக் கட்டுப்பாட்டையும் மீறி, கண்ணனுக்கு ஃபோன் செய்தாள். அவன், “என்ன இந்த நேரத்துல...” “முரசு டி.வி. பாரு... வைக்கிறேன்” என்றாள். அவன் டிவியை ஆன் செய்து முரசு டி.வியை அடைவதற்குள் அந்தப் பாட்டு முடிந்துவிட்டிருந்தது.

அடுத்த முறை பேசும்போது "அது என்ன பாட்டு" என்று அவன் கேட்டான். "இப்பதான் பஸ்ட் டைம் கேக்குறேன். அதனால பாட்டு நினைவில் இல்ல. ஆனா அந்தப் பாட்டுல நான் உங்ககிட்ட சொன்ன ஒரு விசயம் அப்படியே வருது..." என்றாள்.

"என்னடா அது..."

"இந்த ஜென்மத்தில நாம மனசார பழகுவோம். அடுத்த ஜென்மத்தில சேர்ந்து வாழ்வோம்னு சொல்லியிருக்கேன்ல. அந்த அர்த்தத்தில அந்தப் பாட்டுல ஒரு இடம் வருது..."

"முன்னொரு பிறவி எடுத்திருந்தேன்
உன்னிடம் மனதைக் கொடுத்திருந்தேன்
பின்னொரு பிறவி எடுத்து வந்தேன்
பேசியபடியே கொடுக்க வந்தேன்"

என்ற அந்த வரிகள், அந்தப் பாடலைக் கேட்டபோது, அவளுடைய இந்த ஜென்ம வாழ்க்கையையும் அடுத்த ஜென்ம வாழ்க்கையையும் மிகக் கச்சிதமாகச் சொல்வதாக அவள் நினைத்தாள். உண்மையில் அவள் அப்படித்தான் இதுவரை நினைத்திருந்தாள். அது ஒரு பாட்டில் சொல்லப்பபட்டிருப்பது அவளுக்குப் பெரும் ஆச்சரியமாக இருந்தது. அவளுடைய இந்த நம்பிக்கை பொதுவான ஒன்றுதான் என்பது கொஞ்சம் ஆறுதலாகவும் இருந்தது.

அந்தப் பாடல் பற்றிய சின்னச் சின்ன விபரங்களைக் கேட்டறிந்தபோது, அவனுக்கு அந்தப் பாடல் எதுவென்று தெரிந்துவிட்டது. அவன் அறிந்த பாடல்தான். ஆனால் அவன் நினைவில் தங்கியிராத பாடல். அவளிடம் பேசி முடித்த பின், யூட்யூபில் அந்தப் பாடலைக் கேட்டான். அவள் குறிப்பட்ட வரிகளை மீண்டும் மீண்டும் கேட்டான். மறுமுறை அவளிடம் அதைப் பாடிக் காட்டினான். அவள் மெய் சிலிர்த்தது. அவள் சொன்னாள்:

"நான் உங்கிட்ட சொன்னதைத்தானே அந்தப் பெண் அவனிடம் சொல்றா... உனக்கு ஜென்மங்கள் பத்தின நம்பிக்கை இருக்கானு தெரியலை... ஆனா எனக்கு பரிபூரணமா இருக்கு..."

"நம்பிக்கை இருக்குனோ இல்லைனோ சொல்றதுக்கு எனக்கு இது பத்திலாம் ஒண்ணும் தெரியாது. எனக்குத் தெரியாத ஒண்ணு பத்தி நான் என்ன அபிப்ராயம் சொல்ல முடியும்... ஆனா புத்தருக்கு கடவுள் நம்பிக்கை இல்லைனாலும் ஜென்மங்கள் தொடர்வது பத்தின நம்பிக்கை இருந்தது. அவர் ஜென்மங்களாகத் தொடரும் நினைவுகளைத் தன் தியானத்தின் மூலம் கடந்தே முக்தியடைந்தார்..."

இப்படித்தான் காதலில் கசிந்துருகிப் பேசிக்கொண்டிருக்கும்போதே ஏதோ ஒன்றைத் தொட்டு ஏதேதோ பேசுவான். அவன்மீது அவள் கொண்டிருந்த மதிப்புக்கு அதுவும் ஒரு காரணம். ஆனாலும் அவனுடைய அறிவு அவளிடமிருந்து அவனைப் பிரித்துவிடுமோ என்று உள்ளூர ஒரு பயமும் அவளுக்கு இருந்தது. அவனுக்கு இணையாகத் தன்னை வளர்த்துக்கொள்ள வேண்டும் என்று அவ்வப்போது அவளுக்குத் தோன்றுவதுண்டு. அவன் லெள்கீக வாழ்க்கைக்கு அப்பாற்பட்டவன் என்று ரகு அடிக்கடி சொல்வான். அவனுடைய நண்பர்கள் வட்டத்தில் அவனுக்கு அப்படி ஒரு அடையாளம் இருந்தது. இப்படியாக அறியப்படும் அவன் அவள்மீது கிறங்கிக் கிடப்பதில் அவள் பெருமிதம் கொண்டிருந்தாள்.

கமலி கண்ணனிடம் கொண்டதே முதல் காதல் என்றாலும் அவளுடைய வாழ்வில் சிலர் அவள்மீதான காதலைச் சொல்லியிருக்கிறார்கள். ஒவ்வொரு முறையும் அவள் வெடவெடத்துப் போயிருக்கிறாள். பத்தாவது படிக்கும்போது ஒரு பையன் அவளுக்குக் கடிதம் கொடுத்தான். படபடவென்று உடல் நடுங்கத் தொடங்கிவிட்டது. அதை அவள் பிரித்துக்கூடப் பார்க்கவில்லை. அப்படியே கொண்டுவந்து அப்பாவிடம் கொடுத்துவிட்டாள். அப்போதும் அவள் உடல் நடுங்கிக்கொண்டிருந்தது. அவள் எப்படி சைக்கிளில் வீடு வந்து சேர்ந்தாள் என்பதே அவளுக்குத் தெரியவில்லை. பையன் யார் என்று மட்டும்தான் அன்று இரவு சாப்பாட்டுக்குப் பின் அப்பா அவளிடம் தனியாகக் கேட்டார். பிறகு அப்பா என்ன நடவடிக்கை எடுத்தார் என்பதும் அவளுக்குத் தெரியாது. அப்பாதான், மறுநாள் சாயந்தரம், "பயப்படாம இரு... இனி அந்தப் பையன் உன் வழில வரமாட்டான்" என்றார். அவள் தலையாட்டினாள். அதற்கேற்ப அவளுடைய பள்ளிப் படிப்பு முடியும்வரை அவன் தட்டுப்படவே இல்லை.

பள்ளிப் படிப்பு முடிந்து கோடை விடுமுறையில் அம்மாவோடு மதுரையில் சித்தி வீட்டிற்குச் சென்றிருந்தபோது நடந்த ஒரு சம்பவம் இன்றும் அவள் மனதில் நீங்காதிருக்கிறது. அவர்கள் குடியிருந்த காம்பவுண்டு வீட்டின் மாடிக்கு ஒருநாள் துணி காயப் போடச் சென்றாள். அப்போது அங்கு இன்னொரு வீட்டுப் பையன் மொட்டை மாடியில் அங்கும் இங்குமாக நடந்தபடி படித்துக்கொண்டிருந்தான். அவனை அதற்கு முன்னரும் ஓரிரு முறை அவள் பார்த்திருக்கிறாள். அவள் துணிகளைக் காயப் போட்டுவிட்டுப் படியிறங்க வந்தபோது, எங்கிருந்தோ வந்த அவன் அவளைச் சட்டென்று இறுக்கி அணைத்து

உதட்டில் முத்தம் கொடுத்துவிட்டான். அவள் திமிறி அவனை உதறிவிட்டுக் கடகடவென்று படியிறங்கினாள். வீட்டுக்குள் வந்த பின்னும் நடுக்கம் குறையவில்லை. ஆனால் நடந்ததை அவள் யாரிடமும் சொல்லவில்லை. இரண்டு நாள் காய்ச்சலில் விழுந்து எழுந்தாள். அதற்குப் பின் அந்த ஊரை விட்டுக் கிளம்பும்வரை அவள் மொட்டை மாடிப் பக்கமே போகவில்லை.

கல்லூரி நாட்களில் சிலர் சொன்ன காதல்களை அவள் மிகச் சாதாரணமாக நிராகரித்துக் கடந்து போயிருக்கிறாள். ரகுவுடன் திருமணம் நிச்சயித்த பிறகு, அவன் தினமும் ஃபோனில் பேசியபோதும் அது பெரிய கிளர்ச்சி எதையும் ஏற்படுத்தியிருக்கவில்லை. அவன் கசிந்துருகிக் காதலோடுதான் பேசினான். அது அவளுக்குப் பிடித்திருந்தது. அதுதான் காதல் என்றுகூட அவள் அப்போது நினைத்திருந்தாள். ஆனால் கண்ணன் பேசும்போதும் பேசி முடித்த பின்பும் மனம் இனம் புரியாது துள்ளிக்கொண்டிருப்பதையும், மீண்டும் மீண்டும் அவனோடு பேசியவை மனதில் ரீங்காரமிட்டுக் கொண்டிருப்பதையும், அவனுடைய ஃபோனுக்காக மனம் தவிப்பதையும் அவனோடு பேசிக்கொண்டே இருக்க வேண்டும் என மனம் பரிதவிப்பதையும் உணைந்தபோதுதான் காதலின் விதை அவளுள் விருட்சமாக வளர்ந்துகொண்டிருப்பதை உணர்ந்தாள். அவள் எவ்வளவோ யோசித்தும் அந்த விதை எப்போது அவள் மனதில் பதியமிடப்பட்டது என்பதை அவளால் கணிக்கவே முடிந்ததில்லை.

கண்ணன், காதலை மிகச் சாதாரணமாக எவ்விதத் தயக்கமுமின்றி சொன்னபோது அவள் விதிர்விதிர்த்துத்தான் போனாள். அவள் உடலும் மனமும் படபடத்து நடுங்கியது. ஆனால் அந்தப் படபடப்பில் பயமில்லை. மாறாக, பரவசமிருந்தது. அன்று இரவு வெகுநேரம் தூக்கம் பிடிக்காமல் மனம் ஏதோ ஒரு கிறக்கத்தில் கிறுகிறுத்துக் கொண்டிருந்தது. தான் முதன் முதலாகக் காதல் வசப்பட்டிருப்பதை உணர்ந்தாள்.

## 4

கடந்த இரண்டு மாதங்களாகத்தான் கமலியும் கண்ணனும் செல்பேசியில் பேசத் தொடங்கியிருந்தார்கள். முதலில் அவள்தான் அழைத்தாள். அவள் நேரடியாக அவனை அழைத்துப் பேசியது அதுதான் முதல் முறை. அதற்கு முன்னரும் அவள் அவனோடு செல்லில் பேசியிருக்கிறாள். எப்போதாவது கண்ணனிடம் பேசும் ரகு, பேசி முடித்துவிட்டு சமயங்களில், “வீட்ல பேசணுங்கிறாங்க” என்று

சொல்லி அவளிடம் கொடுப்பான். அவளும் சகஜமாக அவனிடம் பேசுவாள். நலம் விசாரிப்பாள். அவனும் நந்திதா பற்றிக் கேட்பான். "ஏதும் வரையிறாளா" என்பான். அவளாகப் பேசியதில்லை. இரண்டு நாள் முன்பு, பேச்சினிடையில் கண்ணனுக்கு ஒரு பைக் விபத்தில் காலில் அடியாம். இப்போது தேவலை என்று ரகு சொன்னான். "கூப்பிடுங்க பேசலாம்" என்றாள். "இப்ப ரெஸ்ட் எடுத்திட்டிருப்பார். தொல்ல பண்ண வேண்டாம். இன்னொரு நாள் கூப்பிடலாம்" என்று சொல்லிவிட்டான்.

அன்று மதியம் சாப்பாட்டுக்குப் பின், தரையில் பாய் விரித்துப் படுத்துக்கொண்டபோது, கண்ணனிடம் உடல் நலம் விசாரிக்க வேண்டும்போல் தோன்றியது. இரண்டு நாளாகவே அந்த எண்ணம் அவளிடம் இருந்தது. ஏதோ ஒரு தயக்கம் அதைச் செய்ய விடாமல் தடுத்துக்கொண்டிருந்தது. இப்போதும் தயக்கத்துடன்தான் அவனைக் கூப்பிட்டாள். அவன் எடுத்தான்.

"ஹலோ" என்றான். அவள் ஒரு கணம் தயங்கினாள். மீண்டும் அவன் "ஹலோ" என்றான்.

அவள் சட்டென, "எப்படி இருக்கீங்க?" என்று கேட்டாள்.

அவன், "நீங்க..." என்று இழுத்தான்.

"கமலி" என்றாள்.

அவன் மிகுந்த உற்சாகத்துடன் பேசத் தொடங்கினான். அதற்குப் பின் அவர்கள் அவ்வப்போது பேசிக்கொண்டார்கள். பெரும்பாலும் காலையில் ரகு ஆபிஸ் போன பிறகு, அல்லது, மதியம் அவன் வந்து சாப்பிட்டுவிட்டுச் சென்ற பிறகு என அவ்வப்போது பேசத் தொடங்கினார்கள். அந்த நேரங்களில் அவனுடைய அழைப்பை மனம் எதிர்பார்க்கவும் ஏங்கவும் தொடங்கியது.

அவன் சின்னச் சின்னதாய், ஒன்றைத் தொட்டு ஒன்று என அவள் பற்றிய விபரங்களைக் கேட்டு அறிந்தான். அவள் பற்றி அவனுக்கு மதிப்பும் நேசமும் கூடிக்கொண்டே போனது. தமிழில் பக்தி இலக்கியத்திலும், ஆங்கிலம் மற்றும் பிரஞ்சு மொழிகளில் நவீன இலக்கியத்திலும் அவளுக்கு வாசிப்பும் ஈடுபாடும் இருப்பது அவனுக்கு வியப்பையும் சந்தோஷத்தையும் தந்தது. அவள் ஆங்கிலத்தில் மட்டுமல்ல, பிரெஞ்சிலும் எம்.ஏ. வரை படித்திருக்கிறாள் என்பது கண்ணனுக்குப் பிரமிப்பாக இருந்தது. அவள் தன்னுடைய திறமைகளையெல்லாம் துருப்பிடிக்க விட்டுக்கொண்டிருப்பதாய் ஆதங்கப்பட்டான். "உங்களோட இந்த ஈடுபாடெல்லாம் ரகுவுக்குத்

தெரியுமா?" என்று அவன் கேட்டபோதுதான், இவ்வளவு வருச தாம்பத்தியத்தில் ரகுவுக்கு அவளின் இந்த ஆர்வங்களெல்லாம் தெரியுமா என்ற சந்தேகம் அவளுக்குத் தோன்றியது. யோசித்தபோது, தெரியும், ஆனால் அதைப் பெரிதாக அவன் பொருட்படுத்தியதில்லை என்பது புரிந்தது.

அடுத்த இரண்டு மாதங்களில் அவர்கள் வாய்ப்பு அமையும்போதெல்லாம் பேசிக்கொண்டார்கள். அவன் அளித்த உத்வேகத்தில் அப்பாவுக்கு ஃபோன் செய்து, தன்னுடைய புத்தகங்களையும் புத்தக அலமாரியையும் அனுப்பச் சொன்னாள். அப்பா மறு வாரமே எல்லாவற்றையும் காரில் எடுத்துக்கொண்டு வந்துவிட்டார். நேற்று தொலைபேசியில் நாளை நெல்லை வருவதாக அப்பா சொன்னபோது, அவர் புத்தகக் கட்டுகளோடும் அதன் அலமாரியோடும் வருவார் என்று அவள் நினைத்திருக்கவில்லை. காலை பத்து மணியளவில் அவள் செடிகளுக்குத் தண்ணீர் ஊற்றிக்கொண்டிருந்தபோது, வாசலில் அப்பாவின் ஸ்கார்பியோ வந்து நின்றது. அவள் தண்ணீர் ஊற்றுவதை அப்படியே விட்டுவிட்டு வாசலுக்கு ஓடி வந்தாள்.

பார்த்தசாரதி காரை விட்டு இறங்கி வாஞ்சையுடன் அவளை அணைத்துக்கொண்டார். அவரின் மார்பில் இதமாகத் தலை சாய்த்துக்கொண்டாள் கமலி. காரை நிறுத்திவிட்டு இறங்கிய டிரைவர் சங்கர், "என்னம்மா எப்படி இருக்கீங்க" என்று கேட்டார். அப்பா 20 வருசங்களுக்கு முன்பு, மாருதி வாங்கிய காலத்திலிருந்து அப்பாவுக்கு டிரைவராக மட்டுமல்ல, உதவியாளராகவும், வீட்டுக் காரியங்களில் ஒத்தாசையாகவும் இருந்து வருபவர். காலை 7 மணிக்கு வந்தால் இரவு 8 மணிக்குத்தான் அவருடைய வீட்டுக்குப் போவார். அப்பாவுக்குத் தேவையான எல்லாவற்றையும் பக்குவமாகச் செய்பவர். அப்பா ஒரு ஜாதகம் பார்த்து முடித்து அடுத்த ஜாதகக்காரரைப் பார்ப்பதற்கு முன்பாக, அவருக்கு வேண்டிய விஸ்கியைக் கச்சிதமாக ஊற்றிக் கொடுப்பார். மாலை 6 மணிக்கு மேல் ஜாதகம் பார்ப்பதில்லை என்பதால் ஆரம்பத்தில் மாலை வேளைகளில்தான் குடிக்க ஆரம்பித்தார். கமலி திருமணமாகிச் சென்றபிறகு, அது பகலிலும் தொடர ஆரம்பித்தது. விஸ்கி பாட்டில்களை வாங்கிவந்து பத்திரப்படுத்தி வைத்துப் பக்குவமாய் கொடுப்பதும் சங்கர்தான். அப்பாவின் சகல தேவைகளையும் அவர் கேட்பதற்கு முன்பாகவே இங்கிதமாகச் செய்பவர். "நல்லா இருக்கேன் அங்கிள்" என்று அவர் முகம் பார்த்துச் சொன்னபடி, "உள்ள வாங்க அங்கிள்" என்றாள் கமலி.

"எல்லாத்தையும் எடுத்துட்டு வாப்பா" என்று சங்கரிடம் சொல்லியபடி மகளுடன் வீட்டுக்குள் போனார் பார்த்தசாரதி. வழக்கமான பார்ஸல் என்றுதான் கமலி நினைத்தாள். ஆனால் கட்டுக் கட்டாக அட்டைப் பெட்டிகள் வந்து இறங்கியதைப் பார்த்ததும் "என்னப்பா இதெல்லாம்..." என்றாள்.

"எல்லாம் உன்னோட புஸ்தகம்தாம்மா... நீதானே கேட்ட..." என்றபடி, "எங்க வைக்கலாம் சொல்லு" என்றார்.

கமலியின் மனம் ஆனந்தத்தில் துள்ளிக் குதித்தது. "உள் ரூம்ல வைக்கலாம்பா" என்றாள்.

"எல்லாம் துடைச்சு, ஒவ்வொரு அடுக்கையும் தனித் தனிக் கட்டாக சங்கர் அட்டைப்பெட்டியில் வைச்சுருக்கான். நீ எடத்த மட்டும் காட்டு... எல்லாம் அவன் பாத்துப்பான்" என்றார்.

உள் அறையின் ஒரு மூலையைத் தேர்ந்தெடுத்தாள் கமலி. காரின் மேல் கட்டியிருந்த ஷெல்ஃபை மூவருமாகச் சேர்ந்து உள்ளறைக்குக் கொண்டு வந்தார்கள். அதன் பின் சங்கர் ஒவ்வொரு கட்டாகப் பிரித்து, புத்தகங்களை எடுத்துக் கொடுக்கக் கொடுக்க அப்பாவும் மகளுமாகச் சேர்ந்து அவற்றைத் தனித் தனிப் பிரிவுகளாக அடுக்கினார்கள். கமலிக்குத் தன் கல்லூரிக் காலத்துக்குத் திரும்பிய பரவசத்தை அது கொடுத்தது. அந்தப் புத்தகங்கள் அவளைப் 14 ஆண்டுகளுக்கு முன்னான இளமைக்கு அழைத்துச் சென்றன. கண்ணன் இதை அறிந்தால் மிகவும் பரவசப்படுவார் என்று நினைத்துக்கொண்டாள். இவற்றைப் பார்ப்பதற்கு அவரை எப்படியாவது வரவழைக்க வேண்டும் என்ற ஆசை எழுந்தது.

மதியம் சாப்பாட்டுக்கு ரகு வந்தபோது, அவர்கள் இந்த வேலையில் மும்முரமாக இருந்தார்கள். ரகுவுக்கு அது ஆச்சரியமாகவும் கொஞ்சம் அதிர்ச்சியாகவும் இருந்தது. "என்ன இதெல்லாம்" என்று தன்னுடைய உணர்ச்சிகளை வெளிக்காட்டாமல் கேட்டான்.

"என்னோட கலைக்ஷன்ஸ்... அப்பாவை அனுப்பச் சொன்னேன். ஆனா, அப்பா எல்லாத்தையும் எடுத்துக்கிட்டே வந்துட்டாங்க..." என்று குதூகலமாகச் சொன்னாள்.

இது எல்லாம் கண்ணனின் யோசனையின் பேரில்தான் நடந்திருக்கும் என்று சட்டென ரகுவுக்குத் தோன்றியது. கண்ணனும் கமலியும் அடிக்கடி பேசிக்கொள்கிறார்கள் என்று அவன் கொண்டிருந்த லேசான சந்தேகம் இப்போது சட்டென உறுதிப்பட்டது. அவன் மனதில் முதல் அசுர வித்து விழுந்தது. இனி அவன் மனம் அதை வளர்த்து அவனை

இம்சிக்கும். இப்போதே மனம் ஏதேதோ யோசிக்க ஆரம்பித்து அலைக்கழியத் தொடங்கிவிட்டது. அவனுடைய முகத்தில் தெரிந்த மாற்றத்தைப் பார்த்ததும் கமலி சுதாரித்துக்கொண்டாள். அப்பாவிடம், “சரிப்பா, கையைக் கழுவிட்டு வாங்க... சாப்பிடலாம்” என்றாள்.

“அவருக்கு எடுத்து வைம்மா... நான் அப்புறமா சாப்பிட்டுக்கிறேன்” என்றார் பார்த்தசாரதி.

ரகுவுக்கு சாப்பாடு பரிமாறும்போது, “ரெண்டு நாள் முன்னாடி அப்பாட்ட பேச்சுவாக்கில அனுப்பி வைக்கச் சொன்னேன். நந்திதா ஸ்கூல் போன பிறகு ரெம்பவே போரடிக்குது. புஸ்தகங்கள் இருந்தா வாசிச்சுக்கிட்டு கொஞ்சம் உருப்படியா பொழுதப் போக்கலாம்னு தோணுச்சு. உங்ககிட்ட சொல்ல மறந்துட்டேன்... அப்பா இப்படி உடனே எடுத்துட்டு வருவாங்கனு நினைக்கவே இல்லை” என்று சகஜமாகச் சொன்னாள்.

அவன் “ம்ம்...” என்றபடி அவளை உற்றுப் பார்த்தான். அவன் கண்களில் சந்தேகத்தின் நிழல் தெரிந்தது. அவளை அறியாமலே அவள் தலை குனிந்தது. அதன்பிறகு அவன் எதுவும் பேசாமல் சாப்பிட்டுவிட்டுக் கிளம்பினான். கமலியின் மனம் வாடிவிட்டது. இதில் அவன் சங்கடப்பட என்ன இருக்கிறது என்று கமலிக்கு விளங்கவில்லை. அவனிடம் கேட்காமலும் சொல்லாமலும் அவள் ஒரு காரியத்தைச் செய்திருப்பதில் அவன் அதிருப்தி அடைந்திருக்கிறான் என்று சமாதானப்படுத்திக் கொண்டாள். இரவில் அவனிடம் பேசிக்கொள்ளலாம் என்று மனதைத் தேற்றிக்கொண்டாள். அதேசமயம் அவன் என்னவெல்லாம் யோசித்து மனதைச் சிடுக்காக்கிக் கொள்வானோ என்ற கவலையும் இருந்தது. அவன் மனதில் ஒன்று விழுந்துவிட்டால் அது கரையான் புற்றெனக் கடகடவென வளர்ந்து அவனை அரிக்கத் தொடங்கிவிடும் என்பது அவளுக்குத் தெரியும்.

அப்பா புத்தகங்களோடு வந்து சேர்ந்ததைக் கண்ணனிடம் சொன்னபோது அவன் மிகுந்த மகிழ்ச்சி அடைந்தான். ஒருநாள், “உங்ககிட்ட ஆல்பெர் காம்யூவோட அந்நியன் இருக்கா” என்று கேட்டான்.

அவள், “ஓ, இருக்கே. ‘எத்ரோன்ஜெ’ தானே” என்றாள்.

அவன் வியப்புடன், “என்ன சொன்னீங்க” என்றான்.

“எத்ரோன்ஜெ... அதுதான் பிரெஞ்சு டைட்டில்” என்றாள்.

ஏதோ ஒரு இனம் புரியா பரவசம் அவனிடம் படர்ந்தது.

அந்த நாவலை அவன் ஆங்கிலத்தில் 'த ஸ்ட்ரேஞ்சர்' என்ற தலைப்பில் மட்டுமல்ல, 'அவுட்சைடர்' என்ற தலைப்பில் வந்திருக்கும் மொழிபெயர்ப்பையும் படித்திருக்கிறான். தமிழில் 'அந்நியன்' என வந்தபோதும் படித்திருக்கிறான். ஆனால் இப்போதுதான் அதன் பிரெஞ்சு தலைப்பை முதல் முறையாகக் கேள்விப்படுகிறான். மிகவும் கிளர்ச்சியடைந்தவனாக, "அதுல ஏதாவது ஒரு பக்கத்த வாசிச்சுக் காமிக்கிறீங்களா? பிரெஞ்சு மொழில கேட்டுப் பாக்கலாம்" என்றான். அவன் அப்படித்தான். யாருக்கும் தோணாத, சற்றும் எதிர்பாராத ஒன்றைச் சொல்வான்.

அவள் குதூகலத்துடன், "இருங்க எடுத்துட்டு வர்றேன்" என்றாள்.

அவள் புத்தகத்துடன் திரும்பி வந்தபோது, தான் மீண்டும் கல்லூரிப் பருவத்துக்குச் சென்றுவிட்டதைப் போல் உணர்ந்தாள். "எத வாசிக்கணும்" என்றாள்.

"ஏதாவது ஒரு பக்கத்த வாசிங்க" என்றான். அவள் ஒரு பக்கத்தை வாசித்தாள். அவளுடைய உச்சரிப்பிலும் அறியாத மொழியின் சப்த அலைகளிலும் அவன் உன்னிப்பாக லயித்திருந்தான்.

அவள், "போதுமா" என்று கேட்டபோதுதான் அவன் மீண்டான். அவள் மீண்டும் "போதுமா" என்றாள். அவன், "நீங்க வாசிச்சது மெர்சோ ஜெயில்ல இருக்கறப்ப, ஒரு பாதிரியார் அவனுக்கு பாவ மன்னிப்பு வழங்க முன் வருவதும் அவன் அதை நிர்தாட்சண்யமாக நிராகரிக்கிறதுமான பகுதிதானே" என்றான்.

அவள் திடுக்கிட்டுப் போனாள். "ஆமா... உங்களுக்கு பிரெஞ்சு தெரியுமா?" என்றாள்.

"இல்ல, யூகமாத்தான் கேட்கிறேன்..." என்றான்.

"எப்படி இவ்வளவு கரெக்டா சொல்றீங்க" என்று வியப்பு குறையாமல் கேட்டாள்.

"நீங்க வாசிச்சதில இருந்து அந்த உரையாடல் பகுதிதான்னு தோணுச்சு" என்றான்.

அவளுக்கு வியப்பிலிருந்து விடுபடவே முடியவில்லை. ஏதோ ஒரு ஏக்கத்தில் அவளையும் அறியாது, "நான் பதினஞ்சு வருசத்துக்கு முன்னாடி உங்களப் பாத்திருக்கணும்" என்று சொல்லிவிட்டு அமைதியாக இருந்தாள்.

"இப்பவாவது பார்த்தோமே" என்றான்.

தான் நிலை தடுமாறிக்கொண்டிருப்பதாக உணர்ந்த கமலி, "சரி, ரெம்ப நேரமாச்சு... வைக்கிறேன்" என்றாள்.

அவன், "ஓகே... லவ் யூ டியர்" என்று சாதாரணமாகச் சொன்னான்.

அவள் என்ன சொல்வதென்று தெரியாமல் ஒருகணம் தடுமாறினாள். "சரி, வைக்கிறேன்" என்று நடுக்கத்துடன் ஃபோனைத் துண்டித்தாள்.

அவன் அதை முதல் முறை சொல்வதைப் போல் சொல்லவில்லை. ஏதோ நெடுநாட்கள் மனமொப்பிக் காதல் கொண்டிருந்த காதலன், பிரியும்போது, வழக்கம் போல் காதலியிடம் சொல்வதைப் போல அவ்வளவு சகஜமாகச் சொன்னான். ஆனால், முதல் முறை அவன் அப்படிச் சொல்லக் கேட்டதில் கமலி வெகுவாகத் தடுமாறிப் போனாள். மனதில் அது விடாது ரீங்காரமிட்டுக்கொண்டிருந்தது. என்னவென்று புரியாத பரவசத்தில் மனம் திளைத்துக்கொண்டிருந்தது. தன் வாழ்வில் முதல் முறையாகக் காதல் வசப்பட்டிருப்பதை அவள் துல்லியமாக உணர்ந்தாள். மனம் படபடத்தபடி இருந்தது.

அன்று இரவு கமலி ஒரு கனவு கண்டாள். அவள் ஓர் அடர் வனத்தில் சிவப்புப் பட்டுச் சேலை சர சரக்க நடந்துகொண்டிருக்கிறாள். வன விலங்குகள் ஒதுங்கி நிற்கின்றன. அவள் அறிந்த இடமாகவும், அவள் எப்போதும் வந்து போகும் இடமாகவும் அது இருக்கிறது. வனத்தின் மையத்தில் இருக்கும் ஒரு பெரும் திடலை அடைகிறாள். அங்கு சிறிதும் பெரிதுமாகப் பல்வேறு அளவுகளில் லிங்கங்கள் இருக்கின்றன. நடுநாயகமாக வீற்றிருக்கும் ஒரு ஆலமரத்தின் அடியில் ஒரு பிரமாண்ட லிங்கம் காணப்படுகிறது. அவள் கால்கள் தன்னிச்சையாக அதை நோக்கி நடக்கின்றன. மண்டியிட்டு அதை அணைத்துக்கொள்கிறாள். முத்தங்களால் அபிஷேகம் செய்கிறாள். தவ நிலையில் அமர்ந்து தியானிக்கிறாள். வனம் கிடுகிடுத்து பேரிரைச்சல் எழுகிறது. மரத்திலிருந்து இலைகள் உதிர்ந்து உதிர்ந்து அவளை மூடிக்கொண்டிருக்கின்றன. ஒரு கருநாகம் சரசரவென ஊர்ந்து வந்து லிங்கத்தின் மீதேறி, வளையமிட்டபடி, சீறிப் படமெடுத்து கண்மூடித் தியானத்திற்கும் அவள் நெற்றியில் கொத்துகிறது. அவள் அலறி விழித்துக்கொண்டாள்.

## 5

கமலி தனித்திருக்கும்போது, அவள் மனதில் ஓயாது சாரல் அடித்துக்கொண்டிருந்தது. ரகுவோடும் குழந்தையோடும் இருக்கும்போது அவள் எவ்வித சஞ்சலமுமின்றிக் கச்சிதமாக, அந்தந்தப்

பாத்திரத்தின் கடமைகளைச் செம்மையாக நிறைவேற்றினாள். அப்படிச் செய்துகொண்டிருப்பதாக அவள் பூரணமாக நம்பினாள். ஆனாலும் ரகு மனதில் சந்தேகத்தின் வித்து வளர்ந்துகொண்டிருப்பதை அவளால் மெல்ல உணர முடிந்தது. கண்ணன் மீது ரகு கசப்பு கொண்டிருக்கிறான் என்பதும் தெரிந்தது. ரகுவுக்கும் கண்ணனுக்கும் இடையே நல்ல நட்பு நீடிக்க வேண்டும் என்பதே அவளுடைய வேண்டுதலாக இருந்தது. கண்ணனை எப்போதாவது நேரில் சந்திக்க அது ஒன்றுதான் வழி. ஆனால் அதில் இப்போது விரிசல் ஏற்பட்டுவிட்டதோ எனத் தோன்றியது. இப்போதெல்லாம் ரகு கண்ணனிடம் பேசுவதில்லை. அவளையும் அறியாது மனதில் ஓயாது பெய்துகொண்டிருக்கும் சாரல் துளிகள் வெளியில் தெறித்திருக்குமோ என்று நினைத்தாள். இனி மிகக் கவனமாக இருக்க வேண்டும் என்று தீர்மானித்துக்கொண்டாள். அவள் தன்னுடைய பெற்றோர் வீட்டில் இளவரசியாக இருந்தாள். திருமணத்துக்குப் பின் புக்ககத்திலும் இந்தத் தனி வீட்டிலும் அவள் ராணி போல்தான் இருந்திருக்கிறாள். அந்த ஸ்தானம் லேசாக ஆட்டம் காணத் தொடங்கியிருப்பதாகத் தோன்றி அவளை வாட்டிக்கொண்டிருந்தது. அந்த ஸ்தானத்தை ஒருபோதும் இழந்துவிடக் கூடாது என மன உறுதி கொண்டாள். ரகுவைத் தன் வசம் எப்போதும் வைத்திருக்க முடியும் என்பதில் அவளுக்குச் சந்தேகம் இருந்ததில்லை. கண்ணன் மீதான மதிப்பை அவனிடம் நிலைநிறுத்தத் தன்னால் முடியும். கொஞ்சம் முன் பின் ஆகலாம். ஆனாலும் நிச்சயம் முடியும்.

கண்ணனுடன் தான் பேசிக்கொண்டிருப்பதைக் கமலி ரகுவிடம் சொல்வதை முற்றிலுமாகத் தவிர்த்தாள். முன்பெல்லாம் எப்போதாவது கண்ணன் பேசியதாகச் சொல்வாள். ரகுவிடம் ஒன்றைத் திட்டமிட்டுக் கவனமாக அவள் மறைப்பது இதுவே முதல் முறை. சமீப நாட்களாக, “நீ இப்பல்லாம் ரெம்பவே மாறிட்ட” என்று ரகு சொல்லத் தொடங்கியிருந்தான். அவளுடைய செல்லை அவன் அவ்வப்போது எடுத்து நோண்டுவதையும் அவள் கவனித்திருந்தாள். இதையெல்லாம் ஆரம்பத்தில் அவள் பொருட்படுத்தாமல் இருந்தாலும், அவன் அவளுடைய தன்மானத்தைச் சீண்டுவதாகவும் அவளை அவமானப்படுத்துவதாகவும் அவளுக்குத் தோன்றி மனம் குமைந்து கொண்டிருந்தது. இப்படியே அதை அசட்டையாக விடுவது நல்லதல்ல என்றும் தோன்றியது.

ரகு அவளுக்கு ஃபோன் செய்யும்போது அது எங்கேஜ்டு ஆக இருந்தால் உடனடியாகக் கண்ணனுக்குப் போடுவான்.

ஆனால் கண்ணனுடைய ஃபோன் ரிங் போகும். அவன் எடுக்க மாட்டான். அவன் வேறொரு பிரத்தியேக ஃபோனில் கமலியிடம் பேசிக்கொண்டிருப்பான். முதலில் அது ரகுவுக்கு ஆறுதலாக இருந்தாலும் கண்ணனிடம் வேறொரு ஃபோன் இருக்குமோ என்ற சந்தேகம் தோன்றியது. நண்பர்களிடம் சாதாரணமாக விசாரித்துப் பார்த்தான். எல்லோருமே அப்படியேதும் இருக்கிற மாதிரி தெரியலை என்றுதான் சொன்னார்கள். ஒருநாள் வெகு சகஜமாகக் கமலியிடமே, "கண்ணன் சார் எப்பக் கூப்பிட்டாலும் எடுக்க மாட்டேங்கிறாரே... வேறேதும் நம்பர் வைச்சுருக்காரா" என்று கேட்டான். "தெரியலையே" என்று அமைதியாகச் சொன்னாள் கமலி.

இப்போதெல்லாம் ரகு, வீட்டிலிருக்கும்போது கண்ணனிடம் பேசுவதில்லை என்பது மட்டுமல்ல, சமயங்களில் அவனைப் பற்றிச் சில அவதூறுகளையும் நண்பர்கள் சொன்னதாகச் சொல்லவும் தொடங்கியிருந்தான். அப்போது அவள், "அவங்கதானே அவர்மேல உயர்வான மதிப்பு வைச்சுருக்காங்க, அவர் நம்மகூட நெருக்கமாப் பழகுறது பத்தி பொறாம கூடப் படுறாங்கனு முன்ன சொன்னீங்க" என்று சாந்தமாகக் கேட்டாள். "தெரியலை.... இப்ப என்னமோ அவர் சரியில்லை, ரொம்ப பழக்கம் வைச்சுக்க வேணாம்னு சொல்றாங்க..." என்றான். மேலும், "நமக்கெதுக்கு இதெல்லாம்... பேசாம ஒதுங்கி இருப்போம்" என்று முடித்தான். கமலி எதுவும் பேசவில்லை. ஆனால் சரியான சமயத்தில் அவனிடம் பேசி அவனைச் சரி செய்துவிடலாம் என்ற நம்பிக்கை இன்னமும் அவளுக்கு இருந்தது.

அவள் எதிர்பார்த்ததற்கு மாறாக, அவன் மனதில் கடுமையான சிடுக்குகள் விழுந்து அவை அவனுடைய இயல்புக்கு ஏற்ப, மேலும் மேலும் சடை சடையாய் திரிந்துகொண்டிருப்பதை அவளால் உணர முடிந்தது. முன்பெல்லாம் அவனுடைய சிடுக்குகள் பிறர் சம்பந்தப்பட்டவை. அவளிடம் சொல்வான். அவள் நீவிச் சரி செய்வாள். இப்போது பிரச்சனையே அவள் என்றாகி இருப்பதால் அவளிடம் நேரடியாகப் பேசுவதை அவன் தவிர்த்தான். அவனுடைய நண்பர் முருகேசனுடன் அவன் இதுபற்றி விவாதிப்பதை அவளால் யூகிக்க முடிந்தது. முருகேசன் ரகுவுக்கு மிகவும் நெருக்கமான நண்பர். மூத்தவர். எந்த ஒரு பிரச்சனையையும் தர்க்கபூர்வமாக அலசும் திறன் கொண்டவர் என்ற அபிப்ராயம் ரகுவுக்கு இருந்தது. ஆனால் அவர் எந்தவொன்றையும் மேலும் சிடுக்காக்குவதில் சமர்த்தர் என்றுதான் கமலி நினைத்தாள். கொஞ்சம் வில்லங்கமானவர் என்ற எண்ணமும் அவளிடம் படிந்திருந்தது. திருமணத்துக்கு முன் வரை ரகு தன்னுடைய

பிரச்சனைகளுக்கு அவரையே சார்ந்திருந்தான். திருமணத்துக்குப் பின் ரகுவின் மீதான அவருடைய பிடிமானம் தளர்ந்து விட்டிருந்ததில் அவருக்கு ஒருவித ஏமாற்றம் இருந்தது. இது எந்த ஒரு விபரீதத்திலும் கொண்டுபோய் விடலாம். தான் மிகவும் கவனமாக ரகுவைக் கையாள வேண்டும் என்று அவள் தீர்மானித்திருந்தாள்.

சில நாட்களுக்கு முன்பு, ஒருநாள் இரவு, நந்திதா பள்ளிக்கூடத்தில் அன்று வரைந்த ஒரு ஓவியத்தை ரகுவிடம் காட்டிக்கொண்டிருந்தாள். அதை அன்று சாயந்தரமே கமலியிடம் காட்டியிருந்தாள். கண்ணன் சாருக்கு அனுப்பச் சொல்லியும் கேட்டபடி இருந்தாள். கமலி அவளைப் பாராட்டிக் கொஞ்சிவிட்டு, "நைட் அப்பாட்ட காமிச்சிட்டு கண்ணன் சாருக்கு அனுப்பச் சொல்லலாம்" என்று கூறியிருந்தாள். ரகு அதைப் பார்த்துக்கொண்டிருக்கும்போதே 'கண்ணன் சாருக்கு அனுப்பலாம்பா" என்றாள் நந்திதா. "அதெல்லாம் ஒண்ணும் வேண்டாம். போய் ஹோம் ஒர்க்க முடி" என்று எரிச்சலுடன் சொன்னான் ரகு. அதற்கு முன்னர் அவன் குழந்தையிடம் அப்படி எரிந்து விழுந்ததில்லை. நந்திதா முகம் வாடிப்போனது. கமலியிடம் ஒண்டிக்கொண்டாள். கமலி அவளை அணைத்துக்கொண்டாள். அன்றுதான் ரகு, கண்ணனை வெறுக்கத் தொடங்கியிருக்கிறான் என்பதும், கடுமையான சந்தேகம் அவனுள் முளைத்துவிட்டது என்பதும் அவளுக்குப் புலப்பட்டது.

அன்று காலை நந்திதாவைப் பள்ளிக்கூட வேனில் தெரு முனையில் ஏற்றிவிட்டு வந்தவன், உள்ளே நுழைந்ததும் கமலியோட செல்லை எடுத்துப் பார்க்க ஆரம்பித்தான். ஏதோ ஒரு வேலையாகக் கிச்சனிலிருந்து முன்னறைக்கு வந்த கமலி அதைப் பார்த்ததும் சட்டென்று எரிச்சல் அடைந்தாள். "என் செல்லை எடுத்து என்ன பாக்குறீங்க" என்று சிடுசிடுப்பாகக் கேட்டாள்.

"சும்மாதான் பார்த்தேன். அதுக்கு ஏன் நீ இப்படி சிடுசிடுங்கிற" என்ற ரகு, "இப்பல்லாம் நீ ரெம்ப மாறிட்ட" என்றான்.

அதைக் கேட்டதும் அவளுக்குப் படபடவென வந்தது. "ஆமா, இப்பல்லாம் நான் ரெம்ப மாறிட்டேன்னு அடிக்கடி சொல்றீங்களே... என்ன மாறிட்டேன் சொல்லுங்க" என்றாள். "உங்களுக்குத்தான் என்னமோ ஆயிடுச்சு. மனசுல எதையோ போட்டு குமைஞ்சுக்கிட்டு இருக்கீங்க" எனப் படபடவென்று பேசினாள்.

அவளிடமிருந்து இந்த உடனடி எதிர்வினையைக் கொஞ்சமும் எதிர்பார்த்திராத ரகு ஒருகணம் தடுமாறினான். அவன் கையில் அவளுடைய செல் அப்போதும் இருந்தது. "முதல்ல அந்த ஃபோனக்

கீழ வைங்க...” என்றாள் படபடப்பு தணியாமல். தொடர்ந்து, “குழந்தைக்காகத்தான் பாக்கிறேன். இல்லைனா நிம்மதியா செத்துத் தொலஞ்சுடுவேன்” என்று படபடத்தாள். அவன் எதுவும் பேசாது படுக்கையறைக்குள் சென்றான்.

அடுத்த இரண்டு நாட்கள் இருவரும் நேரடியாகப் பேசிக் கொள்ளவில்லை. ஆனாலும் அவன் வெளியிலிருந்து எதையாவது சாக்கிட்டு அவளுக்கு ஃபோன் செய்யத் தவறவில்லை. வெள்ளிக்கிழமை மாலை குழந்தையை அவனுடைய பெற்றோர் வீட்டில் விட்ட பின்பு, “முருகேசனைப் பாத்துட்டு வர்றேன்” என்று செல்லில் கூப்பிட்டுச் சொன்னான். அது அவளுக்குக் கொஞ்சம் கவலையளித்தது. அதேசமயம், அவன் முருகேசனைப் பார்க்கிற சமயத்தில மட்டும் அவனிடமிருந்து ஒரு மணி நேரத்துக்கு நிச்சயமாக ஃபோன் வராது என்பது அவளுக்குத் தெரியும். அந்த ஒரு நேரம்தான் உத்திரவாதமானது. அவள் கண்ணனுக்கு ஃபோன் செய்தாள்.

பல நாட்களுக்குப் பிறகு, ரகு முருகேசனை நேரில் பார்த்துவிட்டு வீடு திரும்பியிருந்தான். இரவு உணவு தயாரிப்பதற்காக அடுக்களையில் இருந்த கமலியிடம் சென்று, “உன் செல்லைக் கொடு” என்றான். அவள் பதிலேதும் பேசாமல், அடுக்களைத் திண்டில் அது இருப்பதைச் சுட்டிக் காட்டினாள். அவன் அதை எடுத்தபடியே, “உன் செல்லில இருந்து கண்ணனோட நம்பரை டெலீட் பண்ணிடறேன். என் செல்லிலயும் டெலீட் பண்ணிட்டேன்... இனி நாம அவரோட பேச வேண்டாம். அவர் பேசினாலும் இனி கூப்பிட வேண்டாம்னு சொல்லிடு.... முருகேசனை நம்ம சார்பா கண்ணன்கிட்ட பேசச் சொல்லியிருக்கேன். அவரும் சரினு சொல்லியிருக்கார்...” என்றான்.

“இத நீங்களே அவர்ட்ட சொல்லிடலாமே...”

“இல்ல, நான் ஏதாவது பதட்டத்துல தப்பா பேசிடுவேன். அவர்னா பக்குவமா சொல்லிடுவாரு...”

கமலி எதுவும் பேசவில்லை. அவனும் முன்னறைக்குச் சென்று டி.வி.யைப் போட்டு உட்கார்ந்துகொண்டான். உடனே கண்ணனுக்கு ஃபோன் செய்தாள். அவளோடு பேசுவதற்கென்று கண்ணன் வைத்திருக்கும் பிரத்தியேக எண் அவளுக்கு மனப்பாடம். அதை அவள் தன் செல்லில் பதிவு செய்யாமல் மனதில் பதிவு செய்திருந்தாள். “முருகேசன் உனக்கு ஃபோன் செய்தால் எடுக்க வேண்டாம். அப்புறமா விபரமா சொல்றேன்” என்றுவிட்டு ஃபோனைத்

துண்டித்தாள். அழைப்பிலிருந்து அந்த எண்ணை எப்போதும்போல் உடனடியாக நீக்கினாள். தோசைகள் போட்டுக் கொண்டுபோய் ரகுவிடம் கொடுத்தாள். “நீயும் சாப்பிட்டிட்டு வா. உங்கிட்ட கொஞ்சம் பேசனும்” என்றான். அவள் எதுவும் பேசாமல் திரும்பவும் அடுக்களைக்குள் சென்றாள். இவ்விசயத்தில் ரகுவை எப்படி அவன் மனம் நோகாமல் சாமர்த்தியமாகக் கையாள்வது என யோசித்தாள். ரகு தன் கையை மீறிப் போய்க்கொண்டிருக்கிறான்... அவளுக்கு ரகுவும் இந்தக் குடும்பமும் மட்டுமே எதையும் விட முக்கியம் என அவனிடம் உணர்த்த வேண்டும். அதோடு, இப்பிரச்சனையைக் கையாள்வதிலிருந்து முருகேசனை எப்படியாவது கழற்றிவிட வேண்டும் என்பதும் தீர்மானமாகத் தோன்றியது.

கமலி படுக்கையறைக்குள் நுழைந்தபோது ரகு மிகுந்த வாட்டத்தோடும் யோசனைகளோடும் தவித்திருந்தான். அவள் கட்டிலில் உட்கார்ந்தபடி, “ம்... சொல்லுங்க” என்றாள்.

“இல்ல கமலி.... இந்த பழக்கம் நமக்கு வேண்டாம். இது ஏதோ விபரீதத்துல போய் முடியப் போகுதுனு எனக்குப் பயமாயிருக்கு...”

“சரிங்க வேண்டாம்னா விட்டுடலாம்... நாமளாத்தன் அவர்ட்ட பழகினோம், வீட்டுக்குச் சாப்பிடக் கூப்பிட்டோம், அவரும் நம்மகிட்ட நல்லா பழகினாரு... நந்திதாவும் அவர்கிட்ட பாசமா இருக்கா...” என்று விட்டு ஒரு கணம் அவனை நோட்டமிட்டாள். பின் மீண்டும் தொடர்ந்தாள். “இப்ப வேண்டாம்னு தோணுச்சுனா நாம பேசாம ஒதுங்கிக்கலாம். நாமளா அவர்ட்ட பேச வேண்டாம். அவர் கூப்பிட்டாலும் எடுக்க வேண்டாம். அவராவே புரிஞ்சுட்டு விட்டுடப் போறாரு... நீங்கதானே சொன்னீங்க, அவர் எந்த உறவையும் பெருசா பொருட்படுத்த மாட்டாருனு...” என்றாள்.

அவன் அமைதியாக இருந்தான். அவள் தொடர்ந்தாள். “இப்ப எந்த அவசியமுமில்லாம முருகேசன் அவர்ட்ட பேசி, அவரோட பழக்கத்தை நாம வேண்டாம்னு நினைக்கிறோம்னு சொன்னா அவரைத் தேவையில்லாம சீண்டற மாதிரி ஆயிடும்... இப்படியே விட்டுடலாம். அதுதான் நல்லதுனு தோணுது” என்றாள்.

ரகு, “சரி” என்றான்.

திடீரென ரகுவிடமிருந்து வந்த கேவல் சப்தம் அவளைத் திடுக்கிட வைத்தது. அவள் “என்னங்க... இப்ப என்ன ஆச்சு... ஏன் அழுறீங்க... எம்மேல உங்களுக்கு நம்பிக்கை இல்லையா” என்று அவன் கைகளைப் பற்றியபடி கேட்டாள்.

ரகு விம்மி விம்மி அழுதபடி, "நாம பிரிஞ்சிடுவோமோனு எனக்குப் பயமாயிருக்கு" என்றான். கமலி அவனைத் தன் மார்போடு அணைத்துக்கொண்டாள். இப்போது என்ன பேசுவதென்று தெரியாமல் நிலைகுலைந்து போயிருந்தாள் கமலி. ரகுவுக்காக அத்தருணத்தில் எதுவும் செய்யத் தயாராக இருந்தாள். அவன் விம்மல் தணிந்தபாடில்லை.

"நீங்க மனசப் போட்டு அலட்டிக்காதீங்க... நமக்கு ஒண்ணும் ஆகாது. என் மேல நம்பிக்கை இல்லையா உங்களுக்கு... என் விருப்பமில்லாம என்னங்க நடக்கும்... நம்மை மீறி எதுவும் நமக்கு நடக்காது" என்று அவளும் கண்ணீரோடு சொன்னாள்.

அவன் தழுதழுத்தபடி, "இல்ல கமலி... உன்ன என்னிடமிருந்து பிரிச்சுக் கூட்டிட்டுப் போயிடுவாருனு சொல்லலை... ஆனா அவரால நமக்குள்ள பிரிவு வந்திடுமோனு பயமாயிருக்கு..." என்று விம்மி விம்மி அழுதான். அழுது அழுது அவனுக்கு மூச்சிரைக்க ஆரம்பித்துவிட்டது. கமலி பயந்து போனாள். அவனுக்கு மன அழுத்தம் அதிகமாகும்போது மூச்சிரைக்க ஆரம்பித்துவிடும்.

மூச்சிரைப்புக்கான மாத்திரையை எடுத்து வந்து கொடுத்து அவனை அணைத்துத் தன் மடியில் படுக்க வைத்துக்கொண்டு அவனுடைய மார்பைத் தடவிக் கொடுத்தாள். "நமக்கு ஒண்ணும் ஆகாது... கவலைப்படாதீங்க... எப்பவும் நாம ஒண்ணா இருப்போம்" என்றபடி அவனுடைய நெஞ்சை இதமாகத் தடவிக் கொடுத்தாள். முத்தங்களால் தேற்றினாள். ரகுவுக்கு இரைப்பு தணிந்து மெல்ல மெல்ல சகஜமானான்.

"இங்க பாருங்க... நீங்க பொதுவாவே ஏதாச்சும் ஒண்ணு மனசுல விழுந்திட்டா அதை போட்டுக் குழப்பிட்டே இருப்பீங்க. இப்ப உங்களுக்கு சந்திரனோடு கேதுவும் சேர்ந்து, சந்திர புத்தி வேற நடக்குது. மனக் குழப்பம் அதிகமாத்தான் இருக்கும். வர்ற பிப்ரவரியோட சந்திர புத்தி முடியுது. அதுக்கப்புறம் எல்லாம் சரியாயிடும். அதுவரைக்கும் கொஞ்சம் கவனமா இருங்க..." என்றாள்.

ரகு மௌனமாகக் கேட்டுக்கொண்டிருந்தான். "நான் ஒண்ணு சொல்றேன் கேப்பீங்களா..." என்றாள் கமலி.

"ம்ம்ம்... சொல்லு."

"சனிக்கிழமை சனிக்கிழமை காலைல பெருமாள் கோவிலுக்குப் போயிட்டு வாங்க... எல்லாம் சரியாயிடும்" என்றாள்.

அவன் "சரி"யென்று சொல்லியபடி தலையாட்டினான்.

கமலி அவனைப் பரவசத்துடன் அணைத்துக்கொண்டு முகமெங்கும் காதலுடன் முத்தமிட்டாள். இதழோடு இதழ் சேர்த்து காமத்துடன் முத்தமிட்டாள். இருவரும் ஒன்று சேர்ந்தார்கள். எப்போதுமில்லாதபடி கமலி மிக மூர்க்கமாக அவன்மீது இயங்கினாள்.

# 6

எதிர்பாராது வந்த அப்பாவின் மரணச் செய்தியில் கமலிக்கு மூச்சு முட்டியது. தலை சுற்றியது. ஒருவாறு சமாளித்து, ரகுவுக்கு ஃபோன் செய்தாள். ரகு பள்ளிக்குச் சென்று நந்திதாவையும் அழைத்துக்கொண்டு வீடு வந்தான். அவசர அவசரமாகத் தேவையான உடுப்புகளை பேக் செய்தார்கள். அதற்கிடையில் ரகு ஏற்பாடு செய்திருந்த வாடகைக் கார் வந்தது. ரகுவின் அப்பா அம்மாவும் சேர்ந்துகொண்டார்கள். ரகு நந்திதாவோடு முன்னிருக்கையில் இருந்துகொண்டான். பின்னால் ரகுவின் அப்பா ஈஸ்வரன், அம்மா விசாலாட்சி, கமலி என அமர்ந்துகொள்ள காலை 11 மணியளவில் கார் கிளம்பியது. விசாலாட்சி அம்மா அவளைத் தன் மடியில் ஆதுரமாகப் படுக்க வைத்துக்கொண்டார்.

கார் மிக மெதுவாகச் சென்றுகொண்டிருப்பது போல் மனம் பரிதவித்தது. "எப்ப போய்ச் சேருவோம்" என்று கலங்கிய குரலில் கேட்டாள். "ராத்திரி 8 மணிக்கெல்லாம் போயிடலாம்மா" என்றார் ஈஸ்வரன். கார் மதுரையைக் கடந்தபோது, கண்ணனுக்குத் தெரிவிக்காதது குறித்தும் தெரிவிக்க முடியாத தன் நிலை குறித்தும் வேதனைப்பட்டாள். அவன் கூட இருக்க வேண்டும் என்பதுகூட இல்லை; அவன் குரல் தரும் ஆறுதல் அவளை ஆற்றுப்படுத்தும். அதற்கும் இப்போது வழியில்லை. இந்த உலகில் அவள் மிகவும் நேசித்த ஜீவன், தன் வாழ்வுக்கு ஆதாரமாக நினைத்து அவளை மிகவும் நேசித்த ஜீவன் அப்பா. அவர் இப்போது இல்லை என்பதை ஏற்றுக்கொள்ள அவள் மனம் மறுத்தது. இனி எவராலும் நிரப்பப்பட முடியாத, அவளுடைய வாழ்வின் ஆதார ஸ்தானம்.

குளிர்சாதனப் பெட்டியில் அப்பா அமைதியாகத் தூங்கிக் கொண்டிருந்தார். அப்பாவின் முகம் பார்த்தபடி கமலி உறைந்துபோய் நின்றுகொண்டிருந்தாள். எவ்வித சலனமுமின்றி பார்வை மட்டும் நிலைகுத்தி நின்றது. அவள் நின்றிருந்த கோலம் அனைவருக்கும்

கவலையைத் தந்தது. அவளை அங்கிருந்து அகற்றி உட்கார வைக்கப் பலரும் பிரயாசைப்பட்டார்கள். அவள் அசையாது நின்றது நின்றபடி, பார்த்தது பார்த்தபடி நின்றிருந்தாள். கடைசியில் அவளுடைய அம்மா அருகில் வந்து, "கமலி" என்று தோளைத் தொட்டபோதுதான் வெடித்துச் சிதறினாள். அவளை ஆதுரமாகத் தாங்கியபடி கீழே உட்கார வைத்தார்.

ஓரளவு சுற்றமும் நட்பும் உறங்கப் போனபின் இரவு 11 மணியளவில் கண்ணனுக்கு செல் மூலம் செய்தி அனுப்பினாள். உடனே பதில் வந்தது. தன் துக்கத்தையும் தான் அருகில் இருக்க முடியாத நிலைக்கு வேதனையையும் தெரிவித்திருந்தான். அதைத் தொடர்ந்து வந்த செய்தியில், "நாம் மிகவும் நேசிக்கும் ஒருவர் இறந்துவிடவில்லை, இன்னமும் நம்மோடுதான் இருக்கிறார் என்று நாம் நம்ப விரும்பினால் அவருடைய கனவுகளைக் கைக்கொண்டு வாழ்வைத் தொடர்வதுதான் ஒரே வழி" என்றிருந்தான். அதை மீண்டும் மீண்டும் வாசித்தாள். மனம் உறுதிப்படுவது போல் தோன்றியது. அவள் குறித்த அப்பாவின் கனவு என்ன? அவள் ஏதாவது ஒரு துறையில் சிறந்து விளங்க வேண்டும். எப்போதும் மகிழ்ந்திருக்க வேண்டும் என்பதுதான் அவருடைய ஆசை, கனவு எல்லாம். அப்படித்தான் சொல்லிச் சொல்லி வளர்த்தார். அதனால்தான் அவள் தன்னுடைய புத்தகங்களை அனுப்பும்படி அவள் அப்பாவிடம் கேட்டபோது, அவர் உடனே காரில் எடுத்துக்கொண்டு வந்துவிட்டார். அதுதான் அவள் அப்பாவுடன் கடைசியாக இருந்த தருணம். அதுதான் அவர் அவளுக்குத் தந்திருக்கும் கடைசிக் கொடை. அதில்தான் தன் வாழ்வுக்கான வழிகாட்டும் ஒளி இருக்கிறது என்று நினைத்தாள். அவனோடு செல்லில் குறுஞ்செய்திகள் மூலம் உரையாடிக்கொண்டிருப்பது அவளுக்கு நம்பிக்கையும் ஆறுதலும் அளித்தது.

இரவு அம்மாவிடம், "யாரும்மா கொள்ளி வைப்பா" என்று கேட்டாள். பையன் இலலைனா பொண்ணோட ஹஸ்பெண்ட் வைக்கிறது தாம்மா நம்ம வழக்கம்" என்றார் அம்மா. "எனக்கு பையனும் நீதாம்மா... நான் செத்தா எனக்கு நீதாம்மா கொள்ளி வைக்கணும்னு அப்பா சொல்வாரேம்மா..." என்றாள் கமலி. "அது சரிதாம்மா, ஆனா சம்பிரதாயம்னு ஒண்ணு இருக்கே" என்று அழுத குரலில் சொன்னார் அம்மா. "அப்பாவோட ஆசையை விட பெரிய சம்பிரதாயம் என்னம்மா இருக்கு" என்றாள் கமலி. "சரிம்மா... அப்படியே செய்யலாம்... காலைல பெரியவங்ககிட்ட பேசிக்கலாம்" என்றார் அம்மா.

மறுநாள் இறுதிப் பயணத்துக்கான சடங்குகளும் ஏற்பாடுகளும் துரிதமாக நடைபெற்றன. மகன் இல்லையென்பதால் மருமகன்தான் கொள்ளி வைக்க வேண்டும் என ஒரு தரப்பும், பார்த்தசாரதியின் தம்பி பையன் நடேசன் கொள்ளி வைக்கலாமென ஒரு தரப்பும் உறவுக்குள் பேசிக்கொண்டன. கமலி நிதானமாகவும் தீர்மானமாகவும் தானே கொள்ளி வைப்பதாகக் கூறினாள். உறவு சலசலத்தது. ஒரு நிமிட தயக்கத்துக்குப் பின் அம்மா பத்மாவதி, "கமலியே வைக்கட்டும். அவருக்குப் பையனாகவும் அவதான் இருந்தா. அப்படித்தான் அவரும் அடிக்கடி சொல்லுவார்... அப்படித்தான் வளர்க்கவும் செய்தார்... என் சாவுக்கு நீதான் கொள்ளி வைக்கணும்னு அவகிட்டயே பல தடவை சொல்லியிருக்கார்" எனத் தழுதழுத்த குரலில் கூறினார். ரகுவுக்கு அந்த முடிவு அதிர்ச்சியாக இருந்தது. மாமியார் விசாலாட்சி முகம் சுருங்கியது. லேசான முணுமுணுப்பு பரவியது. ஆனால் மாமனார் ஈஸ்வரன், "அதுவும் சரிதான்... கமலியே வைக்கட்டும்" என்று சாதாரணமாகச் சொன்னார்.

ஆழ்ந்த சோகத்தில், திடீரென தான் நிராதரவாகி விட்டதான உணர்வில், கலங்கிப் போயிருந்த நிலையிலும்கூட எல்லா வேலைகளையும் பரபரப்பாகச் செய்துகொண்டிருந்தார் சங்கர். வந்திருந்தவர்களின் தங்கும் வசதிகளையும் தேவைகளையும் கவனமாகப் பூர்த்தி செய்துகொண்டிருந்தார். கமலியும் அவளுடைய அம்மாவும்கூட எல்லாவற்றையும் அவரிடமே சொல்லிக்கொண்டிருந்தார்கள். பிரேதப் பெட்டியை முன்பக்கமாகச் சங்கரும் கமலியும் தாங்கிச் செல்ல, பின்பக்கமாக ரகுவும் நடேசனும் சுமந்தார்கள். வாகனத்துக்குள் பெட்டி வைக்கப்பட்டதும், "நீங்க ஏறிக்கங்கம்மா" என்றார் சங்கர். அவள் ஏறிப் பெட்டிக்கருகில் கீழேயே உட்கார்ந்துகொண்டாள். "சார், நீங்களும் ஏறிக்கங்களேன்" என ஈஸ்வரனிடம் சங்கர் சொன்னார். அவரும் உடனே ஏறிக் கமலிக்கருகில் உட்கார்ந்துகொண்டார். ரகு முன்னால் உட்கார்ந்துகொண்டான். வயதானவர்கள் ஸ்கார்பியோவில் ஏறிக்கொண்டார்கள். அந்தப் பகுதியின் பிரபலஸ்தர் என்பதால் அஞ்சலி செலுத்த வந்திருந்த பலரும் பிரேத ஊர்வலத்தில் கலந்துகொண்டனர்.

சுடுகாட்டில் எல்லா சம்பிரதாயங்களும் சடங்குகளும் முடிந்தபின்பு, கமலி தோளில் நீர்க்குடம் தாங்கிச் சுற்றி வந்து இறுதியாகக் கொள்ளி வைத்தாள். கண்களில் நீர் வழிந்துகொண்டிருந்ததே தவிர, எவ்விதத் தடுமாற்றமும் இல்லாமல் சொல்லப்பட்ட எல்லாவற்றையும் கச்சிதமாகச் செய்தாள்.

எல்லோரும் திரும்பினார்கள். காரில் ஏறுவதற்கு முன், கமலி திரும்பிப் பார்த்தாள். சிதையில் நெருப்பு பரவிக்கொண்டிருந்தது. அதன் ஜ்வாலை அவளுடைய வாழ்வுக்கான புதிய ஒளியாக மனதில் படிந்தது.

## 7

மறுநாள் காலை பால் பாக்கெட்டுகளோடும் கலயத்தோடும் அஸ்தி எடுக்கச் சென்றார்கள். சிதையின் நெஞ்சுப் பகுதியில் பால் ஊற்றியபடி கிடைத்த ஒன்றிரண்டு எழும்புகளை எடுத்துக் கலயத்தில் போட்டாள் கமலி. பின் அவள் தனியாக ஒதுங்கி நின்றாள். ரகு மற்றும் தாயாதிகள் என ஒவ்வொருவராக பாலூற்றிச் சிதையின் சூட்டைத் தணித்து வெவ்வேறு பாகங்களிலிருந்து எழும்புகளை எடுத்துக் கலயத்தில் போட்டார்கள். எங்கிருந்தோ ஒரு பச்சைக் கிளி பறந்து வந்து அவளை ஒரு சுற்றுச் சுற்றிவிட்டு அங்கிருந்த ஒரு மரத்தின் கிளையில் போய் உட்கார்ந்தது. அவள் அதையே தன்னை மறந்து பார்த்துக்கொண்டிருந்தாள். பின் திருவாண்மியூர் கடற்கரை சென்று சடங்குகள் செய்தார்கள். கமலி கடலுக்குள் சென்று அஸ்தியைக் கரைத்தாள்.

மூன்றாம் நாள் இரவு கமலியின் மாமனார் மாமியார் ரகு மூவரும் நந்திதாவையும் கூட்டிக்கொண்டு ரயிலில் நெல்லை கிளம்பத் தயாரானார்கள். காரியத்துக்கு வந்துவிடுவதாகவும், காரியம் முடிந்த மறுநாள் அவளும் அவர்களோடு வரும் வகையில் டிக்கெட் போட்டு விடுவதாகவும் ரகு சொன்னான்.

“நந்திதா இங்க எங்கூட இருக்கட்டுமே…” என்று கமலி கேட்டுப் பார்த்தாள்.

“இல்ல, அங்கனா அவ ஸ்கூல் போக வரனு விளையாடிக்கிட்டு ஜாலியா இருப்பா… எதுக்கு தேவையில்லாம ஸ்கூலை 10 நாள் கட் பண்ணனும்…” என்றான் ரகு.

கமலி எதுவும் சொல்லவில்லை.

ஈஸ்வரன்தான், “குழந்தை அவகூட இருந்துட்டுப் போகட்டுமேடா… அவளுக்கு ஆறுதலா இருக்கும்… மூணாங் கிளாஸ் படிக்கிற பொண்ணு 10 நாள் ஸ்கூல் போகலைனா ஒண்ணும் குடிமுழுகிப் போகாது” என்றார்.

ஆனால் ஒரு பார்வையில் அவரை அடக்கினான் ரகு.

"சரிடாப்பா... உன் பொண்ணு நீயே முடிவு பண்ணிக்கோ" என்று முணுமுணுத்தார் ஈஸ்வரன்.

"10 நாள் தானேப்பா... அவ உங்ககிட்டயே இருக்கட்டும்... அவரு சொல்றமாதிரி அங்கனா அவளுக்கும் ஜாலியா பொழுது போகும்" என்று ஈஸ்வரனைப் பார்த்துச் சொன்னாள் கமலி.

சங்கர் அவர்களை ரயிலடியில் ஏற்றிவிட்டு வந்தார்.

பதினான்காம் நாள் காரியங்களெல்லாம் முடிந்த மறுநாள் சாயந்தரம் கமலி நெல்லை கிளம்பத் தயாரானாள். அம்மாவைத் தனியாக விட்டுவிட்டுச் செல்வதுதான் அவளுக்குப் பெரும் வேதனையாக இருந்தது. அம்மாவிடம், "கூட வந்து கொஞ்ச நாளாவது இரேம்மா" என்று கேட்டுப் பார்த்தாள். "அம்பாசமுத்திரம் வந்து மாமா வீட்டிலயாவது கொஞ்ச நாள் இரு. நான் அப்பப்போ வந்து பாத்துப்பேன்" என்றாள். அம்மா ஒரேயடியாக மறுத்துவிட்டார். "அவரோடு வாழ்ந்த வீட்டிலேயே மிச்ச வாழ்வையும் வாழ்ந்து முடிச்சுடறேன்" என்று தீர்க்கமாகச் சொல்லிவிட்டார்.

சங்கரிடமும் அம்மாவின் ஸ்நேகிதி பங்கஜம் மாமியிடமும் பார்த்துக்கொள்ளும்படி கேட்டுக்கொண்டாள். அவர்கள் பார்த்துக்கொள்வார்கள் என்பது அவளுக்குத் தெரியும். இருந்தாலும் மனசு கேட்காமல் சொல்லிவிட்டு வந்தாள். அவர்களும் "கவலைப்படாம போம்மா... நாங்க பாத்துப்போம்" என்றுதான் சொன்னார்கள். இருந்தாலும் எவ்வளவு நாளைக்கு அவர்களாலும் பார்த்துக்கொள்ள முடியும் என்ற கவலை அவளை வாட்டிக்கொண்டிருந்தது. அப்பா இறந்தபோது அவருக்கு வயது 72. அம்மாவுக்கு வயது 65. பார்க்க திடகாத்திரமாகவும் ஆரோக்கியமாகவும்தான் இருக்கிறார். ஆனால் அப்பாவும் அப்படித்தானே இருந்தார். காலையில் 9 மணி போல அவளோடு ஃபோனில் பேசினார். அடுத்த அரை மணி நேரத்தில் மாரடைப்பால் இறந்துவிட்டார். எல்லாம் யோசிக்க யோசிக்க அவளுக்குப் பெரும் கவலையாக இருந்தது. ஆனாலும் அவளால் எதுவும் செய்வதற்கில்லை. அவள் கிளம்பித்தான் ஆக வேண்டும்.

"காரை வேண்ணா எடுத்துண்டு போ... அது உங்கிட்ட இருக்கட்டும்" என்றாள் அம்மா.. "இங்கயே இருக்கட்டும். உனக்கு ஆத்திர அவசரத்துக்கு எங்கயாச்சும் போக வசதியா இருக்கும்" என்று கமலி மறுத்துவிட்டாள்.

அம்மாவிடமிருந்து பிரிந்து காரில் ரயிலடி நோக்கிச் சென்றபோது அவள் துவண்டு போயிருந்தாள். நந்திதா அவள் கைகளைப்

பற்றியபடியே இருந்தாள். அந்தக் கைகளின் ஸ்பரிசம் அவளுக்கு இதமாக இருந்தது. கமலிக்கு சாய்ந்துகொள்ள ஒரு தோள் வேண்டும் போல் இருந்தது. இப்போது கண்ணன் மட்டும் அருகில் இருந்தால், எதைப் பற்றியும் கவலைப்படாமல் அவனுடைய 'மனஸ்'ஸாக மாறி அவன் தோளில் சாய்ந்துவிட்டிருப்பாள் என்று தோன்றியது.

கடந்த சில நாட்களாக, நேரம் கிடைக்கும்போதும் வசதிப்படும்போதும் அப்பாவின் செல்லிலிருந்து கண்ணனிடம் பேசிக்கொண்டிருந்தாள். மிக இதமாக அவன் அவளைத் தேற்றியபடியும் அவளுக்கான கனவுகளை விதைத்தபடியும் இருந்தான். ஒரு சிறு கொஞ்சலோ சீண்டலோ இல்லாமல் அவன் நடந்துகொண்டது அவளுக்கு இப்போது யோசித்துப் பார்த்தால் ஆச்சரியமாக இருந்தது. அந்த நாட்களில் அப்பாவைப் போலவே தெரிந்தான் அவன். இனியான தன் வாழ்க்கையில் அப்பாவும் அவன்தான் என்று நினைத்துக்கொண்டாள். தன்னுடைய செல்லைப் பற்றிக் கவலைப்படாமல், அதில் ரகு அழைக்கும்போது எவ்விதப் பதட்டமும் இல்லாமல், அப்பாவின் செல்லிலிருந்து கண்ணனோடு பேசிக்கொண்டிருக்க முடிந்தது அவளுக்கு நிம்மதியாக இருந்தது. நந்திதாவைத் தன்னோடு வைத்துக்கொண்டு சென்னையிலேயே வாழ முடிந்துவிட்டால் எவ்வளவு நன்றாக இருக்கும் என்றுகூட அப்போது தோன்றியது. காரியமெல்லாம் முடிந்து அன்றாடத்துக்குள் செல்லும் முதல் நாளிலேயே, எப்படியாவது தன்னை அவனுக்குத் தந்துவிட வேண்டும் என விரும்பினாள், ஆனால் அதற்கான சந்தர்ப்பம் அமையவே இல்லை. இரண்டு வாரம் பொறுமையாகவும் ஆறுதலாகவும் இருந்திருக்கிறான். ரயில் பயண இரவில் அவனுடைய காம உரையாடல்களின் நினைவுகளில் புரண்டபடி தகித்திருந்தாள். அவள் கண்கள் கலங்கின.

## 8

பாளையங்கோட்டையில் தங்கள் வீட்டுக்கு வந்து சேர்ந்த அன்றே தான் மீண்டும் ஒரு கண்காணிப்பு வளையத்துக்குள் வந்து சேர்ந்துவிட்டதை உணர்ந்தாள். இது அவளுக்கு மிகுந்த அலுப்பாகவும் கடும் சோர்வாகவும் இருந்தது. எவ்வளவு நாள் பொறுமையாகவும் சாமர்த்தியமாகவும் சமாளிக்க முடியுமென்ற சந்தேகம் அவளுக்குள் அரும்பத் தொடங்கியிருந்தது. எனினும், சகஜமான குடும்ப வாழ்க்கை மீண்டும் இயங்கத் தொடங்கியது. வெள்ளி இரவுக் கொண்டாட்டம்,

சனி இரவு சினிமா, ஞாயிறு இரவு இருவருமாகப் போய் நந்திதாவை அழைத்துக்கொண்டு திரும்பி வரும்போது ஒரு நல்ல ரெஸ்டாரண்டில் இரவு உணவு என எல்லாமே எப்போதும் போல அதனதன் போக்கில் நடந்தன. எல்லாவற்றினூடாகவும் மனதை வெறுமை ஆக்கிரமித்திருந்ததை அவள் உணர்ந்தாள். கண்ணனோடு ரகசியமாகப் பேசுவது மட்டும்தான், கொஞ்சம் பயத்தோடும் பதட்டத்தோடும்தான் என்றாலும், ஒரே வெளிச்சமாக இருந்தது. அவன் அளித்த எந்தவொரு உத்வேகத்தையும் செயல்படுத்த முடியாத வேதனையும் தொடர்ந்தது. தான் செய்ய வேண்டியது என்ன எனத் தெரிந்தும் அதைச் சிறிதளவும் செய்ய முடியாத அவளுடைய இயலாமையும் நிலைமையும் அவள் மீதே அவளை வெறுப்படையச் செய்தன. இப்போதைக்கு தான் எழுத விரும்புவதைப் பற்றி ரகுவிடம் பேச முடியுமென்ற நம்பிக்கை கொஞ்சமும் இல்லை. வாசிப்பு, எழுத்து ஆகியவற்றின்மீது அவன் சமீப காலமாக மலட்டுக் கோபம் கொண்டிருந்தான். இதெல்லாம் சுத்த வேஸ்ட். வாழ்க்கைக்கு ஒரு பிரயோஜனமும் இல்லை என்பது ரகுவின் புதிய சித்தாந்தமாக ஆகியிருந்தது.

அவனைச் சரி செய்துவிடலாம் என்று அவள் எப்போதும் கொண்டிருக்கும் நம்பிக்கை இப்போது இற்றுப் போய்விட்டிருந்தது. அவனின் மனக் குடைச்சலிலிருந்து அவன் எப்போது விடுபடப் போகிறான் என்பதும் தெரியவில்லை. தன்னால் அவனை மீட்டெடுத்துவிட முடியுமா என்பதும் சந்தேகமாகிவிட்டது. இன்னமும் அவன் தன் சந்தேகப் புற்றில் வாழ்ந்துகொண்டிருப்பதை அவள் அறிந்திருந்தாள். அப்பாவின் உடல் தகனம் முடிந்து வந்திருந்தவர்களுக்கு வெளியிலிருந்து சாப்பாடு வரவழைக்கப்பட்டு பரிமாறப்பட்டது. சாப்பிட்டு முடிந்தவுடன் அவளிடம் வந்து, “உன்னோட செல்லக் கொஞ்சம் கொடு. என்னோட செல்லில பேலன்ஸ் இல்ல... கொஞ்சம் பேசணும்” என்றான். அவளுக்குச் சட்டென்று வந்த எரிச்சலை அடக்கிக்கொண்டு, “அது எங்க கிடக்குனு தெரியலை... நீங்க சங்கர்ட்ட வாங்கிப் பேசிக்கங்க” என்று சொல்லிவிட்டு நகர்ந்துவிட்டாள்.

ரயிலில் அவர்கள் வரும்போது, பாத்ரூம் செல்வதற்காக அவள் முழித்தபோது, அவளுடைய கைப்பையிலிருந்து அவளுடைய செல்லை எடுத்து அவன் நோண்டிக்கொண்டிருப்பதைப் பார்த்தாள். ரகு தன்னைப் பிறாண்டிக் கொள்வதை அவளால் பொருட்படுத்தாமல் இருக்க முடியாது. அந்தப் பிறாண்டல் அதிகரித்து அவன் உலையும் சமயங்களில் அவனுக்கு உடம்பும் முடியாமல் போய்விடுவது

அவளுக்குப் பெரும் கவலையளித்தது. ரகுவுடனான வாழ்க்கை கொஞ்சம் சிரமமாகத்தான் இருக்கப் போகிறது என்று தோன்றியது. எதையும் எதிர்கொண்டு சமாளிப்பது என்று உறுதி கொண்டாள். அதேசமயம் எப்படியாவது ரகுவின் மனதில் தன்னுடைய ஸ்தானத்தை மீண்டும் அடைந்துவிடும் முனைப்பும் அவளிடம் இருந்துகொண்டிருந்தது. அவளுடைய உடம்புக்கு அவன் அடிமை என்பதை அவள் நன்றாகவே அறிந்திருந்தாள்.

கமலி சென்னையிலிருந்த நாட்களில் தமிழில் வாசிப்பதற்கும் எழுதுவதற்குமான உத்வேகத்தை கண்ணன் அவளுக்குத் தொடர்ந்து அளித்துக்கொண்டிருந்தான். அவன் வலியுறுத்திச் சொன்ன ஒரு விசயம் அவள் மனதில் ஆழமாக வேர்விட்டிருந்தது. 'நீ முதலில் உன் தலையில் ஒரு கதையை எழுது. அப்போது உன் கதையை நீ வாழலாம். தவறினால் வேறொருவர் உன் தலையில் ஒரு கதையை எழுதுவார். அதை நீ வாழ வேண்டியிருக்கும்.' அவன் சொன்னதிலிருந்த உண்மை அவளுக்குத் தெளிவாகப் புலப்பட்டது.

ஆனால் பாளையங்கோட்டை வந்த பிறகுதான் எழுதுவதற்கான நேரம் ஒதுக்குவதும் அதில் ஈடுபடுவதும் அவ்வளவு சுலபமான காரியமில்லை என்பது விளங்கியது. இவ்வளவு காலமும் தனக்குத் தேவையான எந்த ஒன்றையும் ரகுவிடம் சொல்லியே அவள் பெற்று வந்தாள். எதையும் அவன் மறுத்ததில்லை. ஒன்று, வாங்கி வந்து தருவான். அல்லது அவளை அழைத்துக்கொண்டு போய் வாங்கிக் கொடுப்பான். அதில் இருவருமே பரஸ்பரம் சந்தோஷம் அடைந்திருந்தார்கள். ஆனால் அவையெல்லாமே ஒரு குடும்ப ஸ்திரியாக அவள் இருப்பதற்கு அளிக்கப்பட்ட சலுகைகள் அல்லது பரிசுகள் என்பது இப்போது புரிந்தது. அவளுக்கு நிர்ணயிக்கப்பட்ட பொறுப்புகளை மீறி அவள் தன்னுடைய தனித்துவ அடையாளமாக ஒன்றை அடைய விரும்பினால் அந்த விருப்பத்துக்கு எந்த இடமும் இல்லை என்பது தெளிவாகப் புரிந்தது. இன்றைய அவளுடைய தேவையை அவள் எப்படி அவனிடம் கேட்பதென்று தெரியவில்லை. 'எழுதலாம்னு ஆசப்படறேன். எனக்கு பேப்பர் அல்லது நோட் வாங்கிக் கொடுங்க' என்று அவனிடம் கேட்க முடியாத தன்னுடைய நிலையை அவள் உணர்ந்தபோது, தான் வாழும் இந்த வாழ்க்கையை அவளால் சகித்துக்கொள்ள முடியவில்லை.

அன்று மாலை நந்திதா, கண்னன் வாங்கிக் கொடுத்த பெரிய ஸ்கெட்ச் நோட்டில் கமலி சென்னையில் இருந்த நாட்களில் வரைந்திருந்த ஓவியங்களையெல்லாம் உற்சாகமாகக் காண்பித்துக்கொண்டிருந்தாள்.

அப்போதுதான் அவன் ஏ4 சைஸ் ஸ்கெட்ச் நோட்டுகளும் கொடுத்தது கமலிக்கு நினைவு வந்தது. மனம் துள்ளியது. கண்ணன் கொடுத்த நோட்டில் எழுதத் துவங்குவது என்ற எண்ணமே அவளுக்குப் பரவசத்தைக் கொடுத்தது.

தன்னுடைய நிலைப்பாட்டில் திடமாக இருந்தால் இந்தச் சூழ்நிலையிலும் தன்னால் வாசிக்கவும் எழுதவும் முடியும் என்ற நம்பிக்கை உருவானது. எழுதிய நோட்டை ரகஸ்யமாகப் பேணுவதில் ஒன்றும் சிக்கலில்லை. சென்னை போகும்போது, எழுதியதை ஜெராக்ஸ் எடுத்து கண்ணனுக்கு அனுப்பி வைக்கலாம்.

ரகுவிடம் சில தமிழ்ப் புத்தகங்கள் இருந்தன. அவற்றையெல்லாம் அவள் எப்போதோ படித்து முடித்திருந்தாள். கமலி திருமணமாகிப் புகுந்த வீடு வந்தபோது அவளுக்குப் பெரும் அதிர்ச்சியாக இருந்தது, மாதவிடாய் நாட்களை அந்த வீட்டார் எதிர்கொண்ட விதம்தான். அந்த நாட்களில் அவள் தனியறையில் இருக்கும்படி ஆனது. அவள் புக்ககத்தில் வாழ்ந்த 11 ஆண்டு காலமும் மாதவிடாய் நாட்களில் தனியாக ஓர் அறையில் இருந்தாள். முதலில் அவளுக்கு அது அசூயையாக இருந்தாலும், அது அவர்கள் பழக்கம் என்று பின்னர் சாதாரணமாக எடுத்துக்கொண்டாள். அந்த அறையில்தான் பழைய தினமலர் செய்தித்தாள்கள், குமுதம், ஆனந்தவிகடன், கல்கி ஆகிய வார இதழ்கள் எல்லாம் வைக்கப்பட்டிருந்தன. அவற்றைப் படிப்பதைத் தவிர வேறு போக்கில்லை.

புது வீடு கட்டித் தனிக் குடித்தனம் வந்த பிறகும் இந்த நடைமுறை தொடர்ந்தது. ஒவ்வொரு மாதமும் மாமியாரால் இது நுட்பமாகக் கண்காணிக்கப்பட்டது. அந்த மூன்று நாட்களும் நந்திதாவை அந்த வீட்டில் கொண்டுபோய் விட்டுவிடுவான் ரகு. ஒவ்வொரு நாளும் இரவு அவர்கள் வீட்டுக்குப் போய் அவளைப் பார்த்துவிட்டு, அங்கிருந்து டிஃபன் எடுத்து வருவான். காலைக்கும் மதியத்துக்கும் பக்கத்து மெஸ்ஸிலிருந்து உணவு வரும். மற்ற நேரங்களில் அந்த அறையில்தான் அவள் வாசம். ரகுவே கூட அந்த அறைக்குள் வரமாட்டான். அறை வாசலிலிருந்துதான் பேசுவான். இக்காலங்களில் அவனுடைய சேகரிப்பிலிருந்த சில புத்தகங்களை அவள் வாசித்தாள். அப்படியாக அவள் இந்த மூன்று வருடங்களில் அவனுடைய எல்லாப் புத்தகங்களையும் படித்து முடித்திருந்தாள். அவற்றில் ஜானகிராமனின் அடி என்ற தொகுப்பும் அம்மா வந்தாள் என்ற நாவலும் அவளுக்கு மிகவும் பிடித்துப் போயின. ஜானகிராமனின் பிற புத்தகங்களையும் வாங்கித் தாங்க என்று ரகுவிடம் கேட்டிருந்தாள். வாங்கலாம் என்றுதான்

சொல்லியிருந்தான். அவளுடைய எந்தவொரு விருப்பத்தையும் உடனடியாக நிறைவேற்றி மகிழும் ரகு இதில் மட்டும் அசட்டையாக இருந்ததை அப்போது அவள் பெரிதாக எடுத்துக்கொள்ளவில்லை.

முருகேசனிடம் தன்னுடைய எழுத்து ஆசையைப் பேச்சு வாக்கில் சொல்வதைப் போல் சொன்னால் ஏதேனும் நல்லது நடக்கும் என்று நினைத்தாள். அதுபற்றிக் கண்ணனிடமும் சொன்னாள். அவனும் ‘அப்படி ஏதாவது நடக்குமென்று நீ நினைத்தால் பேசிப் பாரேன்’ என்றான்.

அப்பாவின் இறுதிக் காரியங்களை முடித்து 15 நாட்களுக்குப் பின் பாளை திரும்பிய அன்று மாலையே முருகேசன் அவளுக்கு ஃபோன் செய்து சம்பிரதாயமாகத் துக்கம் விசாரித்திருந்தார். ரகுவின் நண்பர்களில் நல்லது, கெட்டதுக்கு அவளிடம் பேசும் ஒரே மனிதர் அவர்தான். பேச்சினிடையே, “கண்ணன் சாருக்குத் தெரியுமா?'' என்றார். “தெரியுமானு தெரியலை” என்று சாதாரணமாகச் சொன்னாள். அவர் பேசி வைத்த பின், அவர் கண்ணனுக்குத் தெரியுமா என்று கேட்டது நோட்டம் விடுகிறாரோ என்ற சந்தேகத்தை அவளுக்கு ஏற்படுத்தியது. அவர் சாதாரணமாகவும் கேட்டிருக்கலாம் என்று சமாதானப்படுத்திக் கொண்டாள்.

பத்து நாட்களுக்குப் பிறகு, ஒருநாள் முருகேசனுக்கு ஃபோன் பண்ணினாள்.

“என்ன மேடம், எப்படியிருக்கீங்க?” என்றார் முருகேசன்.

“ரொம்ப வெறுமையாதான் சார் இருக்கு... ஏதாவது வாசிச்சா தேவலைனு தோணுது... அதான் உங்களுக்கு ஃபோன் பண்ணினேன்” என்றாள்.

அவள் அப்படிச் சொன்னது முருகேசனுக்குக் கொஞ்சம் பெருமிதமாக இருந்தது. அதைக் காட்டிக்கொள்ளாமல், “உங்ககிட்டதான் இங்கிலீஸ், பிரெஞ்சுனு ஏகப்பட்ட புஸ்தகம் இருக்காமே... அதெல்லாம் வாசிக்க வேண்டியதுதானே” என்றார் முருகேசன்.

“அதெல்லாம் எப்பவோ படிச்சது சார்... இப்ப தமிழ்ல படிக்கணும்னு தோணுது. இவர்ட்ட இருக்கிற புக்ஸையெல்லாம் வாசிச்சுட்டேன். தி.ஜா.வோட ரெண்டு புக்ஸ் படிச்சேன். ரொம்ப பிடிச்சது. அவரோட எல்லா புக்ஸையும் படிக்கணும்னு தோணுது. உங்ககிட்ட இருக்கானு கேக்கலாம்னுதான் கூப்பிட்டேன்” என்றாள்.

“அநேகமா எல்லாமே இருக்குனுதான் நினைக்கிறேன். ரகுட்ட கொடுத்து விடறேன்” என்றார்.

“ரொம்ப தேங்க்ஸ் சார். நான் கேட்டது அவருக்குத் தெரிய வேணாம். நீங்களா கொடுக்கிற மாதிரி கொடுத்துவிடுங்க” என்றாள். “நீங்க நாலு வார்த்தை சொல்லிக் கொடுத்தீங்கன்னா அவரு ஏத்துப்பாரு...”

“கண்டிப்பா மேடம். காலம் எல்லாத்தையும் குணப்படுத்தும்... தைரியமா இருங்க... உங்களுக்குப் பிடிச்சதை செஞ்சுக்கிட்டு சந்தோஷமா இருங்க... நான் உங்களுக்கு எதுவும் சொல்ல வேண்டியதில்லை... இப்பதான் கண்ணன் சார் அதிகம் பேசறதில்லை. முன்னாடி அடிக்கடி பேசிக்கிட்டிருந்தப்போ எங்கிட்டயும் சரி, ரகுகிட்டயும் சரி உங்களப் பத்தி ரொம்ப பெருமையா சொல்வாரு...” என்றார்.

“அவரும் அப்பா மாதிரிதான் சார்... எம்மேல ரொம்ப பாசம்... அதனால சொல்லியிருப்பாரு... அப்பா ஒரேயடியா போயிட்டாங்க... கண்ணன் சாரும் சுத்தமா விலகிப் போயிட்டாரு... என்ன செய்ய...” என்றாள்.

“எல்லாம் சரியாகும் மேடம், கவலைப்படாதீங்க... ரகு குணம் உங்களுக்குத் தெரியும்தானே... விட்டுப் பிடிக்கலாம்...” என்றார்.

“என்ன சார் இன்னும் என்னை மேடம்னு கூப்பிடறீங்க... உங்களை விட பத்து வயசு சின்னவ நான். நீங்க என்னை கமலினே கூப்பிடலாம்” என்றாள்

“அப்படியே பழகிடுச்சு... வேறொண்ணுமில்லை” என்றார் முருகேசன்.

“கமலின்னு கூப்பிட்டுப் பழகுங்க சார்... சரியாயிடும்” என்று லேசான புன்னகையுடன் சொன்ன கமலி, “சரிங்க சார்... ஒருநாள் வீட்டுக்கு வாங்க பாக்கலாம்” என்று மீண்டும் நன்றி சொல்லிப் பேச்சை முடித்தாள்.

மறுநாள் சாயந்தரம் வீட்டுக்கு ரகு ஒரு கட்டைப் பையோடு வந்தான். “இந்தா முன்னாடி நீ கேட்ட ஜானகிராமன் புஸ்தகங்கள். அப்பவே முருகேசன்ட்ட சொல்லியிருந்தேன். அவரு இப்பதான் கொடுத்தாரு. இந்த சமயத்தில வாசிக்கிறது உனக்கு ஆறுதலா இருக்கும்னு சொல்லிக் கொடுத்தாரு” என்றான் ரகு.

ஒவ்வொரு புத்தகமாக எடுத்துப் பார்த்தவாறே, “இவ்வளவு ஞாபகம் வச்சு இப்பயாச்சும் கொடுத்திருக்காறே... ரொம்ப தேங்க்ஸ் சொன்னேனு சொல்லிடுங்க” என்றாள் கமலி.

“இந்தா நீயே சொல்லிடு” என்று முருகேசனுக்கு ஃபோன் போட்டுக் கொடுத்தான். அவளும் கனிவான குரலில் அவருக்கு நன்றி சொன்னாள்.

இனி எல்லாவற்றையும் கச்சிதமாக நடத்திக்கொண்டு போக முடியும் என்ற நம்பிக்கை பிறந்தது. வாய்க்கும் நேரங்களில் வாசிப்பதிலும் எழுதுவதிலும் இனி பிரச்சனையில்லை. வாசிப்பதை ரகு இருக்கும்போதே இனி மேற்கொள்ள் முடியும். எழுதுவதை மட்டும் அவன் இல்லாத நேரங்களில் செய்துவிட்டுப் பத்திரப்படுத்திக்கொள்ள வேண்டும்.

அப்பாவின் இறுதிக் காரியங்களுக்காக கமலி சென்னையிலிருந்த நாட்களில் எழுதுவதற்கான உத்வேகத்தை அவளுக்கு அளிப்பதற்காகக் கண்ணன் ஜேன் ஆஸ்டென் என்ற ஆங்கில நாவலாசிரியை பற்றிச் சொல்லியிருந்தான். அவளும் அவருடைய நாவல்களை பி.ஏ.,விலும் எம்.ஏ.,விலும் பாடமாகப் படித்திருக்கிறாள். அவளுடைய சேகரிப்பிலும் அவை இருக்கின்றன. ஆங்கில நாவல் இலக்கியத்தின் மகத்தான மரபைக் கட்டமைத்த நால்வரில் ஒருவராக அவரை எஃப்.ஆர்.லூவிஸ் தன்னுடைய ‘த கிரேட் டிரெடிசன்’ என்ற நூலில் குறிப்பிட்டிருப்பதைச் சொன்னான். தன் வாழ்க்கை அனுபவம் சார்ந்தும் அறிதல் சார்ந்தும் கலை நம்பிக்கையோடு எழுதிய பெண்மணி என்றான். அவர் எழுதியதைப் போன்ற சிறந்த நாவல்களை நம் வாழ்க்கை சார்ந்து ஒரு பெண்ணாக நீ எழுத முடியும் என்றான்.

கமலி தன்னுடைய நாவலை எழுதுவதென்று தீர்க்கமாக முடிவெடுத்தாள். கண்ணனிடமும் உற்சாகத்தோடு சொன்னாள். அவனும் பரிபூரணமாக வாழ்த்தினான். கண்ணன் நந்திதாவுக்குக் கொடுத்த ஸ்கெட்ச் நோட்டை எடுத்துத் தன் நாவலைத் தொடங்கினாள். ‘அப்பாவும் மகளும்’ எனத் தலைப்பிட்டாள். அப்பா பற்றி அவள் மனம் கொண்டிருருக்கும் முதல் நினைவிலிருந்து எழுதத் தொடங்கினாள்.

## 9

அப்பாவின் மரணத்துக்குப் பின் ஒரே வாரிசு என்ற முறையில் சென்னையில் அவள் முடிக்க வேண்டிய காரியங்கள் சில இருந்தன. ஒருமுறை வந்து போகும்படி அம்மாவும் சங்கரும் சொல்லியபடி இருந்தார்கள். அடுத்த மாதம் நந்திதாவுக்கு டிசம்பர் விடுமுறை வருமென்பதால் அப்போது போய்க்கொள்ளலாமென்று ரகு சொன்னான். கமலிக்கும் அது சரியென்றே பட்டது. அந்த சமயமென்றால் 10 நாள்

போய் இருக்கலாம். எல்லாவற்றையும் ஒழுங்கு செய்துவிட்டு வரத் தோதாக இருக்கும். அதையே அவர்களிடமும் சொன்னாள். அவர்களும் சரியென்று சொல்லிவிட்டார்கள்.

டிசம்பர் விடுமுறை தொடங்குவதற்கு முந்தைய நாள் இரவே செல்லும் வகையில் கமலிக்கும் நந்திதாவுக்கும் ரகு பஸ்ஸில் டிக்கெட் எடுத்திருந்தான். சென்னைக்கு பஸ்ஸில் போய்வருவதென்பது கடந்த பல வருடங்களாகக் கமலிக்குப் பழக்கமானதுதான். அவளுக்கு ரயில் பயணத்தை விட பஸ் பயணம் பிடித்தமானதாக இருந்தது. அதுவும் இப்போது ஸ்லீப்பர் வந்தபிறகு, நிம்மதியாகப் படுத்துக்கொண்டு விடலாம். ஸ்கீரினை இழுத்து மூடிக்கொண்டால் தனி உலகம். மற்றவர்கள் தொல்லை ஏதுமிருப்பதில்லை. நடுவில் ஓரிடத்தில் பஸ் நிற்கும்போது பாத்ரூம் போய் வரவேண்டும். அவ்வளவுதான். இறங்க வேண்டிய இடத்தில் சங்கர் காரோடு காத்திருப்பார்.

அவள் நினைத்திருந்ததற்கு மாறாக, வீடு பொருளாதார ரீதியாகக் கடும் நெருக்கடியில் இருப்பது தெரிந்தது. காரியம் முடித்து அங்கிருந்து கிளம்பும்போது, அப்பாவின் மேஜை டிராயரில் இருந்த 43 ஆயிரம் ரூபாயை எடுத்து அம்மாவிடம் கொடுத்துவிட்டு வந்திருந்தாள். அடுத்த முறை வரும்போது மற்ற கணக்கையெல்லாம் பார்த்துக்கொள்ளலாம், அதுவரை சங்கரும் வந்து போய்க்கொண்டிருக்கட்டும் என்று முடிவெடுத்திருந்தார்கள். இப்போது வந்து பார்த்தபோது, அப்பாவின் வங்கிக் கணக்கில் சேமிப்பு எழுபதாயிரம் ரூபாய்தான் இருந்தது. அப்பாவின் இறுதிக் காரியங்களுக்கான செலவுகளை அம்பாசமுத்திரம் மாமாதான் செய்தார். வந்தவர்கள் தங்க ஏற்பாடு, சாப்பாட்டுச் செலவு, சடங்கு மற்றும் தகனச் செலவு என அவர் கொடுத்திருந்த கணக்கே நாற்பதாயிரம் ஆகியிருந்தது. முதலில் அவர் கணக்கை முடிக்க வேண்டும். அப்பாவின் மரணச் சான்றிதழ் மற்றும் தேவையான சான்றுகளைக் கொடுத்து வங்கிக் கணக்கை அம்மா பெயருக்கு மாற்றினாள். அதிலிருந்து பணம் எடுத்து மாமாவுக்கு அனுப்பினாள். இனி இருக்கும் பணத்தில் அம்மா எப்படி வாழ முடியும். அவள் வாழ்வில் முதல் முறையாகப் பொருளாதாரக் கவலை மனதை அரித்தது. பொருளாதார ரீதியான பிரச்சனைகளை அவள் இதுவரை எதிர்கொண்டதில்லை என்பதால் மிகவும் தடுமாறிப் போனாள்.

அப்பாவுக்குக் கடைசி இரண்டு மூன்று வருடங்களாக பெரிய வருமானம் ஏதுமில்லை என்றார் சங்கர். வங்கியில் இருந்த ரேமிப்புகூ। அவர் பத்திரிகைகளுக்கு எழுதியதிலிருந்து வந்ததுதான் என்றார். குடும்பச் செலவுக்கும் அவருடைய தனிப்பட்ட செலவுக்கும்

சங்கருக்கான சம்பளத்துக்குமே இந்தக் காலங்களில் கொஞ்சம் சிரமமாகத்தான் இருந்திருக்கிறது. இப்போது வீடும் காரும் இருக்கிறது. அம்மாவிடம் கொஞ்சம் நகைகள் இருக்கின்றன.

அம்மாவுக்கான அன்றாடச் செலவுக்கு ஏதாவது வழி செய்தாக வேண்டும். நீரிழிவு நோயாளி வேறு. மருத்துவச் செலவுகள் இருக்கின்றன. போன முறையே கண் பார்வை மங்கலாகிக்கொண்டு வருவதாகச் சொன்னார். இப்போது கிளம்பி வரும்போதே அம்மாவுக்கு முழு மருத்துவப் பரிசோதனை செய்வதோடு, கண் மருத்துவரிடமும் காட்ட வேண்டுமென்று நினைத்திருந்தாள். சங்கரையும் அப்படியே விட்டுவிட முடியாது. இருபது வருசத்துக்கும் மேலாக அப்பாவுக்கு உற்ற துணையாக இருந்தவர். அவருக்கும் குடும்பம் இருக்கிறது. தொழில் தெரிந்தவர். எங்காவது டிரைவராகப் போய்விட முடியும். ஆனாலும் வெறும் கையோடு அனுப்ப முடியாது. யோசிக்க யோசிக்க அவளுக்கு மலைப்பாக இருந்தது. பக்கத்து வீட்டு பங்கஜம் மாமி, அவளுடைய பேரக் குழந்தைகளுடன் விளையாடிக்கொண்டிருக்கட்டும் என நந்திதாவைக் கூட்டிக்கொண்டு போயிருந்தாள்.

அம்மாவையும் சங்கரையும் உட்கார வைத்துக்கொண்டு ஆலோசனை நடத்தினாள். காரை விற்றுவிடலாம் என்பது அம்மாவின் யோசனையாக இருந்தது. அதை உடனடியாகச் செய்வதில் உள்ள பாதகங்களை சங்கர் சொன்னார். ரகு வீட்டைக் கட்டி முடிக்க சிரமப்பட்டபோது, அப்பா அவர்களுக்கு 2 லட்சம் கொடுத்தது கமலியின் ஞாபகத்துக்கு வந்தது. அதைக் கொஞ்சம் கொஞ்சமாக அடுத்த சில மாதங்களுக்கு ரகுவை அம்மாவுக்கு அனுப்பும்படி கேட்கலாமா என்று கமலி யோசித்தாள். ஒரு சிறு ஆசுவாசம் கிடைத்தால் காரை நிதானமாக விற்க ஏதுவாகும். ஆனால் ரகு அதை எப்படி எடுத்துக்கொள்வான் என்பது அவளுக்கு நிச்சயமில்லாமல் இருந்தது. அவன் மனம் அதை ஏற்கவும் செய்யலாம். திருகிக்கொள்ளவும் செய்யலாம். அம்மாவுக்கும் அதில் இஷ்டமில்லை. அப்பா உனக்காக நந்திதா பிறந்தபோது ஆசைப்பட்டுச் செய்தது. அதை அவர் கடனாகக் கொடுக்கவில்லை. அதனால் அதைக் கேட்பது சரியில்லை என்று அம்மா திட்டமாகச் சொல்லிவிட்டார். தேவைப்பட்டால் தன்னிடமிருக்கும் நகைகளை விற்றுக்கொள்ளலாம் என்றார் அம்மா. அதெல்லாம் அப்படியே இருக்கட்டும். ஏதாவது நெருக்கடினா பாத்துக்கலாம் என்றே கமலியும் சங்கரும் அபிப்ராயப்பட்டார்கள்.

அப்போதுதான் சங்கர் சொன்ன யோசனை அவளுக்கு மிகவும் உகந்ததாகத் தோன்றியது. லேசான நிம்மதிப் பெருமூச்சு விட்டாள்.

காரை ஏதேனும் ஒரு டிராவல்ஸோடு இணைத்துவிடலாம். அவர்களுடைய ஆர்டர்களுக்கு ஓட்டுவதோடு தேவைப்படும்போது நம்முடைய தேவைக்கும் பயன்படுத்திக்கொள்ளலாம். ஒரு கணிசமான தொகை வரும். அதில் அம்மாவுக்கும் கொடுக்கலாம். தானும் எடுத்துக்கொள்ளலாம் என்பதுதான் சங்கரின் யோசனை. எப்படியும் மாசம் பத்தாயிரமாவது அம்மாவுக்குக் கொடுத்துவிட முடியும் என்று சங்கர் நிச்சயமாகச் சொன்னார். அம்மாவின் தேவை, சங்கரின் தேவை இரண்டையும் இது பூர்த்தி செய்வதால் கமலிக்குக் கொஞ்சம் ஆசுவாசமாக இருந்தது. அம்மாவும் இதற்குச் சம்மதித்தார்.

மாலையில் ரகு ஃபோன் செய்தபோது, வீட்டின் நிலைமையைக் கவலையுடன் கமலி சொன்னாள். கேட்டுக்கொண்டிருந்தவன், "உங்க அப்பா என்ன, சம்பாத்தியத்தை எல்லாம் குடிச்சே அழிச்சுட்டாரா" என்று ஒரு நக்கல் சிரிப்புடன் சொன்னபோது அவளுக்கு சுரீர் என்றது. அவனிடமிருந்து அப்படியொன்றை அவள் எதிர்பார்த்திருக்கவில்லை. சட்டென இணைப்பைத் துண்டித்தாள். முதல் முறையாக அவன்மீது ஓர் அருவெறுப்பு தோன்றியது.

அவன் மீண்டும் கூப்பிட்டு, "என்ன கோவிச்சுட்டியா... சும்மா கிண்டலுக்குத்தான் சொன்னேன்" என்றான்.

அவள், "கொஞ்சம் வேலையா இருக்கேன். அப்புறமா கூப்பிடறேன்" என்றுவிட்டு செல்லையும் ஆஃப் செய்தாள். அவன் அப்படிச் சொன்னது அவளுடைய மூளையைச் சூடேற்றியபடி இருந்தது.

அப்பாவுடைய செல் இப்போது அம்மாவிடம் இருந்தது. அதிலிருந்துதான் அவள் கண்ணனோடு பேசுவாள். நந்திதா பக்கத்திலிருக்கும்போது மட்டும் அவனோடு பேசமாட்டாள். மற்ற சமயங்களில் கண்ணனோடு நிம்மதியாக மனம் விட்டுப் பேசிக்கொண்டிருந்தாள். நாவல் எழுதத் தொடங்கியிருந்த நோட்டையும் எடுத்து வந்திருந்தாள். இங்கு ஆறுதலாக எழுத முடியும் என்று நினைத்திருந்தாள். ஆனால் இங்குள்ள நிலைமைகள் அவளுக்குத் தந்த கவலையில் மனம் அதன் பக்கமே செல்லவில்லை. கண்ணனும் முதலில் எல்லாம் ஒழுங்குக்கு வரட்டும், பிறகு எழுதிக்கொள்ளலாம் என்று ஆறுதலாகச் சொன்னான். நிலைமையை அவனிடம் சொன்னபோது, தன்னிடம் சேமிப்பில் பணம் இருப்பதாகவும், தனக்கு எந்த கமிட்மெண்ட்டும் இல்லையென்றும் தேவையென்றால் தயங்காமல் கேட்கும்படியும் சொன்னான். "இல்லை கண்ணன், இப்போது அவசியமில்லை. வேணுங்கிறபோது சொல்றேன்" என்று அவள் சொல்லிவிட்டாள்.

அடுத்தடுத்த நாட்களில் அம்மாவைக் கண் மருத்துவர், கண்ணாடிக்கடை, ரத்தப் பரிசோதனை நிலையம், நீரிழிவு மருத்துவர் என வம்படியாக அழைத்துச் சென்று காண்பித்தாள். கண்ணைப் பொறுத்தவரை, இப்போதைக்கு பெரிய பிரச்சனை ஏதுமில்லை. கண்ணாடி போட்டால் பார்வை தெளிவாகிவிடும். ஆனால் இடது கண் கருவிழி நீரிழிவு நோயின் காரணமாக லேசாகப் பாதிக்கப்பட்டிருக்கிறது. நீரிழிவு நோயைக் கட்டுக்குள் வைத்திருந்தால் பெரிய பிரச்சனை வராது என்று சொல்லிக் கண் மருத்துவர் கண்ணாடிக்கு எழுதிக்கொடுத்தார்.

ரத்தப் பரிசோதனையில், ரத்தத்தில் சர்க்கரையின் அளவு முன்னை விடவும் கூடுதலாகி இருந்தது. மருத்துவர் மாத்திரைகளை மாற்றி எழுதிக் கொடுத்தார். கொஞ்சம் கவனமாக இருக்கும்படி அம்மாவைக் கமலி கேட்டுக்கொண்டாள். அம்மாவும் கமலி படும் பாடுகளைப் பார்த்து நெக்குருகி, "சரிம்மா" என்றார்.

இம்முறை நந்திதாவைக்கூட சரியாகக் கவனிக்க முடியவில்லை. அப்பா இருந்திருந்தால் அவர்களுடைய வருகையைக் கொண்டாடித் தீர்த்திருப்பார். விதவிதமான விளையாட்டுப் பொம்மைகள், சாக்லெட்டுகள், பார்க், பீச், ஹோட்டல்கள் என்று தாத்தாவும் பேத்தியும் சுற்றிக்கொண்டே இருப்பார்கள். இம்முறை பீச்சுக்காவது ஒருமுறை கூட்டிப்போக வேண்டும் வரும்போது அப்படியே ஒரு ரெஸ்டாரண்டில் சாப்பிடலாம் என்று நினைத்துக்கொண்டாள். வெளியில் சாப்பிடுவதென்றால் நந்திதாவுக்குக் கொள்ளைப் பிரியம்.

சென்னை வந்த நான்கைந்து நாட்களுக்குப் பின் ஒருநாள் இரவு, நந்திதாவைப் பாட்டியுடன் தூங்க வைத்துவிட்டு, அம்மாவின் செல்லை எடுத்துக்கொண்டு முன்னறைக்கு வந்து சோபாவில் உட்கார்ந்தபடி, கண்ணனைக் கூப்பிட்டாள். அன்று நான்கைந்து நாட்களின் அலைச்சலிலும் பிரச்சனைகளின் நெருக்கடிகளிலும் மனமும் உடலும் அசந்து போய்விட்டிருந்தன. கண்ணனின் அணைப்பிற்கும் ஆக்கிரமிப்பிற்கும் உடலும் மனமும் ஏங்கித் தகித்தன. தன்னுடைய தேவையையும் வேட்கையையும் அவனிடம் எளிதாகவும் இயல்பாகவும் அவளால் தெரிவிக்க முடிந்தது. அவளால் லகுவாகவும் சங்கோஜமில்லாமலும் கலவியின்போது, கெட்ட வார்த்தை என்று அவள் அதுவரை நினைத்திருந்த பல வார்த்தைகளை வெகு சகஜமாக அவளால் உச்சரிக்க முடிந்தது. ஆரம்பத்தில் மிகவும் தயங்கியவள்தான் அவள். அவளுடைய கூச்சங்களையும் தயக்கங்களையும் கொஞ்சம் கொஞ்சமாக அவளிடமிருந்து கண்ணன் வெளியேற்றினான்.

ஒருவரைப் புண்படுத்துவதற்காகச் சொல்லும்போதுதான் அதெல்லாம் கெட்ட வார்த்தைகள். அந்தரங்கமான தருணங்களில் ஆசையோடு சொல்லும்போது அவை பரவசமளிக்கும் நல்ல வார்த்தைகள் என்றான். படிப்படியாகக் கூச்சங்களும் வெட்கங்களும் விலகி அந்த வார்த்தைகளைக் குதூகலமாகப் பயன்படுத்தினாள் கமலி. தன்னால் இப்படியெல்லாம் பேச முடியுமா என்பது அவளுக்கே ஆச்சரியமாக இருந்தது. அவற்றில் ஒரு வார்த்தையைக்கூட ரகுவிடம் அவள் பேசியதில்லை. ஒருமுறைகூட அவளாகத் தன் உடல் தேவையை ரகுவிடம் சொல்ல முடிந்ததில்லை. அவனுடைய அழைப்புக்கு இணங்குவதுதான் நடந்திருக்கிறது. வெகு சில தருணங்களில் தன் மறுப்பைத் தெரிவிக்க முடிந்திருக்கிறது. அவ்வளவுதான்.

கண்ணன் ஃபோனை எடுத்தவுடன் தாபத்துடன் முத்தமிட்டாள். "வா, வந்து என்னை அணைச்சுக்க..." என்றாள். அவன் அணைத்தான். ஆக்கிரமித்தான். இரண்டு உடல்களும் களிநடனம் புரிந்தன. காமக் கொண்டாட்டம் நிகழ்ந்தேறியது.

## 10

நந்திதாவைப் பள்ளிக்கூட வேனில் ஏற்றிவிட்டு வந்த ரகு, "ஆமா, நான் என்ன சொல்லிட்டேன்னு நீ இன்னும் மூஞ்சியத் தூக்கி வச்சுக்கிட்டு இருக்கிற" என்றான்

அவன் அந்தப் பேச்சைத் தொடங்கியதுமே கமலிக்கு மனம் கொந்தளிக்கத் தொடங்கிவிட்டது. கமலி அதை வெளிகாட்டிக்கொள்ளாமல் அமைதியாக இருந்தாள்.

"உங்கப்பாவுக்கு குடிப்பழக்கம் இல்லாம இருந்திருந்தா... இல்ல குடியை விட்டிருந்தா இப்ப இந்த கஷ்டம் வந்திருக்காதில்ல... அதான் சொன்னேன்..."

"எங்கப்பா உங்களுக்கோ நமக்கோ செய்ய வேண்டியதில ஏதாவது குறை வச்சிருக்காரா..." என்று நிதானமாகக் கமலி கேட்டாள்.

"இல்லதான்... ஆனா இப்ப உங்க அம்மாவுக்குக் குறை வைச்சுட்டுப் போயிருக்காரே..."

"அவ்வளவு கரிசனம் இருந்தா இந்த வீட்டைக் கட்டி முடிக்கிறதுக்கு சிரமப்பட்டப்ப கடைசில எங்கப்பா 2 லட்சம் கொடுத்தாரே... அதத் திருப்பிக் கொடுங்களேன்... இப்ப எங்கம்மாவுக்கு உதவியா இருக்கும்..."

இதைக் கொஞ்சமும் எதிர்பார்த்திராத ரகு லேசாகப் பதற்றம் அடைந்தான். அவன் முகம் இறுகியது. "இந்த வீட்டு லோனைக் கட்டி முடிச்சப்புறம் அதைக் கழிச்சுடறேன்" என்று விரைப்பாகச் சொன்னான் ரகு.

"இன்னும் 15 வருசம் கழிச்சா..." என்றாள் கமலி. அவள் அதைச் சாதாரணமாகச் சொல்ல முயற்சித்தபோதிலும் குரலில் இளக்காரம் வெளிப்பட்டது.

ரகுவுக்கு சுருக்கென்றது. பத்து நாள் இடைவெளிக்குப் பின் அவள் வந்து சேர்ந்திருப்பதால் ஆபிஸ் கிளம்பும் முன் பகலிலேயே அவளோடு ஒருமுறை சேர்ந்துவிடலாமென்ற முனைப்பில்தான் ரகு இருந்தான். ஆனாலும் அவனையுமறியாமல் பேச்சு திசை மாறித் திருகிக்கொண்டு விட்டது. அன்று அவன் அப்படிச் சொன்னதில் அவள் இன்னும் கோபம் தணியாமல் இருக்கிறாள் என்பது புரிந்தது. "சரி, இவ்வளவு பேசறியே... உங்க அம்மா இங்க வந்து இருக்க வேண்டியது தானே. சென்னை வீட்ட வாடகைக்கு விட்டா மாசம் ஒரு வருமானம் வரும். அத வச்சுக்கிட்டு இங்க அவங்க கோயில் குளம் பேத்தியோடனு சந்தோஷமா நிம்மதியா இருக்கலாமே..."

"அவங்களுக்கு எது சந்தோஷம், நிம்மதின்னு அவங்கதான் முடிவு பண்ணனும்... முடிஞ்சா நாம அதுக்கு உதவி செய்யணும்... அவங்க எப்படி வாழணும்னு நாம சொல்லக் கூடாது... கடைசி காலத்த அப்பாவோட வாழ்ந்த வீட்டில வாழ்ந்து முடிக்கணும்னு ஆசைப்படுறாங்க... அது தப்பா..."

ஒரு விசயத்தை அவள் அளவுக்குத் தன்னால் அணுக முடியாது என்பது அவனுக்குத் தெரியும். இந்த உரையாடலைத் தொடர அவன் விரும்பவில்லை. "இப்ப உங்கூட ஆர்க்யூ பண்ண எனக்கு நேரமில்ல. சாயந்தரம் பேசிக்கலாம்" என்றபடி அலுவலகம் செல்லத் தயாராவதற்காக உள்ளறைக்குள் சென்றான். போகும்போது, "இப்பல்லாம் நீ ரொம்பவே மாறிட்ட... இதெல்லாம் எங்க போய் முடியப் போகுதோ தெரியலை" என்று அவனையும் மீறி காயம் பட்ட மனதிலிருந்து வார்த்தைகள் வெளியேறின.

அந்த வார்த்தைகளின் தாக்குதலால் பொங்கியெழுந்த மனக் குமுறலை அடக்கியபடி, கமலி அடுக்களைக்குள் சென்றாள். அவளும் சச்சரவைத் தொடர விரும்பவில்லை. ரகுவை மீண்டும் தன் வசப்படுத்த அவனோடு கூட வேண்டியது அவசியம் என்பதை அவள் உணர்ந்திருந்தாள். ஒரு சுமூகமான சூழலை எவ்வளவு சீக்கிரம் முடியுமோ அவ்வளவு சீக்கிரம் கொண்டுவந்துவிட வேண்டும் என்பதே

அவள் ஆசையாக இருந்தது. அதேசமயம் ரகுவை அவனுடைய வார்த்தைகளுக்காகவும் செயல்களுக்காகவும் வருந்தும்படிச் செய்ய வேண்டும். அப்படிச் செய்ய முடிந்தால்தான் அவள் மீண்டும் தன்னைப் பழையபடி நிலைநிறுத்த முடியும். மேலும் அவளுக்கும் உடல் தேவை இருந்தது. நேற்று இரவு பஸ்ஸில் வரும்போது நந்திதா உடனிருந்ததால் கண்ணனோடும் அவள் விருப்பப்படி உறவாட முடியவில்லை. நந்திதா தூங்கிய பிறகு மிகக் கவனமாகக் கொஞ்ச நேரம் அவனோடு பேசினாள். கொஞ்சலும் சீண்டலுமாக அவள் உடல் தூண்டப்பட்டு இருந்தது. தன் விருப்பப்படி அவளால் அந்தச் சூழலில் எதுவும் பேச முடியவில்லை. அவன் மட்டுமே பேசிக்கொண்டிருந்தான். அவள் உடல் துடித்துக்கொண்டிருந்தது.

அவள் சென்னையிலிருந்து பஸ்ஸில் வந்துகொண்டிருக்கும்போதே, பலவிதமான யோசனைகள் மனதில் புரண்டு புரண்டு எழுந்தன. அப்போது இரண்டு முடிவுகளை அவள் தீர்க்கமாக எடுத்திருந்தாள். ஒன்று, எந்த நெருக்கடியையும் கடந்து நாவலை எழுதுவது. அதுதான் அவள் அப்பாவுக்கு செலுத்தும் அஞ்சலி. இரண்டாவது, ஒரு வேலைக்குச் சென்று அந்த வருமானத்தை அம்மாவுக்கு அனுப்பி வைப்பது. இந்த சமயத்தில் அவள் அம்மாவுக்குச் செய்ய வேண்டிய கடமை அது. நாவல் எழுதுவதை இப்போதைக்கு, நேரம் வாய்க்கும்போது, ரகுவுக்குத் தெரியாமல் செய்தாக வேண்டும். அவள் வேலைக்குப் போக விரும்புவது பற்றி ரகுவின் சம்மதத்தையும் உதவியையும் அவனிடம் பக்குவமாகப் பேசித்தான் அடைய வேண்டும் என்று நினைத்திருந்தாள்.

ஆனால் வந்திறங்கிய பின் நடந்த முதல் உரையாடலே திருகிக்கொண்டு விட்டது அவளுக்குக் கவலையளித்தது. எனினும், 10 நாள் பிரிவில் ஏங்கிப் போயிருப்பான். இரவு உரையாடல் நிச்சயம் சுமுகமாகத்தான் இருக்கும் என்ற ஆசுவாசமும் இருந்தது. தானும் பக்குவமாக நடந்துகொள்ள வேண்டும். பிணங்கலாம்; ஆனால் கோபித்து வார்த்தைகளை விசிறிவிடக் கூடாது.

**அ**ன்று மாலை அவளைப் பார்த்துப் போவதற்காக மாமனார் ஈஸ்வரன் வந்தார். அவர் எப்போதுமே வருவதற்கு முன்பாக, பக்கத்திலிருந்து ஃபோன் செய்வார். அன்றும் அவர் அப்படிச் சொன்னதும் நைட்டியிலிருந்து சுடிதாருக்கு மாறி அவரை வாசலில் நின்று வரவேற்றாள் கமலி.

மலர்ந்த முகத்துடன், தான் வாங்கிவந்திருந்த இருட்டுக்கடை அல்வாவும் மிக்சர் பாக்கெட்டும் இருந்த பையை அவளிடம் கொடுத்தபடி, "அம்மா எப்படிம்மா இருக்காங்க..." என்றார்.

"பரவாயில்லீங்கப்பா... இருங்க காஃபி போட்டு எடுத்துட்டு வர்றேன்..." என்றாள் கமலி.

"அதெல்லாம் ஒண்ணும் வேண்டாம்மா... வர்ற வழியில எல்லாம் முடிச்சுட்டேன்" என்றார்.

சென்னையில் வீட்டு நிலைமை பற்றிச் சொன்னாள். சொந்த வீடு இருக்கிறது, கார் இருக்கிறது. கொஞ்சம் நகைகளும் இருக்கின்றன. ஆனால் சேமிப்பு இல்லை என்பதைச் சொன்னாள். இப்போதைக்கு காரை டிராவல்ஸோடு இணைத்து கொஞ்சம் வருமானத்துக்கு சங்கர் செய்திருக்கும் ஏற்பாட்டையும் சொன்னாள்.

கவலையுடன் கேட்டுக்கொண்டிருந்தவர், "கடைசி காலத்துல அவங்க நிம்மதியா தனியா இருக்கணும்னா அந்த வருமானம் மட்டும் பத்தாதும்மா..." என்றார். கைக்கும் வாய்க்கும் யோசிச்சு யோசிச்சு செலவழிக்கணும்னா எப்படி நிம்மதியா இருக்க முடியும்?"

"அதுதாங்கப்பா எனக்கும் கவலையா இருக்கு... எதையும் விக்காம சமாளிக்கணும்னா ஒரே வழி, நான் வேலைக்குப் போறதுதான்னு தோணுது... இன்னும் இவர்ட்ட இது பத்திப் பேசலை..."

"ரொம்ப நல்ல ஐடியாம்மா. நல்லா படிச்சிருக்க... இந்த சமயத்துல அது உதவலைனா அந்தப் படிப்பு எதுக்கு?"

"இவர்ட்ட பேசிப் பாக்கிறேங்கப்பா..."

"இக்னீஸியஸ் கேர்ள்ஸ் கான்வெண்ட்ல டிரை பண்ணலாம்மா. அங்க பிரெஞ்சுப் பாடமும் இருக்கு. இங்கிலீஸ், பிரெஞ்சு ரெண்டுமே நீ எடுக்கலாம்... பத்தாயிரம் தருவாங்கனு நினைக்கிறேன்... நம்ம அமுதா அங்கதான மேத்ஸ் டீச்சரா இருக்கா. நீங்க சண்டே வீட்டுக்கு வரும்போது உன்னோட ரெஸ்யூமோட வா. அவளப் பாத்துப் பேசலாம்" என்றார்.

"சரிங்கப்பா" என்றாள் கமலி. கமலிக்கு அவருடைய யோசனை ஆறுதலாக இருந்தது. ரகு வழி சொந்தங்களில் கமலிக்கு நல்ல சிநேகிதம் அமுதாதான். அவளால் முடிந்ததை நிச்சயம் செய்வாள்.

மாமனார் ஈஸ்வரன் அவளுடைய முடிவை ஆதரித்ததில் அவளுக்கு ஆச்சரியம் ஏதுமில்லை. அவர், வாழ்க்கையை அதன் போக்கிலேயே அணுகுபவர். தனிமனித சுதந்திரத்திலும் அறங்களிலும் நம்பிக்கை கொண்டவர். ரகுவிடம் பேச்சைத் தொடங்குவதற்கு

மாமனார் சொன்ன இந்த யோசனை உதவியாக இருக்கும் என்று மனதைத் தேற்றிக்கொண்டாள். ஆனாலும் ஓரளவு சுமூகம் திரும்பிய பின்தான் இதுபற்றி ரகுவிடம் பேச வேண்டும். இதை அவன் எப்படி எடுத்துக்கொள்வான் என்று பிடிபடாமலிருந்தது. இப்போதெல்லாம் அவளின் எந்த ஒரு பேச்சும் செயலும் அவனுக்கு விரோதமானதாகவே அவனுக்குத் தோன்றுகிறது. ஒன்று, அழுது சாதிக்கப் பார்க்கிறான். அல்லது மூர்க்கமாக நிராகரிக்கிறான். எது எப்படியென்றாலும் வேலைக்குச் செல்வது என்ற முடிவிலும் அதற்கான ஆயத்தப் பணிகளை மேற்கொள்வதென்பதிலும் அவள் உறுதியாக இருந்தாள்.

அன்று இரவு ரகு கொஞ்சம் குடித்திருந்ததோடு சாப்பிட்டுவிட்டும் வந்திருந்தான். நேராகப் படுக்கையறைக்குள் சென்று, ஆடையை மாற்றிவிட்டுப் படுத்துக்கொண்டான். இந்தப் புதுப் பழக்கம் கமலிக்குப் பெரும் கவலையளித்தது. அவள் ஊரில் இல்லாதபோது அவன் இப்படிச் செய்வது வழக்கம்தான். அவள் வந்த பின்னும் அவன் அதைத் தொடர்வது இதுதான் முதல் முறை. ரகு தன்னை விட்டு விலகிச் சென்றுகொண்டிருக்கிறான் என்பதை அவளால் தாங்கிக்கொள்ளவே முடியவில்லை. முன்னறையில் நந்திதாவுடன் படுத்துக்கொண்டாள் கமலி. ஏதேதோ யோசித்தபடி தூங்கிப் போனாள்.

ஒரு கோயில் நகரத்தில் 8 வயதுச் சிறுமியாகப் பட்டுப் பாவாடை சட்டையுடன் குதிரை வண்டியில் அப்பாவும் அவளும் சென்றுகொண்டிருக்கிறார்கள். அப்பா வெண்பட்டு வேஷ்டியும் துண்டும் அணிந்திருக்கிறார். அவர்கள் சென்றுகொண்டிருக்கும் குதிரை வண்டிக்கு முன்னும் பின்னுமாக ஒரு பச்சைக் கிளி சுற்றிச் சுற்றி வருகிறது. அப்பா அதை அவளுக்குச் சுட்டிக் காட்டுகிறார். அவள் அதைக் கூப்பிடுகிறாள். அது பறந்து உள்ளே வந்து அவளுடைய மடியில் உட்கார்ந்துகொள்கிறது. அவள் அதனுடன் கொஞ்சி விளையாடுகிறாள். குதிரை வண்டி சன்னதித் தெருவில் நிற்கிறது. அவர்கள் இறங்கும்போது, கிளி பறந்து செல்கிறது. கமலி அதையே பார்த்துக்கொண்டிருக்கிறாள். அங்கு ஒரு வரிசையாக ஒரு ஓரத்தில் பல மூதாட்டிகள் பிச்சைத் தட்டுடன் அமர்ந்திருக்கிறார்கள். பறந்து சென்ற கிளி ஒரு மூதாட்டியின் தோளில் போய் அமர்கிறது. கமலி அந்த மூதாட்டியைப் பார்க்கிறாள். அது அவளுடைய அம்மா. அடையாளம் தெரியாமல் மெலிந்து தேசலாக அமர்ந்திருக்கிறாள். அவளைப் பார்த்துக் கைகளால் அழைக்கிறாள். அவள் அம்மா என்று கூவியபடி அவரை நோக்கி ஓடுகிறாள்.

விழித்தெழுந்து உட்கார்ந்த கமலியின் கண்களிலிருந்து கண்ணீர் வழிந்தோடியது. திடீரென அவளுடைய வாழ்க்கை பெரும் சுழலுக்குள் சிக்கிக்கொண்டு விட்டதைப் போல மனம் கலங்கியது. ஒரு புதிய திசையும் ஒளியும் தென்படும் என்ற நம்பிக்கையை அவள் மீண்டும் மீண்டும் மனதுக்குள் உருவேற்றிக்கொண்டிருந்தாள்.

## 11

மறுநாள் காலை எழும்போதே ரகுவுக்கு உடல்நலம் சரியில்லை. வழக்கமான வயிற்றுவலிப் பிரச்சனையோடு காய்ச்சலும் சேர்ந்துகொண்டது. மூன்று நாட்களுக்குப் பின் இன்று ஓரளவு தேறியிருந்தான். கமலி நந்திதாவைப் பள்ளிக்கூட வேனில் ஏற்றிவிட்டு ஸ்கூட்டரில் வீடு நோக்கித் திரும்பும் வழியில் வண்டியை ஓரம் கட்டிக் கண்ணனை செல்லில் கூப்பிட்டாள். மூன்று நாட்களாக அவனுடன் பேசவில்லை. பொறுமை இழந்திருப்பான். இரண்டு வார்த்தைகளாவது பேசிவிட்டால் நிம்மதியாக இருப்பான். "ரகுவுக்கு மூணு நாளாய் காய்ச்சல். லீவில இருக்கார். இப்ப பரவாயில்ல... நேரம் கிடைக்கிறப்ப சாவகாசமா கூப்பிடறேன்" என்று சொல்லிவிட்டு நிம்மதியாக வீடு வந்து சேர்ந்தாள்.

ஸ்கூட்டரை வராந்தாவில் நிறுத்திவிட்டு, வீட்டுக்குள் நுழைந்த போது, முன்னறையில் சோபாவில் உட்கார்ந்தபடி, மோடாவில் கால்களை நீட்டிக்கொண்டிருந்த ரகுவின் கைகளில் அவள் நாவல் எழுதிக்கொண்டிருந்த நோட்டு இருந்தது. அவளுக்கு உடல் சட்டென விதிர்விதிர்த்தது. அதைக் கவனியாதவள் போல, அவனைக் கடந்து அடுக்களைக்குள் செல்ல முயன்றாள். அவனைக் கடக்கும்போது, "என்ன இதெல்லாம்..." என்ற அவனுடைய குரல் அதிர்ந்தது.

"எதெல்லாம்..." என்றபடி நின்றாள்.

அவன் எழுந்து நின்றுகொண்டபடி, "இது..." என அந்த நோட்டை அவளுடைய முகத்துக்கு நேராக ஆட்டினான். அவன் உடல் வெடவெடத்துக்கொண்டிருந்தது.

"என்ன இதுக்கு..." என்று கமலி வெகு அமைதியாகக் கேட்டாள்.

"என்னவா... எவ்வளவு நாளா இது நடக்குது..."

"அப்பா போனதிலிருந்து."

அவளுடைய பதில் அவனை அலட்சியப்படுத்துவதாகத் தோன்றி அவன் கொந்தளித்தான். உடல் படபடத்தது. அவள் எதையும்

சமாளிப்பதென்ற தெளிவில் நிதானமாக இருந்தாள். "செய்யறதெல்லாம் கமுக்கமா செஞ்சுட்டு திமிரா வேற பேசறியா..." என்று பொரிந்தான்.

"ஒரு பொண்ணு அப்பா இறந்ததுக்கப்புறம் அவரப் பத்தின நினைவுகளை எழுதறது தப்பா..."

"அது தப்பில்லைனா எங்கிட்ட ஏன் மறைக்கணும்..."

"இப்படி தையா தக்கானு குதிச்சு என்னை நோகடிப்பீங்கனுதான்..."

அவன் அடுத்து என்ன பேசுவதென்று தெரியாமல் அந்த நோட்டை விசிறி எறிந்தான். "நீங்க ஏத்துப்பீங்க... எங்கிரேஜ் பண்ணுவீங்கனு நம்பிக்கை இருந்தா நான் ஏன் மறைச்சு மறைச்சு எழுதணும்... எல்லாத்தையும் விபரீதமா எடுத்துக்கிட்டு உங்களையும் பிறாண்டி என்னையும் பிறாண்டுவீங்கன்னா நானும் அப்பா போன எடத்துக்கே போக வேண்டியதுதான்..." என்றபடி அந்த நோட்டை எடுத்துக்கொண்டு அடுக்களைக்குள் போனாள்.

அடுத்த இரண்டு நாட்களும் வீடு இறுக்கமான மௌனத்தில் புழுங்கியது. இருவரும் நேரடியாக ஒரு வார்த்தைகூடப் பேசிக்கொள்ளவில்லை. அவளின் ஒவ்வொரு செயலும் அவனுக்கு எதிரான நடவடிக்கையாக அவனுக்குத் தோன்ற ஆரம்பித்துவிட்டது. ஏதோ ஒன்றைத் தொட்டு சண்டையிடுவது வாடிக்கையாகிவிட்டது. அவனைச் சரிசெய்ய முடியும் என்ற நம்பிக்கையை அறவே இழந்திருந்தாள் கமலி. இனி அவனுடைய அனுமதிக்காக எந்த ஒன்றையும் தள்ளிப் போட்டுக்கொண்டிருக்க முடியாது. ஒவ்வொரு செயலையும் அவனுடைய அனுமதி பற்றிய கவலையின்றி நடத்திக்கொண்டு போவதைத் தவிர வேறு வழியில்லை. எந்தவொரு சிறு தேவைக்கும் அவனைச் சார்ந்திருந்து விட்டதன் பலனிது என்று தன்னைத் தானே நொந்துகொண்டாள்.

வேலைக்குச் செல்ல எடுத்த முடிவை அவனிடம் சொல்வதற்கான சுமூகமான சூழல் அமையவேயில்லை. இந்தச் சூழ்நிலையில் அது எப்படியும் அவனுக்கு எரிச்சலூட்டும் என்பது அவளுக்குத் தெரியும். அவனிடம் சொல்லி அவன் மறுத்தபின்பு, அதற்கான முயற்சியை மேற்கொள்வதைவிட, வேலைக்கான முயற்சிகளைத் தன்னளவில் மேற்கொள்வதென்றும் சந்தர்ப்பம் வாய்க்கும்போது அவனிடம் சொல்லிக்கொள்ளலாம் என்ற முடிவுக்கு இந்த நாட்களில் வந்திருந்தாள். மனம் கககசவென்று புழுங்கிக்கொண்டிருந்தது. இந்தப் புழுக்கத்திலிருந்து எப்போது ஆசுவாசம் கிடைக்கும் என்பதே தெரியாதிருந்தது.

ஞாயிற்றுக்கிழமை நந்திதாவை அவனுடைய பெற்றோர் வீட்டிலிருந்து அழைத்து வர இருவருமாகச் செல்வதுதான் வழக்கம். "வர்றியா... நானே போய் கூட்டிட்டு வந்திரட்டுமா?" என்று கிளம்பியபடியே கேட்டான். "வர்றேன்" என்றபடி ஐந்து நிமிடத்தில் சுடிதாருக்கு மாறித் தயாரானாள்.

ஈஸ்வரனின் வீட்டில் ஈஸ்வரன், நந்திதா, அமுதா மூவரும் சோபாவில் உட்கார்ந்து டி.வி. பார்த்துக்கொண்டிருந்தார்கள். விசாலாட்சி அம்மா தரையில் உட்கார்ந்திருந்தார். அப்பாவின் ஸ்கூட்டர் சத்தம் கேட்டதும் துள்ளி எழுந்து போய் கதவைத் திறந்தாள் நந்திதா. இருவரும் வீட்டுக்குள் நுழைந்தபோது, அங்கு அமுதா இருந்ததைக் கொஞ்சமும் கமலி எதிர்பார்த்திருக்கவில்லை. மாமனாரோடு போய் பார்க்க வேண்டியிருக்கும் என்றுதான் நினைத்திருந்தாள். மாமனார் கேட்கும்போது அதைத் தள்ளிப் போட்டுவிடலாம் என்றும் கருதியிருந்தாள். அதன்பிறகு, 'அதென்ன அமுதா விசயம்' என்று ரகு நிச்சயம் கேட்பான். அது அவன் மனதில் குடையத் தொடங்கிவிடும். அப்போது சொல்லிக்கொள்ளலாம் என்பது அவளுடைய நினைப்பாக இருந்தது.

கமலியின் அப்பாவின் மரணத்துக்குப் பின் அமுதா இப்போதுதான் கமலியைப் பார்க்கிறாள். கமலியின் கைகளைப் பற்றியபடி, "என்ன செய்ய கமலி, எல்லாத்தையும் கடந்துதானே ஆகணும்" என்றாள். கமலி மௌனமாக ஆமோதிப்பதுபோல் தலையாட்டினாள். ஈஸ்வரன் எழுந்துகொண்டு தனி சோபாவில் உட்கார்ந்தபடி, இரட்டை சோபாவில் அமுதாவையும் கமலியையும் உட்கார வைத்தார். ரகு இன்னொரு தனி சோபாவில் உட்கார்ந்துகொண்டான். நந்திதா தாத்தாவின் அருகில் ஒண்டிக்கொண்டாள்.

"ரொம்ப நல்ல முடிவு கமலி. குழந்தைகளுக்குச் சொல்லிக் கொடுக்கிறது அருமையான விசயம். உன்னோட படிப்புக்கு நிச்சயம் வேலை கிடைக்கும். நல்ல ஸ்கூல். எந்த ரெகமெண்டேஷனும் எடுபடாது. பிரெஞ்சு எடுக்க சரியான ஆள் அமையாம அவங்களும் திணறிக்கிட்டுதான் இருக்காங்க. உன்னால இங்கிலீஸ், பிரெஞ்சு ரெண்டும் எடுக்க முடியும்கிறது பெரிய அட்வாண்டேஜ் உன்னோட ரெஸ்யூமைக் கொடு. எங்க பிரின்ஸிபால் மதர்கிட்ட கொடுக்கிறேன். அவங்க கண்டிப்பா கூப்பிடுவாங்க" என்று கடகடவென்று பேசினாள். "ரெஸ்யூம் இன்னும் ரெடி பண்ணலை அமுதா" என்று தயங்கியபடி கூறினாள் கமலி. "சரி, ரெடி பண்ணிட்டுக் கொடுத்துவிடு" என்றாள் அமுதா.

"அதென்ன பெரிய வேலையா... இப்பவே ரெடி பண்ணிடலாம்" என்ற ஈஸ்வரன் "போய் தாத்தாவோட லேப் டாப்பை எடுத்துட்டு வாடிம்மா" என்று நந்திதாவிடம் சொன்னார். நந்திதா உள்ளறைக்குள் ஓடிப்போனாள்.

ரகுவுக்கு அங்கு உட்கார்ந்திருக்க முடியவில்லை. என்ன நடக்கிறதென்ற மனக் குடைச்சலில் புழுங்கியவன், "சரி நான் கொஞ்சம் வெளிய போயிட்டு வாறேன். நீங்க உங்க வேலையைப் பாருங்க" என்றபடி வெளியேறினான்.

ஈஸ்வரன், கமலி, அமுதா மூவருமாகச் சேர்ந்து ரெஸ்யூம் தயார் செய்தார்கள். அடித்து முடித்ததும் அதை ஒரு பென்டிரைவில் காப்பி செய்தார் ஈஸ்வரன். "போய் பிரிண்ட் அவுட் எடுத்துட்டு அஞ்சு நிமிசத்தில வந்துர்றேன்" என்று கிளம்பினார் ஈஸ்வரன்.

# 12

இரவு திரும்பும் வழியில் வழக்கம் போல ஜானகிராம் ஹோட்டலில் சாப்பிட்டார்கள். இருவர் மனதிலும் நிலவிய அசாதாரணமான இறுக்கதையும் மீறி எப்போதும் போல ஆர்டர் கொடுத்தார்கள். ரகுவுக்கு மசாலா தோசை. நந்திதாவுக்கு நெய் ரோஸ்ட் – அவள் பாதிதான் சாப்பிடுவாள். மீதியை ரகு எடுத்துக்கொள்வான். கமலிக்கு ஆப்பம் தேங்காய்ப் பால். கண்ணனுக்குப் பிடித்தது என அவள் அறிந்ததிலிருந்து அவளுக்கு அது பிடித்துப் போனது. நந்திதாகூட சூழலின் இறுக்கத்தை உணர்ந்தவளாக அமைதியாகச் சாப்பிட்டாள். ரகுவின் மனம் கொந்தளிப்பின் உச்சத்திலிருந்தது. அவனுடைய குமுறல் எப்போது வெடிக்கப் போகிறது என்ற பயத்தில் கமலி இருந்தாள். ஹோட்டலிலேயே ஆரம்பித்துவிடுவானோ என்ற பயம்தான் அவளை வாட்டிக்கொண்டிருந்தது. நல்ல வேளையாக அப்படி எதுவும் நடக்கவில்லை.

நந்திதாவை முன்னறையில் தூங்க வைத்தாள். அவளும் உடனே தூங்கிவிடுவதைப் போல பாவனை செய்தபடி படுத்துக்கொண்டாள். படுக்கை அறைக்குள் போனாள் கமலி.

"என்னை எதுக்கும் மதிக்கிறதில்லை என்ற முடிவுக்கு வந்திட்டியா..." என எடுத்தவுடனேயே கேட்டான்.

"இங்க பாருங்க... நீங்களா நினைச்சுக்கிறதுக்கெல்லாம் நான் ஒண்ணும் பண்ண முடியாது..."

அவனுடைய கட்டுப்பாட்டையும் மீறி உடல் படபடத்தது. "பின்ன எங்கிட்ட எதுவும் சொல்லாம நீ வேலைக்கு டிரை பண்றதுக்கு என்ன அர்த்தம்?" என்று பொரிந்தான்.

"எங்க சொல்ல விட்டீங்க? என்ன சொன்னா என்ன நடக்கும்னு பயந்து பயந்து செத்துக்கிட்டிருக்கேன் நான்... அப்பா செத்ததோட நானும் போயிருந்தா இந்தப் பிரச்சனையெல்லாம் இருந்திருக்காது. இப்ப நான் இருக்கிற பிரச்சனையில எனக்கு ஆறுதல் சொல்லாட்டியும் பரவாயில்லை... குதறி எடுக்காம இருந்தா கோடி புண்ணியமாப் போகும்..." என்று பெரும் கேவலுடன் சொன்னாள்.

சட்டென ஆதுரத்துடன் அவளை அணைத்துக்கொண்டான் ரகு. அவனுடைய மார்பில் சாய்ந்தபடி தேம்பித் தேம்பி அழுதாள் கமலி. அவனையும் அறியாமல் ரகுவின் கண்களிலிருந்தும் கண்ணீர் வழிந்தோடிக்கொண்டிருந்தது. கிட்டத்தட்ட 15 நாட்களுக்குப் பிறகு, அவர்கள் மெல்ல மெல்லக் கசிந்துருகிக் காம வசப்பட்டார்கள். உடல்களின் இச்சைகளுக்கு உடன்பட்டார்கள்.

## 13

சங்கர் பேசி முடித்தபோது கமலி கலங்கிப்போய் நின்றாள். காலையில் சங்கர் வீட்டுக்குப் போனபோது அம்மா முன்னறையில் மயங்கிக் கிடந்திருக்கிறார்கள். உடனே பதறிப்போய் பங்கஜம் மாமியை அழைத்து வந்திருக்கிறார். தண்ணீர் தெளித்து, இறுக மூடியிருந்த வாயைப் பிளந்து இனிப்பு கொடுத்து தெளிய வைத்து மருத்துவமனை கொண்டு சென்றிருக்கிறார்கள். பரிசோதித்துவிட்டு ஒரு பாட்டில் டிரிப்ஸ் ஏற்றி பின் வீட்டுக்கு அனுப்பியிருக்கிறார்கள். "ரொம்ப பலஹீனமா இருக்காங்க. கவனமாப் பாத்துக்கங்க..." என்று டாக்டர் சொல்லியிருக்கிறார். அதை சொல்லும்போதே சங்கரின் குரல் கலங்கியது. "நீங்க வந்து கொஞ்சநாள் அம்மாவைக் கூட்டிட்டுப் போய் வச்சுப் பாருங்கம்மா" என்று சங்கர் சொன்னது அவளுக்குப் பெரும் துக்கத்தைத் தந்தது. அப்பா இறந்து மூன்று மாதம்கூட ஆகவில்லை. அதற்குள் இப்படி ஒரு செய்தி. அம்மாவையும் இழந்துவிடுவோமோ என்று மனம் பரிதவித்தது.

ரகுவுக்கு ஃபோன் செய்து, கலங்கலான குரலில் விஷயத்தைச் சொன்னாள். 'இன்னைக்கு நைட்டே நான் போகணும். உடனே டிக்கெட் போடுங்க" என்றாள். அவனும் "சரி, நீ மட்டும் போயிட்டு சீக்கிரம் வா. நந்திதாவை அப்பா அம்மாட்ட விட்டுக்கறேன். அவ

அங்கயிருந்து ஸ்கூல் போயிட்டு வரட்டும்...” என்றான். அவள், “சரி” என்றாள். டிக்கெட் எடுத்துட்டு மெசேஜ் அனுப்புறேன்” என்றான்.

ரகுவுடனான ஃபோனைத் துண்டித்ததும் கண்ணனுக்கு ஃபோன் செய்தாள். விசயத்தைச் சொன்னாள். மிகுந்த கவலையுடன் ஆறுதல் சொன்னான். “போனதும் ஒரு மாஸ்டர் செக்கப் பண்ணிப் பாத்திடு... நிம்மதியா இருக்கலாம்” என்றான். “அவர் டிக்கெட் போட்டதும் சொல்றேன். மதுரையில அந்த பஸ் நிக்கும்போது வந்து பாரு... எனக்கு உன்னை அஞ்சு நிமிசமாவது பாக்கணும்...” என்றாள். “கண்டிப்பா வருவேம்பா...” என்றான்.

கமலியிடமிருந்து அவள் அன்று இரவு கிளம்பும் பஸ் விபரம், சீட் நம்பர், நேரம் பற்றிய மெசேஜ் வந்ததும் கண்ணன் துரிதகதியில் செயல்பட்டான். அவள் வருவது ஒரு ஏசி இல்லாத ஸ்லீப்பர் பஸ். ரெட் பஸ் மூலம் அதில் டிக்கெட் இருக்கிறதா என்று பார்த்தான். அது வார நாள் என்பதால் டிக்கெட் கணிசமாக இருந்தது. கமலியின் கீழ் பெர்த்துக்கு மேலுள்ள பெர்த் காலியாகத்தான் இருந்தது. அதை புக் செய்தான். அதைக் கமலிக்கு அவன் சொல்லவில்லை. கண்ணனின் உறவுக்குப் பின்னரும் ஒரு முறை அவள் அந்த பஸ்ஸில் சென்னை சென்றிருக்கிறாள். ஆனால் அப்போது நந்திதாவையும் அவள் கூட்டிச் சென்றதால், “வந்து பாக்கட்டுமா” என்று கேட்ட கண்ணனிடம் வேண்டாம் என்று சொல்லிவிட்டாள். “அவ உங்களைப் பாத்தா மறுநாள் நிச்சயம் ஃபோனில் அவங்க அப்பாகிட்ட சொல்லுவா... வேற வினையே வேண்டாம்” என்று மறுத்துவிட்டாள். இந்த உறவு நீடிச்சு நிலைக்கணும்னா சில கட்டுப்பாடுகளை அனுஷ்டிச்சுதான் ஆகணும் என்பது எப்போதுமே அவளுடைய நிலைப்பாடாக இருந்தது.

ரகு அவளை பஸ் ஏற்றிவிட்டு இடைஇடையே ஃபோன் செய்தபடி இருந்தான். ஒரு ஃபோனுக்கும் மறு ஃபோனுக்கும் நடுவில் அவள் கண்ணனுடன் பேசினாள். கடைசியாக, “பஸ் விருதுநகர் தாண்டிடிச்சு.. திருமங்கலம் வந்ததும் சொல்றேன். கிளம்பி வா” என்றாள்.

பஸ் மதுரையில் அதன் அலுவலகம் முன் வந்து நின்றபோது, ஜன்னல் வழியே எட்டிப் பார்த்தாள். கண்ணன் தெரியவில்லை. பஸ் 20 நிமிசம் அங்கு நிற்கும். எப்படியும் வந்துவிடுவான் என்று நினைத்தாள். பஸ்ஸிலிருந்து பலரும் இரவு உணவுக்காகவும் பாத்ரூம் போவதற்காகவும் இறங்கிக்கொண்டிருந்தார்கள். அவர்கள் இறங்கிய பின்பு இறங்கிப் பார்க்கலாமென்று நினைத்துக்கொண்டாள். அப்போது, கண்ணன் ஒரு டிராவல் பேக்கோடும் ஒரு பெரிய கட்டைப்

பையோடும் ஏறி வருவதைப் பார்த்துப் பரவசமடைந்தாள். என்ன இதெல்லாம் என்று ஆச்சரியமாகவும் இருந்தது. ஜீன்ஸ் பேண்ட், டி சர்ட்டில் மிடுக்காக இருந்தான். அவனுக்கு 52 வயசு என்று யாராலும் சொல்ல முடியாது என்று நினைத்தாள். இல்லை தன் கண்களுக்குத்தான் அப்படித் தெரிகிறானா என்றும் தோன்றியது. அவனை அவள் வியந்து பார்த்துக்கொண்டிருக்கும் போதே, அவள் இருக்கைக்குப் பக்கத்தில் வந்து சேர்ந்தான். "ஹலோ" என்று உற்சாகமாகச் சொன்னபடி, கையிலிருந்த பையை அவளிடம் கொடுத்தான். டிராவல் பேக்கை மேல் பெர்த்தின் ஓர் ஓரத்தில் வைத்தான்.

அவள் இன்பத்தில் திகைத்திருந்தாள். "என்ன இதெல்லாம்..." என்றாள்.

அவள் பக்கத்தில் உட்கார்ந்தபடி, "பையில இருக்கிறது அம்மாவுக்குப் பழங்கள். மேல வச்சது என்னோட டிராவல் பேக். நானும் இதுலதான் வர்றேன். இப்ப நீ ரெஸ்ட் ரூம் போறதா இருந்தா போயிட்டு வா" என்றான்.

திகைப்பிலிருந்து மீண்டவளாக பரவசத்துடன், "இப்ப வேண்டாம்... அடுத்து நிக்கும்போது போய்க்கிறேன்" என்றவள், "நான் இத எதிர்பாக்கலை... ஆனா ஆசப்பட்டேன். யூ ஆர் கிரேட். உன்ன வரச் சொல்லிக் கேக்கலாம்னு தோணுச்சு. ஆனா, உன் வேல நிலைமை தெரியாம உன்னைச் சங்கடப்படுத்தக் கூடாதுனு இருந்துட்டேன்" என்று அவன் முகம் பார்த்து மலர்ந்த முகத்துடன் சொன்னாள்.

அவன் அவளுடைய கன்னத்தில் லேசாகத் தட்டிக் கொடுத்தான். கமலி நாணினாள். அவர்கள் காதல் வசப்பட்டு உரையாடல்கள் மூலம் மனதால் மட்டுமல்ல, உடலாலும் தங்களை ஒருவருக்கொருவர் முழுமையாக அர்ப்பணித்துக் கொண்டுவிட்ட போதிலும், இந்த அருகாமையும் தொடலும் அவளை வெட்கப்பட வைத்தன. அவளுக்கே அது ஆச்சரியமாக இருந்தது. ஆனால் அந்த வெட்கத்தை மிகவும் ரசித்தான் கண்ணன்.

பஸ் கிளம்பியதும் திரையை இழுத்து மூடிவிட்டு அவளுடைய கைகளை எடுத்துத் தன் கைகளோடு சேர்த்துக்கொண்டான், அவளையும் அறியாமல் கூச்சம் அவளை மேவிப் படர்ந்தது. அவளுக்குள் மின்காந்த அலைகள் பாய்ந்து பரவின. அவனுடைய நேரடியான முதல் ஸ்பரிசம். முதன் முறையாக நேசத்துக்குரிய காதலனின் ஸ்பரிசம். அவள் உடல் சிலிர்த்தது. பரவச அலைகள் உடலில் புரண்டன. அவள் வெட்கினாள். அவன் மெல்ல அவளை அணைத்துக்கொண்டான். அவள் அவன் மார்பில் சாய்ந்தாள்.

அவன் அவளுடைய கழுத்தில் இதமான முத்தங்கள் கொடுத்தான். பெர்த்தின் ஒருபக்கம் தலை வைத்து, கால்களை நீட்டிச் சரிந்து உட்கார்ந்தான். அவள் அவன் கால்களில் தன் உடலைப் படரவிட்டு அவனுடைய மார்பில் சாய்ந்து கொண்டாள். அவள் கண்கள் கசிந்தன. அவள் முகம் நிமிர்த்திக் கண்களில் முத்தமிட்டான். அவளைத் தன்னோடு இதமாக அணைத்திருந்தான். அவள் முகம் நிமிர்த்தி ஏக்கத்தோடு அவனைப் பார்த்தாள். அவன் தலை குனிந்து அவள் இதழ்களைக் கவ்வினான். அவளுடைய வாய் தானாகத் திறந்தது. அவனுடைய நாக்கு வாய்க்குள் புகுந்து அவளுடைய நாவோடு விளையாடியது. அவள் சிலிர்த்துத் துடிதுடித்தாள். அவனுடைய கைகள் அவளுடைய மேலாடையோடு சேர்த்து அவளுடைய மார்புகளைத் தடவின. அவள் தன்னுடைய மேலாடைக்குள் கையை விட்டு பிராவை உயர்த்தினாள். அவனும் மேலாடைக்குள் கையை விட்டு முலைகளைத் தடவினான். அவளைப் படுக்க வைத்து மேலாடையைத் தூக்கிவிட்டு, பிராவை விட்டு வெளிவந்திருந்த முலைகளில் இதழ் பதித்தான். நாவால் வருடிக் கொடுத்தான். சுவைத்தான். அவள் துடிதுடித்தாள். மெல்லிய முனகல் அவளிடமிருந்து வெளிப்பட்டது. அவன் அவளுடைய காம்புகளில் நாவால் வட்டமடிக்கத் தொடங்கியபோது அவளுடைய கைகள் அவனை மார்போடு இறுக்கின. அவளிடமிருந்து வெளிப்பட்ட முனகல் சப்தம் அதிகரிக்கத் தொடங்கியது. அதை உணர்ந்த கண்ணன் சட்டென விலகி எழுந்து உட்கார்ந்தான். அந்தரத்தில் அவளை மிதக்க விட்டு சட்டென அவளுடைய சிறகுகளை அவன் அப்படித் துண்டித்துவிட்டது அவளுக்குப் பெருத்த ஏமாற்றமாக இருந்தது.

அவளும் எழுந்து உட்கார்ந்துகொண்டு, மேலாடையை இறக்கி விட்டபடி, "என்ன ஆச்சு கண்ணன்" என்று மெதுவான குரலில் ஏக்கத்தோடு கேட்டாள்.

"இல்ல கமலி, பஸ்ல இதுக்கு மேல வேணாம். யாராச்சும் சத்தம் கேட்டு முழிச்சு ஏதும் விபரீதமா நடந்துடக் கூடாது. எல்லாத்தையும் விட உன்னோட கௌரவம் ரொம்ப முக்கியம்" என்றான். அவள் அவனுடைய கன்னத்தில் பெருமிததோடு முத்தமிட்டாள்.

அப்படியே அவன் மார்பில் சாய்ந்துகொண்டாள். அவன் மீண்டும் ஒரு பக்கமாகத் தலை வைத்துச் சரிந்து கால் நீட்டினான். கமலி, அவன் மார்பில் தலை வைத்துச் சாய்ந்துகொண்டாள். "சரி. கண்ணன், இப்படியே இப்ப தூங்கலாம்'' என்றாள் கமலி.

அவன் அவளை ஆதுரத்தோடு அணைத்துக்கொண்டபடி, "ஓகே டியர்" என்றான். பஸ் விரைந்துகொண்டிருந்தது. கமலி அப்படியே

தூங்கிப் போனாள். கண்ணன் ஜன்னல் திரையை லேசாக விலக்கியபடி வெளியில் பார்த்தான். வானில் நிலா பிரகாசத்துடன் கூடவே வந்துகொண்டிருந்தது.

பஸ் தாம்பரம் வந்தபோது இருவரும் எழுந்து உட்கார்ந்தார்கள். அவள் முகம் முழு நிறைவில் பொலிந்திருந்தது. ஒருமுறை அலைபேசி வழியான புணர்ச்சிக்குப் பின் அவன் மார்பில் சாய்ந்து படுத்திருந்தபோது, அவள் அவனிடம், "இந்த ஜென்மத்தில நெஜத்தில உன் மார்பில ஒரு 10 நிமிசம் சாஞ்சிருக்கக் கிடைச்சா அது போதும்..." என்றாள். ஒரு இரவு முழுவதும் அவன் மார்பில் சாய்ந்துறங்கக் கிடைத்ததில் அவள் மனம் பூரண நிறைவில் பொலிந்திருந்தது.

"இந்த ஜென்மத்துக்கு இது போதும்..." என்று மலர்ச்சியுடன் சொன்னாள்.

"அப்படியா இது போதுமா" என்று கிண்டலாகக் கேட்டான் கண்ணன். அவள் வெட்கித் தலை குனிந்தாள்.

"சரி, நீ எங்க இறங்கணும், பல்லாவரமா, கிண்டியா" என்று கேட்டான்.

"கிண்டி கத்திப்பாராவிலதான். சங்கர் கார் எடுத்து வந்திருப்பார். சமயங்கள்ல அம்மாகூட வந்திருப்பாங்க. நான் வீடு போய்ச் சேர்ற வரைக்கும் அவங்களால காத்திருக்க முடியாது" என்றாள்.

"அது சரி, நீ எங்க எறங்கப் போற..."

"டி நகர்ல ரெண்டு ஃபிரெண்ட்ஸ் பெரிய வீடெடுத்து தங்கியிருக்காங்க. அங்கதான் தங்குவேன். மூணுநாள் லீவு போட்டிருக்கேன். நாளை காலைல அம்மாவுக்கு மாஸ்டர் செக்கப் பண்ணிடலாம். ஹாஸ்பிடல்ல அப்பாயிண்ட்மெண்ட் வாங்கிட்டு சொல்றேன்" என்றான்.

"அப்ப இன்னைக்கு சும்மாதானே இருக்கப் போறோம். எங்கயாச்சும் பாக்கலாம்... நீ வீட்டுக்கே கூட வரலாம். ஆனா நாம அங்க பேசிக்கிட்டு மட்டும்தான் இருக்க முடியம்... பரவாயில்லையா" என்றாள்.

"சரி, பேசிக்கிட்டு இருக்கலாம், அதனாலென்ன..."

"இவ்வளவு நாளும் அதைத்தானே செஞ்சுக்கிட்டு இருந்தோம்..." என்றபடி லேசாகச் சிரித்தாள் கமலி.

"சரி... அப்ப நான் தங்கப் போற இடத்துக்கு வர்றியா? கொஞ்ச நேரம் சேர்ந்து இருந்துட்டு மதியம் எங்கயாச்சும் லஞ்ச் சாப்பிடலாம்.

அதுக்கப்புறம் உன்னை வீட்டில விட்டுடறேன்...” என்றான். ‘‘நீ எங்க கூப்பிட்டாலும் நான் வருவேன். உன்னோட இருக்கும்போது எனக்கு எந்த பயமும் இல்லை” என்றாள். அவன் அவளுடைய கைகளை இறுகப் பற்றினான்.

“சரி, அம்மாவோட ஃபோன் நம்பர் தர்றேன். எண்டர் பண்ணிக்க. இங்க இருக்கும்போது அம்மா செல்லில இருந்துதான் கூப்பிடுவேன். எந்தப் பிரச்சனையும் பதட்டமும் இல்லாம நிம்மதியா பேசலாம்...” என்றபடி புன்னகைத்தாள். அவன் அவளுடைய கன்னத்தில் இதமாக முத்தமிட்டான்.

“அப்பாவோட செல்லத்தானே அம்மா வச்சிருக்காங்க... அந்த நம்பர் எங்கிட்ட இருக்கு” என்றான்.

கமலியின் செல் ஒலித்தது. “அவருதான்” என்றபடி செல்லை எடுத்தாள்.

“தாம்பரம் தாண்டிடுச்சு” என்றாள்.

“....... ..... .....”

“சரி... வீட்டுக்குப் போயிட்டு பேசுறேன்” என்றாள்.

கமலி இறங்குவதற்குத் தயாரானாள். கண்ணன் அவளுடைய பேக்கை எடுத்துக்கொண்டான். அவன் கொடுத்த பழப் பையை அவள் எடுத்துக்கொண்டாள். கத்திப்பாராவில் பஸ் நின்றது. அவள் இறங்கியதும் பேக்கைக் கொடுத்தான். அவள் மலர்ச்சியுடன் அவனைக் கண்களால் கொத்தித் தின்றபடி விடை பெற்றாள். வாழ்க்கை புதிதாய் மலரத் தொடங்கியிருப்பதாக உணர்ந்தாள்.

# 14

நந்திதாவை முதல் முறையாகக் கிட்டத்தட்ட மூன்று மாதங்கள் கமலி பிரிந்து இருக்கும்படி நேர்ந்துவிட்டது. வாழ்க்கை வேறொன்றைப் பிரதானமாக நிர்பந்திக்கும்போது, புதிய நெருக்கடிகளின் அவசியம் கருதி எந்தவொன்றையும் ஏற்றுக்கொண்டுவிட முடிகிறது. நந்திதாவை இதுவரை அவள் இப்படிப் பிரிந்திருந்ததில்லை. அப்பாவின் மரணத்துக்குப் பின் 10 நாள் பிரிந்திருந்தாள். அதற்கும் இரண்டாண்டுகளுக்கு முன்பு, கமலிக்கு அம்மை பார்த்திருந்தபோது, இரண்டு வாரங்களுக்குப் பிரிய நேரிட்டது. நந்திதாவைத் தன் பெற்றோர் வீட்டில் ரகு அப்போது விட்டிருந்தான். அம்மை இறங்கி மூன்று தண்ணீர் விட்டதற்கு மறுநாள்தான் நந்திதா அவர்கள் வீட்டுக்கு

வந்தாள். அந்த இரண்டு வாரமும் ரகு மிகவும் கரிசனத்தோடு தன்னைக் கவனித்துக்கொண்டது அவளின் நினைவுக்கு வந்தது. ஆபிஸிற்கு லீவு போட்டுவிட்டு கூடவே இருந்தான். நேரம் கிடைக்கும்போதும் அவசியப்பட்டபோதும் வேப்பிலையால் அவளுக்குத் தடவிக் கொடுத்தபடியே இருந்தான். அவனுக்கும் பரவிவிடுமோ என அவள் சங்கடப்பட்டபோது, அவனுக்குச் சிறுவயதிலேயே அம்மை பார்த்துவிட்டிருந்ததால் அவனுக்கு இனி வராது என்று அவளுக்கு ஆறுதல் சொன்னான். அரிப்பு தாங்கமுடியாது அவதிப்பட்டபோது, குடும்ப டாக்டரைப் பார்த்து அதற்கான மாத்திரைகள் வாங்கிவந்து தந்தான். அந்த நாட்களில் அவன்மீது அவளுக்கு மோகம் பெருகியபடி இருந்தது. மூன்றாவது தண்ணீர் ஊற்றிய அன்றிரவு, அவர்கள் கூடியதுதான் அவர்களுடைய தாம்பத்திய வாழ்வில் கமலி தானாகத் தன் வேட்கைகளை வெளிப்படுத்தியபடி அவனோடு களித்திருந்த நாள். எல்லாம் முடிந்து அவன் தூங்கிப் போனதும் அவள் நடந்துகொண்ட விதம் அவளுக்கே கொஞ்சம் கூச்சத்தையும் சங்கடத்தையும் வெட்கத்தையும் ஏற்படுத்தியது.

கடந்த மூன்று மாதங்களாக, கமலியின் வாழ்க்கை சில புதிய சலனங்களுக்கு ஆட்பட்டது. புதிய நெருக்கடிகளும் நிர்பந்தங்களும் அவளை சில புதிய முடிவுகளுக்குக் கட்டுப்படுத்தின. முதலில் அம்மாவுக்குப் பார்த்த முழுமையான உடல் பரிசோதனையின் தொடர்ச்சியாக, அம்மாவுக்கு கேன்சர் இருப்பது தெரியவந்தது. அதனையடுத்து பல பரிசோதனைகள், தொடர் சிகிச்சைகள் என இந்த மூன்று மாதங்களும் அம்மாவைப் பராமரிப்பதிலேயே கடந்துவிட்டன. ஒரு கட்டத்தில், ரகுவை சென்னைக்கு மாற்றல் வாங்கிகொண்டு வரச் செய்து, தன் குடும்பத்தையும் இங்கேயே அமைத்துக்கொண்டு விடலாமா என்று கூட கமலி யோசித்தாள். ஆனால். ரகுவோ தொடர்ந்து அம்மாவை அழைத்துக்கொண்டு நெல்லை வந்துவிடும்படி விடாமல் வற்புறுத்திக்கொண்டிருந்தான். அறுவைசிகிச்சை முடியும் வரையாவது சென்னையிலேயே பார்த்துவிடுவது என்பதில் கமலி உறுதியாக இருந்தாள்.

அம்மாவுக்கு முழு உடல் பரிசோதனை செய்து பார்த்துவிட்டுப் பின் ஓரிரு மாதங்களுக்காவது பாளைக்கு அழைத்துச் சென்று வைத்துக்கொள்வது அல்லது அம்பாசமுத்திரத்தில் மாமா வீட்டில் இருக்கச் செய்வது என்ற திட்டத்துடன்தான் கமலி கிளம்பி வந்திருந்தாள். அவள் வற்புறுத்தினால் அம்மா வந்துவிடுவார் என்பது அவளுக்குத் தெரியும். ஆனால் அம்மா எங்கிருந்தால் சந்தோஷமாக இருப்பாரோ அங்கேயே இருந்துவிட்டுப் போகட்டும் என்பதுதான்

கமலியின் முதல் நிலைப்பாடாக இருந்தது. ஆனால் இங்கு வந்த பின் எல்லாம் வேறு திசையில் நகரத் தொடங்கிவிட்டன. முதலில் செய்த முழு உடல் பரிசோதனையில் நுரையீரலில் ஒரு வெள்ளைப் படலம் இருப்பது தெரியவந்தது. சி.டி ஸ்கேன் எடுத்துப் பார்த்ததில் திசுப் படலம் பரவியிருந்தது உறுதிப்பட்டது. பின்னர் அந்தத் திசு மாதிரி எடுக்கப்பட்டு ஆய்வுக்கு அனுப்பப்பட்டது. ஆய்வில் புற்றுநோய் என்பதும் அது 3A நிலையில் இருப்பதும் கண்டறியப்பட்டது. சங்கரின் துணையுடன் எல்லாவற்றையும் கமலி திட மனதுடன் எதிர்கொண்டாள். இதுவரை அம்மாவுக்கு முழு விபரமும் தெரிவிக்காமல் டிபியாக இருக்கும்போல் தெரிகிறது என்றுதான் சொல்லிவைத்திருந்தாள். ஆனால் இனியும் அம்மாவிடம் மறைப்பது உசிதமில்லை என்றபோது அதைத் தெரிவித்தாள். அம்மா கலங்கவில்லை.

இந்த மூன்று மாத காலத்தில் அம்மாவுக்கு பத்து நாட்களுக்கு ஒரு முறை என ஆறு முறை ஹீமோதெரபி அளிக்கப்பட்டு, கடந்த வாரத்தில் அறுவை சிகிச்சையும் நடந்து முடிந்துவிட்டது. எனினும் அதைச் சுற்றிலும் லேசான பரவல் இருப்பதால், இனியும் மூன்று, நான்கு முறை ஹீமோதெரபி அளிக்க வேண்டி இருக்கும். அதைக்கூட இங்குதான் செய்ய வேண்டுமென்பதில்லை. உங்கள் ஊரிலேயே செய்துகொள்ளலாம் என்றும் சொல்லிவிட்டார்கள். கேன்சரிலிருந்து பூரண குணம் அடைந்துவிடுவார்கள் என்றதோடு, அதன் பிறகு ஏதும் உடல் அவஸ்தை இருந்தால் அதற்கு மட்டும் வீட்டு வைத்தியம் பார்த்துக்கொண்டால் கூடப் போதும் என்று நம்பிக்கை தந்திருக்கிறார்கள். அடுத்த சில ஹீமோதெரபி சிகிச்சைகளையும் இங்கேயே பார்த்துவிட்டுப் பூரண குணம் அடைந்துவிட்டார் என்று தெரிந்த பின்னரே சென்னையிலிருந்து கிளம்புவது என்று கமலி தீர்மானித்திருந்தாள். மே இறுதிக்குள் இவை நடந்து முடிந்துவிடும் என்பதால் அதன்பிறகு பாளையங்கோட்டை கிளம்ப முடிவு செய்திருந்தாள். கமலி படும் பாட்டைப் பார்த்துக் கலங்கிப் போயிருந்த அம்மாவும் ஓரிரு மாதங்களுக்கு அவளுடன் வந்து தங்கியிருக்க சம்மதம் தெரிவித்திருந்தார்கள். இக்காலகட்டத்தில் வலியும் கமலி படும் அல்லல்களும்தான் அம்மாவுக்குப் பொறுத்துக்கொள்ள முடியாத வேதனையாக இருந்தது.

இக்காலகட்டத்தை மிகுந்த தன்னம்பிக்கையுடன் கமலி எதிர்கொண்டாள். அவளுடைய ஆளுமையை அவள் மீண்டும் அடைந்துவிட்டதாக உணர்ந்தாள். சிகிச்சைக்கான பணத் தேவைகளும் எளிதில் கைகூடியது. அம்மா இனி நகைகள் அணியப் போவதில்லை என்பதால், அவர் அப்போது அணிந்துகொண்டிருந்த கருமணி

நாவல்கள் ● 161

மாலையைத் தவிர பிற நகைகளை முதலில் விற்றாள். அவளே எதிர்பாராத வகையில், எல்.ஐ.சி.யில் பணியாற்றி ஓய்வு பெற்றிருந்த அப்பாவின் நண்பர் ராகவன் முயற்சி எடுத்து, அப்பா எப்போதோ போட்டிருந்த ஆயுள் காப்பீட்டிலிருந்து மூன்று லட்சம் பெற்றுத் தந்தார். சங்கரும் டிராவல்ஸுக்காகக் காரை ஓட்டி மாதம் தவறாமல் பத்தாயிரம் கொடுத்தார். பணம் ஒரு பிரச்சனையாக இல்லாமல் இந்த சிகிச்சை நாட்களைக் கடந்துவிட முடிந்தது.

கண்ணனும் மாதம் தவறாமல் மூன்று நாள் விடுப்பிலோ அல்லது ஆபிஸ் வேலையாகவோ சென்னை வந்தான். இருவரின் உடல்களும் பூரணமாகவும் விதம் விதமாகவும் உறவாடிக் களித்தன. அவளுடைய உடலை அவன் முழு முற்றாக அறிந்த பின்பு, அவனுடனான அலைபேசிக் கலவியில் துல்லியமும் நுட்பமும் மெருகும் கூடியது. அவனுக்குத் தன்னை முழுமையாக அளித்த பிறகு அவன் மீதான உரிமையும் நம்பிக்கையும் கமலியிடம் அதீதமாகக் கூடியிருந்தது.

ரகு தினமும் சில முறை பேசினான். தன்னுடைய ஏக்கத்தை வெளிப்படுத்தியபடி இருந்தான். அம்மா சிகிச்சை முடிந்ததும் உடனே ஓடி வந்துவிடுவேன் என அவளும் இங்கிதமாகத் தன் தாபத்தைத் தெரிவித்தாள். ஆனாலும் ரகு அவ்வப்போது சங்கரிடம் பேசி, தன் மனக் குடைச்சலைப் பெருக்கியபடி இருக்கிறான் என்பதும் தெரிந்தது. ஆனால் கமலிக்கு அது இப்போது பொருட்டாக இல்லை. மேலும் சங்கர் கமலிமீது பெரும் அன்பும் அபிமானமும் மதிப்பும் கொண்டிருப்பவர். அவரிடமிருந்து அநாவசியமான ஒரு வார்த்தையைக்கூட ரகுவால் பெற்றுவிட முடியாது. "இங்கு கமலிம்மா தனியாக அல்லாடிக்கொண்டிருக்கிறார்" என்பதே எப்போதும் அவருடைய பதிலாக இருக்கும்.

ஒவ்வொரு இரவும் தூங்கப் போவதற்கு முன் அன்று என்னென்ன செய்தாள் என்பதை நந்திதா சொல்லிக்கொண்டிருந்தாள். அவளுடன் பேசி முடித்ததும் கமலிக்குக் கண்கள் கலங்கிவிடும். கொஞ்ச நேரம் வெறிச்சோடிய மனநிலையில் அமைதியாக இருப்பாள். நந்திதா ஓர் அபூர்வமான குழந்தை. அவளைக் கருத்தரித்திருந்த ஏழாவது மாதத்தில், ஒருநாள் நள்ளிரவில் கமலிக்கு சிறுநீர் முட்டிக்கொண்டு வந்தது. கீழேதான் பாத்ரூம் இருந்தது. கட்டிலில் ரகு குறட்டை விட்டுக்கொண்டிருந்தான். அவள் மாடிப்படி விளக்கைப் போட்டுவிட்டு கீழே படிகளில் இறங்கத் தொடங்கினாள். நான்கைந்து படிகள் இறங்கியதும் தீடிரென வயிற்றுச் சதை பிடித்துக்கொண்டு அடிவயிற்றில் வலி விண்விண்ணென்று தெறித்தது. அவள் இடுப்பைப்

பிடித்துக்கொண்டு அப்படியே படிக்கட்டில் உட்கார்ந்துவிடாள். இன்னும் சில படிகள் இறங்கியாக வேண்டும். கொஞ்ச நேரம் ஆசுவாசப் படுத்திக்கொள்ளாமல் அது சாத்தியமில்லை. அவளையும் அறியாது கண்ணீர் வழிந்தோடியது. ஒருவழியாக வலி தணிந்து இறங்கிச் சென்று சிறுநீர் கழித்து முடித்தாள். சில மாதங்களுக்கு முன்பு ஒருநாள் வயிற்று வலியில் அவள் கண்கள் கலங்கியிருந்தபோது இந்த சம்பவத்தை நந்திதா அவளிடம் சொன்னாள். அவள் திகைத்துப் போய்விட்டாள். "ஒரு ராத்திரி நீ மாடிப்படில உக்காந்து அழுதுக்கிட்டு இருந்ததை நான் உன் வயித்துக்குள்ள இருந்து பாத்துக்கிட்டிருந்தேனா எனக்கும் அழுகை வந்திடுச்சு" என்றாள். அவள் அப்படிச் சொன்னதைக் கமலியால் புரிந்துகொள்ளவே முடியவில்லை. தான் யாரிடமாவாது எப்போதாவது அந்த சம்பவத்தைச் சொல்ல அதை நந்திதா கேட்டுவிட்டுச் சொல்கிறாளோ என்றுதான் நினைத்தாள். அவளைக் கேலிகூட செய்தாள். ரகுவிடம் ஆச்சரியத்துடன் சொன்னபோதும், "நீ எப்பவாச்சும் யார்கிட்டயாவது சொல்லியிருப்ப... அதைக் கேட்டுட்டு கதை விடுறா..." என்றுதான் சொன்னான். ஆனால், இதைக் கண்ணனிடம் ஒரு தடவை சொன்னபோது, "குழந்தை அப்படிச் சொன்னா அதைக் கேட்டு ஆச்சரியப்படுவதை விட்டுவிட்டு லாஜிக்கலா அதைப் பாத்து கேலியெல்லாம் பேசறது சரியில்லை கமலி. அவளுக்கு நம்மால் விளக்க முடியாத, நம்மால் புரிந்துகொள்ள முடியாத சில அபூர்வ நினைவுகள் இருக்கலாம்... அப்படி அது அவளுடைய கதையாகவே இருக்கட்டுமே... அதனால் என்ன, அதுவும் நல்லாத்தானே இருக்கு. நாம அவளை என்கிரேஜ் பண்ணாட்டியும் பரவாயில்லை, டிஸ்கிரேஜ் பண்ணாமயாவது இருக்கலாம்" என்றான். மேலும், சல்வடார் டாலி என்ற ஓவியர் தான் கருவில் இருந்தபோது பார்த்த படிமம் என்று அவருடைய ஒரு ஓவியத்தைக் குறிப்பிட்டிருப்பதாகவும் சொன்னான். அப்போது கமலியின் மனம் சிலிர்த்தது. பரவசத்துடன், "ஐ லவ் யூடா" என்று கூவினாள்.

ஜூன் 3ஆம் தேதிதான் நந்திதாவுக்குப் பள்ளிக்கூடம். அன்றுதான் கமலியும் இக்னீஸியஸ் கான்வெண்ட்டில் ஆசிரியராகச் சேர இருக்கிறாள். பள்ளி திறக்கும் முதல் நாளில் வந்து சேரும்படி கூறியிருக்கிறார்கள். 6ஆம் வகுப்பிலிருந்து 9ஆம் வகுப்பு வரை ஆங்கிலப் பாடமும் 10ஆம் வகுப்பிலிருந்து +2 வரை பிரெஞ்சும் எடுக்க இருக்கிறாள். அவற்றின் பாடப் புத்தகங்களையும் அமுதா அவளுக்கு அனுப்பி வைத்திருந்தாள். அவற்றையும் பார்த்து இக்காலகட்டத்தில் கமலி தன்னைத் தயார்படுத்திக்கொண்டிருந்தாள். மே இறுதி வாரத்தில் அம்மாவையும் கூட்டிக்கொண்டு காரில் செல்வதெனவும் சங்கர்

அவர்களை இறக்கி விட்டுவிட்டு காரிலேயே சென்னை திரும்பி தன் டிராவல்ஸ் வேலையைத் தொடர்வதெனவும் முடிவு செய்திருந்தார்கள்.

இன்று நந்திதா வருகிறாள். கடந்த வாரமே நந்திதாவுக்குக் கோடை விடுமுறை தொடங்கிவிட்டது என்றாலும் அம்மாவின் அறுவைசிகிச்சை முடிந்த பிறகு அவளைக் கூட்டி வருவதென ரகுவும் அவளும் பேசி முடிவெடுத்திருந்தார்கள்.

கமலி தாம்பரம் ரயில் நிலைய நடைபாதையில் அரை மணி நேரமாகக் காத்திருக்கிறாள். ஆறு மணிக்கு வர வேண்டிய ரயில் 20 நிமிசம் தாமதமாக வந்துகொண்டிருந்தது.

# 15

கமலி சென்னை வந்து சேர்ந்து, அம்மாவுக்குக் கேன்ஸர் என்பது தெரியவந்த அடுத்த நாளே முருகேசன் ஃபோன் பண்ணி ஆறுதலும் தைரியமும் சொன்னார்.

“ஆரம்ப ஸ்டேஜ்லயே கண்டுபிடிச்சிட்டதால கவலைப்பட வேண்டாம்... குணப்படுத்திடலாம்னு சொல்றாங்க... பாக்கலாம்” என்றாள்.

“ஒண்ணும் கவலைப்படாதீங்க மேடம். உங்களுக்குச் சொல்ல வேண்டியதில்லை. தைரியமா இருங்க... நல்ல வேளையா ஆரம்பத்திலேயே தெரிய வந்திடுச்சு” என்றார் முருகேசன்

“தைரியமாத்தான் சார் இருக்கேன். நான் வர இன்னும் மூணு நாலு மாசம் ஆகும். அதுவரை அங்க அவர் எப்படி இருக்கப் போறார்னுதான் கவலையா இருக்கு. ரொம்ப குடிக்காம பாத்துக்கங்க சார். வயித்து வலி பிரச்சனை வேற இருக்கு... மனசைப் போட்டு அலட்டிக்கிட்டார்னா மூச்சிரைப்பு வேற வந்திடும்...” என்று கவலையுடன் சொன்னாள்.

“அதெல்லாம் கவலைப்படாதீங்க மேடம்... நான் பாத்துக்கறேன். வர்ற ஞாயித்துக்கிழம நாகர்கோவில்ல ஒரு ஆயுர்வேத டாக்டர்கிட்ட அவரைக் கூட்டிட்டு போகலாம்னு இருக்கே.ன் வழக்கமா எனக்கு பாக்கிற டாக்டர். பெரிய கெட்டிக்காரர். அவர் கொடுக்கிற மருந்த ஒழுங்கா சாப்பிட்டா எல்லாம் சரியாயிடும்... அந்த சமயத்தில குடிக்கவும் கூடாது... அதனால நீங்க எதுக்கும் கவலைப்படாதீங்க மேடம்... நீங்க சொன்னீங்கன்னு சனிக்கிழமை சனிக்கிழமை பெருமாள் கோவில் வேற போய்க்கிட்டு இருக்காரே...” என்று லேசான சிரிப்புடன் சொன்னார்.

“ரொம்ப சந்தோசம் சார். முதல்ல இந்த மேடம்னு சொல்லுறத விடுங்க. ரொம்ப அந்நியமா தோணுது. கமலினே நீங்க கூப்பிடலாம். அங்க நீங்க இருக்கிற நம்பிக்கையிலதான் இங்க நான் கொஞ்சமாச்சும் நிம்மதியா இருக்கேன்...”

“ரொம்ப சந்தோசங்க... ரகுவைக் கவனமா பாதுகாத்து நீங்க வரும்போது பத்திரமா உங்ககிட்ட ஒப்படைக்கிறேன். கவலையை விடுங்க...” என்றவர், சிறு மௌனத்துக்குப் பின், “நேத்து கண்ணன் சார்ட்ட பேசினேன். விசயத்தைச் சொன்னேன். ரொம்ப வருத்தப்பட்டார். பாவம் இப்பதான் அப்பாவை இழந்த துக்கத்தில இருந்தாங்க... இப்ப இது வேறயானு கவலைப்பட்டார். என்ன செய்யிறது அவங்க அப்பா இறந்ததையும் நீங்கதான் சொன்னீங்க... இப்ப இதையும் நீங்கதான் சொல்றீங்க... அவங்களுக்கு ஏனோ நான் வேண்டாம்னு தோணிடுச்சு. பரவாயில்லைனு ரொம்பவே சங்கடப்பட்டார்...” என்றார்.

கமலி தழுதழுத்த குரலில், “என்னமோ சார்... கனவு மாதிரி வந்துட்டுப் போயிட்டாரு...” என்றாள்.

“ரகுட்டயும் சொன்னேன். ரொம்ப வருத்தப்பட்டாரு. என்னமோ தலப்புரட்டாயிடுச்சு. நல்ல ஃபிரெண்ட்ஷிப்பை இழந்துட்டேன். கமலியையும் ரொம்ப நோகடிச்சுட்டேன்னு கலங்கிட்டாரு... நாங்க நாகர்கோவில் போகும்போது ரகுவைக் கண்ணன்கிட்ட பேசவைக்கலாம்னு இருக்கேன். எல்லாம் சரியாயிடும்...”

“ரெம்ப தேங்ஸ் சார். கண்ணன் சார் உறவு முடிஞ்சது முடிஞ்சதாவே இருந்துட்டுப் போகட்டும். பரவாயில்லை. என்னோட கவலையெல்லாம் இவர் நிம்மதியா இருக்கணும்... அவ்வளவுதான்.”

“அப்படி இல்லீங்கி... ரகு, கண்ணன்கிட்ட பேசிட்டார்னா இந்தக் குமைச்சல் தீந்து போயிடும்னு நினைக்கிறேன்...”

“நீங்க எது செஞ்சாலும் சரியாத்தான் சார் இருக்கும்... நல்லது நடந்தா சரிதான்.”

முருகேசனின் மனம் சற்றே கர்வத்தில் திளைத்தது. “சரி, நீங்க நிம்மதியா, தைரியமா இருங்க... எதுனாலும் கூப்பிடுங்க...” என்றார்.

“ரெம்ப தேங்க்ஸ் சார்... நிச்சயமா கூப்பிடறேன்...” என்றாள்.

பேசி முடித்ததும் திருப்தியாக உணர்ந்தாள். பிரச்சனைகளின் சுழலுக்குள் நேரடியாகச் சிக்கித் திணறும்போது, பிரச்சனைகளை அணுகுவதற்கும், அந்தச் சூழலில் இருந்து விலகி இருக்கும்போது அணுகுவதற்கும் உள்ள வேறுபாட்டை அவள் உணர்ந்தாள். முருகேசனுக்குத் தான் முக்கியத்துவம் கொடுப்பதாக அவருக்கு

உணர்த்திவிட்டால் போதும். அதன் பிறகு அவரை எதுவும் செய்ய வைக்க முடியும் என்பதைக் கமலி இப்போது பிரத்தட்சண்யமாக உணர்ந்தாள். முருகேசனுடனான நல்லுறவு என்றேனும் ஒருநாள் நிச்சயம் உதவும் என்ற அவளுடைய நம்பிக்கை மெய்யாகிவிட்டது. ஒருமுறை ரகு, முருகேசனிடம் கலந்து பேசிவிட்டு வந்த பிறகு, அவளுடைய செல்லிலிருந்து கண்ணனுடைய எண்ணை நீக்கியதோடு, கண்ணனோடு இனி எந்த உறவும் பேச்சும் வேண்டாம் என்று ரகு சொன்னதைக் கண்ணனிடம் சொன்னபோது, "இனி முருகேசனிடம் பேசப் போவதில்லை" என்றான் கண்ணன். அப்போதும் கமலி, "நீயாகப் பேச வேண்டாம். அவர் பேசினால் ஒப்புக்குப் பேசு. முறிச்சுக்க வேண்டாம். அவர் மூலம் எங்களுக்கு அறிமுகமான நீ அவரைப் புறக்கணிச்சுட்டு எங்களோட நெருக்கமா இருக்கிறதுதான் அவரோட பிரச்சனை. அவரோட உறவு எப்பவாச்சும் நமக்கு உதவியா இருக்கும்" என்றாள். அவள் பாணியிலேயே கண்ணன், "நீ சொன்னா சரியாத்தான் இருக்கும்" என்றான். அவள் சிரித்தாள்.

அந்த ஞாயிற்றுக்கிழமை இரவு ஒன்பது மணி போல முருகேசனிடமிருந்து ஃபோன் வந்தது அவளுக்குச் சற்றே திகைப்பாக இருந்தது. அப்போதுதான் வீட்டிலிருந்து ரகு பேசியிருந்தான். அவர்கள் நாகர்கோவில் சென்று ஆயுர்வேத மருத்துவரைப் பார்த்ததையும் அவர் ஒரு மண்டலத்துக்கு மருந்துகள் கொடுத்திருப்பதையும் சொன்னான். மேலும், கண்ணனிடம் பேசி வருத்தம் தெரிவித்ததைச் சொன்னதோடு, அம்மாவின் சிகிச்சைக்கு ஏதும் மருத்துவ ஆலோசனைகள் தேவைப்பட்டால் தெரிவிக்கும்படியும் தன்னால் முடிந்ததைச் செய்வதாகவும் கண்ணன் தெரிவித்ததாக நெகிழ்ச்சியோடு சொன்னான். அதுபற்றிச் சொல்லும் முகாந்திரத்திலேயே இப்போது முருகேசன் கூப்பிடுவது அவளுக்குப் புரிந்தது.

"சொல்லுங்க சார்" என்றாள். ரகு சொன்ன அதே விசயங்களைச் சொன்னார். அவருடைய குரலிலிருந்து அவர் குடித்திருப்பதை அறிய முடிந்தது. "இப்பதான் சார் அவங்க ஃபோன் பண்ணிச் சொன்னாங்க... ரெம்ப சந்தோசமா இருக்கு. சார், நீங்களும் உங்க உடம்பக் கொஞ்சம் பாத்துக்கங்க... வைக்கிறேன்... குட் நைட்'' என்றாள். "குட் நைட் கமலி" என்றார் முருகேசன். அவர் முதல் முறையாகத் தன் பெயர் சொல்லிக் கூப்பிட்டதை நினைத்து லேசாகச் சிரித்துக்கொண்டாள். முருகேசனின்மீது தான் அன்பும் மதிப்பும் கொண்டிருப்பதாகக் காட்டிக் கொண்டிருந்தால் போதும். அவர் தனக்காக எதுவும் செய்வார் என்பது

கமலிக்கு நிச்சயமானது. ஒரு சரியான அடிமை சிக்கியிருப்பதாகத் தோன்றி மனம் பூரித்தது.

## 16

பிப்ரவரி முதல் வார இறுதியில் முருகேசன், ரகு இருவருமே சேர்ந்திருந்து கண்ணனிடம் மறுபடியும் பேசினார்கள். வரும் சனிக்கிழமை சாயந்தரம் ஒரு கல்யாணத்துக்காக மதுரை வருவதாகச் சொல்லி, பார்க்க முடியுமா என்று கேட்டார்கள். "அவசியம் வாங்க. வந்து ஒருநாள் தங்கிட்டுப் போங்க" என்றான் கண்ணன்.

இரவு 8 மணி போல, மாட்டுத் தாவணியில் இறங்கி வெளியில் வந்ததும் கண்ணனுக்கு முருகேசன் ஃபோன் செய்தார். வந்திறங்கிவிட்ட தகவலைச் சொன்னார். "அண்ணா நகரில்தான் வீடு. நான் இப்ப வீட்டிலதான் இருக்கேன். உங்க ஃபோனுக்காகத்தான் வெயிட் பண்ணிக்கிட்டு இருந்தேன். ஆட்டோவில வர்ற தூரம்தான். ஒரு ஆட்டோல ஏறிட்டு டிரைவர்ட்ட ஃபோனைக் குடுங்க. எப்படி வரணுங்கிறதை அவர்ட்ட சொல்றேன்" என்றான் கண்ணன். அதன்படி, இருவரும் அடுத்த கால் மணி நேரத்தில் கண்ணனுடைய வீடு போய்ச் சேர்ந்தார்கள்.

நான்கு முழ காவி வேட்டியும் காட்டன் சட்டையும் அணிந்திருந்த கண்ணன் வாசலில் நின்று அவர்களைக் கை கொடுத்து வரவேற்றான். தனி வீடு. அவர்கள் உள்ளே நுழைந்தபோது வாசலுக்கு முன்பாகப் பல தொட்டிச் செடிகள் நன்கு பராமரிக்கப்பட்டு செழித்திருந்தன. மூவரும் வீட்டுக்குள் போனார்கள். உள்ளே நுழைந்ததுமே வீட்டை மிக நேர்த்தியாகக் கண்ணன் வைத்திருப்பதைப் பார்த்து மிகவும் ஆச்சரியப்பட்டார்கள். அவர்கள் இதுவரை கேட்டறியாத ஓர் இசை ஹாலில் ஒலித்துக்கொண்டிருந்தது. அவர்கள் பிரமிப்புடன் அவனைப் பார்த்தார்கள். தனியாக வசிக்கும் ஓர் ஆண் தன் வசிப்பிடத்தை இவ்வளவு அழகாக வைத்திருப்பார் என்று அவர்கள் கொஞ்சமும் எதிர்பார்த்திருக்கவில்லை.

"இது என்ன இசை" என்று கேட்டார் முருகேசன்.

"பிடிச்சிருக்கா?" என்றான் கண்ணன். "ஏதோ ஒரு மாயாலோகத்தில நுழைஞ்சிட்ட மாதிரி இருக்கு" என்று வியந்தார் முருகேசன்.

"இது ஹிந்துஸ்தானி இசை. பிஸ்மில்லாகானின் ஷெனாயும் விலயத்கானின் சிதாரும் இணைந்து இசையும் ஜுகல்பந்தி" என்றான்.

அவர்கள் நினைத்திருந்ததுக்கும் மாறாக, மிகப் பெரிய ஆகிருதியாக, ஒரு விந்தை மனிதனாக அப்போது அவர்களுக்குக் கண்ணன் தெரிந்தான். ஏதோ ஒரு தயக்கமும் இன்னமும் நீங்காத குற்ற உனர்ச்சியும் வியப்பும் ஒன்றை ஒன்று மேவி இனம் புரியாத உணர்வோடு ரகு நின்றிருந்தான். "என்ன ரகு, அப்படி நின்னுட்டீங்க. வாங்க, வந்து முதல்ல வீட்டப் பாருங்க" என்றான்.

இருவருக்கும் வீட்டைக் காட்டினான். அவனுடைய படுக்கை அறையில் ஒரு பெரிய மெத்தை தரையில் ஒரு பக்கமாக இருந்தது. அதில் திண்டுகளும் குட்டித் தலையணைகளும் ஓர் அழகிய லயத்துடன் வீற்றிருந்தன. படுக்கை விரிப்பும் உறைகளும் மிக அழகிய வேலைப்பாடுகளுடனும் வண்ணங்களுடனும் காணப்பட்டன. இன்னொரு பக்கமாக ஒரு மர டேபிளும் சுழல் நாற்காலியும் இருந்தன. மேசையின்மீது அவனுடைய கம்ப்யூட்டரும் ஒன்றிரண்டு புத்தகங்களும் காணப்பட்டன. இன்னொரு படுக்கை அறையிலும் ஒரு பெரிய மெத்தை தரையில் போடப்பட்டிருந்தது. அவர்களுடைய கைப்பைகளை அந்த அறையில் வைத்துக்கொள்ளும்படி சொன்னான். எல்லா அறைச் சுவர்களிலும் நவீன ஓவியங்கள் மிக அழகாகச் சட்டகமிடப்பட்டு இருந்தன. அந்தப் படுக்கை அறையில்தான் அவனுடைய புத்தக அலமாரி இருந்தது. பல அடுக்குகள் கொண்டதாகவும் நீண்டு அகன்றதாகவும் அது இருந்தது. அதன்முன் மலைப்புடன் நின்றிருந்தார்கள். ஆங்கிலப் புத்தகங்களும் நிறைய இருந்தன.

"டிரிங்ஸ் சாப்பிடறீங்களா?" என்று கேட்டான் கண்ணன்.

"உங்ககூட டிரிங்ஸ் சாப்பிடணும்னுதானே முதல் நாள் ராத்திரியே வந்திருக்கோம்" என்றார் முருகேசன். அந்த வார்த்தைகளைக் கேட்ட பிறகுதான் முருகேசன் சகஜநிலைக்குத் திரும்பினார்.

"இல்ல சார், நான் ஆயுர்வேத மருந்து எடுத்துட்டிருக்கேன். எனக்கு வேணாம். நீங்க சாப்பிடுங்க" என்றான் ரகு.

"சரி, நீங்க டிரஸ் மாத்திட்டு ரிலாக்ஸ் ஆகுங்க. நான் எல்லாம் அரேஞ்ச் பண்றேன்" என்றபடி அங்கிருந்து கண்ணன் அகன்றான்.

அவர்கள் தயாராகி ஹாலுக்கு வந்தபோது, வட்ட வடிவில் மூன்று மர நாற்காலிகளும். நடுவில் அகன்ற மர டீபாயும் இருந்தன. டீபாயின்மீது, கொஞ்சம் மட்டுமே குறைந்திருந்த 'ரெமி மார்ட்டின்' பிராந்தி முழு பாட்டிலும், மூன்று கண்ணாடி டம்ளர்களும். சுற்றி மூன்று அழகிய பீங்கான் கிண்ணங்களில் நொறுக்குத் தீனிகளும், இரண்டு தண்ணீர் பாட்டில்களும் இருந்தன. சிகரெட் பாக்கெட்டும்

தீப்பெட்டியும் ஆஸ்ட்ரேயும் காணப்பட்டது. முருகேசன் அந்த பிராந்தி பாட்டிலைக் கையில் எடுத்துப் பார்த்தார். கண்ணன் கிச்சனில் ஏதோ வேலையாக இருந்தான்.

"என்ன சார், நான் ஏதாச்சும் உதவி செய்யட்டுமா?" என்று கேட்டபடி ரகு அங்கு வந்தான்.

"கொஞ்சம் பொடிமாஸ் பண்ணினேன். அவ்வளவுதான். முடிஞ்சிருச்சு... டின்னருக்கு அப்புறமா ஆர்டர் பண்ணிக்கலாம்" என்றபடி பொடிமாஸை ஒரு கிண்ணத்தில் போட்டு, இரண்டு ஸ்பூன்களையும் அதனுள் வைத்தான்.

"நான் கொண்டுபோய் வைக்கிறேன்" என்றபடி ரகு அதை எடுத்துக்கொண்டான்.

மூவரும் அமர்ந்துகொண்டார்கள். "உங்களுக்கு டீ வேண்ணா போட்டுத் தரட்டுமா" என்று ரகுவிடம் கண்ணன் கேட்டான்.

"அதெல்லாம் ஒண்ணும் வேணாம் சார். ஸ்நாக்ஸ் எடுத்துக்கறேன்" என்றான் ரகு.

கண்ணன் இரண்டு டம்ளர்களில் ஒரே அளவாக பிராந்தியை ஊற்றினான். தனக்குக் கொஞ்சமாகத் தண்ணீரை விட்டுக்கொண்டு, "உங்களுக்குப் போதுமான அளவுக்கு நீங்களே தண்ணியை ஊத்திக்கங்க" என்று முருகேசனிடம் சொல்லிவிட்டு ஒரு சிகரெட்டைப் பற்ற வைத்தான். ரகுவும் தன்னுடைய டம்ளரில் தண்ணீர் மட்டும் ஊற்றிக்கொண்டான். மூவரும் "சியர்ஸ்' சொல்லிக்கொண்டார்கள்.

இரண்டு மடக்கு அருந்திவிட்டு டம்ளரைக் கீழே வைத்தான் கண்ணன். அதற்குள் முருகேசன் ஒரே மடக்காகத் தன் டம்ளரைக் காலி செய்துவிட்டு, ஒரு மலர்ந்த அசட்டுச் சிரிப்போடு கண்ணனைப் பார்த்தார். "இவ்வளவு உயர்ந்த சரக்கை இதுக்கு முன்னால குடிச்சதில்லை" என்றார் முருகேசன்.

"உங்களுக்குத் தேவையானதை இனி நீங்களே விட்டுக்கங்க" என்றான் கண்ணன். தலையாட்டியபடி முருகேசன், ஒரு சிகரெட்டை எடுத்துப் பற்ற வைத்தார். "நைட் டின்னருக்கு என்ன வேணும் சொல்லுங்க. ஆர்டர் பண்ணிடறேன்... வர 40, 50 நிமிசம் ஆகும்" என்றான் கண்ணன். .ஏதேதோ பேசிக் கடைசியாக மூன்று கறி தோசை, ஒரு சிக்கன் ஃபிரை என்ற முடிவுக்கு வந்தார்கள்.

அப்போது உள்ளறையில் கம்ப்யூட்டர் மேசை மீதிருந்த அவனுடைய செல் ஒலித்தது. (கமலியிடம் பேசுவதற்கென்று அவன் வைத்திருக்கும் தனி செல்லை ஆஃப் செய்து, மேசை டிராயருக்குள்

வைத்து அதைப் பூட்டியிருந்தான். அவர்கள் வருவது பற்றி அவன் கமலியிடம் சொன்னபோது, அவள் கவனமாக இருக்கும்படி அவனை எச்சரித்திருந்தாள்.) செல் ஒலிப்பதைக் கண்ணன் பொருட்படுத்தாமல் இருந்தபோது, ரகு வேகமாகச் சென்று, எடுத்து, யாரெனப் பார்த்தபடியே வந்து கண்ணனிடம் கொடுத்தான். ஏதோ ஒன்றைக் கண்டுபிடித்துவிடும் பரபரப்புடனேயே ரகுவின் மனம் எப்போதும் இருந்துகொண்டிருப்பதை உணர்ந்தபடி, லேசான புன்னகையுடன் கண்ணன் அசட்டையாக அதை வாங்கி அழைப்பைத் துண்டித்துவிட்டு, ஹோட்டலுக்கு ஃபோன் செய்து ஆர்டர் கொடுத்தான்.

மீண்டும் தன் இருக்கையில் உட்கார்ந்துகொண்ட ரகுவுக்கு தான் அப்படிச் செய்திருக்கக் கூடாதோ என்று தோன்றியது. ஆனால், இப்படியாக நடந்துகொள்வது, அவனுக்கு இயல்பாகிவிட்டது. முருகேசன் இரண்டாவது சுற்றுக்கு ஊற்றிக்கொண்டார்.

"எப்படி சார், இப்படி தனியாக உங்களால் இருக்க முடியுது" என்று கேட்டான் ரகு.

"இப்படித்தான்…" என்று லேசாக முறுவலித்தபடியே, "ஏன் நான் கஷ்டப்படற மாதிரி தோணுதா உங்களுக்கு" என்று கேட்டான்.

"உங்களை பாத்தா பொறாமையா இருக்கு சார்… இப்படிலாம் ஒரு வாழ்க்கையை ஒரு மனுசனால வாழ முடியும்னு நான் நினைச்சுக்கூடப் பாத்ததில்லை" என்றார் முருகேசன். கண்ணன் பதிலேதும் சொல்லாமல் தன்னுடைய கிளாஸிலிருந்த மதுவை ருசித்துப் பருகினான்.

ரகு தயக்கத்துடன், "நான் கேக்கிறேன்னு தப்பா எடுத்துக்காதீங்க… பெண் துணையில்லாம எப்படி சார்…" என்று இழுத்தான்.

"பெண் துணையில்லாம இருக்கேன்னு யாரு சொன்னா… ஒவ்வொரு காலகட்டத்திலேயும் நல்ல அருமையான சிநேகிதிங்க இருந்திருக்காங்க… இப்பவும் இருக்கிறாங்க… ஒரு பிரச்சனையுமில்லை" என்று சாதாரணமாகச் சொல்லிவிட்டு கிளாசில் மிச்சமிருந்ததைப் பருகினான், ரகுவின் முகம் சட்டென மாறிவிட்டது. அவனுடைய வார்த்தைகள் ரகுவை என்ன பாடு படுத்தும் என்பதை அறிந்தே அவன் அப்படிச் சொன்னான். முருகேசன் அடுத்த சுற்றுக்குத் தயாரானார். முருகேசனும் ரகுவும் நொறுக்குத் தீனிகளைக் கிட்டத்தட்ட காலி செய்துவிட்டிருந்தார்கள். குடிக்கும்போது கண்ணன் நொறுக்குத் தீனி எதுவும் எடுத்துக்கொள்ளவில்லை என்பது அவர்களுக்கு இன்னொரு ஆச்சரியமாக இருந்தது.

ரகு மேற்கொண்டு எதுவும் கேட்கத் தோன்றாமல் அமைதியாக இருந்தான். ஆனால் அவனையுமறியாமல் அவனுடைய மனம்

குமையத் தொடங்கிவிட்டது. அப்போது முருகேசன், அசட்டுச் சிரிப்போடு, “சார், நாங்கதான் கஷ்டப்பட்டுக்கிட்டு, எதை எதையோ பேசிக்கிட்டு, பேசறதுக்கு எந்த சம்பந்தமும் இல்லாம வாழ்ந்துக்கிட்டு இருக்கோம்.. சார், யூ ஆர் கிரேட்” என்றபடி எழுந்துகொண்டு அவனருகில் சென்று குனிந்து கன்னத்தில் முத்தமிட்டார். அது அவனுடைய வாழ்க்கைக்கான முத்தமில்லை' அவனளித்த மதுவுக்கான முத்தம் என்பது கண்ணனுக்குப் புரிந்தது.

“அப்படிலாம் நீங்க நினைக்கிற மாதிரி இல்லை சார்... நான் வேலை பாக்கிற மருந்துக் கம்பெனியின் லாபத்துக்காக ஒவ்வொரு நாளும் பல மணி நேரம் கடுமையா உழைக்கிறேன். எனக்குனு கிடைக்கிறது கொஞ்ச நேரம்தான்... அந்த நேரத்துல நான் விரும்புறபடி என்னுடைய வாழ்க்கையை வாழ்றேன்... அவ்வளவுதான்...” என்றான் கண்ணன்.

அப்போது, ரகுவின் செல் ஒலித்தது. அவன் செல்லை எடுத்து, “சொல்லுப்பா” என்றபடியே இன்னொரு படுக்கையறைக்குள் சென்றான். முருகேசன் நாலாவது சுற்றுக்குத் தன்னை ஆயத்தப்படுத்தினார். கண்ணன் இரண்டாவது சுற்றுக்கு கிளாஸை நிரப்பினான். ரகு உள்ளிருந்து வந்தபடியே, “வீட்ல பேசறாங்க...” என்று தன்னுடைய செல்லைக் கொடுத்தான்.

“சொல்லுங்க கமலி... அம்மா எப்படி இருக்காங்க” என்றான்.

“ஒரு ஹீமோதெரபி முடிஞ்சிருக்கு...” என்றாள்.

“3ஏ ஸ்டேஜ்ங்கிறதால ஒண்ணும் பிரச்சனையில்லை. பூரணமா குணமாயிடும்... உங்களுக்கு வாழ்க்கையோட குணம் தெரியும்... பிரச்சனை வரும்போது அதை எப்படி அழகாக் கடக்கிறதுன்னு தெரியும்... *So*, தைரியமா இருங்க... நீங்க அம்மாவை நல்லா பாத்துக்குவீங்க தெரியும்... ஆனா, உங்களையும் கொஞ்சம் கவனமா பாத்துக்கங்க... அதுவும் ரெம்ப முக்கியம்” என்றான். ரகு, அவன் பேசுவதையே உன்னிப்பாகக் கேட்டுக்கொண்டிருந்தான். எப்படி இவரால் இப்படி பேச முடிகிறது... இப்படிப் பேசிப் பேசித்தான் ஆட்களை வசியம் செய்துவிடுகிறார் என்று அவன் மனம் நினைத்தது. சாப்பாடு வருவதற்குள் எவ்வளவு முடியுமோ அவ்வளவு குடித்துவிட வேண்டும் என்பதில் கவனமாக இருந்தார் முருகேசன்.

“தேங்க்ஸ் சார்...” என்றாள் கமலி.

“எவ்வளவு நாளாச்சு, உங்க குரல் கேட்டு.... ஏப்ரல் மாசத்தில ஆபிஸ் விசயமா சென்னை வருவேன். அப்ப முடிஞ்சா அம்மாவை வந்து பாக்கிறேன்” என்றான் கண்ணன்.

“கண்டிப்பா வாங்க சார், பாக்கலாம்” என்றாள் கமலி.

செல்லை ரகுவிடம் கொடுத்தான் கண்ணன். ரகு அதை வாங்கிக்கொண்டு பேசியபடியே மீண்டும் உள் அறைக்குச் சென்றான்.

வாசலில் அழைப்பு மணி அடித்தது. கண்ணன் பர்ஸை எடுத்துக்கொண்டு போய் கதவைத் திறந்தான். சாப்பாடு வந்திருந்தது. டீபாயை ஒழுங்கு செய்து பார்சல்களை அதன் மேல் வைத்தான். ரகுவும் பேசி முடித்துவிட்டு அங்கு வந்தான். முருகேசன் தன்னுடைய ஐந்தாவது சுற்றை ஒரே மடக்கில் குடித்துவிட்டு, போதையில் அவர்களைப் பார்த்துச் சிரித்தார். பார்சல்களைப் பிரித்துவைத்தான் கண்ணன். ரகுவை மனக் குழப்பம் ஆக்கிரமித்திருந்தது. அவனையும் மீறி அவனது முகம் அவனுடைய மன வாட்டத்தைக் காட்டிக்கொண்டிருந்தது. அவன் சாப்பிடத் தொடங்கினான். கண்ணன் தன்னுடைய இரண்டாவது சுற்றை சாப்பாட்டுக்கு இடைஇடையே குடித்தான். முருகேசன் தலை தொங்கியிருக்க உணவில் விரல்களை அலைந்துகொண்டிருந்தார்.

சாப்பிட்டு முடித்ததும் எல்லாவற்றையும் மிக நேர்த்தியாக ஒழுங்கு செய்தான் கண்ணன். ரகு உதவி செய்ய முன்வந்தபோது மறுத்துவிட்டான். பிறகு, ஒரு சிகரெட் பற்ற வைத்தபடி, “நீங்க நாளைக்குக் காலைல எப்ப போகணும்” என்று கேட்டான். “காலைல 6.30 - 9 மூகூர்த்தம். இங்கிருந்து 6 மணிக்குக் கிளம்பினா சரியா இருக்கும்” என்றான் ரகு. “சரி, அந்த ரூம்ல தூங்குங்க... அங்க இருக்கிற அலமாரில பெட்ஸீட், தலையணை எல்லாம் இருக்கு... எடுத்துகங்க. காலைல 5 மணிக்கு எழுப்பிவிடுறேன். எனக்கு ஒரு ரிப்போர்ட் முடிச்சு அனுப்ப வேண்டியிருக்கு... காலைல பாக்கலாம். குட்நைட்” என்றான் கண்ணன்.

“நாளைக்குக் கல்யாணம் முடிஞ்ச பிறகு, இங்க வந்துட்டுப் போகலாமா?'' என்று கேட்டார் முருகேசன்.

“இல்லை... நாளைக்கு எனக்கு நிறைய வேலை இருக்கு. இன்னொரு தடவை நாம பாக்கலாம்” என்றபடி, மீண்டும் “குட்நைட்” என்றான். அவர்களும் “குட்நைட்” என்றபடி உள்ளறை நோக்கிச் சென்றார்கள். பாட்டிலில் இன்னும் மீதமிருக்கும் பிராந்தியை நாளை குடிக்க முடியாது போய்விட்ட ஏக்கத்தோடு முருகேசனும், இரவு ஒருவேளை, கண்ணன் கமலியுடன் பேசுவானோ என்ற மனக் குடைச்சலோடு ரகுவும் இருந்தார்கள்.

இரவு தூக்கம் பிடிக்காமல் புரண்டுகொண்டிருந்த ரகு, எழுந்து ஹாலுக்குச் சென்றான். கண்ணனின் அறை சாத்தப்பட்டிருந்தது.

கதவருகில் நின்று உள்ளே பேச்சுச் சத்தம் கேட்கிறதா என்று உற்றுக் கேட்டான். கண்ணன் பேசிக்கொண்டிருப்பது போல்தான் இருந்தது. உடனே உள்ளறைக்கு வந்து, தன்னுடைய செல்லை எடுத்து கமலிக்குக் கூப்பிட்டான். அது கொஞ்ச நேரம் ஒலித்தபடி இருந்துவிட்டு நின்றது. கொஞ்சம் ஆசுவாசமாக இருந்தாலும் மனம் கேட்கவில்லை. மீண்டும் கூப்பிட்டான். இப்போது மூணு நாலு ரிங் போனவுடன் கமலி எடுத்து, “என்ன சொல்லுங்க...” என்று தூக்கச் சடவுடன் கேட்டாள்.

“தூங்கிட்டியா... எனக்கு தூக்கம் வரலை... அதான் கூப்பிட்டேன்” என்றான்.

“நான் அம்மாகூட படுத்திருக்கேன். பேச்சுச் சத்தம் கேட்டா முழிச்சிருவாங்க. மணி 12 ஆகப் போவுது. தூங்குங்க... நாளைக்குப் பேசிக்கலாம்” என்றபடி இணைப்பைத் துண்டித்தாள். ரகு அரை மனதோடு படுத்துப் புரள ஆரம்பித்தான். பக்கத்தில் முருகேசன் கொடூரமாகக் குறட்டை விட்டுக்கொண்டிருந்தார்.

கண்ணன் தன்னுடைய இன்னொரு செல்லிலிருந்தும் கமலி அம்மாவுடைய செல்லிலிருந்தும் மீண்டும் பேச்சைத் தொடர்ந்தார்கள். காமக் கொண்டாட்டமும் தொடர்ந்தது.

## 17

கடந்த மூன்று மாதங்களாகவே மாதவிடாய் நாள் நெருங்கும்போது, கமலியின் மனம் எதிர்பார்ப்போடு பரிதவித்தது. ஆனால் அவளுடைய ஆசையும் வேண்டுதலும் பலிக்கவில்லை. இரண்டு மாதங்களும் மாதவிடாய் உரிய சமயத்தில் வந்து அவளை ஏமாற்றத்துக்குள்ளாக்கியது. இரண்டாவது மாதம் மாதவிடாய் நாட்கள் முடிந்ததும் ஒரு வாரம் விரதம் இருக்க முடிவு செய்தாள். அம்மாவுக்கு விரைவில் நடக்கப் போகும் அறுவைசிகிச்சை நல்லபடியாக முடிந்து அம்மா பூரண குணமடைய வேண்டும் என்பதற்காக மட்டுமல்லாது, இந்த மாதமாவது கருத் தரித்துவிட வேண்டும் என்ற அவளுடைய வேட்கைக்காகவும் அவள் அதை மேற்கொண்டாள். விரதத்தை எப்போதுமே கடுமையாக அனுஷ்டிப்பவள் அவள். அந்த ஒரு வாரமும் கண்ணனிடம் பேசக்கூட இல்லை. ரகுவிடம் அம்மாவுக்காகத் தான் விரதமிருக்கப் போவதாக அதற்கு முதல் நாளே சொல்லிவிட்டாள். அதற்கேற்ப அவனும் பேசும்போது மிகவும் தன்மையாக நடந்துகொண்டான். அவனைப் பொருத்தவரை அவளிடம் பேசி முடிக்கும்போது ஓரிரு முத்தம் தருவதோ, அவளிடமிருந்து எதிர்பார்ப்பதோ மட்டும்தான். விரத

காலத்தில் அதைத் தவிர்க்க வேண்டும் என்பதை அவன் அறிந்திருந்ததால் அதற்கேற்பப் பக்குவமாக நடந்துகொண்டான். கண்ணனிடம் இந்த ஒரு வாரம், விரதம் முடிக்கும் வரை, நாம் பேசிக்கொள்ள வேண்டாம் என்று சொல்லிவிட்டாள். அவனுக்கு நம்பிக்கை இருக்கிறதோ இல்லையோ அவளுடைய உணர்வுகளுக்கு மதிப்பளித்து, அவனும் பக்குவமாக நடந்துகொள்ளக் கூடியவன்தான். ஆனால் அவனுடைய குரலைக் கேட்பதேகூட விரதத்துக்குப் பங்கமாகிவிடும் என்பதாலேயே இந்தக் கடுமையான முடிவை எடுத்தாள்.

கடந்த மூன்று மாதங்களாகவே, ஒவ்வொரு மாதமும் இரண்டு நாட்கள் பகலில் கண்ணனோடு சேர்ந்திருக்கிறாள். (தி நகரில் ஒரு தியான வகுப்புக்குப் போவதாக அம்மாவிடமும் ரகுவிடமும் சொல்லியிருந்தாள். ரகுவிடம் காலை 9 மணிக்குப் போனா 7 மணிக்குத்தான் வருவேன். அதுக்கு முன்னாடியோ, அப்புறமோ பேசுங்க. அங்க செல் யூஸ் பண்ணக்கூடாது என்றும் கூறியிருந்தாள்.) வெறும் சேர்க்கை அல்ல. உடல்கள் திளைத்துக் களியாட்டம் புரிந்த காமக் கொண்டாட்டம். முதல் முறை அவர்கள் கூடியபோது, பாதுகாப்பு பற்றி அவன் கவலைப்பட்டான். எந்தத் தற்காப்பும் வேண்டாம். உன்னோட குழந்தை எனக்கு வேணும் என்று கமலி சொன்னதும் அவன் திக்குமுக்காடிப் போனான்.

ஆனந்தத் திகைப்பில் திளைத்தவனாக, "கன்ஸீவ் ஆயிட்டா என்ன பண்ணுவ... எப்படி சாமளிப்ப" என்றான்.

"அதெல்லாம் ஒண்ணும் பிரச்சனையில்ல... அவரை வரவைச்சு ரெண்டு நாள் சேர்ந்து இருந்திட்டாப் போச்சு... ஆனா ஒரே ஒரு கண்டிஷன்" என்றாள். அவன், என்ன என்பது போல ஆச்சரியத்துடன் அவளைப் பார்த்தான். "உடம்புல எங்கயும் எந்த ஒரு தடமும் இருக்கக் கூடாது" என்று கெஞ்சலுடன் அவனைப் பார்த்தாள். மேலும், "அவரோட எப்ப வேணும்னாலும் சேர்ந்திருக்க வேண்டி வரலாம்... அதான்..." என்று வெட்கத்துடன் சொன்னாள்.

"இவ்வளவுதானா... ஒரு சின்னக் கீறல்கூட இருக்காது... போதுமா..." என்றான். கண்ணன் ஃபோனில் அவளுடைய உடம்போடு உறவு கொள்ளும்போது கூட மிக நளினமாகத்தான் நடந்துகொள்வான். ஒருபோதும் மூர்க்கமோ வெறியோ காட்டியதில்லை. அதேசமயம், அவளை வேறு ஒரு மாயாலோகத்துக்கு அழைத்துச்செல்லும் வித்தைகள் அறிந்திருந்தான். நெடுநேரம் திளைத்துத் திக்குமுக்காடச் செய்வான். சமயங்களில் அவள், போதும், போதும் என்று கெஞ்சுமளவுக்கு விளையாடித் தீர்ப்பான்.

“அது போதும்... நீ எப்படி வேணும்னானாலும் கொண்டாடலாம்” என்றாள் கமலி. மேலும், “நாங்க நந்திதா பிறந்த மூணாம் வருசத்தில இருந்தே, எந்த தடுப்பும் எடுத்துக்காமதான் சேர்ந்திருக்கோம். அடுத்த குழந்தை சீக்கிரமா பிறந்திட்டா நல்லதுனுதான் இருந்தோம். ஆனா தரிக்கலை. அது உன்னோட குழந்தையா இருக்கணுங்கிறதுதான் பிராப்தம் போல. அதனாலதான் இப்படித் தள்ளிப் போயிருக்கு” என வெறியோடு அவனை அணைத்து முத்தமிட்டாள். ஃபோனில் அவன் ஆடிய ஆட்டங்களை விடவும் நேரில் அவள் உடலை அவன் எதிர்கொண்டபோது, விளையாடிய சித்து விளையாட்டுகள் அவளை எங்கேங்கோ புதிய வெளிகளுக்கு அழைத்துச் சென்றன. அவள் அதுவரை அறிந்திராத பிரதேசங்கள் .அவை. உடல் ஒரு மகத்தான, பேரதிசயமான இன்ப ஊற்று என அவள் அறிந்துகொண்ட நாள் அது.

முதல் இரண்டு மாதமும் கர்ப்பம் தரிக்காததில் அவளுடைய ஏக்கம் பெருகியது. அதுவே அவளுடைய லட்சியக் கனவாகவும் இந்த வாழ்விற்கான ஒரே வேட்கையாகவும் வேண்டுதலாகவும் மாறியது. அடுத்த முறை கருத்தரிக்க உகந்த நாட்களில் அவனோடு சேர வேண்டும் என முடிவு செய்தாள். ஒரு வார விரதம் முடித்த ஒன்றிரண்டு நாட்களுக்குப் பின் அவனை வரச் செய்தால் சரியாக இருக்கும் என நினைத்தாள். அவனும் அதற்கேற்ப வந்தான். இம்முறை ஒரு கெஸ்ட் ஹவுஸில் தங்கினார்கள். அவள் எத்தனையோ வீடியோக்களை ரகுவுடன் சேர்ந்து பார்த்திருக்கிறாள். அவற்றில் மூர்க்கமும் வெறியும் அருவெறுப்பும் இருந்ததே தவிர கண்ணனிடம் வெளிப்பட்ட கவித்துவக் கொண்டாட்டம் இருந்ததில்லை. அவளை நிர்வாணமாகக் குப்புறப் படுக்க வைத்து, அவளுடைய கழுத்துக்குக் கீழாக சில சொட்டு ஒயினை ஊற்றி, அது அவளுடைய முதுகுத் தண்டில் இறங்கி வரும்போது, கீழிருந்து மேலாகத் தன்னுடைய நாக்கால் அதை ருசித்துப் பருகினான். கலவியின் பரவசத்தை முதுகுத் தண்டில் உணர்ந்து கமலி சிலிர்த்தாள். அதையே அவனுடைய முதுகில் அவளும் செய்தபோது உலக இன்பத்தின் உச்சத்தைத் தொட்டுவிட்டதாக உணர்ந்தாள். இதையெல்லாம் அவன் எப்படி அறிந்திருந்தான் என்பது அவனுடைய ஒவ்வொரு வித்தையின் போதும் அவளுக்கு வியப்பாகவே இருந்தது. உடல்களின் கொண்டாட்ட மொழிதான் இவையெல்லாம் என்பதே அவனுடைய பதிலாக இருந்தது.

அம்மாவுடைய அறுவைசிகிச்சைக்கு இன்னும் நாலு நாட்கள்தான் இருக்கின்றன. அச்சமயத்தில் வரவா என்று ரகு கேட்டதற்கு வேண்டாம் என்று சொல்லிவிட்டாள். “நீங்க வந்து என்ன செய்யப்

போறீங்க... பங்கஜம் மாமியும் நானுமே பாத்துப்போம்... ஒத்தாசைக்கு திவ்யாவும் இருக்கா... போதும். ஆப்பரேஷன் முடிஞ்சு ஒரு வாரம் கழிச்சு வாங்க” என்று சொல்லிவிட்டாள். அவளைப் பொருத்தவரை, இந்த அறுவைசிகிச்சை எவ்வளவு முக்கியமோ அவ்வளவு முக்கியம் அவளுடைய இந்த மாத மாதவிடாய் நிலைமை.

அவள் மனம் நாட்களைக் கணக்கிட்டபடி இருந்தது. கடைசியாக அவளுக்கு மாதவிடாய் வந்தது, மார்ச் 14. அவள் கண்ணனோடு கூடியது மார்ச் 29 மற்றும் 30. அவளுக்கு வழக்கமாக, 28 நாளிலிருந்து 30 நாட்களுக்குள் வந்துவிடும். எப்போதாவது ஓரிரு நாட்கள் தள்ளிப் போயிருக்கிறது. ஆக, அவளுக்கு ஏப்ரல் 10இலிருந்து 12க்குள் வராவிட்டால் நிச்சயமாகிவிடும். இன்று ஏப்ரல் 2. இன்று மாலையே மருத்துவமனையில் அம்மா அட்மிட் ஆக வேண்டும். நாளை, ஏப்ரல் 3 அம்மாவுக்கு அறுவைசிகிச்சை. ரகு, நந்திதாவோடு வருவது 9ஆம் தேதி. இம்முறை தான் கருத்தரித்துவிட வேண்டும் எனவும் அம்மாவுக்கு அறுவைசிகிச்சை நல்லபடியாக முடிய வேண்டுமென்றும் பிரார்த்தனை செய்தபடி இருந்தாள்.

## 18

அம்மாவுக்கு அறுவைசிகிச்சை நல்லபடியாக முடிந்து, மூன்று நாட்கள் மருத்துவமனையில் தங்கியிருந்தார்கள். மூன்று நாட்களும் கமலி அம்மாவுடனேயே தங்கினாள். காலையில் 7 மணியளவில் வீட்டுக்குச் சென்று, குளித்து உடை மாற்றிவிட்டு வந்துவிடுவாள். பொதுவாக, மருத்துவமனைச் செவிலியர்களும் பணியாளர்களுமே எல்லாம் பார்த்துக்கொண்டார்கள். அந்த நாட்களில் மருத்துவமனை தரும் உணவைத்தான் அம்மா சாப்பிட வேண்டும் என்பதால் ஒரு சிக்கலும் இல்லை. அவள் மருத்துவமனை கேண்டினிலேயே சாப்பிட்டுக்கொண்டாள். உரிய நேரத்தில் மாத்திரைகளும் அவர்களே கொடுத்தார்கள். தொற்று ஏற்பட்டுவிடக் கூடாது என்பதற்காக வந்து பார்ப்பதாகச் சொன்ன யாரையுமே அவள் அனுமதிக்கவில்லை. வலி மட்டும்தான் அம்மாவுக்குத் தாள முடியாமல் இருந்தது.

அம்மா வீட்டுக்கு வருவதற்கு முன்பாக, வீட்டு வேலைக்கு வரும் மாதவி நாச்சியார் மூலம் வீட்டைச் சுத்தமாகக் கிருமி நாசினியால் துடைக்க வழி செய்தாள். மாதவிடாய் நாள் நெருங்கிக் கொண்டிருந்ததால் அவள் குனிந்து நிமிர்ந்து அதிகம் வேலை செய்வதைக் கவனமாகத் தவிர்த்தாள். இம்முறை நிச்சயம் கரு

தரித்திருக்கும் என நம்பினாள். அது கலைந்து விடக் கூடாது என்பதிலும் அவள் கவனம் இருந்துகொண்டிருந்தது. அப்பாவின் ஏ.சி. அறையை அம்மாவுக்கானதாக மாற்றினாள். அந்த அறையில் பாத்ரூம் இணைப்பு இருந்தது. மேலும், அது மேலைக் கழிப்பறை வசதி கொண்டது. இப்போது அம்மாவுக்கு அது அவசியம் தேவை. படுக்கை விரிப்புகள் மற்றும் தலையணை உறைகள் என எல்லவற்றையும் புதிதாக மாற்றினாள்.

மூன்று நாட்கள் மருத்துவமனை வாசம் முடித்து, டிஸ்சார்ஜ் ஆகி அம்மாவை சங்கரும் அவளுமாக மருத்துவமனையிலிருந்து காரில் அழைத்துக்கொண்டு வீடு வந்து சேர்ந்தபோது மாலை 6 மணி ஆகிவிட்டது. வீட்டில் தனக்கென்று கமலி செய்துவைத்திருக்கும் ஏற்பாடுகளைப் பார்த்து அம்மா நெகிழ்ந்து போனார்கள். "எனக்கெதுக்குமா இவ்வளவு ஏற்பாடு. நான் எப்போதும் போல அந்த ரூம்ல தரையிலேயே படுப்பேனே..." என்றார். "இல்லமா... வெயில் காலம்... வேர்க்காம இருக்கணும். நீ கொஞ்ச நாளைக்குக் குளிக்கவும் முடியாது... அதனாலதான்... நீ பேசாம நிம்மதியா, சௌகர்யமா இரு... எல்லாத்தையும் நான் பாத்துக்குவேன். நாச்சியாளையும் கூடமாட ஒத்தாசையா இருக்கச் சொல்லியிருக்கேன். அவளும் சரின்னு சொல்லியிருக்கா..." என்றாள்.

சங்கர் விடைபெற்றுக்கொண்டு, "எதுனாலும், எப்பனாலும் கூப்பிடுங்கம்மா... எங்க இருந்தாலும் உடனே வந்துருவேன்..." என்று கிளம்பினார். "சரி அங்கிள்... கிளம்புங்க. நீங்க இப்ப வீட்டுக்குப் போங்க. நாளைக்குக் காலைல நீங்க வண்டி எடுக்க வரும்போது பேசிக்கலாம்" என்றாள்.

ஒரு நெருக்கடியில்தான் மனிதர்கள் எவ்வளவு ஒத்தாசையாக இருக்கிறார்கள். இக்கால கட்டத்தில் அவளுக்கு இந்த வாழ்க்கை மீதும் மனிதர்கள் மீதும் பெரும் நம்பிக்கை ஏற்பட்டிருந்தது. சங்கர், பங்கஜம் மாமி. திவ்யா, நாச்சியாள் இவர்கள் இல்லாமல் இந்த நாட்களை எப்படிக் கடந்திருக்க முடியும். மேலும், மனிதர்கள் பரஸ்பரம் பரிவோடும் நேசத்தோடும் கருணையோடும் இருப்பதை மருத்துவமனை அவளுக்கு நன்றாகப் புலப்படுத்தி இருந்தது.

அறையில் ஏ.சி.யைப் போட்டு 28க்கு வைத்தாள். இதமான ஏசியின் மகிமையை இந்த மருத்துவமனை நாட்களில் அவளும் அனுபவித்துவிட்டிருந்தாள். அம்மா படுத்துக்கொண்டார்கள். மருத்துவமனையில் இருந்தவரை அவர்களே உரிய நேரத்தில் மாத்திரைகள் கொடுத்துக்கொண்டிருந்தார்கள். இனி அவள்தான் அதை

ஒழுங்காகவும் சரியாகவும் செய்ய வேண்டும். ஒருமுறை பிரிஸ்கிரிப்சன் தாளையும் மாத்திரைகளையும் எடுத்துப் பார்த்துக்கொண்ட பின்பு, உள்ளறைக்கு வந்து பாய் விரித்துப் படுத்துக்கொண்டாள். ரகு வரும்வரை இன்னும் மூணு நாலு நாட்களுக்கு அவள் சமைக்க வேண்டாம் என்று பங்கஜம் மாமி கண்டிப்பாகச் சொல்லிவிட்டார். அவளுக்கும் அம்மாவுக்கும் அவர்களே செய்துகொண்டு வந்து தருவதாகச் சொல்லிவிட்டார்கள். அம்மாவுக்கு வேளா வேளைக்கு மாத்திரைகள் மட்டும் கொடுத்தால் போதும்.

அம்மாவை வீட்டுக்குக் கூட்டி வந்துவிட்ட தகவலை ரகுவுக்குச் சொல்லிவிட்டு, கண்ணனுக்குக் கூப்பிட்டாள். கண்ணனோடு சரியாகப் பேசி நான்கு நாட்களாகிவிட்டன. கண்ணன் செல்லம் கொஞ்சி சீராட்டினான். அவனுடைய குரல் அவளுடைய உடலைக் கிளர்ச்சி அடையச் செய்தது. ஆனாலும் இது உகந்த நேரமில்லை. பங்கஜம் மாமி இரவு உணவு எடுத்துக்கொண்டு எப்போது வேண்டுமானாலும் வருவார்கள். அம்மாவுக்கு இரவு உணவும் மாத்திரைகளும் கொடுத்துத் தூங்க வைத்துவிட்டால், பிறகு உள்ளறைக்கு அம்மாவின் செல்லோடு வந்து சாவகாசமாக விளையாடத் தடையில்லை. இரவு அம்மா தூங்கிய பின்பு கூப்பிடுவதாகச் சொன்னாள். அப்போதைக்கு சில முத்தங்கள் மட்டும் பரிமாறிக்கொண்டார்கள்.

## 19

அப்பா தவறிய பிறகு ரகு முதல் முறையாக அவர்களுடைய வீட்டுக்கு வந்திருக்கிறான். மாடியறையில் அவன் தங்குவதற்குரிய ஏற்பாடுகளைச் செய்து வைத்திருந்தாள் கமலி. கமலியின் திருமணத்தையொட்டி மாடி அறையைப் பொண்ணும் மாப்பிள்ளையும் தங்குவதற்கென்று சகல வசதிகளுடன் சீரமைத்தார் அப்பா. அதில் ஏ.சி. பொருத்தப்பட்டதோடு, பாத்ரூமும் இணைக்கப்பட்டது. இதுவரை அவன் அவளுடைய வீட்டுக்கு ஏழெட்டு முறைதான் வந்திருப்பான். அதுவும் கல்யாணமான ஆரம்ப வருடங்களில்தான். அப்பா இருந்த காலத்தில் வீடு எப்போதும் கலகலவென்று இருக்கும். ஜாதகம் பார்க்க வருகிறவர்கள், அப்பாவின் நண்பர்கள் எனப் பகலில் வீட்டில் எப்போதும் ஆட்கள் இருந்துகொண்டிருப்பார்கள். மாடியிலிருக்கும் தனி அறையில் ரகு ஒதுங்கி இருப்பான். அல்லது சென்னை நண்பர்களைப் பார்த்துவிட்டு வருவதாகச் சொல்லிக் கிளம்பிவிடுவான். அப்பாவின் நண்பர்கள் மத்தியில் அம்மாவுடைய காபி வெகு பிரசித்தம். அம்மாவும் முகம்

சுழிக்காமல் போட்டுக் கொடுத்துக்கொண்டிருப்பாள். அப்பாவின் நண்பர்கள் அவர்களுடைய வீட்டில் சகஜமாகச் சாப்பிடுவார்கள். அம்மாவும் சந்தோஷமாக சமைத்துப் போடுவாள். அவர்கள் ரசித்து, ருசித்து சாப்பிடுவதைப் பார்த்து மகிழ்ந்து போவாள். ரகுவுக்கும் அம்மாவின் சமையல் ரெம்பவும் பிடிக்கும். “உங்கம்மாவின் கைப் பக்குவம் உனக்கு ஏண்டி வர மாட்டேங்குது” என்று கமலியிடம் அடிக்கடி குறைபட்டுக்கொண்டிருக்கிறான். அவன் வந்திருக்கும் நாட்களில் அம்மாவும் வெகு விமரிசையாக சமைப்பாள். ரகுவினுடைய வீடு இதற்கு நேரெதிர். அவனுடைய நண்பர்களோ, அவனுடைய அப்பாவின் நண்பகளோ வெகு அபூர்வமாகத்தான் வருவார்கள். அவனுடைய அம்மாவின் சமையலும் ஏனோதானோவென்றுதான் இருக்கும். அதனால்தானோ என்னவோ அப்பாவும் பிள்ளையும் ஹோட்டல்களில் விதம் விதமாகச் சாப்பிடுவதில் நாட்டம் கொண்டிருந்தார்கள்.

இம்முறைதான் அவளுடைய அம்மாவிடம் ரகு சில வார்த்தைகள் பேசியிருக்கிறான். அவர்களுடைய நலம் பற்றி விசாரித்திருக்கிறான். ஆறுதலான, தெம்பூட்டும் சில வார்த்தைகளைச் சொல்லியிருக்கிறான். அவளுடைய அப்பா, அம்மாவிடம் அவன் இவ்வளவு காலத்தில் பேசியதை சுலபமாக எண்ணிவிடலாம். அவர்கள் அவனுடைய வீட்டுக்கு வரும்போது, “வாங்க'' என்று சொல்வதோடு சரி. அம்மாவிடம் அதைத் தவிர வேறெதையும் அவன் பேசியதில்லை. அப்பாவிடமாவது அவசியம் கருதி சிலவற்றைப் பேசியிருக்கிறான். அவர்கள் முன்னால் அவன் சங்கோஜப்படுகிறானா இல்லை கெத்தாக இருக்கிறானா எனக் கணிக்க முடியாதபடி அவனுடைய இருப்பு இருந்தது.

ரகுவும் நந்திதாவும் வந்துசேர்ந்த அன்று காலை உணவுக்குப் பின் நந்திதா, ராகேஷோடு விளையாடப் பங்கஜம் மாமி வீட்டுக்குப் போய்விட்டாள். அம்மா ஏ.சி. அறையில் கதவைச் சாத்திவிட்டு இருந்ததால், அந்தப் பெரிய வீட்டில் ரகுவும் கமலியும் மட்டுமே தனித்திருந்தார்கள். ரகு கிட்டத்தட்ட மூன்று மாத இடைவெளியின் தாபத்தோடு அவளைச் சீண்டிக்கொண்டிருந்தான். அவளும் அவனுக்குப் போக்கு காட்டி அவனுடைய ஏக்கத்தைத் தூண்டிக்கொண்டிருந்தாள்.

”ஒரு மண்டலம் ஒழுங்கா மருந்து சாப்பிட்டதில முகம் எப்படி பளிச்சுனு லட்சணமா இருக்கு தெரியுமா” என்றபடி, கமலி அவனுடைய கன்னத்தில் முத்தமிட்டாள்.

"சனிக்கிழமை சனிக்கிழமை காலைல ஒழுங்கா பெருமாள் கோயிலுக்குத் தவறாம போயிருக்கேன்... மனசும்தான் இப்ப சுத்தமாயிருக்கு" என்றான் ரகு.

"சமத்து" என்றபடி அவனுடைய இதழோடு இதழ் பதித்தாள். அவளை இழுத்து இறுக அணைத்து மடியில் உட்கார வைத்துக்கொண்டு விளையாடத் தொடங்கினான் ரகு.

"இருங்க, அம்மாவை டிஃபன் சாப்பிட வைச்சு மாத்திரைகள் கொடுத்துட்டு வந்திட்டா அம்மா கொஞ்ச நேரம் தூங்குவாங்க... எனக்கு மட்டும் ஆசையில்லாமலா இருக்கு..." என்று அவனுக்கு உசுப்பேத்தினாள்.

அன்று இரவு உணவுக்கு ரகு, கமலி, நந்திதா மூவரும் வெளியில் ரெஸ்டாரண்டுக்குச் சென்றார்கள். பங்கஜம் மாமி அந்த நேரத்தில் அம்மாவுடன் இருந்துகொண்டார்கள். இக்கால கட்டத்தில் பங்கஜம் மாமியும் அவருடைய மருமகள் திவ்யாவும் மிகவும் அனுசரணையாக இருந்தார்கள். வங்கியில் வேலை பார்க்கும் திவ்யாவுக்கு நந்திதா வயதில் ராகேஷ் என்ற பையன் இருக்கிறான். நந்திதா இங்கு இருக்கும் நாட்களில் பெரும்பாலும் அவர்கள் வீட்டில் அவனோடுதான் இருப்பாள்.

அன்று இரவு நந்திதாவும் அம்மாவும் தூங்கிய பின் மாடியறைக்குச் சென்றாள் கமலி. பகலில் அவசர அவசரமாகக் கூடியிருந்ததற்கு ஈடுகட்டும் வகையில் இரவு நிதானமாகத் தங்கள் வேட்கைகளைத் தீர்த்துக்கொண்டார்கள். ஆனாலும் எப்போதுமே நெடுநேரம் அவனுடைய வீர்யம் நீடித்திருப்பதில்லை. கண்ணனோடு கொண்ட உறவுக்குப் பிறகுதான் ரகுவின் பலஹீனம் அவளுக்குத் தெரிந்தது. ஆனாலும் அவளுக்கு அவன்மீது குறையேதுமில்லை. கலவிக்குப் பின் அவன் தூங்கியதும் கீழே வந்து அம்மாவின் அறையில் தரையில் நந்திதாவுக்கு அருகில் படுத்துக்கொண்டாள்.

மறுநாள் காலை காபியோடு போய் ரகுவை எழுப்பினாள். காபியைக் குடித்தபடியே, "கண்ணன் ஏதும் பேசினாரா" என்று கேட்டான்.

"இல்லை, அன்னைக்கு நீங்க ஃபோனைக் கொடுத்தபோது பேசியதுதான். அன்னைக்கு பேசினப்ப, ஏப்ரல் மாசத்துல சென்னை வருவேன். அப்ப வந்து பாக்கிறேன்னு சொன்னார். ஆனா அதுக்கப்புறம் எதுவும் பேசலை" என்றாள்.

"எங்ககிட்டயும் அவரா பேசறதில்லை. முருகேசன் பேசும்போது

எப்போதாவது பேசுவார். அப்ப நானும் பேசுவேன். அவரா பேசறதில்லை" என்றான்.

"ஏற்கனவே காயம் பட்டவரில்லையா... அதான் கவனமா இருக்காரு போல..." என்றாள். ரகு எதுவும் பேசவில்லை. அவன் குடித்துவிட்டுத் தந்த காபி டம்ளரோடு கமலி கீழே இறங்கினாள்.

அன்று இரவு ரகு கிளம்பும்போது, அம்மாவிடம் மறுபடியும் பேசினான். "கமலி வரும்போது கண்டிப்பா கூட வந்துடுங்க. இனி எதுனாலும் அங்க வச்சுப் பாத்துக்கலாம். உங்க பொண்ணும் வேலைக்குப் போகப் போறால்ல. நீங்க கூட இருந்தீங்கன்னா அவளுக்கும் ஒத்தாசையா இருக்கும்..." என்றான்.

அம்மா, "வர்றேன்" என்றார்கள்.

கமலிக்கு அவன் அப்படிப் பேசியது ரெம்பவும் பிடித்திருந்தது. அந்த அறையை விட்டு வெளியே வந்ததும் அவனை அணைத்து அழுத்தமாக முத்தமிட்டாள்.

# 20

மறுநாள், ஏப்ரல் 10. அவளுக்கு வழக்கமாக மாதவிடாய் வரவேண்டிய நாள். காலையில் எழுந்திருக்கும்போதே அந்த யோசனையுடன்தான் எழுந்தாள். பொதுவாக, ரத்தப் போக்கு ஆரம்பிப்பதற்கு முன், அடிவயிற்றில் லேசான வலியும் அசௌகரியமும் ஆரம்பித்துவிடும். அப்படியேதும் இல்லையென்பதில் நிம்மதி அடைந்தாள். இன்னும் நாலைந்து நாட்கள் இப்படியே கடந்துவிட்டால் போதும் என்று வேண்டிக்கொண்டாள். உறங்கிக்கொண்டிருக்கும் நந்திதாவைக் கனிவுடன் பார்த்தாள். அவளுக்கு ஒரு தம்பியோ தங்கையோ பிறக்கப் போவதாக எண்ணும்போதே மனம் ஆனந்தக் கூத்தாடியது. குனிந்து அவள் கன்னத்தில் முத்தமிட்டாள். குதூகலத்தோடு எழுந்துகொண்டு பின்பக்கக் கதவைத் திறந்தாள்.

கதவைத் திறந்ததுமே கிளிகளின் சத்தமும் அணில்களின் கீச்சிடல்களும் இதமாகக் கேட்டன. இரண்டு பெரிய மாமரங்களும் இரண்டு தென்னை மரங்களும் ஒரு கொய்யா மரமும் ஒரு எலுமிச்சை மரமும் ஒரு கறிவேப்பிலை மரமும் நான்கைந்து வாழை மரங்களும் என செழிப்புற்றிருந்த கொல்லை. அப்பாவின் வளர்ப்புகள் அவை. அதிகாலையில் கொல்லையில் இருக்கும் குழாயில் டியூபைப் பொருத்தி எல்லா மரங்களுக்கும் தண்ணீர் விடுவார். பின் அங்கிருக்கும்

சிமிண்ட் திண்டில் ஆசுவாசமாக அமர்ந்திருப்பார். அப்பா தன் முதல் காஃபியை அதிலிருந்தபடிதான் குடிப்பார்.

ஒவ்வொரு நாளும் கமலி காலையில் மரங்களுக்குத் தண்ணீர் விடவும், அந்தத் திண்டில் கொஞ்ச நேரம் அமர்ந்திருக்கவும் தவறியதில்லை. இம்முறை மாமரங்கள் நன்கு காய்த்திருந்தன. கிளிகளும் அணில்களும் கடித்துப் புசித்திருந்த பழங்கள் தரையில் விழுந்து கிடந்தன. அந்த இடத்தைச் சுத்தப்படுத்தும் போது மட்டும் நாச்சியாள் கொஞ்சம் சலித்துக்கொள்வாள். காய்களைப் பறித்துவிடலாம் என்பது அவளுடைய எண்ணமாக இருந்தது. கமலிக்கோ அதில் இஷ்டமில்லை. "தொரட்டிய வச்சு உனக்கு வேணும்கிற அளவுக்குக் கீழ்க்கிளைகளில் இருக்கிறதைப் பறிச்சுக்க. உச்சிக்கிளைகளில் இருக்கிறதை அதுங்க சாப்பிட்டிட்டுப் போகட்டும்" என்று அவளிடம் சொல்லிவிட்டாள். இரண்டு மரங்களிலும் இருந்த கிளிகளைக் கணக்கிட்டுப் பார்த்தாள். நான்கு கிளிகள் அவளுடைய கண்களுக்குத் தென்பட்டன. சுடுகாட்டில் அவள் பார்த்த கிளியும், அவளுடைய கனவில் வந்த கிளியும் அதில் ஒன்றாக இருக்கும் என்று எண்ணிக்கொண்டாள். கிளிகளும் அணில்களும்தான் அந்த இடத்தை ரம்மியமாக்கி இருந்தன. ஒவ்வொரு நாளும் அந்த சத்தங்களில்தான் அவளுடைய மனம் புலர்ந்தது. அந்தப் பழங்களும் அவற்றுக்கே சொந்தம் என்பது அவளுடைய எண்ணமாக இருந்தது.

அந்தத் திண்டில் அமர்ந்திருந்த ஒருநாள் இரண்டு அணில்கள் இணைவதைப் பார்த்து வியந்திருக்கிறாள். பெண் அணில் ஆணுக்குப் போக்குக் காட்டியபடி ஓடிக்கொண்டே இருந்தது. ஆண் அதைத் துரத்தியபடி இருந்தது. ஓடிய அணில் சட்டென நின்றது. ஆண் அணில் அருகில் வந்ததும் மீண்டும் ஓடத் தொடங்கியது. இப்படியாக நெடு நேரம் போக்கு காட்டிவிட்டு, ஒருவழியாக இணங்கியது. ஆண் அணில் அதன்மீது படர்ந்தது. அவள் முகத்தில் மெல்லிய சிரிப்பு படர்ந்தது.

இன்னொரு நாள் இரண்டு வண்ணத்துப் பூச்சிகள் கொல்லைப்புறச் சுற்றுச் சுவரில் ஒன்றின் மேல் ஒன்றென ஒட்டிக்கொண்டிருந்ததைப் பார்த்தாள். நெடுநேரம் அவற்றைப் பார்த்தபடி இருந்தாள். சிறு அசைவும் இன்றி அவை அப்படியே இருந்தன. அவள் ஆச்சர்யத்துடன் அப்படியே உட்கார்ந்திருந்தாள். 'சரி, அவை சந்தோஷமாக இருக்கட்டும், நாம் நம் வேலையைப் பார்ப்போம்' என்று வீட்டுக்குள் போனாள். காலை வேலைகளெல்லாம் முடிந்த பிறகு அந்த வண்ணத்துப்பூச்சிகளின் ஞாபகம் வந்தது. போய்ப் பார்த்தாள். அப்போதும் அவை அப்படியே இருந்தன. அவளுக்கு ஆச்சரியம் தாளவில்லை. கண்ணனின்

நினைவு வந்தது. விட்டால் அவனும் இப்படித்தான் இருப்பான் என்று நினைத்துக்கொண்டதும் மனம் மலர்ந்தது. அவள் சாயந்தரம் பார்த்தபோதும் அவை அப்படியே இருந்தன. இதென்ன கூத்து என்று நினைத்துக்கொண்டாள். இரவு தூங்குவதற்கு முன் போய் ஒரு தடவை எட்டிப் பார்த்தாள். அவை அங்கில்லை.

அந்தத் திண்டில் அமர்ந்திருக்கும்போது அப்பா அவளுடன் இருந்துகொண்டிருப்பதாக அவளுக்குத் தோன்றும். அப்பாவின் நினைவுகள் அடுக்கடுக்காகப் படர்ந்துகொண்டே இருக்கும். அப்பாவைப் பற்றி எழுத முயற்சித்த நாவலைக் கிடப்பில் போட்டுவிட்ட குற்ற உணர்ச்சியும் சங்கடமும் மனதைக் கவ்வும். ‘நிச்சயம் எழுதுவேன்’ என்று மனதைத் திடப்படுத்திக்கொள்வாள்.

அடுத்த நாளும் மாதவிடாய் வருவதற்கான எந்த அறிகுறியும் இல்லை. கடவுளின் பரிபூரண கருணை தனக்குக் கிட்டியிருப்பதாக அகம் மகிழ்ந்தாள். அன்று முழுவதும் வேலைகளுக்கிடையே கடவுளைப் பிரார்த்தித்தபடியே இருந்தாள். அதற்கு மறுநாளும் உடல் இயல்பாக இருந்தது. மனம் எக்களித்தது. கண்ணனைக் கூப்பிட்டு, “பீரியடு மூணாவது நாளாத் தள்ளிப் போயிருக்கு” என பரவசமும் வெட்கமும் மேவிய குரலில் சொன்னாள். அவனும் ஆனந்தத்தில் திக்குமுக்காடி, முதல் முறையாக ஒரு விசயத்துக்கு எப்படி எதிர்வினையாற்றுவது எனத் தெரியாமல் தவித்தான். முத்தங்களால் தன் தவிப்பை நிறைவு செய்தான்.

“இன்னும் ரெண்டு மூணு நாள் போகட்டும்… அதுக்கப்புறம் யூரின் டெஸ்ட் செஞ்சு கன்ஃபர்ம் பண்ணிக்கலாம்…” என்றான் கண்ணன்.

“சரி, இங்க மெயின் ரோடுல லேப் இருக்கு. அங்க போய் பாத்துக்கறேன்…” என்றாள்.

“என்னடா கண்ணா, நந்திதா பீரியடுலதான் இன்னமும் இருக்கியா” என்று கேட்டான். அவன் என்ன சொல்ல வருகிறான் என்று அவளுக்குப் புரியவில்லை.

“ஏன்…” என்று கேட்டாள்.

”லேப்புக்கெல்லாம் போக வேண்டாம். வீட்டில நீயே பாத்துக்கலாம். அதுக்கெல்லாம் இப்ப கிட் வந்திருச்சு…” என்றான்.

அவள் ஆச்சரியத்துடன், “அப்படியா…” என்றாள்.

“மெடிக்கல் ஷாப்பில் ‘பிரெக்னன்ஸி டெஸ்ட் கிட்’னு கேட்டா கிடைக்கும். ரெம்ப ஈஸியா பாத்துக்கலாம்… ஆனா ஒரு வாரம் போகட்டும்” என்றான்.

"ஆமா, உனக்கெப்படி இதெல்லாம் தெரியும்" என்றாள்.

"நான் மெடிக்கல் ஃபீல்டுலதான் இருக்கேங்கிறது கூட மறந்து போச்சா" என்றான்.

"சரிப்பா... சும்மாதான் கேட்டேன்... கோவிச்சுக்காத" என்றாள்.

நான்காவது நாளும் கடந்துவிட்டது. மனம் பூரித்தது. தன்னையுமறியாமல் வயிற்றைப் பரவசத்துடன் தடவிக்கொண்டாள். சிறுநீர் பரிசோதனையில் உறுதிப்படுத்திக்கொள்ள இன்னும் நான்கைந்து நாட்கள் போக வேண்டும். இனிதான் வெகு கவனமாக இருக்க வேண்டும் என நினைத்துக்கொண்டாள். ஒவ்வொரு நாளும் குளித்து முடித்ததும் பூஜையறையில் வழிபடுவது அவளுடைய வழக்கம் என்றாலும், இப்போது பிரார்த்தனை முடிந்ததும் தியானத்திலும் ஈடுபட்டாள். அன்று பூஜை முடித்து வெளியில் வந்தபோது நந்திதா அதன் வாசலில் நின்றுகொண்டிருந்தாள். அவளை அணைத்துக்கொண்டபடி, "இங்க வாயேன்" என்று அவளோடு மீண்டும் பூஜையறைக்குள் நுழைந்து உட்கார்ந்துகொண்டதோடு நந்திதாவையும் பக்கத்தில் உட்கார வைத்துக்கொண்டாள்.

நந்திதாவிடம் இரண்டு விரல்களை நீட்டி, "ஒண்ணைத் தொடு" என்றாள்.

"எதுக்குமா" என்றாள் நந்திதா.

"தொடு சொல்றேன்" என்றாள் கமலி.

நந்திதாவும் கண்களை மூடித் திறந்து ஒன்றைத் தொட்டாள். பொங்கிய பரவசத்தோடு நந்திதாவுக்கு முத்தமிட்டாள் கமலி.

"என்னமா வேண்டிக்கிட்ட... சொல்லுமா" என்றாள் நந்திதா.

"ஒரு வாரம் பொறுத்துக்கடி தங்கம்... நீ சொன்னபடி நடந்ததும் அம்மா சொல்றேன்" என்றாள்.

நந்திதா சலிப்புடன், "போம்மா... நீ ஏமாத்துற" என்றபடி போனாள்.

ஒருவழியாக லேசான பதற்றத்துடனும் பரவசத்துடனும் பிரார்த்தனைகளோடும் ஒரு வாரம் கடந்தது. அன்று மாலையே பிரதான சாலையிலிருந்த மருந்துக்கடை சென்று அந்த பரிசோதனைப் பெட்டியை வாங்கி வந்தாள். சிறு டப்பா. விலையும் 50 ரூபாய் தான். அதைப் பிரித்து, அதனுள்ளிருந்த பரிசோதனை அட்டையைப் பார்த்தாள். எப்படிப் பரிசோதிப்பது என்றிருந்த குறிப்பையும் படித்தாள்.

மிகச் சுலப்மான வழிமுறைதான். பின்னர், அந்த அட்டை டப்பாவைப் பத்திரப்படுத்தினாள். அவளுக்குத் தான் கர்ப்பமாகிவிட்டதில் எந்த சந்தேகமும் இல்லை. ஆனாலும் உறுதி செய்துகொள்ள வேண்டும்.

தன்னுடைய கடைசி மாதவிடாய் நாளை 8 நாட்கள் தள்ளிச் சொல்வது என்று அவள் ஏற்கனவே கணக்கிட்டிருந்தாள். மார்ச் 14க்குப் பதிலாக, மார்ச் 22. அதனால் ஒரு பிரச்சனையும் வரப் போவதில்லை. பின்னர் ரகுவிடம் சொல்லும்போதும் சரி, பாளையில் மருத்துவரிடம் செக்கப் போகும் போதும் சரி, கடைசி மாதவிடாய் தேதி மார்ச் 22 என்று சொல்ல வேண்டும். அவ்வளவுதான். எல்லாமே அவளுக்கு சாதகமாகவே நடந்து முடிந்திருக்கிறது. கடவுளின் கருணைக்காக நன்றி சொல்லிக்கொண்டாள்.

# 21

மறுநாள், ஏப்ரல் 18. அதிகாலை கண் விழித்ததும், உள்ளறையில் பத்திரப்படுத்தி வைத்திருந்த அந்த பரிசோதனை டப்பாவையும் ஒரு சிறு பிளாஸ்டிக் கிண்ணத்தையும் எடுத்துக்கொண்டு கமலி பாத்ரூம் சென்றாள். அந்தச் சிறு கிண்ணத்தில் சிறுநீரை எடுத்துக்கொண்டாள். நிதானமாக, குறிப்பிடப்பட்டிருந்த முறைப்படி, கிண்ணத்தில் எடுத்துவைத்திருந்த சிறுநீரை அந்த டப்பாவில் சேர்ந்திருந்த ஃபில்லரில் எடுத்தாள். பின்னர் அந்த சோதனை அட்டையிலிருந்த சிறு குழிவில் ஃபில்லரிலிருந்து மூன்று சொட்டுகளை விட்டாள். ஐந்து நிமிடத்துக்குள் முடிவை அந்த அட்டை காட்டிவிடும் என்று அதிலிருந்த குறிப்பு சொல்லியது. ஒவ்வொரு செகண்ட் கடப்பதையும் உணர்ந்தபடி லேசான படபடப்புடன் இருந்தாள். இரண்டு பிங்க் கோடுகள் தென்பட ஆரம்பித்தன.

பாஸிட்டிவ் எனபது உறுதியானதும் கமலியின் மனம் பரவசத்தில் துள்ளித் திளைத்தது. எனினும், நிதானமாக அந்த அட்டைப் பெட்டி, சோதனை அட்டை, ஃபில்லர் எல்லாவற்றையும் ஒரு கறுப்பு கவரில் போட்டு, அதை கிச்சனில் இருந்த குப்பை கவரின் உள்ளே திணித்தாள். காலையில் குப்பை வண்டி வரும்போது நாச்சியாள் அதில் குப்பையைக் கொட்டிவிடுவாள். காலைக் காரியங்களைத் தொடங்க வேண்டும். மாதவி நாச்சியாள் வரும் நேரம். அம்மா அறுவைசிகிச்சை முடிந்து வந்ததிலிருந்து நாச்சியாள் காலை ஏழு மணியளவில் வந்து இரவு ஏழு மணி வரை உடனிருக்கிறாள். அதனால் கமலிக்கு அதிகம் வேலை இருக்கவில்லை. அம்மாவுக்கு சாப்பாடு, மாத்திரைகள் கொடுப்பது,

நந்திதாவுக்கு சாப்பாடு கொடுப்பது தவிர வேறு வேலை அதிகமில்லை. அம்மாவை அருகிலிருந்து பார்த்துக்கொண்டு அவர்களுக்கு உதவியாக இருப்பது மட்டும்தான் கமலியின் வேலை.

கண்ணனிடம் உடனடியாகத் தெரிவிக்க மனம் பரபரத்தது. கண்ணனுக்கு ஃபோன் செய்தாள். அவன் தன் வாழ்வில் இதுவரை உணர்ந்திராத ஒரு மனநிலைக்கு ஆட்பட்டான். தன் மகிழ்ச்சியை வெளிப்படுத்த வார்த்தைகள் அகப்படாமல் திணறினான். என்ன சொல்வதென அறியாமல் முத்தங்கள் கொடுத்தான்.

"சரிப்பா... ஃபிரியானப்புறம் கூப்பிடறேன்..." என்றாள்.

"ஓகே டியர், பத்திரமா இரு" என்றான்.

"ஒண்ணும் கவலைப்படாத... உன் குழந்தைய அழகாப் பெத்தெடுப்பேன்...." என்றாள். மீண்டும் முத்தங்கள் கொடுத்தான்.

"சரி, போதும்... இப்படியே போனா இப்பவே நீ வேணும் போல ஆயிடும்... கொஞ்சம் பொறு.... வேலைகளை முடிச்சிட்டு சாவகாசமா வர்றேன். சந்தோஷமா இருக்கலாம்" என்றாள்.

"ஐ அம் வெயிட்டிங்" எனச் சிரித்தான் கண்ணன்.

## 22

ஏப்ரல் 22. இதுதான் அவள் ரகுவிடம் மாதவிடாய் தள்ளிப்போவது பற்றிச் சொல்ல முடிவெடுத்திருந்த நாள். காலையில் 9 மணி போல ரகுவுக்கு ஃபோன் செய்து, "மாதவிடாய் வருவது மூணு, நாலு நாள் தள்ளிப் போயிருக்கு..." என்று கொஞ்சலுடன் சொன்னாள்.

"அப்படியா... கன்ஸீவ் ஆயிருந்தா ரெம்ப சந்தோஷம்... லாஸ்ட் பீரியடு எப்ப வந்தது" என்று கேட்டான்.

"மார்ச் 22. இப்ப 32 நாளாச்சு'' என்றாள்.

"நல்ல விசயம்தானே. கவனமா பாத்துக்கோ..." என்றான். "வேணும்னா பக்கத்துல லேப் போயி யூரின் டெஸ்ட் எடுத்து கன்ஃபர்ம் பண்ணிக்க... இல்லை இன்னும் ஒரு மாசம்தானே... இங்க வந்தப்புறம் டாக்டரைப் பாத்துக்கலாம்" என்றான்.

"சரிப்பா... இன்னும் நாலஞ்சு நாள் போகட்டும்... செக் பண்ணிப் பாத்துடறேன்..."

"ஓகே டியர், டேக் கேர்" என்றான். அவன் 'டியர்' என்று முதல் முறையாகச் சொல்கிறான். அவளுக்கு ஆச்சர்யமாகவும் சந்தோஷமாகவும் இருந்தது.

“எவ்வளவு சந்தோஷமான விசயம் சொல்லியிருக்கேன்... ஒரு முத்தம் கூடக் கிடையாதா?” என்று ஏக்கக் குரலில் கேட்டாள்.

முத்தங்கள் தந்தபடியே, “பத்திரமா வந்து சேரு.... கொண்டாடித் தீத்துடலாம்” என்றான் ரகு.

மேலும் ஒரு வாரம் கடந்தது. காலையில் அம்மாவிடம், “பீரியடு 10 நாள் தள்ளிப் போயிருக்குமா...” என்றாள்.

அம்மா மிகவும் சந்தோஷப்பட்டார்கள். “அப்பா தாண்டிம்மா உன் வயித்துல வந்து தங்கியிருக்காரு...' என்றதோடு “திவ்யாவைக் கூட்டிண்டு போயி டாக்டரைப் பாரேன்...'' என்றார்கள் .

“இல்லைமா... இன்னும் ஒரு மாசம்தானே... அங்க போனதும் பாத்துக்கலாம்” என்றாள்.

“சரிம்மா... அவர்ட்ட சொல்லிட்டியா...”

“நாலு நாள் தள்ளிப் போனப்ப சொன்னேன்... இப்ப டெஸ்ட் பண்ணிப் பாத்துட்டுதான் சொல்லணும்” என்றாள்.

அன்று இரவே ரகுவிடம் “பத்து நாளாயிட்டதால லேப் போயி டெஸ்ட் பண்ணிப் பாத்தேன். பாஸிட்டிவ்னு ரிசல்ட் வந்திருக்கு” என்றாள்.

“கவனமா இரு. நீங்க வர, இன்னும் சரியா ஒரு மாசம் இருக்கு. அவ்வளவு தூரம் கார்ல வர வேண்டாம். டிரெய்ன்ல மே 29க்கு செகண்ட் ஏசில இப்பவே ரிசர்வ் பண்ணிடறேன். அதுதான் ஷேஃப். வசதியாவும் இருக்கும்...” என்றான்.

“சரிதான். ஆனா செகண்ட் ஏசி எதுக்கு... தேர்டு ஏசி போதாதா” என்றாள்.

“கார்ல வர்ற செலவுக்கு செகண்ட் ஏசி கம்மிதான்.... தேர்டு ஏசினா கூட்டம் கசகசனு இருக்கும்...”

“என்னமோப்பா... இது என்னமோ எனக்கும் அம்மாவுக்கும் பண்ற மாதிரி இல்ல. பிறக்கப் போற உங்க குழந்தைக்குப் பண்ற மாதிரி இருக்கு...”

“சரி, அப்படித்தான் இருந்துட்டுப் போகட்டுமே” என்று ஆனந்தமாகச் சொன்னான் ரகு.

அன்றுமாலையே முருகேசன் கூப்பிட்டு வாழ்த்துச் சொன்னார்.

"கங்கிராட்ஸ்... இப்பதான் ரகு சொன்னார். ரெம்ப சந்தோஷம். கொஞ்ச நாளாவே ரெம்ப கஷ்டப்பட்டுட்டீங்க... இனி விடிவு காலம்தான்... உங்க நல்ல மனசுக்கு எல்லாம் நல்லபடியா நடக்கும்."

"ரெம்ப தேங்க்ஸ் சார்... எல்லாம் உங்க ஆசிர்வாதம்தான்..."

"இந்த சந்தோஷமான சமயத்துல உங்களுக்கு ஒரு பரிசு தரலாம்னு நினைச்சிருக்கோம்" என்றார்.

"என்ன சார் அது..."

"உங்க அப்பாவை உங்களுக்கு எப்படியாவது திரும்பக் கொடுக்கறதுனு யோசிச்சிருக்கோம்..."

"என்ன சார், கடவுளாயிட்டீங்களா?" என்று சிரித்தபடியே கேட்டாள்.

முருகேசனும் பலமாகச் சிரித்தார். "சமயங்கள்ல நீங்களும் கண்ணன் சார் மாதிரியே பேசறீங்க... அதனாலதான் அவர் உங்களைப் பத்தி எப்பவும் உயர்வா பேசியிருக்காரு... எங்களுக்குத்தான் சரியாப் புரியலை..."

"சரி சார், அதெல்லாம் கிடக்கட்டும். என்னோட அப்பாவை எப்பத் தரப் போறீங்க, எப்படித் தரப் போறீங்க... அதச் சொல்லுங்க..."

"கண்ணன் சாரை சந்தித்துப் பேசி, மறுபடியும் உங்களோட அவர சகஜமாப் பேச வைக்கணும்னு நினைச்சிருக்கேன்... அதைத்தான் சொன்னேன்..."

"அதெல்லாம் ஒண்ணும் வேண்டாம் சார்... உங்க கௌரவத்த விட்டு நீங்க ஒண்ணும் இறங்கிப் போக வேணாம்..." என்று நெகிழ்வான குரலில் சொன்னாள்.

"இதிலென்ன கௌரவப் பிரச்சனை இருக்கு கமலி. அவரை நாங்கதானே தப்பா நினைச்சு புறக்கணிச்சோம். செஞ்ச தப்பை சரி பண்ணத்தான் இந்த ஏற்பாடு..."

"சரிங்க சார். நீங்க செஞ்சா சரியாத்தான் இருக்கும்" என்றாள் கமலி.

# 23

அன்று சாயந்தரம் கண்ணன் வீட்டுக்கு வருவதாகச் சொன்னதிலிருந்து கமலி நிலை கொள்ளாத ஆனந்தத்தில் திளைத்திருந்தாள். கண்ணன் வரப்போவதை முதலில் சொன்னது ரகுதான். ஒரு வாரத்துக்கு முன்பே, அடுத்த வாரம் கண்ணன் சென்னை வருவதாகவும் உன்னை அவசியம் பார்ப்பதாகச் சொல்லியிருப்பதாகவும் ரகு சொல்லியிருந்தான்.

சில நாட்களுக்கு முன்பு, முருகேசனும் ரகுவும் கண்ணனோடு பேசியிருக்கிறார்கள். கமலி கன்ஸீவ் ஆகியிருப்பதைக் கண்ணனிடம் சொல்லியிருக்கிறான் ரகு. ரகுவுக்கு வாழ்த்துச் சொல்லிய கண்ணன், "ஒரு மண்டலம் மருந்து முடிஞ்சிருக்குமே, வாங்களேன் கொண்டாடலாம்'' என்றிருக்கிறான். இருவரும் அந்த சனிக்கிழமையே கிளம்பி மதுரை சென்று கண்ணனோடு தங்கியிருக்கிறார்கள். அவனும் அவர்களை வெகு விமரிசையாக உபசரித்திருக்கிறான். அப்போது ரகு, நெகிழ்ந்துபோய், "கமலி ஊருக்கு வந்ததுக்கப்புறம் நீங்க அவசியம் வீட்டுக்கு வரணும்" என்றிருக்கிறான். முருகேசனும், முன்னர் நடந்து போன விசயத்தில் அறிந்தோ அறியாமலோ தானும் உடந்தையாக இருந்துவிட்டதாகச் சொல்லி வருத்தம் தெரிவித்திருக்கிறார். கண்ணனும் சம்மதித்ததோடு, மே முதல் வாரம் சென்னை போவேன். முடிந்தால், கமலி, அவங்க அம்மா, நந்திதா எல்லோரையும் பார்த்துவிட்டு வருவதாகச் சொல்லியிருக்கிறான். இருவரும் சந்தோஷத்தோடு அவசியம் பார்த்துவிட்டு வர வேண்டும் என்று வற்புறுத்தியிருக்கிறார்கள். கண்ணனும் சம்மதித்திருக்கிறான்.

நேற்று இரவு ரயில் ஏறும் முன் கண்ணன் பேசினான். மீண்டும் இன்று காலை பேசும்போது, ஆபிஸ் வேலையை முடித்துவிட்டு சாயந்தரம் 6 மணி போல வந்துவிடுவேன் என்றான்.

நாள் முழுவதும் கமலி பரபரப்புடன் இருந்தாள். அவன் வரும்போது என்ன டிரஸ் போட்டிருப்பது, இரவு டின்னருக்கு என்ன சமைப்பது என்று ஒவ்வொன்றாக யோசித்தபடி இருந்தாள்.

வீட்டு முன்பு ஒரு பைக் வந்து நின்றது. கண்ணன்தான். அவன் பைக்கில் வருவான் என்று அவள் எதிர்பார்த்திருக்கவில்லை. ஓலா அல்லது உபெர் புக் பண்ணி வருவான் என்றே நினைத்திருந்தாள். நீல வண்ண ஜீன்ஸ், மெரூன் வண்ண டிஷர்ட்டில் அட்டகாசமாக இருந்தான். அவனைத் தின்றுவிடுவது போல் பார்த்தபடியே "வாங்க" என்றாள் கமலி. பக்கத்தில் இருந்த நந்திதாவுக்கு அவனைச் சட்டென்று தெரியவில்லை.

"என்ன நந்திதா, தெரியலையா? கண்ணன் சார்" என்றாள் கமலி.

நந்திதா தெரியும் என்பது போல் தலையாட்டினாள். கண்ணன் அவளுக்குக் கை கொடுத்துக் கன்னத்தில் லேசாகத் தட்டினான். கமலி அவனிடமிருந்த பெரிய ஷாப்பிங் பேக்கை வாங்கிக்கொண்டாள். மூவரும் வீட்டுக்குள் போனார்கள்.

அம்மா மெதுவாகத் தன்னறையிலிருந்து ஹாலுக்கு வந்தார்கள். கண்ணன் நமஸ்காரம் சொல்லி நலம் விசாரித்தான். "ஆரம்பத்துல வலிதான் தாங்க முடியாம இருந்துச்சு. இப்ப ஹீமோதெரபி கொடுக்கிற நாள்ல மட்டும்தான் சிரமமா இருக்கு... பாவம் கமலிதான் மூணு மாசமா ரெம்ப தவிச்சுப் போயிட்டா..." என்றார்கள்.

"எல்லாம் பரிபூரணமா குணமாயிடும். நல்லா ரெஸ்ட் எடுங்க... நீங்க பாளையங்கோட்டை வந்த பிறகு திருநெல்வேலி மெடிக்கல் காலேஜ்ல ஒருதடவை செக் பண்ணி பாத்துடலாம்" என்றான்.

"நாலைஞ்சு மாசமா எப்பவும் ரெஸ்ட்லதான் இருக்கேன். இன்னைக்கு நீங்க வர்றீங்கன்னு கமலி சொன்னப்ப, டின்னர் நான் பண்றேன்னுதான் சொன்னேன். விட மாட்டேன்னுட்டா. கிச்சன்ல சேர் போட்டு, நீ சொல்லு அது பிரகாரம் நானும் நாச்சியும் பக்குவமா செய்றோம்னு உக்கார வச்சுட்டா..." என்றார்கள்.

"நான் எங்க பண்ணினேன்... அம்மா சொல்லச் சொல்ல நாச்சிதான் எல்லாம் பண்ணினா" என்றாள் கமலி.

"அப்படி என்ன பண்ணியிருக்கீங்க" என்றான் கண்ணன்.

"எல்லாம் உங்களுக்குப் பிடிச்சதுதான். அடை அவியல், ஆப்பம் தேங்காய்ப் பால்..." என்றாள் கமலி.

கண்ணன் லேசான முறுவலுடன் அவளைப் பார்த்தான்.

அவன் கொண்டுவந்த பெரிய பையிலிருந்து நந்திதாவுக்காக வாங்கிக்கொண்டு வந்திருந்த ஸ்கெட்ச் நோட்டுகள், வண்ண பென்சில்கள் கொண்ட பெட்டி. கிரேயான்ஸ், வண்ண ட்யூப்கள், பேலெட், தூரிகைகள் என எல்லாவற்றையும் எடுத்து நந்திதாவிடம் கொடுத்தான்.

அதை வாங்கிக்கொண்டு ஒவ்வொன்றாகப் பார்த்த நந்திதா, சட்டென அவனிடம், "சார், எனக்குத் தம்பிப் பாப்பா பிறக்கப் போறான்" என்றாள்.

"தங்கச்சிப் பாப்பா இல்லியா?" என்றான் கண்ணன்.

"இல்ல, தாத்தா வந்து தம்பிப் பாப்பாவா பிறக்கப் போறாங்கன்னுதான் பாட்டி சொன்னாங்க..." என்றாள். தொடர்ந்து, "இதையெல்லாம் நான் தம்பிப் பாப்பாவுக்குக் கொடுத்துருவேன்... நீங்க அப்ப வாங்கிக் கொடுத்தது ஊர்ல இருக்கு. அத நான் வச்சுக்குவேன்" என்றாள்.

"இதையும் நீயே வச்சுக்கோ... தம்பிப் பாப்பாவுக்கு வேற புதுசா வாங்கிக்கலாம்..." என்றான் கண்ணன்.

சரி என்பது போல் தலையாட்டினாள். பின்னர், ஒரு பெரிய ஸ்கெட்ச் நோட்டையும் வண்ண பென்சில் டப்பாவையும் கிரேயான்ஸ் டப்பாவையும் எடுத்துக்கொண்டு, "அம்மா, நான் ராகேஷ் கிட்ட போய் வரையிறேன்" என்றாள்.

"சரி, கொஞ்ச நேரம் வரஞ்சிட்டு சாப்பிட வந்திரு" என்றாள் கமலி.

"இருங்க... நாச்சியாளுக்குக் கிளம்பற நேரமாயிடுச்சு... அவளை அனுப்பி வச்சுட்டு வர்றேன்" என்று கமலி சொன்னபோது, "பையில ஸ்வீட்ஸ் இருக்கு" என்றான் கண்ணன். அவனை ஒரு காமப் பார்வை பார்த்தபடியே, கமலி பையையும் எடுத்துக்கொண்டு கிச்சனுக்குள் போனாள்.

நாச்சியாள் போகும்போது கண்ணனிடம், "வர்றேங்கய்யா" என்றாள். அவனும் எழுந்துகொண்டு "வாங்க" என்றான்.

"சரி, கிச்சனுக்கு வாங்க... அங்கயே சுடச் சுட சாப்பிடலாம்" என்றாள் கமலி.

"மொதல்ல அம்மாவுக்குக் கொடுங்களேன். நான் அப்புறமா சாப்பிடறேன்" என்றான் கண்ணன்.

"அம்மாவுக்கு இன்னும் நேரமிருக்கு... நீங்க வாங்க" என்றபடியே "அம்மா நீ வேண்ணா உள்ள போயி கொஞ்ச நேரம் டிவி பாரும்மா" என்று அம்மாவிடம் சொன்னாள். அம்மாவும் "நீங்க சாப்பிட்டிட்டு வாங்க" என்று எழுந்துகொண்டார்.

கண்ணன் கிச்சனுக்குள் கமலியைப் பின்தொடர்ந்தான்.

கிச்சனுக்குள் நுழைந்ததும், கண்ணனுடைய கையைப் பிடித்துத் தன்னுடைய வயிற்றில் வைத்தாள் கமலி. அவன் இதமாகத் தடவினான். அவனுடைய கைமீது தன்னுடைய கையைச் சேர்த்து வைத்துக்கொண்டாள் கமலி.

"இந்த ஜென்மத்துக்கு இது போதுமா?" என்று கேலியாகக் கேட்டான் கண்ணன்.

"இல்லை கண்ணன்... இப்பலாம் எனக்கு என்ன தோணுதுன்னா... இதுதான் எனக்கு கடைசி ஜென்மம். இனி எனக்கு ஜென்மம் கிடையாது... அதனாலதான் ஆண்டவன் இந்த ஜென்மத்துலேயே எனக்குரியதை எல்லாம் எனக்குக் கொடுத்துட்டாரு..." என்றபடி கசிந்த கண்களுடன் அவனுடைய மார்பில் தலை சாய்த்தாள். இதமாக அணைத்துக்கொண்டான் கண்ணன்.

கிச்சன் மேடையிலிருந்த கமலியின் செல் ஒலித்தது. அதை எட்டிப் பார்த்தபடியே, "அவர்தான்" என்றாள்.

# சிறுகதைகள்

## மரண வாடை

கலவரத்தின் நிழல் தெளிவற்ற சாயலாக அவன் மனதில் பரவிக் கொண்டிருந்தது. அப்போது மூன்றாவது பீரியடை இந்தி மாஸ்டர் நடத்திக்கொண்டிருந்தார். இந்தி ஒரு பாடமாக இருந்தாலும் பள்ளித் தேர்வில் கேள்வித்தாளில் உள்ள கேள்விகளை மட்டும் எழுதிக் கொடுத்துவிட்டு வந்தால் போதும். மாணவர்களைத் தன் வசம் ஈர்க்க எவ்விதப் பிரயாசையுமின்றி எப்போதும் போல் அவர் வகுப்பு எடுத்துக்கொண்டிருந்தார். நிழல் சாயல் அசுர வடிவம் பெற்று அவனை ஆக்ரமிக்க அதுவே போதுமானதாக இருந்தது. முகம் இறுகியது. உடலும் மனமும் படபடத்தது. முன்நெற்றியிலும் கழுத்திலும் வேர்வை கோத்திருந்தது. முழங்கால்கள் நடுங்கின. உள்ளங்கைகள் ஈரமாகியிருந்தன. உடனடியாக வீட்டுக்குப் போய்விட வேண்டும் என்று மனம் பரபரத்தது.

அன்று சனிக்கிழமை. அரை நாள்தான் பள்ளிக்கூடம். அடுத்த வகுப்பு தமிழ்ச் செய்யுள். அதுதான் கடைசி வகுப்பு. தமிழாசிரியர் ராசாமணி வகுப்பு அவனுக்கு மிகவும் பிடிக்கும். அவர் பாடம் எடுக்கும் விதம் சுவாரஸ்யமானது. செய்யுளின் ஒன்றிரண்டு வரிகளை வாசித்து விளக்கம் சொல்லத் தொடங்கியதும் அவர் சீனாவுக்கும் ரஷ்யாவுக்கும் பயணம் மேற்கொண்டு விடுவார். அவர்கள் குடும்பம் மதுரைக்குக் குடி வந்து அவன் இந்தப் பள்ளியில் சேர்ந்து மூன்று மாதங்களே ஆகியிருந்தன. பள்ளியிலோ வீட்டுக்குப் பக்கத்திலோ நெருக்கமான நண்பர்கள் அமையவில்லை. அந்தப் பள்ளியே விளையாட்டுகளில் அசிரத்தை காட்டியது ஒருபுறம் இருக்க, அவனுடைய உடல் நலம் கருதி இன்னும் ஒரு வருடத்துக்காவது அவன் விளையாட்டில் ஈடுபடக் கூடாது என்று அப்பா கூறியிருந்தார். இதனாலெல்லாம் அவனைச் சூழ்ந்து விட்டிருந்த தனிமையைப் போக்க ராசாமணி காட்டிய புத்தக உலகை அவன் பற்றிக்கொண்டான். அவரின் வகுப்பில் ஏதோ ஒரு கணத்தில் இந்த அவஸ்தையிலிருந்து அவர் தன்னை விடுவித்து விடுவார் என்று அவன் நம்பிக்கை கொள்ளத் தொடங்கினான்.

சிறுகதைகள் ● 195

ஆனால் இதற்கு முன் ஒருபோதும் இப்படியான எண்ணச் சுழிப்பில் அவன் அலைக்கழிந்ததில்லை என்பதாலேயே அது சந்தேகமற்றதாகவும், மிக மூர்க்கமாக அவனை நெருக்குவதாகவும் இருந்தது. இந்த எண்ணச் சுழலில் உழன்றபடி இன்னும் ஒரு மணி நேரம் தாக்குப் பிடிக்க முடியும் என்று தோன்றவில்லை. எப்படியாவது உடனடியாக வீட்டுக்குக் கிளம்பியாக வேண்டும். இந்த வகுப்பு முடிந்ததும் தலைமை ஆசிரியரிடம் கேட்டுவிட்டுப் போகலாம். என்னவென்று கேட்பது? அப்போது அவன் மனதில் ஒரு ஆசுவாசமான எண்ணம் தோன்றியது. ஆனால் கண நேர ஆசுவாசமாக எழுந்த அந்த எண்ணமே வெக்கைப் புயலொன்று அவனைத் தாக்கக் காரணமாகிவிட்டது. அப்பா இறந்துவிட்டார். தன்னைக் கூட்டிப்போக அண்ணன் வந்து கொண்டிருக்கும்.

பத்தாவது படிக்கும் பதினாலு வயதுச் சிறுவனுக்கு மரணத்தின் அர்த்தம் - இவ்வுலகில் இனி எப்போதைக்குமாக ஒருவரை இல்லாமல் ஆக்கிவிடும் அதன் தன்மை - முற்றிலுமாக அறிந்து கொள்ள முடியாததாக இருக்கலாம். ஆனால் மரணத்தின் வெளி அவனுக்கு உணரக் கூடியதாக இருந்தது. மரணத்தின் பாதையில் சகஜமாக அவன் உலவித் திரிந்திருக்கிறான். அந்தப் பாதையின் இறுதி முனையில் அமைந்திருக்கும், அதன் உலகுக்கு இட்டுச் செல்லும் சில படிக்கட்டுகளில் கூட அவன் காலடி பதிந்துவிட்டிருக்கிறது. இன்னும் ஒன்றிரண்டு படிகள் இறங்கியிருந்தால் போதும்; அதன்பின் சல்லென வழுக்கிச் செல்லும் அதன் வசீகரப் பாதையில் அவன் கால் வைத்திருப்பான்.

1962-65களில் அவன் அப்பா தூத்துக்குடியில் சுங்கத்துறை அதிகாரியாகப் பணி புரிந்தபோது அவர்கள் காமாட்சி அம்மன் தெருவில் குடி இருந்தனர். ஏழாம் வகுப்பிலிருந்து ஒன்பதாம் வகுப்பு வரை எஸ். ஏ. வி. உயர்நிலைப்பள்ளியில் படித்தான். அவன் வாழ்வு கிளை பரப்பிச் செழித்த வருடங்கள் அவை. அவன் படிப்பிலும் விளையாட்டிலும் சூட்டிகை. அக்கம் பக்கத்து தெருவிலுள்ள சிநேகிதர்களைச் சேர்த்துக்கொண்டு 'செவன் ஸ்டார்ஸ்' கபடி டீம், தெருப் பையன்களை ஒன்று சேர்த்து 'லிட்டில் ஃப்ளவர்ஸ் க்ளப்' உருவாக்கினான். அவனுடைய அண்ணன் வயதையொத்த கூட்டாளிகள் வெம்பித்திரிந்து பெற்றோர்களிடம் உதவாக்கரை பட்டம் வாங்க நேரிட்டது. பள்ளியில் ஜூனியர் எல்லோ ஹவுஸ் கேப்டன். அங்கு ஏழாம் வகுப்பு படிக்கும் போதுதான் சைக்கிள் விடப் பழகினான். அண்ணன் சொல்லித் தர அப்பாவின் சைக்கிளில் சில தெருக்கள் கடந்து

போனவன், திரும்பி வரும்போது தனியாக ஓட்டி வந்தான். வீட்டு வாசலில் நின்றிருந்த அப்பா பெருமிதத்தோடு அவனைப் பார்த்துச் சிரித்தார்.

மூன்றாண்டுகளின் இறுதிக் கட்டத்தில்தான் அவன் உடல் நலமிழந்தான். காலையில் எழுந்ததும் இருமித் துப்பிய சளி மோசமாக வீசியது. மதியமானால் காய்ச்சல் அடித்தது. சாப்பாட்டுக்கு முன் உட்கார்ந்தவுடன் குமட்டியது. இரண்டு வாய் வைத்ததும் ஓடிப்போய் கொல்லையில் வாந்தியெடுத்தான். 'சாப்பாட்டைப் பார்த்தவுடனே குமட்டினா உடம்பு எப்படி தேறும்' என்று அம்மா திட்டினார். இந்தப் படுத்தல்கள் எதுவும் அவன் உற்சாகத்துக்கு ஊறு விளைவிக்கவில்லை. அப்போதும் அவன் சனி-ஞாயிறுகளில் ஜோசப் திரையரங்குக்குப் பக்கத்திலுள்ள திடலுக்கு சூடாமணியோடு கபடி விளையாடப் போனான். சூடாமணி, அவர்கள் வசிக்கும் தெருவுக்கு அடுத்த தெருவில் வசித்தான். வசதியற்ற குடும்பம். படிப்பு, விளையாட்டு எதிலும் அவனுக்கு சாமர்த்தியம் போதாது. தூத்துக்குடியில் அவனுக்குத் தெரியாத இடமே கிடையாது என்பதுதான் அவனுடைய ஒரே திறமை. அந்நகரின் இண்டு இடுக்குகளை சூடாமணிதான் அவனுக்குக் காட்டிக் கொடுத்தான். அவன் வயதேயான சூடாமணி முனிசிபல் பள்ளிக்கூடத்தில் எட்டாவது படித்தான். பள்ளிக்கூடம் விட்டதும் வீட்டில் பையைப் போட்டு விட்டு இவனைப் பார்க்க வந்துவிடுவான். செஸ், கேரம், கபடி, கிரிக்கெட் என இவன் விளையாடும் போதெல்லாம் கூடவே இருப்பதில்தான் அவன் தன் அடையாளத்தைத் தக்கவைத்துக் கொண்டிருந்தான். கபடி விளையாடும்போது இவன் கழற்றிக் கொடுத்த சட்டையை மடியில் வைத்துக்கொண்டு உட்கார்ந்திருப்பான்.

அவன் தன் உடல் நிலையைச் சாதாரணமாக எடுத்துக்கொண்டது போல் அவன் வீட்டாரும் பலஹீனம் என்றே எடுத்துக்கொண்டனர். ஒருமுறை ஊரிலிருந்து மாமாவும் அத்தையும் வந்திருந்தார்கள். ஒரு நாள் மாலை அவர்களோடு அவன் கடற்கரைக்குப் போனான். சிறிது நேரத்திலேயே கடற்காற்று அவன் உடலைத் துளைக்கத் தொடங்கியது. தாள முடியாத குளிரில் உடல் வெடவெடத்தது. உடலில் சூடு இருப்பதைக் கவனித்த அத்தை உடனே வீட்டுக்குக் கிளம்பினார்கள். கடல் காற்றிலிருந்து விலகி வந்ததும் அவன் உடல் ஆசுவாசம் அடைந்தது. அப்பா வீட்டுக்கு வந்திருக்கவில்லை. அவர்கள் குடும்பத்துக்கு வழக்கமாகப் பார்க்கும் டாக்டரிடம் அண்ணன் அழைத்துப் போனது. அவர் காய்ச்சல், சளிக்கு ஊசி போட்டு மருந்து மாத்திரைகள் எழுதிக் கொடுத்தார். அவன்

கடற்கரையிலிருந்த அந்த ஒரு முறைதான் மிகவும் கஷ்டப்பட்டுப் போனான். மற்றபடி, மதியம் பள்ளிக்கூடத்திலிருக்கும்போது மட்டும் உடல் லேசாக வாட்டம் கொள்வதையும், வெதுவெதுப்படைவதையும் உணர்ந்தான். அப்போது இந்தியாவுக்கும் இங்கிலாந்துக்குமிடையே கிரிக்கெட் தொடர் இந்தியாவில் நடந்துகொண்டிருந்தது. வானொலி வர்ணனை கேட்பதற்காக பெரிய வகுப்பு பையன்கள் சிலராவது லீவு போட்டுவிட்டு வீட்டில் இருப்பார்கள். எஸ்.எஸ்.எல்.சி. படிக்கும் நாராயணன் கிரிக்கெட் தொடரின்போது பள்ளிக்கூடம் வரமாட்டான். அவன் அதற்கான அனுமதியை வீட்டில் எப்படிப் பெறுகிறான் என்பது என்றென்றைக்குமான பெரும் புதிர். நாராயணன் பள்ளி கபடி டீமில் முக்கிய புள்ளி. உடும்புப்பிடி நாராயணன் என்று அவனுக்குச் செல்லப் பெயர். ஜூனியர் டீமில் இவனுக்கிருந்த முக்கியத்துவம் பெரிய பையன்கள் பலரின் அன்பையும் நெருக்கத்தையும் இவனுக்குப் பெற்றுத் தந்திருந்தது. இவன் மதியம் வகுப்பு நடக்கும் போது இருமத் தொடங்கி, தனக்குக் காய்ச்சல் அடிப்பதை ஆசிரியரிடம் சொல்லி அனுமதி பெற்று பள்ளியிலிருந்து இரண்டு தெரு தள்ளியிருந்த நாராயணன் வீட்டுக்கு ஓடுவான். அவசரத்துக்குப் பயன்படும் ஒரு சௌகரியமாகத்தான் உடல் நிலை அவனுக்கு அப்போது இருந்தது.

இந்தச் சந்தர்ப்பத்தில்தான் ஒரு நாள் மாலை தன் அப்பாவோடு ஏதோ ஒரு விஷயமாக வெளியே போனான். அவனும் அப்பாவும் இந்தியா காபி ஹவுஸில் டிபன் சாப்பிட்டுக் கொண்டிருந்தபோது அப்பாவின் நண்பர் ஒருவர் அப்பாவைப் பார்த்துவிட்டு அவர்களுக்கு எதிரில் வந்து உட்கார்ந்தார். அவர் கிறிஸ்தவ மிஷனரி மருத்துவமனையில் டெக்னீஷியனாக இருப்பதைப் பின்னர் அப்பா சொல்ல அவன் தெரிந்துகொண்டான். அவனைப் பார்த்துவிட்டு, 'என்ன ஒரேடியா மெலிஞ்சிருக்கான்' என்று அவர் அப்பாவிடம் கேட்டார். 'ஒரே இருமல், சளி, சரியாகவும் சாப்பிடறதில்லை' என்றார் அப்பா. அப்பாவின் நண்பர் காபி குடித்தபடி அவனிடம் கேள்விகள் கேட்டார். காலையில் இருமித் துப்பும் சளி கெட்ட நாத்தம் அடிப்பதையும் மதியமானால் காய்ச்சல் வருவதையும் அவர் தெரிந்துகொண்டார். நாளைக்கே மிஷன் ஆஸ்பத்திரிக்குக் கூட்டி வரும்படியும் தாமதிக்க வேண்டாம் என்றும் சொன்னார். குரலில் கண்டிப்பும் அவசரமும் இருந்ததை அவனால் உணரமுடிந்தது.

அடுத்த நாள் காலை மிஷன் ஆஸ்பத்திரிக்கு அப்பாவோடு போனான். முதலில் எக்ஸ்ரே எடுத்தார்கள். அதன் பிறகு மூன்று படுக்கைகள் கொண்ட ஒரு அறையில் வாசலோரமாக இருந்த படுக்கையில் அவனைப் படுத்திருக்கும்படி சொன்னார்கள். அதன் பிறகு அப்பா,

ஆபிஸ் போய்விட்டு சீக்கிரம் வந்துவிடுவதாகவும் இடையிடையே மாமா வந்து பார்த்துக்கொள்வார் என்றும் சொல்லிவிட்டுப் போனார். அவன் தலையசைத்தான். அதன்பின் ஒரு நர்ஸ் வந்து, என்ன பேர், என்ன படிக்கிறாய் என்றெல்லாம் கேட்டபடி ஒரு கோப்பையில் சளி துப்பச் சொல்லி எடுத்துக்கொண்டு போனார். திரும்ப வந்து முழங்கையின் மேல்பகுதியில் தெரிந்த வெளிர் பச்சை நரம்பில் ஊசி குத்தி ரத்தம் எடுத்துக்கொண்டு போனார். பக்கத்துப் படுக்கையில் இருந்த கிட்டத்தட்ட ஐம்பது வயதானவர், 'என்ன தம்பி, டி.பி.யா' என்றார். 'இல்லை, சளி இருக்கு. ரொம்ப மெலிஞ்சுட்டே வர்றேன். அதுதான்' என்றான் அவன்.

அவனுடைய அப்பா திரும்ப வந்தபோது அவன் தூங்கி விட்டிருந்தான். சாயந்தரமாக அவன் விழித்தபோது அப்பா படுக்கைக்குப் பக்கத்தில் ஸ்டூலில் உட்கார்ந்திருந்தார். அவனுக்குப் பிடித்தமான சிகரெட் வாசனை அவரிடமிருந்து வந்தது. அப்பா அவனுக்கு ஓவல் போட்டுக் கொடுத்தார். வாந்தி எடுத்துவிடக் கூடாதே என்ற பயத்துடன் கொஞ்சம் கொஞ்சமாகக் குடித்து முடித்தான். அதன்பின் டாக்டரைப் பார்த்துவிட்டு வருவதாகச் சொல்லிவிட்டுப் போன அப்பா ரொம்ப நேரத்துக்கு வரவில்லை. இடையில் அந்த மாமா மட்டும் ஒருமுறை வந்து, 'அப்பா இப்ப வந்திருவாங்க' என்று சொல்லிவிட்டுப் போனார். 4.30 மணி போல் போன அப்பா 7 மணிக்கு மேல்தான் வந்தார். அப்பா அவன் பக்கத்தில் உட்கார்ந்தபோது சிகரெட் வாசனை அடித்தது. காலையில் டாய்லெட் போகும்போது ஒன்று, பின் ஒவ்வொரு வேளை சாப்பாட்டுக்குப் பின்னும் ஒன்று என்றுதான் அப்பா சிகரெட் குடிப்பார். இடையில் சிகரெட் குடிப்பது அபூர்வம். இப்போது அவரிடமிருந்து வந்த சிகரெட் வாசனை அவனுக்குப் பிடிக்கவில்லை.

'இங்கே எல்லாம் பாத்தாச்சுப்பா. ஒண்ணுமில்லை. இனி நம்ம டாக்ரிடம் பாத்துக்கலாம்' என்றார் அப்பா. அவன் கிளம்பினான். அப்பாவின் புது ஸ்கூட்டர் பக்கத்தில் அவன் நின்றபோது 'டாக்ஸி வந்திருக்கு, அதில் போகலாம்' என்றார். டாக்ஸியில் அவன் உட்கார்ந்ததும், 'மாமாட்ட சொல்லிட்டு வர்றேன்' என்று சொல்லிவிட்டுப் போனார் அப்பா. வரும்போது இருவரும் சேர்ந்து வந்தார்கள். மாமா குனிந்து அவனைப் பார்த்துச் சிரித்துக்கொண்டே வலது கையை நீட்டி அவனது கையைப் பிடித்துக் குலுக்கினார். அவன் வெட்கத்தால் குனிந்துகொண்டான். ஒருவர் அவன் கையைப் பிடித்துக் குலுக்குவது அதுதான் முதல் முறை. அந்தக் கணத்தில் என்றென்றைக்குமாக அவன் மனதில் அவர் இடம் பிடித்தார். அப்பா

காருக்குள் உட்கார்ந்து கதவை மூடியதும் அந்த மாமா அவனைப் பார்த்துக் கையசைத்தார். அவனும் தலையை முன்னுக்குக் கொண்டு வந்து குனிந்திருந்த அவர் முகத்தைப் பார்த்துக் கையசைத்தான்.

டாக்ஸியில் போய்க்கொண்டிருந்தபோது காற்று புகத் தொடங்கியதும் அப்பா கண்ணாடிகளை மூடினார். டாக்டர் வீட்டு மாடியில் அவனுக்கென்று ஒரு அறை ஒதுக்கியிருப்பதாகவும், அவனுக்கு உடம்பு நன்றாகக் குணமாகும் வரை அவன் சில நாட்கள் அங்குதான் இருக்க வேண்டுமென்றும் அப்பா சொன்னார். இதைச் சொல்ல அப்பா மிகவும் சிரமப்பட்டது அவனுக்கு ஆச்சரியம் தந்தது. அதற்கென்ன சரிப்பா என்பது போல் தலையசைத்தான்.

அடுத்த இரண்டு மாதங்கள் அவன் அங்கு தங்கினான். தினசரி ஊசி, மருந்து, மாத்திரைகள், சிக்கன் எசென்ஸ் கலந்த பால், அபரிமிதமான ஊட்டச்சத்து உணவுகள் அவன் நெஞ்சை அரித்திருந்த கபத்தைக் கரைத்து ஆளைக் கொழுகொழுவென ஆக்கின. அவன் அங்கிருந்த போது விசாலமான அந்த அறையில் ஒரு தடுப்பு உருவாகியது. விபத்தில் கால் முறிந்த ஒருவர் அதில் சில நாட்கள் தங்கினார். அவன் அங்கிருந்த நாட்களில் மூன்று பேர் சில சில நாட்கள் அந்த அறையில் தங்கினார்கள். வீட்டின் முன்பகுதியில் கிளினிக் வைத்துக்கொண்டு பின்பகுதியில் குடியிருந்த டாக்டரின் கிளினிக் இப்போது மருத்துவமனையாக விரிவடையத் தொடங்கியது.

அவன் வீட்டுக்குப் போனபோது மொட்டை மாடியில் அவனுக்கென்று ஒரு அறை உருவாகியிருந்தது. ஒரு நாள் விட்டு ஒரு நாள் டாக்டரைப் பார்த்து ஊசி போட்டுக்கொள்வதற்காக படி இறங்கி ஏறுவதைத் தவிர அடுத்த இரண்டு மாதங்கள் அந்த அறையிலேயே அவன் இருப்பு அமைந்தது. வீட்டுக்கு வந்த பின்னர்தான் அவனைப் பார்க்க உறவினர்கள் வந்தார்கள். புதிதாகக் கல்யாணமாகியிருந்த சித்தப்பா சித்தி வந்து சில நாட்கள் தங்கியிருந்தார்கள். அவர்கள் பகலில் பெரும்பாலும் அவன் அறையில் இருந்தார்கள். அவன் செத்துப் பிழைத்த விஷயம் அவர்கள் சொல்லித்தான் அவனுக்குத் தெரிய வந்தது.

நோய் மிக மோசமாக முற்றிவிட்டிருப்பதால் இனி பிழைப்பது கடினமென்றும், குறிப்பாக, டி. பி. நோயாளியைத் தங்க வைத்து சிகிச்சை அளிக்க இயலாதென்றும், வேண்டுமானால் டி. பி. ஆஸ்பத்திரிக்குக் கொண்டு போங்கள் என்றும் மிஷன் ஆஸ்பத்திரியில் சொல்லியிருக்கிறார்கள். என்ன செய்வதென்று திகைத்த அப்பா குடும்ப டாக்டரைப் பார்த்து விவரம் கூறியிருக்கிறார். என்னிடம் விட்டு விட்டுப் போங்கள். நம்மால் முடிந்ததைச் செய்வோம். அதற்கு மேல்

கடவுள் விட்ட வழி என்று மாடி அறையில் ஒரு படுக்கை போட்டு ஒரு நர்ஸையும் டாக்டர் ஏற்பாடு செய்திருக்கிறார். என்னை டாக்டர் வீட்டு மாடியில் விட்டுவிட்டு வந்த அப்பா, அம்மாவிடம் சொன்னபோது கேவிக் கேவி அழுதாராம். இவ்வளவு வருட வாழ்க்கையில் அப்பா அழுததை அம்மா அன்றுதான் முதல் முறையாகப் பார்த்திருக்கிறார்கள். இறந்து போயிருந்தால் தான் எப்படி இல்லாமல் போயிருந்திருப்போம் என்று அவன் யோசிக்க ஆரம்பித்தான். எப்போதைக்குமாக உலகில் ஒருவர் இல்லாமல் போய் விடுவதென்பது அவனால் புரிந்துகொள்ள முடியாததாகவும் அச்சுறுத்துவதாகவும் அமைந்தது. அவன் விரைவில் குணமடையவும், நோய் மீண்டும் தாக்காமலிருக்கவும் கடல் இல்லாத ஊருக்குப் போவது நல்லது என்று அவனுடைய அப்பா மதுரைக்கு மாற்றல் வாங்கிக்கொண்டார்.

தமிழாசிரியர் ராசாமணி திருக்குறள் எடுத்துக்கொண்டிருந்தார். மார்க்ஸும் திருவள்ளுவரும், நேருவும் காந்தியும் போல் பரஸ்பரம் நட்பும் மரியாதையும் பாராட்டிக் கொண்டிருந்தார்கள். அப்பாவின் மரணம் பற்றிய பீதி அர்த்தமற்றது என்பதற்கான வாதங்களை எழுப்பும் முயற்சியில் அவன் பலஹீனப்பட்டுக் கொண்டிருந்தான். மரணம் அவன் அப்பாவை நாற்காலியில் இருத்தியிருக்க, அழுகைகளும் கேவல்களும் வீட்டைச் சூழ்ந்து வீடே அல்லோலகல்லோலப்பட்டுக் கொண்டிருக்கும் காட்சி விரிந்தது. எந்த நேரத்திலும் அவன் அழத் தொடங்கிவிடக் கூடுமென பயந்தான்.

பள்ளி முடிந்ததற்கான மணி அடித்தபோது ஏதோ ஒரு சக்தி அவனைத் தூக்கி நிறுத்தியது போல் எழுந்து நின்றான். எழுந்த வேகத்திலேயே சுயநினைவு பெற்றவனாக உட்கார்ந்துவிட்டான். ராசாமணி ஐயா பேச்சை நிறுத்தினார். வகுப்பு உறைந்துவிட்டிருந்தது. அவன் தலை குனிந்திருந்தான். பிற வகுப்புப் பையன்கள் சரசரவென்று கிளம்பும் சத்தம் அந்த அமைதியில் தூக்கலாகக் கேட்டது. மணி அடித்ததும் ராசாமணி ஐயா வகுப்பை முடித்ததாகச் சரித்திரமில்லை. அடுத்த வகுப்பு ஆசிரியர் வந்து எட்டிப் பார்த்துவிட்டு சில நிமிடங்களாவது வாசலில் காத்திருந்த பின்னரே முடிப்பார். அதுவே கடைசி வகுப்பு என்றால் கூடுதல் அவகாசம் எடுத்துக்கொள்வார். அவன் அப்படி நடந்துகொண்டதற்கு, 'என்னய்யா, ரொம்ப அவசரமாய்யா. ஐந்து நிமிடம் கழித்துச் சாப்பிடுவதால் உயிர் போய் விடாதுய்யா' என்றுதான் அவர் சாதாரணமாகச் சொல்லியிருப்பார். ஆனால், எதுவுமே நடக்காதது போல் அவர் வகுப்பைத் தொடர்ந்தார். அவன் அவரை நிமிர்ந்து பார்த்தபோது அழுதுவிடுவான் போலிருந்தது.

அந்த அதிகாரத்தில் எஞ்சியிருந்த குறள்களை வாசித்து சுருக்கமான விளக்கமும் கொடுத்துவிட்டுப் புத்தகத்தை மூடினார். அவர் அவனைத் தன் அறையில் வந்து பார்க்கச் சொல்லக் கூடுமென, கலங்கிய கண்களின் மருட்சியோடு அவரைப் பார்த்தான். அவனைப் பார்த்து லேசாகச் சிரித்தபடி, 'போகலாம்யா' என்று சொல்லிவிட்டுக் கிளம்பினார். பையைத் தோளில் மாட்டிக்கொண்டு எவ்வித அவசரமும் பதற்றமும் இல்லாதவனைப் போல பள்ளிக்கூட வாசலை விட்டு இறங்கினான்.

தன் தவறுக்காக ராசாமணி ஐயாவைப் பார்த்து மன்னிப்பு கேட்டிருக்க வேண்டும் என்று தோன்றியது. அப்படிச் செய்யாமல் வருவது உறுத்தியது. சாதாரண சமயமாக இருந்தால் அவன் அப்படிச் செய்திருப்பான் என்று சமாதானம் சொல்லிக்கொண்டான். மேலும், சாதாரணமாக இருந்திருந்தால் அந்தத் தவறையே அவன் செய்திருக்க மாட்டான் என்பது மட்டுமல்ல; அவர் எவ்வளவு நேரம் வகுப்பை நீடித்தாலும் அது அவனுக்கு சந்தோஷமானதாகத்தான் இருந்திருக்கும். அப்பாவின் மரணம் அழுத்திக்கொண்டிருக்கும் சோகத்தில் இது அப்படியொன்றும் பெரிதுபடுத்தக் கூடியதல்ல. மேலும், நிச்சயம் அவரைப் பார்த்தால் அவன் அழுதுவிடுவான். அவனுடைய மனப்பிராந்தியத்தில் உறைந்திருக்கும் பீதியை அவன் சொல்லிவிடக் கூடும். அவருடைய அறிவுலகம் அதை எள்ளலுக்குரியதாக எடுத்துக்கொள்ளவே வாய்ப்பு அதிகம். பரிகாசத்தைப் பதுக்கி வைத்துக்கொண்டு வெளிவரக்கூடிய அர்த்தமற்ற சமாதானங்களுக்கு இடமளிப்பதாக ஆகிவிடும். எல்லாவற்றையும் விட அவன் எவ்வளவு சீக்கிரம் வீட்டுக்குப் போய்விட முடியுமோ அவ்வளவு சீக்கிரமாக வீட்டுக்குப் போய்ச் சேர்ந்துவிடுவதுதான் நல்லது.

அண்ணன் தன்னை அழைத்துக் கொண்டு போக வந்து கொண்டிருக்கும் என்று அவன் மனம் சாத்தானின் வார்த்தை வலைக்குள் மீண்டும் விழுந்து துடித்தது. பள்ளிக்கூடச் சந்து தாண்டி பிரதான சாலையை அடைந்ததும் கண்ணுக்கெட்டிய தூரம் வரை பார்வையைச் செலுத்தினான். அண்ணன் வரவில்லை. எண்ணத்தின் பிடியை உதறி எறிந்து விடுவது போல் தலையை உலுக்கிக்கொண்டான்.

மதுரை வந்து மூன்று மாதங்களுக்கு மேலாகியும் நண்பர்கள் அமையாததற்கு அவன் இப்போது வருத்தப்பட்டான். சூடாமணி உடனிருந்தால் எத்தகைய மோசமான தருணத்தையும் அவனால் எதிர்கொண்டு விட முடியும். சூடாமணியிடமிருந்து இரண்டாவது கடிதம் வந்து ஒரு வாரத்துக்கும் மேலாகிவிட்டது. தூத்துக்குடிக்குப் பக்கத்திலுள்ள காசநோய் மருத்துவமனையிலிருந்து அவன் தன் முதல் கடிதத்தை எழுதியிருந்தான். தனக்கு டி.பி. இருப்பதாகவும்,

தூத்துக்குடியில் பார்த்த டாக்டர், செலவு செய்ய அவர்களுக்கு வசதி இல்லாததால் அவனை இங்கு சேர்க்கச் சொல்லிவிட்டார் என்றும் எழுதியிருந்தான். அது கிடைத்த நான்கைந்து நாட்களிலேயே இவன் பதில் எழுதிப் போட்டுவிட்டான். ஆனால் அதற்கே முதல் கடிதத்துக்குச் செய்ததைப் போல் தாமதப்படுத்தாமல் உடனே பதில் எழுது என்று எழுதியிருந்தான். மேலும் அந்தக் கடிதத்தை எழுதும்போது டாக்டர் வந்ததாகவும், உடம்பு சரியாகி வீட்டுக்குப் போன பிறகு எழுது, இப்போது நன்றாக ஓய்வெடு என்று சொல்லிவிட்டுப் போனதாகவும், ஆனால் உனக்கு எழுதாமல் இருக்க முடியாது என்பதால் எழுதுகிறேன் என்றும் குறிப்பிட்டிருந்தான். அவனுடைய கடித வரிகளை நினைக்கும் போதெல்லாம் மனம் முதலில் கனத்தாலும் பின் மெல்லக் கசிந்து அன்பின் விசகாசம் மனதில் விரிய நட்பின் இதமான வெளியில் அது சுகமாக சஞ்சரிக்கத் தொடங்கிவிடுவதை அவன் உணர்ந்தான். அந்தக் கடிதத்துக்கான பதிலைக் கடிதம் வந்த அன்றிரவே படுக்கையில் படுத்தபடி கண்களிலிருந்து நீர் கசிந்துகொண்டிருக்க மனதிற்குள் எழுதிவிட்டான். மனதில் எழுதிய பதிலை அப்போது மீண்டும் நினைவுக்குக் கொண்டுவர முயற்சித்தபடி நடந்தான். வார்த்தைக் கோவைகளின் நூல் அறுப்பட்டு வார்த்தைகள் சிதறி ஓடிவிட்டிருந்தன. அவனை அறியாமலேயே அப்பாவின் மரணத்தைத் தெரியப்படுத்தும் வரிகளை மனம் எழுதியது.

போலீஸ் பீட் கடந்ததும் அவன் எப்போதாவது தேன்மிட்டாய் வாங்கும் பெட்டிக்கடை முன் நின்றான். உடல் நிலை மோசமாகி தேறிய பிறகு, அப்பா சொன்னதை மீறி அவன் செய்த ஒரே காரியம் தேன் மிட்டாய் வாங்குவதுதான். ஒவ்வொரு நாளும் சாயந்தரம் பள்ளிக்கூடம் விட்டு வந்ததும் அம்மாவிடம் ரூபாய் வாங்கிக்கொண்டு முருக விலாஸில் போய் கோதுமை அல்வாவும், சப்பாத்தியும் சாப்பிட வேண்டும். வீட்டுக்கு வந்து அம்மா தரும் ஓவலைக் குடிக்க வேண்டும். இடையில் கண்டதையும் வாங்கிச் சாப்பிடக் கூடாது என்று அப்பா சொல்லியிருந்தார். பெட்டிக் கடையிலிருந்து பார்த்தால் வீட்டுச் சந்து முனைவரை நன்றாகத் தெரியும். அண்ணனின் சைக்கிள் தெரியவில்லை. அண்ணன் தன்னைக் கவனியாது கடந்து போயிருக்குமோ என்று திரும்பிப் பார்த்தான். பெட்டிக்கடையில் ஒரு இன்லாண்டு கடிதம் வாங்கிப் பைக்குள் வைத்துக்கொண்டு நடக்கத் தொடங்கினான். கண்களில் நீர் முட்டியது. கண்ணுக்குள்ளேயே அதை விழுங்கிவிடப் பிரயாசைப்பட்டான். வீட்டுக்கு முன் பந்தல் போடப்பட்டு பெஞ்சில் ஆட்கள் உட்கார்ந்திருப்பதான தோற்றம் விரிந்தது. செருப்பைச் சரசரவென்று தேய்த்தபடி முகம் நிமிராமல்

நடந்தான். இடது கையின் புறங்கையால் வலது கன்னத்திலும், உள்ளங்கையால் இடது கன்னத்திலும் துடைத்துக் கொண்டபோது குதிகாலால் தரையைத் தட்டிப் பெரிதாகச் சத்தம் எழுப்பினான்.

வீட்டுச் சந்துக்குள் நுழைந்தபோது ஒருமுறை தலையை உலுக்கியபடி சுதாரித்துக்கொண்டான். தன் முகம் பார்த்து இரக்கம் கொள்ள வாசல்களில் காத்திருக்கும் எவர் மீதும் தன் பார்வை பட்டுவிடக் கூடாது என்பதுபோல் முகம் தூக்காமல் நடந்தான். வளைவான அந்தச் சந்தின் பாதியில் இருக்கும் குழாயடியை நெருங்கியதும் முகத்தை நிமிர்த்தாமல் கண்களை மட்டும் உயர்த்தி வீட்டைப் பார்த்தான்.

வீட்டின் முன்தோற்றம் இயல்பாக இருந்தது. அசாதாரணம் வீட்டினுள் இருப்பதாக எண்ணினான். வீட்டை நெருங்கி விட்டான். அழுகைச் சத்தம் ஏதுமில்லை. வீட்டுப் படியேறிக் கதவின் மீது கை வைத்தான். கதவு திறந்துகொண்டது. பையை வழக்கமாகத் தொங்கவிடும் ஆணியில் போட்டான். சமையலறையில் அம்மாவின் முதுகு தெரிந்தது. அம்மா அடுப்பில் ஏதோ வேலையாய் இருந்தார்கள். கீற்று வேயப்பட்ட மாடிக்குப் போய் இடது முழங்கை மடிப்பில் கண்களை அழுத்திக்கொண்டு சத்தம் வராமல் அழுதான். விபரீதமான எண்ணமும் அதன் கற்பிதத் தோற்றங்களும் தன்னை ஆக்ரமித்துப் பேயாட்டம் போடத் தன்னை ஒப்புக் கொடுத்துவிட்டு இருந்ததற்காக அருவருப்படைந்தான். தன்னை மிக மோசமாகத் தண்டித்துக்கொள்ள வேண்டுமென்று விரும்பினான். ஆனால், அப்படியாக என்ன செய்வதென்று அவனுக்குத் தெரியவில்லை. அம்மா ஏதும் நினைத்துக்கொண்டு விடக்கூடாதே என்று கீழே இறங்கினான். கிணற்றில் நீர் இறைத்து கால், கை , முகம் கழுவினான். சமையல் கட்டுக்குப் போய் சாப்பிட உட்கார்ந்தான். அம்மாவின் முகம் பார்ப்பதைத் தவிர்த்தான். அம்மா சாப்பாடு போட்டு விட்டு அவன் பக்கத்திலேயே உட்கார்ந்து கொண்டார்கள். அவன் சாப்பாட்டை அளையத் தொடங்கி சில வாய் சாப்பிட்டிருந்த போது, ‘சூடாமணி செத்துட்டானாம்பா. அவங்க அண்ணன் தந்தி கொடுத்திருக்கு’ என்றார் அம்மா.

(இந்தியா டுடே, செப்டம்பர் 1994)

## மருதாயிக் கிழவியின் காகிதப் பைகள்

மருதாயிக் கிழவியின் உடல் பாயில் சுருட்டப்பட்டு காரின் டிக்கியில் வைக்கப்பட்டது. சிறுத்த குள்ள உடல் வெகு சிரமம் தராமல் அதனுள் பொருந்திக்கொண்டது. அண்ணனும் நானும் முன் இருக்கையில் அப்பாவுடன் அமர்ந்துகொள்ள பின் இருக்கையில் தம்பிகளும் தங்கையும் அம்மாவுடன் உட்கார்ந்துகொண்டார்கள். வண்டியை எடுக்கலாமா என்ற பாவனையில் நாயுடு அப்பாவைப் பார்த்தார். அம்மாவின் சிநேகிதியான பக்கத்து வீட்டு அத்தை அம்மாவுடன் இன்னமும் ஏதோ பேசிக்கொண்டிருந்தார். அப்பா தோளைச் சரித்து முகத்தைத் திருப்பி, 'கிளம்பலாமா' என்று அம்மாவிடம் கேட்டபோது நானும் திரும்பினேன். அம்மா தலையசைத்துவிட்டுச் சுற்றியிருந்தவர்களைக் கும்பிட்டார். கண்களில் நீர் கோத்திருந்தது. சோகச் சாயலையும் மேவி முழு நிறைவில் பொலிவுற்றிருந்தது அம்மாவின் முகம். மருதாயிக் கிழவியின் கடைசி நாட்களைக் கோலாகலமாகக் கொண்டாட விரும்பிய அம்மாவின் ஆசை இந்தக் கார் பயணத்தின் மூலம் பூர்த்தியின் விளிம்பைத் தொட்டு விட்டிருந்தது.

மருதாயிக் கிழவி முடியாமலிருப்பதாகவும் ஒண்டியாகச் சிரமப்படுவதாகவும் ரொம்ப நாள் தாங்காதென்றும் தகவல் வந்தபோது அம்மா அவரை அழைத்து வந்து கடைசி நாட்களில் சீராட்ட விரும்பினார். அப்போதே காரில் போய் கூட்டி வரத்தான் அம்மாவுக்கு உள்ளூர ஆசை. அப்பாகூட, 'வாடகைக்குப் போயிருக்கிற கார் நாளைக்கு வந்திரும், வேண்ணா எடுத்துட்டுப் போயேன்' என்று சீண்டிப் பார்த்தார். 'இதுக்கு எதுக்குக் காரும் மோரும், வந்தப்பறம் அத நாலு எடத்துக்குக் கூட்டிட்டுப் போனாப் போதும்' என்று சமாளித்துவிட்டார் அம்மா.

பாட்டி வந்து சேர்ந்தபோது அக்கம்பக்கத்தாருக்கு அவர் அதிசயமானார். கறுத்துச் சிறுத்த குள்ள உடலில் முதிர்ந்து காய்ந்த மரப்பட்டையின் செதில்களாயிருந்த தோல் சுருக்கங்களில் வயது

குடியிருந்தது. அவர் அம்மாவுக்குத்தான் பாட்டி (அம்மாவைப் பெத்த அம்மாவுடைய அம்மா). ஆனாலும் அம்மா அவரை ஆத்தா என்பார். நாங்கள் பாட்டி என்போம். பாட்டிக்கு அப்போது 100 வயசுக்குக் குறையாது. பாட்டியின் வயதை அக்கம்பக்கத்தாரிடம் அம்மா விவரிக்கும் விதமே அலாதி. அம்மா அப்போது தன் 7 குழந்தைகளையும் பெற்றுவிட்டிருந்தார். ‘மூத்தவனுக்கு வயசு இப்போ 19. அவன் பிறந்தபோது எனக்கு 20 வயசிருக்கும். ஆக இப்போ எனக்கு வயசு 40. அம்மாவைப் பெத்த அம்மாவுக்கு அம்மாதான் கடைசி. மூன்றாவதாக அம்மாவைப் பெத்துப் போட்டுவிட்டு அவர் போய்ச் சேர்ந்துவிட்டார். அப்போ அதுக்கு 30 வயசுக்குக் குறையாது. அது இருந்திருந்தா இப்போ அதுக்கு எப்படியும் 70 வயசிருக்கும். அதோட அம்மாதான் இந்த மருதாயிக் கிழவி. அம்மாவுடைய அப்பா இன்னொரு கல்யாணம் செய்து கொண்ட வகையில் ஏதோ பிணக்குப் பட்டுக்கொண்டு கிழவிதான் தன்னையும் இரு அண்ணன்மார்களையும் வளத்து ஆளாக்கியது. அம்மாவோட அம்மாதான் மருதாயிக் கிழவிக்குக் கடைசி. அது வயத்துல இருக்கும் போதுதான் கிடைக்குத் தொலையூர் போன கிழவியின் புருஷன் ஏதோ பொம்பள தகராறுல வெட்டுப்பட்டுச் செத்துப் போனார். அப்போ மருதாயிக்கிழவிக்கு 30, 35 வயசிருக்கலாம். ஊர்ல எவ்வளவோ சொல்லியும் மறுபடியும் வாக்கப்பட மாட்டேனுடுச்சாம். எப்படிப் பாத்தாலும் இப்ப அதுக்கு 100 வயசுக்குக் குறையாது, என்பார் அம்மா. இதே கணக்கை அப்பாவுடன் வேலை பார்க்கும் சுந்தரம் இன்ஸ்பெக்டர் மனைவியிடம் சொன்னபோது, கிழவியின் புருஷன் பாம்பு கடித்துச் செத்துப் போனதாகச் சொன்னார். அம்மாவிடம் இது பற்றிக் கேட்டேன். அந்தப் பொம்பளைக்குக் கெடைக்குப் போறதுனா என்னனு தெரியாது. அத வேற வெளக்கமாச் சொல்லணும். அதான் அப்படிச் சொன்னேன்’ என்றவர், கூடவே, வர்றவங்க போறவங்க கிட்ட என்ன பேசறேனு வாயப் பாத்துக்கிட்டிருக்காம படிக்கிறதப் பாரு’ என்றார்.

நூறு வயசுக்குக் குறையாத பாட்டிக்குப் பார்வை இருந்தது. கத்திப் பேச வேண்டிய அவசியமிருக்கவில்லை. கறி மெல்ல முடிந்தது. பாட்டி இருந்த நாட்களில் அம்மா அடுப்படியைக் கொண்டாடினார். பல முறை பிரியாணி செய்தார். முதல் முறை அம்மா பாட்டிக்குப் பிரியாணி கொடுத்தபோது, ‘இது என்னாத்தா’ என்று கேட்டார் பாட்டி. இதுதான் பாட்டி பிரியும் ஆணியும்’ என்றேன் நான். பாட்டிக்கு அந்த சம்பவம் நினைவிலிருந்து நழுவிப்போயிருக்க வேண்டும். மலங்க விழித்தார். ‘சும்மா இர்ரா’ என்று சிரித்தபடியே அதட்டினார் அம்மா.

ஒவ்வொரு தேர்வு விடுமுறையின் போதும் தேர்வு முடிந்த மறுநாள் கிராமத்துக்கு பஸ் ஏறிவிடுவேன். ஊரில் பல வீடு நெருங்கிய சொந்தம் என்றாலும் தனியாக இருக்கும் பாட்டியுடன்தான் தங்குவேன். அதுதான் எங்கள் வீடு என்பதாக இருந்தது. நெருங்கிய உறவினர்கள் வீட்டுக்குப் பாட்டி போவதே இல்லை. தூரத்து உறவைத்தான் கொஞ்சமாவது எட்டிப் பார்க்கும். யாரையும் அண்டாத கிழவி என்று பாட்டிக்குப் பேர் இருந்தது. அதே சமயம் யார் பற்றியும் பாட்டி புகார் சொல்லி நான் கேட்டதே இல்லை. மற்றவர்கள்தான், கிழவி என்ன சொல்லுதுப்பு என்று சீண்டுவார்கள். நான் இடையிடையே சித்தப்பா வீடு, மாமா வீடு, தாத்தா வீடு என்று அவர்கள் சாப்பிடக் கூப்பிடும் போது பாட்டியிடம் சொல்லிவிட்டுப் போவேன். ‘போயிட்டு வாப்பு’ என்று சகஜமாகச் சொல்வார் பாட்டி. அழகம்மாதான் பாட்டிக்கு ஒத்தாசை. அம்மா ஊருக்கு வரும்போதெல்லாம் அழகம்மாவுக்குச் சேலையும் அவர் குழந்தைகளுக்கு இனிப்பும் வாங்கி வருவார். ஒருமுறை பாட்டி, ‘என்னப்பு வேணும்’ என்று சமையல் பண்ணக் கேட்டபோது, ‘பிரியாணி பாட்டி’ என்றேன் கேலியாக. ‘என்னாப்பு’ என்று மீண்டும் கேட்டார். ஏதோ ஒரு காரியமாக அச்சமயம் அங்கிருந்த ஆட்டுப்பால்கார தாத்தா, ‘பேராண்டிக்குப் பிரியாணி வேணுமாம். படப்புலருந்து கொஞ்சம் பிரியும் அப்படியே நாலஞ்சு ஆணியும் இருந்தாக் குடு கௌவி’ என்றார். நான் சிரித்தேன். பாட்டிக்குக் கோபம்தான் வந்தது. ‘பிள்ள என்னமோ கேக்குதே, என்னனு கேட்டா வெளங்காத பேச்சு பேசறியே’ என்று கோபித்துக்கொண்டார். பிரியாணியை அறிந்திராத பாட்டிக்குப் பிரியாணி ரொம்பவும் பிடித்துப் போய்விட்டது. ஞாயிற்றுக்கிழமைகளில் எல்லோருக்குமாகவும் இடையிடையே பாட்டிக்கென்று கொஞ்சமாகவும் அம்மா பிரியாணி செய்தார். பாட்டி வந்து சேர்ந்த மறுநாள் அவரைப் பார்க்க வந்த டாக்டர் விநாயகம், இன்னும் கொஞ்சநாள்தான் இருப்பாங்க. இதயத்துடிப்பும் நாடித்துடிப்பும் தளந்து போச்சு. அவங்க ஆசப்பட்டதக் கொடுங்க. ஞாயித்துக்கிழமை மதியம் கிளினிக் முடிஞ்சு போகும்போது பாக்கிறேன். இடையில் ஏதாச்சுமென்றால் சொல்லி அனுப்புங்க’ என்றார். ஆனால் அதற்கடுத்தும் சில ஞாயிற்றுக்கிழமை அவர் வரவேண்டி இருந்தது.

பாட்டியை எங்கள் காரில் உட்கார வைத்து அழகர்கோவில், திருப்பரங்குன்றம், மீனாட்சிஅம்மன் கோவில் என்று கூட்டிப் போகவேண்டுமென்ற அம்மாவுடைய ஆசை மட்டும் கடைசி வரை நிறைவேறவில்லை. பாட்டி வந்த ஒன்றிரண்டு நாளில் நாயுடு கணக்குக்

சிறுகதைகள் ● 207

கொடுக்க வந்தபோது, பிளசரு வந்துருக்குனு பாட்டியக் கூட்டிட்டு வா என்றார் அம்மா. பாட்டியை அழைத்து வந்தேன். வாசல்படியில் உட்கார்ந்து கொண்டபடி பார்த்தார். ‘ஒரு ரவுண்டு போயிட்டு வரலாமா பாட்டி’ என்றார் நாயுடு. ‘இப்ப வேண்டாம்ப்பு, கோவிலுக்குப் போகலாம்னு பேத்தி சொல்லுச்சு, அப்ப பாத்துக்கலாம்’ என்றார் பாட்டி. வண்டியை நாட்டாமைக் கோனார் வீட்டு முன் விடுவதற்காக எடுத்துப் போகும் வரை பாட்டி பார்த்துக்கொண்டு இருந்தார். அடுத்த முறை வாடகைக்கு வெளியூர் போன கார் சிறு விபத்தில் மாட்டிக்கொண்டது. வண்டிக்கு மட்டும் லேசான சேதம். நாயுடு நாணயமானவர் என்றாலும் குடிகாரர் என்ற விஷயம் அப்போதுதான் அப்பாவுக்குத் தெரியவந்தது. அப்பா நாயுடுவை வேலையை விட்டு நிறுத்தினார். வண்டியை விற்க முடிவு செய்தார். வண்டி சரியாகி வந்த சில நாளில், விற்கும் வரை இருந்துவிட்டுப் போகட்டுமென்று நாயுடுவை மீண்டும் வேலைக்கு எடுத்துக்கொண்டார். வண்டி ஓட்டத்திலிருந்தால்தான் நல்ல விலை போகும் என்று இந்த ஏற்பாடு.

பாட்டி இறப்பதற்கு 2, 3 நாள் முன்பு வண்டி ஓட ஆரம்பித்தது.

காலாண்டு விடுமுறைக்கு - பாட்டி வருவதற்கு 2 மாதம் முன்பாக இருக்கும் - நான் ஊர் போயிருந்தபோது, ‘பிளசரு வாங்கியிருக்கீங்கலாம்லப்பு’ என்று ஊர் சனம் ஒருவர் விடாமல் கேட்டது. ‘ஆத்தாவை அதுல ஒருக்கா வரச் சொல்லுங்கய்யா’ என்ற அழகம்மா, ‘ஆமா, பிளசரு வர்றதுக்கு இங்க என்ன ரோடா இருக்கு’ என்றும் தானாகவே சொல்லிக்கொண்டார். எங்கள் ஊரிலிருந்து பஸ் போகும் சாலைகூடக் கண்ணில் படாது. முக்கு ரோடில் இறங்கினால் 3 மைல் நடை. வெள்ளாமை சமயங்களில் அந்த வழி உதவாது. சாயல்குடியில் இறங்கி நடக்க வேண்டும். 4 மைல் நடை. எது எப்படியோ 6 மாசமே எங்களுடனிருந்த கார், தான் பிரிவதற்கு முன்பாக பாட்டியின் உடலோடு போய் எங்கள் கிராமத்தைப் பார்த்துவிட்டது.

பாட்டி எங்களுடன் கிட்டத்தட்ட ஒன்றரை மாதம்தான் இருந்திருப்பார். அதற்குள் ஒரு விநோதப் பழக்கம் அவரைப் பீடித்திருந்தது. கிராமத்தில் தள்ளாமையிலும் துடியாய் தன் பாட்டையும், வயல்காட்டையும், ஆடுகள் கோழிகளையும் கவனித்துக் கொண்டிருந்தவருக்குத் தனி அறையின் சுற்றுச் சுவர்களில் முட்டித்திரும்பும் குறுகிய பார்வை வெளியில் முடங்கிக் கிடக்க நேர்ந்துவிட்டது காரணமாக இருக்கலாம். ஒரு நாள் காபித்தூள் வாங்கிவந்து அடுப்படியிலிருந்த அம்மாவிடம் கொடுத்தபோது உள்ளறையிலிருந்து, ‘கோவாலு , கோவாலு’ என்று பாட்டி

கூப்பிட்டார். ராக இழுப்போடுதான் பாட்டி எப்போதுமே கூப்பிடுவார். முதல் உச்சரிப்பு, இரண்டாவது உச்சரிப்புக்கு எடுப்பெனத் தணிந்தே இருக்கும். ‘என்ன பாட்டி?’ என்று கேட்டபடியே போனேன்.

‘என்னப்பு வாங்கிட்டு வந்த?’

‘காபித்தூள் பாட்டி.’

‘பையில போட்டுக் கொடுத்தாங்களா, பொட்டலமாப்பு?’

‘கவர்லதான் பாட்டி.’

‘அதக் கொஞ்சம் கொண்டாப்பு.’

கண்ணாடித் தாள் கவரைக் கொண்டு போய் கொடுத்தேன். இன்னமும் அங்கங்கே சில புள்ளிகளாய் கவரில் ஒட்டியிருந்த காபித் தூளைப் பாட்டி உதறியபோது அந்தத் தாளின் சடசடப்பு அவருக்கு விசித்திரமாகப் பட்டிருக்க வேண்டும். விரல்களால் மேலும் சில முறை தட்டி நாசூக்காக உதறியவர், கண்ணாடித் தாளின் சத்தம் கிறுகிறுக்கச் செய்வது போல் கண் மூடி லயித்திருந்தார். முகத்தின் தேன் கூட்டுச் சுருக்கங்களில் மெல்லிய அதிசயச் சிரிப்பு ஒடுங்கியிருந்தது. நான் பாட்டியை ஆச்சரியத்தோடு பார்த்தபடி இருந்தேன். பின்னர் தன்னை விடுவித்துக் கொண்டவராக, கவரைத் தலையணை அருகில் வைத்துவிட்டு, ‘சரிப்பு நீ போய் படி’ என்றார். ‘எதுக்குப் பாட்டி இது’ என்றேன். ‘சும்மாதாம்ப்பு’ என்றவர் தலையணை அடியிலிருந்து ஒரு பெரிய காகிதக் கவரை எடுத்தார். அதன் அடிப்பகுதி லேசாக உப்பியிருந்தது. அந்தப் பெரிய கவர், பாட்டி வந்த அன்றே அம்மா எடுத்துவந்த 2 சேலைகள் அடங்கியிருந்த ஜவுளிக்கடை கவர். அம்மா சேலைகள் வாங்கி வந்தபோது, ‘இதெல்லாம் எதுக்குத்தா, ஒன் பழசத் தந்தா போதாதா’ என்றார் பாட்டி. நாளைக்கு டாக்டரு உன்னப் பாக்க வர்றப்ப புதுசு உடுத்தியிருக்கணும் கிழவி. அதுக்குத்தான்’ என்றார் அம்மா. அன்று சேலைகள் இருந்த காகிதப் பைக்குள் மருந்துக் கடை கவர், அல்வா கடை கவர் என்று ஏழெட்டு ஒன்றுக்குள் ஒன்றாகவும் தனியாகவும் பொதிந்திருந்தன. காபித்தூள் கவரும் உள்ளே போயிற்று.

பாட்டியின் இந்தச் செயல் எனக்கு மிகவும் வேடிக்கையாக இருந்தது. நான் வெவ்வேறு காலங்களில் தீப்பெட்டிப் படம், ஃபிலிம், ஸ்டாம்ப் என சேர்த்திருந்த போதிலும் பாட்டியின் கவர் சேகரிப்பு விசித்திரமாகவே பட்டது. இனம் புரியா கலக்கமும் ஏற்பட்டது. காலையில் பள்ளிக்கூடத்துக்குத் தனியாகப் போகும் போது அச்சத்தையும், மாலையில் நண்பர்களுடன் திரும்பும் போது கும்மாளத்தையும் விளைவிக்கிற, எங்கள் பள்ளிக்கூடச் சந்து

முனையில் அவ்வப்போது தென்படுகிற பைத்தியத்தின் செயல் ஏனோ நினைவுக்கு வந்து கலவரமூட்டியது. அழுக்கும் கந்தையுமாக அலையும் அந்தப் பைத்தியத்தின் கால் சட்டைப் பைகள், மேல் சட்டைப் பைகள், கையிடுக்கு, உள்ளங்கை என் எங்கும் காகிதக் கந்தல்கள் பிதுங்கி வழியும். 'எதுக்கு பாட்டி சேக்குறீங்க' என்றேன். 'சும்மாதாம்ப்பு' என்று லேசாகச் சிரித்தவர், காகிதப் பையை மீண்டும் தலையணைக்கடியில் வைத்துக்கொண்டார். திடீரென, என் இடது கையைப் பிடித்துத் தடவியபடியே, 'நேத்து ஒரு கனா கண்டேம்ப்பு என்றார். அதுல உன்னக் காணோம்னு வீடே ஆளாப் பறக்குது. உங்காத்தா, கோவாலு , கோவாலுன்னு கூப்பிட்டபடியே அங்கேயும், இங்கேயும் ஓடிக்கிட்டிருக்கு. இந்த எடம் மாதிரிதான் இருக்கு நா இருக்கிறது. ஆனாக்க சுத்தி சிறுசும் பெரிசுமா காயிதப் பைங்க அரிசிமூட்ட கணக்கா தண்டி தண்டியா குவிஞ்சு கெடக்கு. அப்ப, பாட்டி பாட்டினு நீ கூப்பிடற சத்தங் கேக்குது. எங்கடானு பாத்தா ஒரு காயிதப் பை மூட்டைக்குள்ளேருந்து கூப்பிட்டுக்கிட்டிருக்க. அப்படியே நீ கூப்பிட்ட சத்தத்துக்கு முளிச்சுக்கிட்டேம்ப்பு' என்றார்.

கனவில் கவிந்திருந்த வசீகரமும் கலக்கமும் ஒன்றையொன்று மேவி என்னுள் படிந்ததில் நான் எதுவும் பேசாதிருந்தேன். ஆனால், அதன் பிறகு, பாட்டிக்கும் வெற்றுக் காகிதப் பைகளுக்குமான உறவில் என்னையும் சந்தோஷமாகப் பிணைத்துக்கொண்டேன். என் பங்குக்கு அழைப்பிதழ் கவர், அப்பா ஆபிஸ் கவர், தபால் கவர் என்று அவ்வப்போது பாட்டியிடம் கொடுத்தேன். 'கவர் இருந்தா போட்டுக் கொடுங்க' என்று கடைகளில் கேட்டு வாங்கினேன். அதன் மூலம், பீடிக்கட்டு கவர், பாக்கு கவர் எனக் கிடைத்தன. ஏதேனும் பொருள் தீர்ந்து போனதாக அம்மா பேச்சுவாக்கில் சொல்லியிருந்தால், நான் பள்ளிக்கூடம் விட்டு வந்ததும் 'ஆத்தா ஏதோ தீந்து போச்சுனு சொல்லுச்சு , என்னனு கேட்டு வாங்கிட்டு வாப்பு' என்று குதூகலிக்கும் அளவு பாட்டியின் மோகம் தீவிரமடைந்தது. பாட்டியின் விசித்திரமான குதூகல உலகில் நானும் கும்மாளமிட்டுக் களித்திருந்தேன்.

பாட்டி இவ்வளவு நாள் இருந்தது விநாயகம் டாக்டருக்கு ஆச்சரியமளித்தது. ஆனால், கடைசியாக வந்த ஞாயிறன்று, 'அதிகமாப் போனா 2,3 நாள்தான். அதுக்கேத்த மாதிரி பாத்துக்குங்க' என்று அழுத்தமாகச் சொன்னார். அப்போதும் பாட்டியின் உயிர் அதற்கடுத்த ஞாயிறு காலைதான் பிரிந்தது. உயிரின் கடைசிக் குமிழ்கூட தன் முழுப் பாய்ச்சலையும் உடலுக்குத் தந்துவிட்டுப் பிரிந்த வெகு சுபாவமான மரணம் அது.

அந்த ஞாயிற்றுக்கிழமை காலை 9 மணி போல ஆப்பமும் தேங்காய்ப் பாலும் பாட்டிக்குக் கொடுக்கப் போன அம்மா, பாட்டி மூச்சுவிட மிகவும் அவஸ்தைப்படுவதைப் பார்த்து, 'ஓடிப்போய் டாக்டரைக் கூட்டி வா' என்று என்னை விரட்டினார். எங்கள் வீட்டுச் சந்துமுனை பிரதான சாலையில் சேருமிடத்துக்கு நேரெதிரில் டாக்டரின் கிளினிக். டாக்டர் வந்திருக்கவில்லை. வரும் நேரம்தான். தவிப்போடு வாசலில் காத்திருந்தேன். எங்கள் வீடு தெரியும்படியாக நின்றுகொண்டு சந்தையும், டாக்டர் கார் வரக்கூடிய வலப்புற திசையையும் பார்த்துக்கொண்டு நிலை கொள்ளாதிருந்தேன். அடுத்த சில நிமிஷங்களில் டாக்டர் கார் கண்ணில் பட்டது. அவர் காரிலிருந்து இறங்குவதற்கு முன்பாகவே பக்கத்தில் போய் குனிந்து சொன்னேன். காரை நிறுத்திவிட்டு அவர் உள்ளே போன போது ஏற்கெனவே காத்திருந்த நான்கைந்து பேர் எழுந்து நின்றார்கள். அவர் அறைக்குள் சென்றுவிட்டு உடனே திரும்பியவர், 'வா, போகலாம்' என்று நடந்தார்.

நாங்கள் நுழைந்தபோது முன்னறையிலிருந்த அப்பா டாக்டரைப் பார்த்து, 'முடிஞ்சிருச்சு' என்றார். உள்ளறைக்கு டாக்டர் போனபோது அப்பாவும் நானும் கூடப் போனோம். பாட்டியின் தலைமாட்டில் அம்மா உட்கார்ந்திருந்தார். அண்ணன் மட்டும் நின்றுகொண்டிருக்க தம்பிகளும் தங்கையும் சுற்றி உட்கார்ந்திருந்தார்கள். பக்கத்து வீட்டு அத்தை அம்மாவுக்குப் பக்கத்திலிருந்தார். நான் அண்ணன் பக்கத்தில் போய் நின்றுகொண்டேன். டாக்டர் பாட்டியின் கையை லேசாகத் தூக்கிப் பார்த்துவிட்டு, 'ஆக வேண்டியதைப் பாருங்க. எங்க காரியம் பண்ணப் போறீங்க' என்று அம்மாவைப் பார்த்துக் கேட்டார். 'ஊருக்குத்தான் கொண்டு போகணும்' என்றார் அம்மா. 'சந்தோஷமா பாத்துக்கிட்டீங்க, விசேஷமா அனுப்பி வைங்க' என்றார் டாக்டர். அம்மா தலையசைத்தார்.

அடுத்த சில நிமிடங்களில் காரோடு நாயுடு வந்து சேர்ந்தார். காரிலேயே நாட்டாமைக் கோனாரின் மூன்று சம்சாரங்களும் அவருடைய வளர்ப்பு மகனான மாணிக்கம் மாமாவும் வந்திறங்கினார்கள். பெண்கள் மூவரும் அம்மாவைக் கட்டிப் பிடித்து கொஞ்ச நேரம் ஒப்பாரி வைத்தனர். அப்பாவும் மாணிக்கம் மாமாவும் அடுத்து ஆகவேண்டியதைப் பற்றிப் பேசினார்கள். அப்பா, அம்மாவைக் கூப்பிட்டு, என்னென்ன வாங்க வேண்டும் என்று கேட்டார். அம்மா சொன்னபடி, பூக்கள், மாலைகள், பொறி, வெல்லக்கட்டி எல்லாம் வாங்க மாணிக்கம் மாமா கிளம்பினார். போகும்போது அம்மா, மாணிக்கம் மாமாவிடம், 'அப்படியே பத்திருபது ரூபாய்க்கு பொடிச்

சில்லரையா மாத்திட்டு வாங்க' என்றவர், 'சுடுகாட்டுக்குத் தூக்கிட்டுப் போறபோது, போற வழியெல்லாம் பூவும், வெல்லமும், பொறியும், காசும் தூவிக் கொண்டு போகணும், அதுக்குத்தான்' என்றார்.

இருட்டுவதற்குள் ஊர் போய்ச் சேர்ந்துவிட வேண்டுமே என்ற பதற்றத்தில் அப்பா இருந்தார். 1 மணிக்குள் கிளம்பினால்தான் 4.30க்குள் வெளிச்சத்தோடு போய்ச் சேரலாம் என்று அவசரப்படுத்திக் கொண்டே இருந்தார். ஊருக்குள் கார் போகுமா என்ற கவலை வேறு. இப்ப வெள்ளாமை கிடையாது. வயக்காட்டுக்குள்ளே வண்டிப்பாதை இருக்கும். போயிடலாம்' என்று அம்மா சொன்னது அவருக்கு சமாதானமாக இருக்கவில்லை. பாதை கிடையாது. இருட்டிவிட்டால் வேறு வினையே வேண்டாம் என்று பரபரத்துக் கொண்டிருந்தார் அப்பா. எங்கள் ஊரில் அப்போது மின்சாரம் கிடையாது. இது நடந்த சில வருஷங்களுக்குப் பிறகுதான் 100 சதவீத மின்னிணைப்பு என்ற திட்டம் எங்கள் கிராமக் கண்மாய்க்கரை வேப்பமரத்தடியில் ஒரு கம்பத்தை நிறுத்தி 40 வால்ட்ஸ் பல்பு ஒன்றை எரியவிட்டது.

மாணிக்கம் மாமா சாமான்களோடு வந்தார். அக்கம் பக்கத்தார் கூடிவிட்டிருந்தனர். பாட்டியைக் கூடத்தில் கிடத்தினார்கள். பக்கத்து வீட்டு அத்தை அவர்கள் வீட்டிலிருந்து காபி போட்டுக்கொண்டு வந்து எங்கள் எல்லோருக்கும் கொடுத்தார். அதற்குப் பிறகு அம்மா, நாங்கள் போட்டுக்கொள்வதற்கும் கொண்டு போவதற்குமான துணிமணிகளை எடுத்துக் கொடுத்தார். அண்ணனும் நானும் அவற்றை ஒரு பெரிய பையில் வைத்தோம். அம்மா திடீரென நினைத்துக்கொண்டவராக அப்பாவைப் பார்த்து, 'பட்டுச்சேலை ஒண்ணு எடுக்கணும்' என்றார். 'ஊர்ல போய் குளிப்பாட்டி சாத்திரதுக்குத்தானே. போற வழியிலே எடுத்துக்கலாம்' என்றார் அப்பா. எல்லோரும் கிளம்ப ஆயத்தமானோம்.

பாட்டியின் உடலை வண்டியில் எங்கே எப்படி வைப்பது என்ற பிரச்சனையை மாணிக்கம் மாமா எழுப்பினார். உடலை வண்டியில் வைத்து நாங்கள் எல்லோரும் உட்கார்ந்துகொள்வதென்பது எப்படி யோசித்துப் பார்த்தாலும் சரிவரவில்லை. நாயுடுதான் டிக்கியில் வைத்துவிடலாமென்று யோசனை தெரிவித்தார். ஒரு நிமிஷம் சங்கடம் சூழ்ந்து எல்லோரையும் இறுக்கமடையச் செய்தது. அப்பா அம்மாவைப் பார்த்தார். அம்மா ஒன்றும் சொல்லவில்லை. மாணிக்கம் மாமா, 'டிக்கியை சுத்தம் பண்ணி பாயில் வைச்சுடலாம்' என்று சொன்னதோடு, நாயுடுவிடம், 'டிக்கியை சுத்தமா கிளீன் பண்ணுய்யா' என்றார். அம்மா பாய் கொண்டு வந்து மாமாவிடம் கொடுத்தார்.

பாயில் பாந்தமாகச் சுருட்டி மாமாவும் நாயுடுவும் பாட்டியின் உடலை டிக்கியில் வைத்தார்கள்.

நான் எங்கள் உடைகள் இருந்த பையைத் தூக்கிக் கொண்டபோது, பாட்டியின் காகிதப் பை நினைவில் தாக்கியது. பாட்டி இருந்த உள்ளறைக்கு ஓடினேன். பாட்டியின் மொந்தையான காகிதப் பை, சிறு குழந்தையின் தலையணை போல. அநாதையாக ஒரு மூலையில் கிடந்தது. பாட்டியின் உடலைக் கூடத்துக்குக் கொண்டு போன போது, தலையணையடியில் இருந்த அந்தப் பையை யாரோ கையாலோ காலாலோ தள்ளியிருக்க வேண்டும். அதை எடுத்துக் கைகளில் வைத்துக் கொண்டபோது மனமும் கண்களும் கசிந்தன. 'எங்கே அவனைக் காணோம்' என்றபடி அப்பா என்னைக் கூப்பிடுவது கேட்டது. நான் அதை எங்கள் துணிமணிப் பைக்குள் திணித்துக்கொண்டு காரை நோக்கி ஓடினேன்.

(கணையாழி, மார்ச் 1996)

# ரகசிய வேட்கை

கண்ணாடி முன் நின்றபடி, உடலைச் சுற்றியிருந்த துண்டை இடது கையால் உருவிக் கட்டிலின் மீது எறிந்துவிட்டு, கிஸ் மீ என்று எழுதப்பட்டிருந்த ஜட்டியைக் கால்கள் வழியாக மேலே இழுக்கக் குனிந்தபோது சுவாசத்திலிருந்து துர்நாற்றம் மெல்லக் கசிவதை அவள் உணர்ந்தாள். ஜட்டியை அடிவயிறு வரை மேலே இழுத்துவிட்டு அதன் சுருள்களைச் சரி செய்யாமலேயே உள்ளங்கைகளை மூக்கினருகே குவித்து வைத்துக்கொண்டு மூச்சுக் காற்றை அதில் மோதவிட்டு முகர்ந்தாள். மாலை நேரக் குளுமையில் குளித்துவிட்டு வந்ததால் சுகமாகக் குளிர்ந்திருந்த உடல் குப்பென்று வியர்த்தது. முழங்கால் வரை காண்பித்த கண்ணாடி முன் சட்டமிடப்பட்ட புகைப்படம் போல் உறைந்திருந்தாள். குட்டிப் புறாவின் பட்டுத் தன்மையோடு குழைந்திருந்த மார்பகங்கள் வியர்வையின் ஈரக் கசிவில் மின்னின. கண்ணாடியில் தெரிந்த பிம்பம் அவளுடைய தீர்மானத்தை அவளுக்கு உணர்த்தியபோது சுதாரித்துக்கொண்டாள். இந்த நாளின் வருகைக்காகத்தான் கடந்த சில நாட்களாக அவள் காத்திருந்தாள். அடுத்த முறை நிகழ்வை சாதுர்யமாக எதிர்கொண்டு முழுமுற்றாக விடுதலை பெற்றுவிட வேண்டுமென்று கடந்த நாட்களில் மனதுக்கு உருவேற்றி இருந்தாள். காரியம் சிறு பிசகுமின்றி முடிய மனதை லயப்படுத்தி சற்றும் குலையாமல் பார்த்துக்கொள்ள வேண்டியது அவசியம். முயற்சிக்கும் முதல் முறையே தோற்றுவிட நேர்ந்தால் இனி முயற்சியே மேற்கொள்ள முடியாத பலஹீனத்துக்கு ஆளாகி, தான் அல்லது அது என்பதில் தன்னை அழித்துக்கொள்ளும்படி ஆகிவிடும். உருவேறிய மனம் உறுதி பூண்டது. மனம் ஒருமுகப்பட்டபோது கண்ணாடியில் தெரிந்த பிம்பத்தை அவளால் ரசிக்க முடிந்தது. தன் குட்டிப் புறாக்களைச் செல்லமாக வருடிக் கொடுத்தாள். அவள் அழகு அவளுக்கே பிரமிப்பூட்டியது. போன பிறவியில் அவள் இளவரசியாக இருந்ததில் ஆச்சரியப்பட ஏதுமில்லை.

அவள், பதின்மூன்றாவது வயதில் ஒன்பதாவது படிக்கும் போது பருவமடைந்தாள். அன்று, பள்ளிக்கூடம் விட்டு 4 மணி அளவில் சைக்கிளில் வந்துகொண்டிருந்தாள். வீடு இருக்கும் தெருவுக்குள் சைக்கிளைத் திருப்பியதுதான் தாமதம், ‘இறங்கு... இறங்கு’ என்ற கூச்சல்கள் அவளை வளைத்தன. யாரோ ஒருவர் சைக்கிளைப் பிடித்து ஓரமாக இழுத்தார். சைக்கிளை விட்டுக் குதித்து திக்பிரமை பிடித்தவளாக நின்றிருந்தாள். அப்போது சாமியாடி அம்மா அவளைக் கடந்து மூர்க்கமாக ஓடிக்கொண்டிருந்தார். தெருவின் இருபுறமும் வீட்டு வாசலில் நின்றிருந்த முகங்கள் பெரிய அசம்பாவிதம் நிகழ்ந்துவிட்டதை உணர்ந்து கலவரத்தை வெளிப்படுத்திக்கொண்டிருந்தன. அதற்குள் அம்மா அவள் பக்கத்தில் வந்துவிட்டிருந்தார். அவளை ஆதரவாக வீட்டுக்குக் கூட்டிக் கொண்டு போக அம்மா முற்பட்ட போது ஒரு கூட்டம் அவர்களைச் சூழ்ந்துகொண்டது. காலையிலேயே பக்கத்து வீட்டுக்காரம்மாள், அவர்கள் அந்த ஊருக்குப் புதுசு என்பதால், மதியம் சாமியாடி அம்மா சாமியாடிப் போகும் போது யாரும் எதிர்ப்படக் கூடாது என்று அம்மாவிடம் சொல்லிக்கொண்டிருந்தார். போகும்போது அவளிடமும் சொல்லிவிட்டுப் போனார். ஆனால் அந்நேரம் அவள் பள்ளியில் இருப்பாள் என்பதால் அவள் அதைக் காதில் போட்டுக்கொள்ளவில்லை. வெறுமனே தலையாட்டி வைத்தாள். சாமியாடி அம்மா கோயிலுக்குத் திரும்பி வந்ததும் அவர் காலில் விழுந்து மன்னிப்பு கேட்டுக்கொண்டால் ஆத்தா கோபம் தணிந்து பரிகாரம் சொல்லும் என்று யாரோ சொன்னார்கள். கொஞ்ச நேரத்துக்குத் திட்டுகளும் ஆறுதல்களும் அவர்களைச் சூழ்ந்திருந்தன.

சாமியாடி அம்மா திரும்பி வந்ததும் அம்மா அவளை இழுத்துக்கொண்டு போய் அவர் முன் நின்றார். ‘ஏதோ சின்னப் பொண்ணு, தெரியாம ஆத்தாவுக்கு எதிரே வந்திடுச்சு. ஆத்தாதான் மனசு வச்சு காப்பாத்தணும்’ என்றபடி அம்மா அவளுடைய கையை இழுத்துச் சைகை செய்தார். அவள் சாமியாடி அம்மா காலில் விழுந்தாள். எழுந்து அம்மாவின் உடலோடு ஒட்டிக் கொண்டு பயபக்தியோடு நின்ற போது, சாமியாடி அம்மா மெல்லிய உடலசைவுகளோடு தலையைக் குலுக்கிக் கொண்டிருந்தார். திடீரென உடலசைவை நிறுத்தி விட்டு அவளுடைய நெற்றியில் விபூதி பூசி அனுப்பினார். பயத்தோடும் கலக்கத்தோடும் படுக்கைக்குச் சென்ற அன்று இரவு அவள் பூப்படைந்தாள்.

ஒவ்வொரு வயதிலும் அந்தந்த வயதுக்குரிய எழுச்சியோடும் அழகோடும் அவள் வசீகரமாய் வளர்ந்தாள். பருவம் தன் முழு அழகையும் மாயக் கவர்ச்சிகளையும் வெளிப்படுத்த அவளை

ஸ்வீகரித்துக்கொண்டு விட்டதைப் போல் அப்படி ஒரு வசீகரம். அம்மா ஒவ்வொரு வெள்ளிக்கிழமையும் அவளுக்கு திருஷ்டி சுற்றிப் போடத் தவறியதே இல்லை. பூப்பெய்திய ஆறேழு மாதங்களுக்குப் பின்தான், இன்று அவள் தீர்த்துக்கட்டவிருக்கும் அந்த உருவம் அவளை ஆக்ரமிக்க முதன் முறையாக வந்தது.

ஒருநாள் இரவு படுக்கையில் அவளுடைய உடல் தூக்கத்துக்குள் அயரவிருந்த தருணத்தில், ஒரு நிழல் உருவம் அவளை உற்றுப் பார்த்துக்கொண்டிருப்பதைக் கவனித்தாள். உடலெல்லாம் உதறியது. போர்வையால் உடலை முகத்தோடு மூடிக்கொண்டாள். அந்த உருவம் அவளைக் கவனித்துக்கொண்டிருப்பதை அப்போதும் அவளால் பார்க்க முடிந்தது. எழுந்து விடவோ சப்தமிடவோ முடியவில்லை. உருவம் திடீரென மறைந்தபோதுதான் பதறி எழுந்து உட்கார்ந்தாள். உடலெங்கும் வியர்வையின் நசநசப்பு. கட்டிலை விட்டு எழுந்து சற்றுத் தள்ளித் தரையில் படுத்திருந்த அம்மாவை ஒட்டியபடி படுத்துக் கொண்டாள். அதன் பிறகு, இரவில் தூங்குவதற்கு முன் சாமி கும்பிட்டு விட்டுத் தூங்கும் பழக்கத்தை அம்மாவின் ஆலோசனைப்படி கைக்கொண்டாள்.

அடுத்த சில நாட்களுக்கு அந்த உருவம் வராதபோது அப்படி ஒன்று நடந்ததையே மறந்து போயிருந்தாள். ஆனால் அந்த நிம்மதி நீண்ட நாட்களுக்கு நீடிக்கவில்லை. மீண்டும் வந்தது. இம்முறை அவளுக்கு அருகில் அது நின்றுகொண்டிருந்தது. அவள் கவனித்த அந்தத் தருணத்தில் அது அவளை நோக்கி நகர்ந்து வந்தது. அது அவளைத் தாக்கக் கூடுமென்று பயந்தவளாக, அம்மா அம்மா என்று அலறினாள். சிறு முனகல்கூட வெளிப்படவில்லை. உருவம் அவள் மீது படுத்து அவளை இறுக்கியது. ஆவேசத்தோடு திமிறினாள். சிறு அசைவுகூட நிகழவில்லை. உருவம் அவள் உடலோடு இணைந்து இயங்கத் தொடங்கியது. அவள் சகல திமிறல்களோடும் அசைவற்றுக் கிடந்தாள். கன்னித்திரை கிழிந்தபோது கண்ணாடியைப் போல் அவள் நொறுங்கிக்கொண்டிருந்தாள். அப்போது அவள் கதறிய கதறல் அறைக்காற்றின் அமைதியில் உறைந்திருந்தது. கலவரத்துடன் எழுந்து உட்கார முடிந்தபோது உருவம் மறைந்து விட்டிருந்தது. அருவெறுப்பும் கேவல உணர்வும் மேலிட விசும்பி விசும்பி அழுதாள். அழுகைச் சத்தம் கேட்டு எழுந்துவந்த அம்மாவிடம், அந்த உருவம் மீண்டும் வந்ததாகவும், அது தன் கழுத்தை நெறிக்க முயற்சித்ததாகவும் சொன்னாள். அம்மா நெற்றியில் விபூதி பூசிவிட்டு அவரருகில் அவளைப் படுத்துக்கொள்ளச் செய்தார்.

அடுத்த நாள் மாலை. அம்மா அவளை ஒரு மாந்ரீக அம்மையாரிடம் அழைத்துக்கொண்டு போனார். அந்த அம்மா அனுமார் பக்தை. அனுமாருக்கு அந்த அம்மாவிடம் கொள்ளைப் பிரியம். அனுமார் அந்த அம்மாவுக்குள் வந்து அடிக்கடி பேசிக்கொண்டிருப்பது வழக்கம். பிரபலங்களும் அந்த அம்மாவைப் பார்க்க வந்ததில் அவரும் பிரபலமாகிவிட்டிருந்தார். வீட்டின் முன், கூரை வேய்ந்து பெஞ்சுகள் போடப்பட்டிருந்தன. நல்ல கூட்டம். ஒரு மருத்துவமனை போல் வரிசையாக ஆட்கள் அனுப்பப்பட்டார்கள். வீட்டுக்குள் நுழைந்ததும் இருந்த சிறு அறையில் விதவிதமான அனுமார்களுக்கிடையே அந்த அம்மா அமர்ந்திருந்தார். அவளின் பேரைக் கேட்ட பின், அவருக்குப் பக்கத்தில் ஃபிரேமுக்குள் இருந்த அனுமாரைப் பார்த்துவிட்டுக் கண்களை மூடிக்கொண்டார். சில நிமிடங்களுக்குப் பின் கண்களைத் திறந்தவர், இவளின் போன பிறவியை எனக்குக் காட்டினார். இவள் போன பிறவியில் ஒரு குறுநில இளவரசி, பேரழகி. இவளுக்கு மணமாகியிருந்தாலும் ஒரு காதலனும் இருந்தான். காதலனுக்காக இவள் தன் கணவனைக் கத்தியால் குத்திக் கொன்றாள். அந்தப் பாவம்தான் இப்போது இவளைத் தொடர்கிறது என்றார். அவளுடைய அம்மா அவரிடம் அந்த உருவம் பற்றிச் சொன்னார். அந்த அம்மா சோழிகளை எடுத்துக் கண்களை மூடிக்கொண்டு, வலது கையை உட்புறமாக வளைத்துச் சோழி போட்டார். அபயக்கரம் காட்டும் அனுமார் படமொன்றை வீட்டில் வைத்துப் பூஜிக்கும்படியும், தினமும் தூங்கப் போவதற்கு முன் தான் எழுதித் தரும் சுலோகத்தைச் சொல்லும்படியும் கூறினார். கிளம்பும்போது, இனி அது வராது; பயப்பட வேண்டாம் என்றார்.

கட்டிலுக்குப் பக்கத்திலிருந்த அவளுடைய படிப்பு மேஜையில் அனுமார் அபயக்கரம் காட்டத் தொடங்கினார். அவள் ஸ்லோகம் சொல்லிவிட்டுத் தூங்கினாள். எனினும், அந்த உருவம் ஒரு இடைவெளி விட்டு மறுபடியும் வந்தது. ஆனால் இம்முறை அது வந்து அகன்ற பிறகு, அதற்கும் அவளுக்குமான உறவில் பெரும் மாற்றம் நிகழ்ந்து விட்டிருப்பதை அறிந்தாள். அதுவரை, அவளின் மனப்பிராந்தியத்தில் பயத்தின் அடையாளமாக இருந்த அந்த உருவம், அதன் பிறகு ரகசிய வேட்கையின் சின்னமாக மாறியிருந்தது. அன்றும் அந்த உருவம் வந்தபோது அவள் பயந்து விட்டதென்னவோ உண்மைதான். ஆனால், இம்முறை அவள் உடலோடு இணைந்து அது இயங்கியபோது அவளுடைய இடுப்பு மேலெழுந்து சுழன்றாடியது. கால்கள் காற்றில் நீந்தின. புணர்ச்சியின் லாஹிரியில் ஒரு மிதவையாகி விட்டிருந்தாள்.

சிறுகதைகள் ● 217

உருவம் அகன்ற பின்னும் அது அவளுக்கு அறிமுகப்படுத்திய உலகில் சஞ்சரித்தபடி வெகுநேரம் அப்படியே படுத்திருந்தாள். தாகமெடுத்தது. எழுந்து சென்று விளக்கைப் போட்டுத் தண்ணீர் குடித்தபோது அனுமார் பட ஃபிரேமின் ஒரு முனையில் அவளுடைய ஜட்டி சிக்கிக்கொண்டு அதன் அபயக்கரத்தை மறைத்தபடி தொங்கிக்கொண்டிருப்பதைக் கவனித்தாள். பயத்தை மேவிய ஆச்சரியத்தோடும் கூச்சத்தோடும் ஜட்டியை எடுத்து அணிந்துகொண்டாள். அன்றிலிருந்து அவள் மனம் உருவத்தின் வருகையை எதிர்பார்த்து ஏங்கத் தொடங்கியது.

கடந்த 10 வருடங்களாக சிறு சிறு இடைவெளி விட்டு வருடத்துக்குப் 10 முறையாவது அது வந்து கொண்டிருந்தது. கடந்த முறை அது வந்தபோதுதான் அதற்கெதிரான வன்மமும் குரோதமும் அவளுள் எழுந்தது. தற்கொலை செய்து கொண்டாவது அதனிடமிருந்து தன்னைத் துண்டித்துக் கொண்டாக வேண்டும் என்று எண்ணுமளவுக்கு அவள் அதன்மீது ஆத்திரம் கொண்டாள். அவளை அழித்துக்கொள்ள எந்த ஜென்மத்திலும் அவளால் முடியாது. ஏதேனும் விபத்தில் அவள் அழகு குலையக் கூடுமெனில் தற்கொலை அவளுக்கு சாத்தியப்படலாம். எனவே, மாற்று வழியில் அவள் மனம் சஞ்சரித்தது. அடுத்த முறை அந்த உருவம் வரும் நாளில் அதைத் தீர்த்துக்கட்டத் தீர்மானித்தாள்.

கண்ணாடி முன் நின்றபடி ரவிக்குப் பிடித்த இரவு உடையை அணிந்து கொண்டாள். ரவி, அவள் ஆசைக் கணவன். அவள் வேலைக்குச் சேர்ந்த வங்கியில் அவன் ஆபிசராக இருந்தான். ஒரு வருடத்துக்கும் மேலாக அவர்களிடையே செழித்து வளர்ந்த காதல் நான்கு மாதங்களுக்கு முன்பு அவளுடைய பெற்றோரின் எதிர்ப்பையும் மீறி கல்யாணத்தில் முடிந்தது. தம்பதிகள் ஒரே கிளையில் பணியாற்றக் கூடாது என்ற விதி காரணமாக, இப்போது அவர்கள் குடியிருக்கும் பகுதிக் கிளைக்கு அவள் மாறினாள். பொதுவாக 4 மணிக்கெல்லாம் அவள் வீட்டுக்கு வந்துவிடுவாள். ரவி வர எப்படியும் 7 மணியாகிவிடும். ரவி வரும் நேரம் நெருங்கிக்கொண்டிருப்பதை உணர்ந்தாள். அவன் வருவதற்குள் உருவத்தை ஒழித்துக் கட்டுவதற்கான திட்டத்தை மனதுக்குள் நிகழ்த்திப் பார்த்துக்கொள்ள விரும்பினாள். மூக்கின் மீது உள்ளங்கைகளைக் குவித்து வைத்துக்கொண்டு மீண்டுமொரு முறை மூச்சுக் காற்றை சத்தத்துடன் அதில் மோதவிட்டு முகர்ந்தாள். லேசான துர்நாற்றம் முகத்தைச் சுழிக்க வைத்தது. அந்த உருவம் இன்று வருமென்பது அவளுக்கு உறுதிப்பட்டது.

அது வரும் நாளில் அவளுடைய மூச்சுக் காற்று லேசாகத் துர்நாற்றமடிப்பதை அறிந்துகொள்ள கடந்த 10 வருடங்களாக அவள் தவறியிருந்தாள். கடந்த முறைதான் கண்டுபிடித்தாள். அதற்கு ரவிதான் ஒருவகையில் காரணம். அந்த உருவத்துக்கும் அவளுக்குமுள்ள உறவு பற்றி ரவிக்கு எதுவும் தெரியாது. தன்னுடைய பிரத்யேகமான அந்தரங்கம் என்பதாக அதை அவள் பேணி வந்தாள். திருமணத்துக்குப் பின் முதன் முறையாக, கடந்த முறை அது வந்த நாளில் ரவியுடன் புணர்ச்சிப் பரவசத்தில் திளைத்திருந்துவிட்டு அவனுடைய மார்பில் கை போட்டபடி ஒருக்களித்துப் படுத்திருந்தாள். புணர்ச்சிக்கு முன்னதாக அவளின் மூக்கோடு தன் மூக்கை உரசியபடி தன் உதடுகளுக்கிடையே அவளின் கீழுதட்டைப் பற்றிச் சுவைத்துக்கொண்டிருந்த அவன், திடீரென தன் உதடுகளை விலக்கிக்கொண்டு, அவளுடைய மூச்சு லேசாக நாற்றமடிப்பது பற்றி ஏதோ சொன்னான். அப்போது அவள் அதைப் பொருட்படுத்தாமல் அவனுடைய கழுத்தோடு கைகளை வளையவிட்டு முகத்தைத் தன் மார்புக்கு இழுத்தாள்.

அந்த இரவில் ரவியோடு ஒட்டிக்கொண்டு படுத்திருந்த போதுதான், உருவம் ரவியின் மார்பில் படர்ந்திருந்த அவளுடைய கையை எடுத்துவிட்டு, அவளைப் படுக்கையில் சற்று நகர்த்தி அவள் மீது படர்ந்தது. கணவன் அருகில் படுத்திருக்கும் போதே தான் புணரப்படுவதில் அருவெறுப்பும் அவமானமும் அடைந்த அவள் முரண்டி விடுவித்துக்கொள்ள முயற்சித்து, எவ்வித அசைவுமின்றிச் சரணடைந்து இணைந்து தாலாடினாள்.

உருவம் மறைந்த பிறகு, மிக மோசமாகத் தான் கேவலப்பட்டு விட்டதற்காகக் குன்றிப் போனாள். பக்கத்தில் ரவி எவ்விதச் சலனமுமின்றி புணர்ச்சிக்களிப்பின் நிறைவில் உறங்கியிருந்தான். தன்னைத் தானே அழித்துக்கொண்டு விடலாமா என்றுகூட அவள் நினைத்துப் பார்த்ததும், உருவத்தை அழித்துத் தன் கௌரவத்தை மீட்டெடுக்க அவள் முடிவெடுத்ததும் அப்போதுதான்.

அதன் பிறகு, அதற்கான வழிமுறைகள் பற்றி யோசிக்க ஆரம்பித்தாள். அவள் உடலை அந்த உருவம் அணுகுவதில் ஒரு பழக்கப்பட்டுப் போன தன்மை படிந்திருப்பதை அவள் கண்டறிந்த ஒரு நாளில் மனம் உற்சாகம் பெற்றது. சரியான தருணத்தைத் தேர்ந்தெடுக்க ஒரு அருமையான பிடிமானம் கிடைத்துவிட்ட மகிழ்ச்சி. அவளுடைய உடலின் மீது தன் முழு உடலையும் கிடத்தி இறுகத் தழுவிய பின், அப்படியே அடிவயிற்றுக்கு அது முகத்தை இறக்கிக்கொண்டு.போகும் தருணம்தான் அவள் செயல்படுவதற்கான சரியான சமயம் என்று இனம்

கண்டாள். அந்தத் தருணம் வரை இச்சைக்கு இடம் கொடுக்காமல் இருந்துவிட்டால் தலையணைக்கு அடியில் அவள் மறைத்து வைக்க இருக்கும் கத்தியை அப்போது அவளால் எடுத்துவிட முடியும்; அதே கணத்தில் அதன் முதுகில் கத்தியைப் பாய்ச்சி விடவும் முடியும். அது வரும் நாளைத் தன்னால் முன்கூட்டியே அறிய முடிந்தால் கத்தியை மறைத்து வைக்கவும், உடலாலும் மனதாலும் தன்னை முழுமையாகத் தயார்படுத்திக் கொள்ளவும் வசதியாக இருக்கும் என்று உணர்ந்தாள். அவள் உதடுகளைச் சுவைப்பதிலிருந்து விலகி, அவளுடைய முச்சு லேசாக நாற்றமடிப்பது பற்றி ரவி ஏதோ சொன்னது நினைவை வருட மூளை சுறுசுறுப்படைந்து காலங்களில் பின்னோக்கிப் பாய்ந்தது. ஆம், மூச்சுக் காற்றில் லேசான துர்நாற்றம் கலந்திருப்பதுதான் அது வரும் நாளின் அடையாளம். அந்த உருவத்தைத் தீர்த்துக்கட்டும் ஆட்டத்துக்கான உத்திகளையும் உபாயங்களையும் கைக்கொள்ள அன்றிலிருந்து ஆயத்தமானாள்.

முன்னெப்போதும் இல்லாத வகையில் அவளுடன் அனுபவித்த ஆனந்த லஹரியில் அமிழ்ந்து போய் பிரபஞ்ச அமைதியில் கலந்துவிட்டவனைப் போல் ரவி உறங்கிக்கொண்டிருந்தான். ஆவேசத்தையும் காதலையும் குழைத்து அவளே முன்வந்து அவனிடம் உறவாடியிருந்தாள். அவன் முகம் முழு நிறைவின் அமைதியைச் சூடியிருந்தது. அதீதப் புணர்ச்சிப் பரவசத்தில் திளைத்து மலர்ந்திருந்த உடலோடு அவள் அந்த உருவத்தின் வருகைக்காக நிர்வாணமாகப் படுத்திருந்தாள். உருவத்தின் அணுகலை இச்சையின்றி அவளால் இப்போது எதிர்கொள்ள முடியும். தலையணையடியில் கத்தி இருந்தது. அழகிய வேலைப்பாடுகள் கொண்ட கைப்பிடியுடன் குறுவாளைப் போல் இருந்த அந்தக் கத்தியைப் பழங்கலைப் பொருள் விற்பனைக் கடையொன்றில் பார்த்தபோது, அவள் கைக்கு வந்து சேர்வதற்கென்றே அது அங்கு காத்திருப்பதாக அவளுக்குத் தோன்றியது. கால கதியில் ரத்தவாடை காற்றில் கரைந்துவிட்டதில் சாதுவாகத் தோன்றிய அந்தக் கத்தி ரத்த ருசி நாடி மீண்டும் அவளிடம் வந்து சேர்ந்தது.

உருவம் எதிர்ப்பட்டது. அதன் கண்கள் காமத்தின் ஜூவாலையில் பிரகாசித்தன. அவளுடைய உடலை அது கைக்கொள்ளும் போதுதான் அவள் உடல் நிர்வாணப் பட்டிருந்ததால் அவளின் முழு உடலையும் பரிபூரணமாக அதற்கு முன் அது பார்த்திருக்கவில்லை. காமத்தின் காந்தப் பொறிகள் அனைத்தையும் தன் வசமாக்கிக்கொண்டு விட்டதைப் போல் அதன் உடலும் கண்களும் மின் அலைகளை வீசின.

தான் நிலைகுலைந்து விடுவோமோ என்று பயப்படத் தொடங்கினாள். இன்று தவறவிட்டால் தன்னை அழித்துக்கொள்வதுதான் தனக்கிருக்கும் ஒரே வழியாகிவிடும் என்று தோன்றியபோது மனம் லயப்பட்டு முடிவை நிறைவேற்றுவதற்கான உறுதிக்குத் திரும்பியது. முன்னெப்போதும் காட்டியிராத ஆவேசத்தோடும் வேட்கையோடும் உருவம் அவள் மீது படர்ந்தது. நொடிகள் நகர்ந்தன. அது தன் முகத்தைக் கீழிறக்கப் போகும் தருணம் நெருங்கிவிட்டிருந்தது. அவள் சுதாரிப்பை இழந்துவிடாமலிருக்கப் பாடுபட்டுக் கொண்டிருந்தாள். அதன் முகம் கீழ்நோக்கி நகரத் தொடங்கியதும் வலது கையைத் தலையணைக்கடியில் நுழைக்க முயற்சித்தாள். கை நகர மறுத்தது. முழு பலத்தையும் ஒன்று கூட்டினாள். வலது கை கத்தியோடு வெளியில் வந்தது. ஆனால் அந்த நொடியில் அதன் உடல் அவளுள் இயங்கத் தொடங்கி விட்டிருந்தது. இப்போது அவள் முன்னோக்கி எழுந்து அதன் முதுகில் கத்தியைப் பாய்ச்ச வேண்டும். அவள் முதுகு, முகத்தோடு முன்னோக்கி எழுவதற்குப் பதிலாக இடுப்போடு மேல்நோக்கி உயர்ந்தது. அவள் ஒருபோதும் அனுபவித்திராத அசுர வேகத்தோடும் பலத்தோடும் உருவம் இயங்கிக்கொண்டிருந்தது. பிரபஞ்ச இயக்கத்தின் சுழல் வட்டமென அவள் இடுப்பு வளையமிட்டது. கைகள் காற்றைத் துழாவின. வலது கைக் கத்தி காற்றைக் கிழித்துக்கொண்டிருந்தது.

வீறிட்ட அலறல் கேட்டு, போக வெளியிலிருந்து துண்டிக்கப் பட்டவளாகப் பதறியெழுந்து உட்கார்ந்தபோது, உருவம் மறைந்து விட்டிருந்தது. ரவியின் இடது மார்பில் கத்தி ஆழமாக ஊன்றியிருக்க, பெருக்கெடுத்த ரத்தம் படுக்கை விரிப்பில் பரவிக்கொண்டிருந்தது.

*(சதுரம் 2, ஏப்ரல் 1995)*

# அம்மாவின் மரணம்

கனிவில் தோய்ந்து அழைத்த புதிய குரல் கேட்டு முகத்தை நிமிர்த்திய போது அவளுடைய தோள்மீது கை வைத்தார் அந்த அம்மா. அவள் இதுவரை பார்த்திராத அவர் பிரமிப்பூட்டும் வசீகரத்துடன் நின்றிருந்தார். அவருடைய பள்ளியில் இருந்த எந்த ஒரு டீச்சரையும் விட அவர் மிகவும் அழகாக இருந்தார். போன வருஷம் இரண்டாம் வகுப்பில் அவளுக்கு வகுப்பு டீச்சராக இருந்த சாரதா மிஸ்தான் கொள்ளை அழகு என்று இதுவரை நினைத்திருந்தாள். இவ்வளவு அழகாக உடை உடுத்திய எவரையும் கூட அவள் அதற்கு முன் பார்த்திருக்கவில்லை. திகைப்பிலும் பிரமிப்பிலும் அவள் அசைவற்றிருந்தாள். அவளுடைய உயரத்துக்குக் குனிந்து மண்டியிட்டு, அவள் கைகளைப் பற்றியபடி அப்படியே தன் கால்களைச் சரித்து அந்த மரத்தடியில் அவர் உட்கார்ந்திருந்தபோது அவளும் பக்கத்தில் உட்கார்ந்துவிட்டிருந்தாள். அவருடைய இடது தோள் வழியாகத் தொங்கியபடி மடிமீது அமர்ந்திருந்த அழகிய கைப்பையை, அவர் அதைத் திறக்க முற்பட்ட போதுதான் அவள் கவனித்தாள். கைப்பையிலிருந்து வெளியில் வந்த அவருடைய வலதுகையில் பென்சில் பாக்ஸ் அளவு இரண்டு பெரிய சாக்லெட் பார் இருந்தன. அவளுடன் அதுவரை விளையாடிக்கொண்டிருந்த வகுப்புத் தோழிகள் தன்னைச் சுற்றிலும் நின்றுகொண்டு அசையாது அந்த அம்மாவையே பார்த்தபடி இருப்பதைக் கவனித்தாள். அவருடைய தோற்றம் விளையாட்டை மறக்கடித்து அவர்களைக் கட்டிப் போட்டிருந்தது. அவளுடைய வீட்டுக்குப் பக்கத்தில் இருப்பவளும், எல்.கே.ஜி. யிலிருந்து இப்போது மூன்றாம் வகுப்பு வரை அவளுடன் படித்து வருபவளுமான கீதா, கண்களைச் சிமிட்டியபடி, யார் என்று சைகையில் கேட்டாள். அவள் தன் உதடுகளைப் பிதுக்கியபோது, அந்த அம்மா மலர்ந்த புன்னகையோடு இடது கையால் அவளுடைய புறங்கைகளைப் பிடித்து வலது கையால் உள்ளங்கைகளில் சாக்லெட்களை வைத்துப்

பொத்தினார். அவளுக்கு மறுக்கத் தோன்றவில்லை. 'தேங்க்யூ ஆன்ட்டி' என்று அவள் வாய் திறந்தபோது, 'ஆன்ட்டி இல்லைடா கண்ணா, அம்மா' என்றார் அவர்.

மதிய வகுப்பின் போது அவளுக்குப் பாடத்தில் மனம் ஒன்றவில்லை. புதிர்கள் சூழ்ந்திருந்த மனப் பிராந்தியத்தில் கேள்விகள் வட்டமடித்துத் திரிந்தன. அவற்றின் இரைச்சலில் டீச்சரின் குரல் அமுங்கிப் போயிருந்தது. பைக்குள் கைவிட்டு சாக்லெட்டை ஸ்பரிசித்தாள். யார் அவர்? தன்னை அம்மா என்று ஏன் கூப்பிடச் சொன்னார்? அவளுக்கு நினைவு தெரிந்து அந்த அம்மா அவர்கள் வீட்டுக்கு வந்திருக்கவில்லை. அப்பாவோ, அம்மாவோ, ஆயாவோகூட இப்படி ஒருவரைப் பற்றி எந்தச் சமயத்திலும் பேசியதாக நினைவில்லை. இன்று ஏன் திடீரென வந்தார்; அதுவும் வீட்டுக்கு வராமல் பள்ளிக்கு ஏன் வந்தார்? கேள்விகள் இறக்கை கட்டி வளைய வந்தன. அவர் அவளைத் தனியாகப் பார்க்க விரும்பினார் என்பதும் அவரால் ஏனோ வீட்டுக்கு வரமுடியாது என்பதும் புரிந்தது. இதற்கு முன் தன்னை எங்கு பார்த்திருப்பார்; தன்னை எப்படி அவருக்குத் தெரியும்? அவர் இந்த ஊரில்தான் வசிக்கிறாரா, வேறெங்குமா? எனக் கேள்விகள் பதில்களின்றிப் பரிதவித்தன. அதேசமயம் முன்பின் தெரியாதவரிடம் தன்னால் அவ்வளவு இணக்கமாக இருக்க முடிந்ததை நினைக்க அவளுக்கு ஆச்சரியமாக இருந்தது. அவரோடு ஒட்டிக்கொள்ள மனம் விழைவதைத் தெளிவாக உணர்ந்தாள். மதிய வகுப்புக்கு மணி அடித்த போது, அவளுடைய இரண்டு கைகளையும் ஒன்று சேர்த்துப் பற்றியபடி, குனிந்து நெற்றியில் அவர் இட்ட முத்தத்தில் உயிர் கொண்டிருந்த கனிவும் ஏக்கமும் என்றென்றைக்குமாக அவளை அந்த அம்மாவோடு பிணைத்துக் கட்டின. பிரிந்தபோது, அவளுடைய தலையில் வலது கை விரல்களை அவர் அலைந்த விதத்தில் அந்த அம்மாவோடு அவள் கலந்துவிட்டிருந்தாள். காலையில் ஸ்கூலில் இறக்கி விடும்போது அப்பாவும் இதே மாதிரிதான் செய்வார். ஆனாலும் அந்த அம்மாவின் விரல்களில் அவளைச் சிலிர்க்க வைக்கும் மாயம் இருந்தது.

அந்த அம்மாவின் வருகை பற்றி வீட்டில் அப்பாவிடமோ அம்மாவிடமோ சொல்லக்கூடாது என்ற உள்ளுணர்வு அவளுக்கு ஏற்பட்டது. அப்படி நடந்துகொள்வது சரிதானா என்ற குழப்பமும் அவளுள் சுழன்றுகொண்டிருந்தது. இப்படி ஒரு இக்கட்டை அவள் இதற்கு முன் எதிர்கொண்டதில்லை என்பதால் பிடிபடாத பரபரப்பு அவளை ஆக்ரமித்திருந்தது. ஒன்றை மறைப்பதன் அவசியத்தை

அவள் அதுவரை உணர்ந்திருக்கவோ, அறிந்திருக்கவோ இல்லை. ஆனால் இதை வீட்டில் சொன்னால் அடுத்த முறை அந்த அம்மா வரும்போது தன்னால் அவரை எதிர்கொள்ள முடியாத சங்கடம் ஏற்படும் என்றோ அல்லது அந்த அம்மாவே இனி அவளைப் பார்க்க வர முடியாதபடி ஏதேனும் நடந்துவிடும் என்றோ அவளுக்கு நிச்சயமாகத் தோன்றியது. தனக்குள் ஒரு ரகசிய உலகம் உருவாகிக் கொண்டிருப்பதில் சந்தோஷமும் தவிப்பும் அடைந்தாள். அவளுள் ரகசியக் குமிழியொன்று உருவாகி மிதக்கத் தொடங்கியிருந்தது. ரகசிய உணர்வில் விளைந்த கிளர்ச்சியோடும் அதைக் காப்பாற்ற வேண்டுமே என்ற பதற்றத்தோடும் தவித்துக்கொண்டிருந்தாள்.

தனதான ரகசிய உலகைப் பாதுகாக்க ஆயா உதவக் கூடுமென்று தோன்றியது. அப்பாவின் சித்திதான் ஆயா. தன் ஒரே பையனின் வீட்டுக்கே கூட ஆயா எப்போதாவதுதான் போவார். அவள் 4 மாதக் குழந்தையாக இருந்தபோதிலிருந்து ஆயா அவர்களுடனேயே இருந்து வருகிறார். அவளுக்கு 8, 9 மாதமானபோது அப்பா சென்னை வந்து தொழில் தொடங்கினாரென்றும், அப்போது அப்பா மீதும் இவள் மீதுமுள்ள பாசத்தால் கூடவே வந்துவிட்டதாகவும் ஆயா சொல்லியிருக்கிறார். ஆயாவுக்கு இவள்தான் உலகம். ஆனால் சாப்பாட்டு விஷயத்தில்தான் ஆயா கொஞ்சம் கெடுபிடி. இந்த அம்மா விஷயத்தில் தான் எப்படி நடந்துகொள்ள வேண்டுமென ஆயா, தன் விருப்பம் குலையாதபடி, வழி காட்டுவார் என்று தோன்றியது. அப்போதுதான், அந்த அம்மா தன்னைப் பார்க்க ஆயாதான் ஏற்பாடு செய்திருப்பார் என்பது அவளுக்குப் பிடிபட்டது. வழக்கமாக மதியச் சாப்பாடு எடுத்து வரும் ஆயா, அவள் சாப்பிட்டு முடித்த பின்னும் மதிய வகுப்புக்கு மணி அடிக்கும் வரை மரத்தடியில் அமர்ந்திருந்து அவள் விளையாடுவதைப் பார்த்துக்கொண்டிருந்து விட்டுத்தான் போவார். ஆனால் இன்று, என்றுமில்லாத அதிசயமாக அவள் சாப்பிட்டு முடிந்ததும் ஆயா கிளம்பிவிட்டது ஞாபகத்துக்கு வந்தது. அந்த அம்மா அவளைப் பார்க்கும் போது ஆயா ஏன் உடனிருக்க விரும்பவில்லை என்று அவளுக்குப் புரியவில்லை. சாயந்தரம் ஆயாவுடன் வீட்டுக்குச் செல்லும் போது புதிர்கள் விடுபடும் என்று நம்பினாள். அவளுக்குள் மிதக்கும் ஒரு ரகசியக் குமிழிக்குள் அவள் குடிகொண்டாள்.

பள்ளிக்கூடம் விட்டு வீட்டுக்கு வந்ததும் குழந்தைகளையெல்லாம் சத்தம் போடாமல் படிக்கச் சொல்லிவிட்டு, ஸ்வீட்டியை எடுத்துக்கொண்டு அவளுடைய எழுது மேஜைக்குப் பக்கத்தில்

கீழே உட்கார்ந்துகொண்டாள். அதற்கு முன் பார்பியிடம் ஸ்கேலைக் கொடுத்து, வகுப்பைப் பார்த்துக்கொள்ளும்படிச் சொல்லியிருந்தாள். ஸ்வீட்டியிடம் சாக்லெட்டை எடுத்துக் காண்பித்து அன்று நடந்ததைச் சொல்லத் தொடங்கினாள். ஸ்வீட்டியிடம் பேசிக்கொண்டிருப்பதற்கு இடைஞ்சலாக வகுப்பில் சத்தம் உயர்ந்திருந்தது. 'என்ன அங்க சத்தம். பார்பி நீ என்ன பண்ணிட்டிருக்க' என்று ஒரு அதட்டுப் போட்டாள். கதை கேட்ட ஸ்வீட்டிதான், அந்த அம்மாவோடு ஃபோனில் பேசலாமே என்று யோசனை கூறியது. 'என் பட்டு ஸ்வீட்டி' என்று அதற்கு ஆசையாக முத்தம் கொடுத்துவிட்டு, கப் போர்டிலிருந்து ஃபோனை எடுத்துக்கொண்டு வந்தாள். வரும்போதே வகுப்பை ஒரு பார்வை பார்த்தாள். வகுப்பு முழு அமைதிக்குத் திரும்பியிருந்தது. எண்களைச் சுழற்றினாள். எதிர்முனையில் அதே குரல். 'அவங்கதான்' என்று பரவசத்தோடு பேசத் தொடங்கினாள்.

'நாந்தாம்மா மாலா பேசறேன்.'

'இப்பதான் வந்தேன்.'

'உம், காம்ப்ளான் குடிச்சேன்.'

'ஒரு சாக்லெட்ல பாதி சாப்பிட்ருக்கேம்மா.'

'நாளைக்கு ஸ்கூல்ல சாப்பிடுவேன்.'

தன் ஆடையைப் பார்த்தபடி, 'ரெட் கலர் ஃப்ராக்' என்றாள்.

'ஸ்வீட்டியோட விளையாடிட்டிருக்கேன்.'

'என் செல்ல டெடி பியர்மா.'

'நாந்தான் பேர் வைச்சேன். அதுட்ட பேசறீங்களா?'

ரிசீவரை நீட்டியபடி, ஸ்வீட்டி பேசு பேசு என்றாள். ஸ்வீட்டி அநியாயத்துக்கு வெட்கப்பட்டது.

'ஸ்வீட்டி வெக்கப்படுதும்மா, பேச மாட்டேங்குது.'

'இல்ல, யாருக்கும் தெரியாது. ஸ்வீட்டிக்கு மட்டும்தான் தெரியும்.'

'எப்ப வருவீங்கம்மா?'

'சரிம்மா, அப்பறம் பேசறேன்.'

முத்தம் கொடுத்துவிட்டு ரிசீவரை வைத்தாள். 'நீயும் பேசியிருக்கலாம்ல' என்று ஸ்வீட்டியிடம் சொல்லிவிட்டுக் கட்டிலருகே போனாள். வகுப்பு முடிந்துவிட்டதாக அறிவித்தாள். கட்டிலில் இருந்த பொம்மைகளை எல்லாம் கப் போர்டில் வைத்துவிட்டு வீட்டுப் பாடம் செய்ய உட்கார்ந்தாள். ஆபீஸிலிருந்து அம்மா வருவதற்குள் வீட்டுப் பாடங்களை முடித்துவைத்தால்தான் அம்மா வந்ததும் அவரோடு படிக்க உட்கார முடியும். எல்லாம் முடிந்தால் தான் டி.வி. பார்க்கலாம்.

அம்மா டி.வி. பார்க்க முன்னறைக்குப் போனபோது அவள் நோட்டுப் புத்தகங்களைப் பைக்குள் திணித்துக்கொண்டிருந்தாள். அப்போது அவளுடைய படிப்பு மேஜையில் ஸ்வீட்டிக்கும் பார்பிக்கும் நடுவில் உட்கார்ந்திருந்த ஃபோன் மணி அடித்தது. அந்த அம்மாவாகத்தான் இருக்கும். வேறு யார் அவளைக் கூப்பிடப் போகிறார்கள்.

'ஹலோ, நான் மாலா பேசறேன்.'

'ஹோம் ஒர்க்லாம் முடிச்சுட்டேம்மா.'

'டி.வி. பாக்கப் போறேன்.'

'தோசையாத்தான் இருக்கும்.'

'ஒண்ணுதாம்மா சாப்பிடுவேன்.'

'சரிம்மா, இனிமே ரெண்டு சாப்பிடறேன். நீங்க சாப்டாச்சா.'

'என்னம்மா சாப்பிடுவீங்க?'

'எனக்கு பூரின்னா ரொம்பப் பிடிக்கும்.'

'சரிம்மா, கொண்டு வாங்க. வைக்கட்டுமா?'

'அடுத்த தடவை வரும்போது பூரி கொண்டு வந்து அவங்களே ஊட்டி விடறதாச் சொல்லியிருக்காங்க' என்று ஸ்வீட்டியிடம் சொல்லியபடி அதை இறுக அணைத்துக்கொண்டு டி.வி. பார்க்கப் போனாள். இரவு அந்த அம்மாவுக்கு குட்நைட் சொன்னாள்.

மறுநாள் காலை பள்ளிக்கூடம் செல்லும் அவசரத்தில் அவளுக்கு ஃபோன் பக்கமே போக முடியவில்லை. சாயந்தரம் பார்த்துக்கொள்ளலாமென்று கிளம்பிவிட்டாள்.

சாயந்தரம் அவளை வீட்டுக்குக் கூப்பிட்டுப் போவதற்காக மரத்தடியில் நின்றிருந்த ஆயாவின் முகத்தில் வழக்கமாக அவளைப் பார்த்ததும் மலரும் சிரிப்பு வாடியிருந்தது. துக்கத்தில் முகம் கோணிக்கொண்டிருந்தது. ஆயா அவளிடமிருந்து பையை வாங்கியபோது அவர் கண்களில் நீர் கோத்திருந்ததைக் கவனித்தாள். 'ஏன் ஆயா, ஒரு மாதிரி இருக்கீங்க?' என்று அவள் கேட்டதற்கு, 'ஒண்ணுமில்ல ராசாத்தி' என்றபடி ஆயா நடந்தார். அவளுடைய கையைப் பிடித்திருந்த ஆயாவின் கையில் விம்மலின் நடுக்கம் இருந்தது. ஆயாவின் முகத்தை நிமிர்ந்து பார்த்தாள். ஆயா முந்தானையால் கண்களைத் துடைத்துக்கொண்டார். வீடு நெருங்கியபோது, 'இன்னைக்கு ராத்திரி ஆயா ஊருக்குப் போறேன்டா, வர ரெண்டு நாளாகும். நீ ஒழுங்கா சாப்பிடணும்' என்றார். அவள்

தலையாட்டியபடி 'எந்த ஊருக்கு ஆயா' என்று கேட்டது ஆயாவின் காதில் விழவில்லை. மறுபடியும் கேட்க நினைத்து கேட்காமலேயே நடந்தாள்.

ஆயா கதவைத் திறப்பதற்குப் பதிலாக மணியை அழுத்தியபோது தான் கதவில் பூட்டு தொங்காததைக் கவனித்தாள். அப்பா கதவைத் திறந்தார். அப்பாவை அந்த நேரத்தில் வீட்டில் பார்த்ததும் அவள் திடுக்கிட்டாள். காலையில் அவளைப் பள்ளியில் விட்டுவிட்டு அப்படியே ஆபீஸுக்குப் போய்விடும் அப்பா இரவு தூங்கத்தான் வீட்டுக்கு வருவார். விடுமுறை நாட்களில் கூட எங்கேயாவது கிளம்பிவிடுவார். அப்பாவின் சிரிப்பும் வாடித்தான் வெளிப்பட்டது. ஏதோ அசம்பாவிதம் நடந்திருக்கிறது. 'போய் டிரஸ் மாத்திக்கடா கண்ணா' என்ற அப்பாவின் குரல் கண்ணீரில் நனைந்திருந்தது. அவள் உள்ளறைக்குப் போனாள்.

'சரஸாவுக்குப் ஃபோன் பண்ணினயாப்பா, எப்ப வருதாம்' என்றார் ஆயா.

'இல்லை. அவள் வர்றபோது வரட்டும். அவளுக்கு உடனே சொல்லி என்ன ஆகப்போகுது. வந்த பிறகு பேசிக்கலாம்' என்றார் அப்பா.

அம்மாவுக்கு ஒன்றுமில்லை என்று புரிந்ததும் சற்றே ஆசுவாசம் அடைந்தாள். ஏதோ விபரீதம் நிகழ்ந்திருக்கிறது என்ற உணர்வும், இளமஞ்சள் நிற ஒளியென வீட்டில் கவிந்திருந்த சோகமும் அவள் கண்களைப் பனிக்கச் செய்தன. அம்மா வந்த பிறகு, அவரிடம் விஷயத்தைத் தெரியப்படுத்தும்போது தானும் தெரிந்துகொண்டு விடலாம் என்று நினைத்தாள். ஆனால் அப்பா, அம்மாவிடம் பேசியே பல மாதங்களாகி விட்டன. ஒருவேளை இன்று அவர் பேசும்படி இருக்குமோ என்று தோன்றிய போதே அவளிடம் பதற்றம் பரவத் தொடங்கியது. ஆறு மாதங்களுக்கு முன் வரை அப்பாவும் அம்மாவும் பேச ஆரம்பித்தாலே அவளுக்கு நடுக்கம் கண்டு விடும். உள்ளறையில் கட்டிலில் ஏதாவது ஒரு புத்தகத்தை வைத்துக்கொண்டு பம்மிப்போய் உட்கார்ந்துவிடுவாள். மூர்க்கமான வார்த்தைகள் அறையெங்கும் சிதறி அவளை நடுநடுங்க வைத்துக்கொண்டிருக்கும். குரல்கள் தடிக்கும் போது ஆயா லேசாகப் புகுந்து பார்ப்பார். ஆனால் அம்மாவின் உதறல் அவரைச் சமையல் கட்டுக்குள் ஒடுங்கச் செய்துவிடும். சண்டையின் உச்சத்தில் முள்ளம்பன்றியைப் போல் சிலிர்த்துக்கொண்டு அம்மா வார்த்தைகளை விசிறியடிப்பார். 'உங்கிட்ட எவளால் வாழ முடியும்' என்பதுதான் எப்போதுமே அம்மாவின் கடைசிப் பிரயோகமாக

இருக்கும். உடனே அப்பா ஆவேசமாகக் கத்தியபடி வெளியேறி விடுவார். அதன் பின்பு அம்மா புலம்பியபடியே அழத் தொடங்குவாள். அந்தச் சமயங்களிலெல்லாம், 'உனக்காகத்தான்டா இந்த வீட்ல இருக்கேன்' என்று அவளை அணைத்துக்கொண்டு சொல்வாள். சண்டை எப்போதுமே அப்பா சம்பாதிக்கத் துப்பில்லாதவர் என்பதாகத்தான் இருக்கும். ஆனால் அவளுக்கு அது ஒருபோதும் புரிந்ததில்லை. அப்பாதான் அவளுக்கு வேண்டியதை எல்லாம், அவள் கேட்டதை எல்லாம் எப்போதுமே வாங்கிக் கொடுப்பார். ஸ்வீட்டி, பார்பி என அவளிடமுள்ள எல்லா பொம்மைகளும் டிரஸ்களும் அப்பா வாங்கிக் கொடுத்ததுதான். அப்பாவுடன் வெளியில் போவதென்றால் அவளுக்கு கும்மாளமாகத்தான் இருக்கும். சம்பாதிக்காமலா அப்பாவால் எல்லாம் செய்ய முடிகிறது. நாள்பட அம்மாவிடம் பேசுவதையே அப்பா விட்டுவிட்டார். அவர் வீட்டில் இருப்பதே அபூர்வமாகி விட்டது. இரவிலும் முன்னறையில் தனியாகப் படுத்துக் கொள்வார். எது எப்படியானாலும் காலையில் பள்ளிக்கூடத்துக்கு அவளை ஸ்கூட்டரில் அழைத்துக்கொண்டு போகும் போது அவரிடம் வெளிப்படும் கலகலப்பு அவளைக் கொள்ளை கொண்டுவிடும்.

'நீங்க யாருமே வரலைங்கிற போது நான் இப்பவே போகட்டுமா' என்று கேட்டார் ஆயா.

'ராத்திரி டிரெயினுக்கோ, பஸ்ஸுக்கோ டிக்கெட் வாங்கச் சொல்லி ஆபீஸ் பையனை அனுப்பிச்சிருக்கேன். ராத்திரி போனாக்க விடியக்காலமெ போய் சேந்துடலாம். இப்ப போனா நடுராத்திரில் போய் நிக்கணும். அது எதுக்கு' என்றார் அப்பா.

ஆயா ஒன்றும் பேசவில்லை.

'அவ வந்த பிறகு நீங்க அவள்ட்டயும் சொல்லிட்டுப் போன மாதிரி இருக்கும்.'

'இப்படி அவளச் சாகடிச்சுட்டானே குடிகாரன்' என்று திடீரென ஆயா கத்தியபடி அழுதாள்.

'உஷ்' என்ற அப்பா, 'அவளா தேடிக்கிட்டதுதானே' என்றார்.

'அவனுக்கும் ஒரு குழந்தையைப் பெத்துப் போட்டிருக்காளே. அந்தப் பச்சப் புள்ளய விட்டிட்டுப் போக எப்படித்தான் அவளுக்கு மனசு வந்துதோ.... அந்த சிறுசு இனி என்ன பாடுபடப் போகுதோ, அதை நினைக்கத்தான் மனசு தாங்கலே' என்று ஆயா விம்மினார்.

'அவனோட குழந்தைக்கு இப்ப நாம் என்ன பண்ண முடியும்? பின்னால் வேணும்னா ஏதாச்சும் செய்ய முடியுமா பாக்கலாம்' என்றார் அப்பா.

அவள் உள்ளறையில் உடை மாற்றிக்கொண்டு பள்ளிக்கூடப் பையை முன்னால் வைத்துக் கொண்டு கட்டிலில் உட்கார்ந்திருந்தாள். அப்பாவின் உறவுக்காரப் பெண் யாரோ இறந்துவிட்டார் என்று தெரிந்தது. வீட்டைக் கப்பியிருந்த சோக மூட்டம் அவள் மீதும் இறங்கியிருந்தது. மனம் தளுதளுக்க கண்கள் கலங்கியிருந்தன.

'பப்ஸ்' என்று குரல் கொடுத்தபடி அப்பா வரும் சத்தம் கேட்டது. அப்பா எப்போதுமே அவளை அப்படித்தான் கூப்பிடுவார். கண்களைத் துடைத்தபடி ஒரு புத்தகத்தை எடுத்து விரித்து வைத்துக்கொண்டாள். 'நான் கடைக்குப் போய் சாக்லெட் வாங்கிட்டு வர்றேன். விளையாடிட்டிருடா கண்ணா' என்று அப்பா அவள் தலையில் விரல்களை அலையவிட்டார். 'ஏன்ட சாக்லெட் இருக்குப்பா' என்று வாய் வரை வந்துவிட்டதை விழுங்கிவிட்டுத் தலையாட்டினாள்.

அப்பா போனதும் பையிலிருந்து இன்னும் பிரிக்கப்படாதிருந்த முழு சாக்லெட் பாரை எடுத்தாள்.

அவளுடைய எழுதுமேஜையில் இருந்தபடி ஸ்வீட்டி அவளைச் சோகமாகப் பார்த்துக்கொண்டிருந்தது. அன்று குழந்தைகளுக்கு வகுப்பு எடுக்க அவளுக்கு மனமில்லை. எழுந்து போய் ஸ்வீட்டியை எடுத்து ஆறுதலாக அணைத்துக்கொண்டாள். அவளுடைய ரகசியக் குமிழியை நிர்மூலமாக்கும் உக்கிரத்தோடு, இறந்து போனது அந்த அம்மாதான் என்ற எண்ணம் அந்த அணைப்பிலிருந்து எழுந்தது. அவள் பொடிப் பொடியாக நொறுங்கிக்கொண்டிருந்தாள். பாய்ந்து சென்று கப்போர்டிலிருந்து ஃபோனை எடுத்து எண்களைச் சுற்றினாள். உடல் விம்மித் துடிக்க, கை நடுங்கியது. எதிர்முனையின் நிசப்தம் அவளைச் சுழற்றி எறிந்தது. 'அம்மா செத்துட்டாங்க ஸ்வீட்டி' என்று ஸ்வீட்டியை அணைத்தபடி கட்டிலில் சுருண்டு தேம்பினாள். அவளுடைய மிதவையான ரகசியக் குமிழி உடைந்து, கண்ணீராய் வழிந்துகொண்டிருந்தது.

கைப்பிடிக்கு அடங்காது நீண்டிருந்த பெரிய சாக்லெட் பாரோடு ஸ்வீட்டியை அணைத்தபடி அப்படியே தூங்கிப் போனாள்.

*(தினமணி கதிர், ஏப்ரல் 1995)*

# நிலவெளி அச்சம்

அச்சமும் நம்பிக்கையும் ஒன்றையொன்று மேவி அவன் கால்களை நகர்த்திக்கொண்டிருந்தன. தன் வாழ்வின் கடைசி நிமிடங்கள் நீரால் சூழப்பட்டு இதயத் துடிப்பு, ரத்தவோட்டம், உடலசைவு, மூச்சு என எல்லாமே நீரில் இறுதியாக நிகழ்ந்து முடிவதை அவன் தேர்வு செய்திருந்தான். மூதாதையின் வாக்கு அவன் வாழ்வை விதிவசமாக்கி நிலவெளியில் அவனை நிர்மூலமாக்கியிருந்தது. வாக்கின் அசுரப் பிடியிலிருந்து மீள்வதற்கான அவனுடைய எல்லாப் பிரயத்தனங்களும் சிதறுண்டு போயின. வாக்கின் அச்சத்தோடும் கனவுகளின் நம்பிக்கையோடும் சுழன்றோடிக் கொண்டிருந்த வாழ்வின் கடைசி அச்சாணியும் கழன்றோடி விட்டிருந்தது. விதிவசப்பட்ட நிலவெளி வாழ்வுக்கு எதிரான ஒரே தீர்வாக மிஞ்சியிருந்தது மரணம். அது நிலவெளியில் நிகழுமெனில் வாக்கு அவனிடமிருந்து விடுபட்டு, சூல் கொண்டிருக்கும் தன் மூன்று மாத சிசுவை பீடித்துக்கொண்டு விடக்கூடுமென அஞ்சி கடல்வெளியைத் தேர்ந்தெடுத்திருந்தான். கடல்வெளியை நோக்கி நிலவெளியில் தன் கடைசி எட்டுகளை முன்வைத்துக் கொண்டிருந்தான்.

அவன் இப்போது எந்தக் கிராமத்திலிருந்து விலகி நகர்ந்து கொண்டிருக்கிறானோ அந்தக் கிராமத்தை எட்டு மாதங்களுக்கு முன்பு கடல் வெளியின் இதம் நாடி வந்தடைந்தான். பத்தாண்டு காலத் தலைமறைவு வாழ்க்கையில் அல்லாடித் திரிந்தபோது ஒரு கடலோரக் கிராமத்தில் அவன் வசிக்க நேரிட்டது. அங்கு அவனுக்கு ஏற்பட்ட கடல் பயணங்களும், மீன்பிடி லாவகங்களும், சாகஸங்களும் அந்த நாட்களை அவனுக்கு பொக்கிஷமாக்கியிருந்தன. அவன் ஓரிடத்தில் அதிக நாட்கள் நீடித்திருந்ததும் அங்குதான். நிலவெளியில் மட்டுமே வாக்கு அவன் மீது ஆதிக்கம் செலுத்த முடியும் என்று கூட அவன் அதைப் புரிந்துகொண்டிருந்தான். அகன்று விரிந்த கடல் வெளியும் பரந்து கூடாரமிட்டிருந்த ஆகாய வெளியும் அவனைச் சின்னஞ்சிறு

துகளாக்கி ஜாலங்கள் புரிந்தபோது அவனுடைய விஞ்ஞான அறிவில் புது வளையங்கள் சுழலத் தொடங்கின. கட்சியின் வேலிக் கம்பிகளுக்குள் அடைபட மறுத்தபோது ஏற்பட்ட ரணங்களினால் மனம் வெதும்பி இயக்கப் பணிகளிலிருந்து ஒதுங்க முற்பட்ட போது கடல்வெளியின் வசீகரத்தால் ஈர்க்கப்பட்டு இந்தக் கிராமத்தை வந்தடைந்தான்.

இங்குதான் அவன் உடல், தன் 36ஆவது வயதில், பெண்ணுடல் ஸ்பரிசத்துக்காகத் தகிக்கத் தொடங்கியது. அவளுடைய இடுப்புச் சதையின் சர்ப்ப ஜொலிப்பில் அவனுள் காமத்தின் காந்த அலைகள் சீற்றம் கொண்டன. காமப் புனைவுகளில் மனம் சதா சஞ்சரிக்கத் தொடங்கியது. கனவு நனவான ஒரு நாளில், அவள் தன்னை அளித்து அவனை ஏற்ற விதத்தில், அவன் வாழ்வில் முதன்முறையாக உடல்வெளியில் போகப் பயணம் நிகழ்ந்தேறியது. அதனைத் தொடர்ந்து காமாக்னியில் அவன் உடல் புடமேறிக் கொண்டிருந்தது. போக சுவாசத்தில் நாட்கள் களியாட்டம் ஆடின.

போக வாழ்வில் பெற்ற புத்துயிர்ப்பு, சந்தோஷத்தின் சிறகடிப்புகளோடு மட்டுமல்லாமல் கலவரத்தின் கண்ணிகளோடும் தான் இருந்தது. மூன்று குழந்தைகளுக்குத் தாயான அவளுடன் அவன் கொண்டிருந்த உறவு பதற்றத்தின் வலைப் பின்னலில் அவனைச் சிக்க வைத்திருந்தது. தனிமையில் அவனை அது இறுக்கி இம்சித்துக் கொண்டிருந்தது. அவன் இந்த உறவை ரகசியமாகப் பாதுகாக்கவே விரும்பினான். எனினும் இரு உடல்களும் தங்கள் பிணைவுகளுக்கும் புனைவுகளுக்குமான சந்தர்ப்பங்களை உருவாக்குவதிலேயே முனைந்து கிடந்ததில் ரகசியம் மெல்லக் கசியத் தொடங்கியது. வாக்கு விந்துக்குள் புகுந்து அழிவை சிருஷ்டிக்கிறதோ என்று கூட அவன் அஞ்சினான். அதே சமயம் இயல்புணர்வில் திளைக்கவும் புணர்ச்சிக் களிப்பில் முயங்கிக் கிடக்கவும் தன் வாழ்வு கொண்டுவிட்ட விருப்பத்தை அவனால் உதாசீனப்படுத்த முடியவில்லை.

அவளோ இந்த உறவு ரகசியம் போர்த்தியதாகத்தான் இருக்க வேண்டுமென்றோ, இருக்க முடியுமென்றோ ஒருபோதும் நினைக்கவில்லை. அவனுடைய பதற்றம் கருதி அவளும் ரகசியம் பேணவே விரும்பினாள். ஆனாலும் கணவன் அவள் உடலை அணுகும் போது, ரகசிய உறவின் அடையாளங்களாக மறைவுப் பிரதேசங்களில் கன்றிக் கிடக்கும் கடிதங்கள் பற்றிய பயமின்றி தன்னுடலை அவனுக்கு மலர்த்தினாள். வாழ்வின் சொரூபமென அவள் புழங்கும் பாங்கும், கபடுகளற்ற நேர்மையும், பாசாங்குகளற்ற வல்லமையும்

அவளைக் குற்றவாளியாக்கிக் கணைகள் பாய்ச்சும் அதிகாரத்தையோ, தைரியத்தையோ கணவனுக்கு அளித்திருக்கவில்லை. தன் குடும்ப வாழ்வில் அவள் கொண்டிருந்த நம்பிக்கையில்தான், எந்தச் சூழ்நிலையிலும் தன்னை விட்டு விலகிவிடக் கூடாது என்று இவனிடமும் உறுதி வாங்கியிருக்க அவளால் முடிந்தது.

ரகசியத்தின் வலைத்துணி நைந்து கிழிபட அதிக நாள் ஆகவில்லை. அவன் எதிர்பார்த்துப் பயந்திருந்த நாள் எதிர்பாராதவிதமாக அன்று அணுகியது. ஒளிவு மறைவற்ற அமைதியுடன் அவளுடைய கணவன் இவனைச் சந்தித்து, தங்களை விட்டு விலகிச் செல்லும்படி கேட்டுக்கொண்டான். பேரிரைச்சல் சூல் கொண்டிருந்த அமைதியோடு இவன் தலையாட்டினான். அவன் அகன்றதும் தன் முழு வாழ்வும் கேவலப்பட்டுப் போனதற்காகக் குமுறிக் குமுறி அழுதான். அவனுடைய கடைசிப் பிடிமானத்தையும் சூறையாடும் மூர்க்கத்துடன் வாக்கு வெளிப்பட்டு விட்டதை உணர்ந்தான். வாக்கிடமிருந்து மீட்சி பெற நிலவெளி வாழ்விடமிருந்து விடை பெற்றுக்கொள்ள முடிவெடுத்தான்.

இவ்வளவு காலமும் தாய்வழி மூதாதையின் வாக்கு ஒன்று அவனை நிற்குமிடம் தரிக்கவிடாமல் துரத்திக்கொண்டிருக்கிறது. தாயின் செவி வழியாகப் புகுந்து, கருவறைச் சிசுவாக அவனைத் தாயுடன் பிணைத்திருந்த நஞ்சுக்கொடியில் அது குடியேறியது. நிலவெளிக் குழந்தையாக அவன் வெளிப்பட்டதும், நஞ்சுக்கொடி துண்டிக்கப் பட்டபோது, வாக்கு அவனுடைய தொப்புள் குழியை அடைந்து அதுவாகவே ஆகியது. அன்றிலிருந்து இன்று வரை அவனுடைய தொப்புள் குழியில் குடியிருந்தபடி அவனை அலைக்கழித்துக் கொண்டிருக்கிறது. அது உடலின் மையப் பகுதியிலிருந்ததால் வீரியமிக்கதாகவும், அதுவே ஒரு குழியாகி விட்டிருந்ததால் அழிக்கப்பட முடியாத வல்லமையோடும் இருந்தது. அவன் ஓரிடத்தில் நின்று நிலைப்பதற்கான சாத்தியங்கள் வலுப்பெறும் போது தொப்புள் குழியிலிருந்து அழிவின் கதிர்கள் பாயத் தொடங்கிவிடும். அதன் ரேகைகளைக் கண்ணுற்ற மாத்ரத்தில் சகிக்க மாட்டாமல் நிலை குலைந்து ஓடத் தொடங்குவான். ஆசுவாசம் கொள்ள கால்கள் தரித்து நிற்பதும், வாக்கின் நச்சுக் கதிர்களில் தாக்குண்டு ஓடத் தொடங்குவதுமாய் அவன் காலம், தன் 18ஆவது வயதில் வீட்டை விட்டு வெளியேறிய நாள் தொட்டு, கழிந்துகொண்டிருக்கிறது.

பி.யூ.சி.யில் எல்லா பாடங்களிலும் ஃபெயிலாகி ஊதாரியாக ஊர் சுற்றித் திரிந்தபோது ஆத்திரத்தில் ஒரு நாள் அம்மா அவன் பிறந்த விதி பற்றிப் பிலாக்கணம் வைத்தாள். அவன் பிறந்த மூன்றாம் மாதத்தில் அவனுடைய அப்பாவின் கிராம முனிசீப் வேலை பறிபோனது. முதல் வருடத்துக்குள்ளேயே ஒரே சொத்தான சொந்த வீடு விலை போனது. இரண்டாம் வருட இறுதிக்குள் காச நோயால் பீடிக்கப்பட்டு அப்பா இறந்து போனார். அவனைச் சூலுற்றிருந்த காலத்தில் அம்மாவின் தாத்தா, உனக்கு ஆண் குழந்தை பிறக்கும். ஆனால் அதைத் தூக்கிக்கொண்டு இந்த வீட்டுப் பக்கம் வந்துவிடாதே. அதன் மூச்சு படுமிடம் பட்டுப் போகும், கால் படுமிடம் தரிசாகும் என்று சொன்னதை அடுத்து, தன் பிறந்தகப் படியேறவோ உதவி நாடவோ இடம் கொடுக்காத வைராக்கிய விழுதுகள் அவள் மனதில் பரவியிருந்தன. தனிமனுசியாக அவனுடைய இரண்டு அக்காள்களையும் அவனையும் ஆளாக்க அம்மா எடுத்த பிரயத்தனங்கள், வாழ்வு அவளிடம் காட்டிய குரூரத்துக்கும் வாழ்விடம் அவள் கொண்டிருந்த நேசத்துக்கும் இடையேயான முரண் யுத்தமன்றி வேறில்லை.

அம்மாவின் வார்த்தைகளில் என்றுமே படிந்திராத கசப்பும் விரக்தியும் அவன் மீது பட்டுத்தெறித்த அன்று ரயிலேறியவன், அடுத்த ஏழாண்டுகளில் வயிற்றுப்பாட்டுக்காகப் பார்க்காத வேலையில்லை. எந்த ஒன்றிலும் அவனால் நிலைத்துவிட முடியவில்லை. வாக்கின் வீரியத்தை அனுபவ ரீதியாக உணரத் தொடங்கியதும் அது குறித்த அச்சம் அவனுள் வேரூன்றியது. நகரும் நிலவெளி எங்கும் அழிவின் கதிர்களைப் பாய்ச்சும் வாக்குக்கு எதிராக அவன் மேற்கொண்ட பிரயாசைகளின் விளைவாக ஏழாண்டு வயிற்றுப்பாட்டு வாழ்வின் இறுதி நாட்களில் அவனுக்கு அரசியல் தொடர்பு கிட்டியது. மனிதகுல வரலாற்றுப் போக்கினை வடிவமைக்கும் இயக்கவியல் பற்றிய அறிவு அவன் வாழ்வுக்குப் புதிய வித்தாகியது. நகரும் நிலவெளிகளில் அவ்விதைகளைத் தூவிச் செல்வது அவனுடைய இலக்காகியது. நகரும் நிலவெளி மண் அவ்விதைகளை ஏற்றுக் கனி மரங்களைத் தாங்குமெனில் நிலவெளியுடனான முரண் நீங்கி தன் வாழ்வு சுபிட்சமடையும் என்று நம்பினான். எனினும், வாக்கின் சொடுக்குகளிலிருந்து அவனால் தப்பிக்க முடியவில்லை. இயக்கப் பணியின் முதல் சில மாதங்களுக்குள்ளேயே அவன் தலைமறைவு வாழ்வுக்குள் சிக்குண்டான். தலைமறைவு வாழ்க்கை இடம் மாற்றி இடம் என அவனைச் சுழற்றி எறிந்துகொண்டிருந்தது. இதற்குப் பின்னாலெல்லாம் வாக்கின் சூது இருப்பதாகவே அவனுக்குத் தோன்றியது. அவனுடைய அரசியல் ஞானமும், தர்க்கவியல்

வித்தகமும் - அரசியல் உலகில் அவனுக்குக் கிட்டிய ஞானம் பிரமிப்பூட்டக்கூடியது; விஷயங்களை ஊடுருவிப் பாயும் வித்தகம் அவனுக்கு அபாரமாகக் கூடிவந்தது. பின்னாளில் மூத்த தலைகளுடன் அவனுக்கு உரசல் ஏற்படவும் இவையே காரணம் - வாக்கு குறித்த அவனுடைய அச்சத்துக்கு எதிராக விளக்கங்களை முன்வைத்த போதிலும், அவற்றால் அவனுள் ஆழமாக ஊடுருவியிருந்த அச்சத்தின் வேர்களை அசைக்கக்கூட முடியவில்லை.

அவனுடைய கனவுப் பிரதேசமாயிருந்த அந்நிய மண்ணில் பெரும் பிளவுகள் நிகழத் தொடங்கின. அவனுடைய ஆதர்சங்கள் கிரேன்களின் அசுரப் பிடியில் தங்கள் வேர்களை இழந்து மண்ணில் சரிந்தன. தாங்கள் வஞ்சிக்கப்பட்டதற்கான ஆவேசங்களுடன் அந்நாட்டு மக்கள் கிளர்ந்தெழுந்தபோது இங்கு அவனுடைய மனவெளிப் பிரதேசம் வெடித்துச் சிதறியது. நிலவெளிக்கான விதைகளற்று நிலை குலைந்து விட்டிருந்தான். மூத்த தலைகளின் முகங்கள் கல்லாகி நெடுங்காலமாகி விட்டிருந்ததை அவன் அப்போதுதான் கவனித்தான். கடலின் கருணையை உணர்ந்து அவன் இந்தக் கிராமம் வந்து சேர்ந்தான்.

இருள் அடர்ந்திருந்த அறையில் அவன் படுத்துக் கிடந்தான். அவனுக்குப் பரிச்சயமான அவளுடைய வாசனை அறையில் படர்ந்தது. அவளின் திசை நோக்கி மலர்ந்து திரும்பும் வழக்கத்துக்கு மாறாக அசைவின்றிக் கிடந்தான். விளக்கைப் போட்டு விட்டு அவள் அவனருகில் உட்கார்ந்தாள். அவளுடைய கரிசனையான விசாரிப்புகள் எதற்கும் சரிவரப் பதில் சொல்லாது சமாளித்துக்கொண்டிருந்தான். உற்சாகப்படுத்தும் வகையில் அவனை மீட்டித் தன்னை அளிக்க அவள் முற்பட்டபோது, அசக்தியில் பீடிக்கப்பட்டவனைப் போல் தளர்ந்து போனான். கடைசி முறையாக முழு முற்றாக அவளை ஆக்ரமித்து விடவே அவன் விரும்பினான். ஆனால் அவனை உசுப்ப முற்பட்ட அவளுடைய வார்த்தைகளில் மேலும் இறுகி முன்னை விடவும் சுருங்கிப் போனான். அவளிடமிருந்து விலகி, அவனுடைய குழந்தையைச் சுமந்துகொண்டிருந்த பூசிய வயிற்றைக் கண்ணீரால் மெழுகிக்கொண்டிருந்தான். இவ்வளவு காலமும் ஓடிக் களைத்ததெல்லாம் இதற்காகத்தான் என்பது போல் நெகிழ்ச்சியின் விளிம்பில் அவன் மனம் கசிந்துருகிக்கொண்டிருந்தது. அவள் அவனுடைய தலையைக் கோதிக்கொண்டிருந்தாள். அவனுடைய இயலாமையை வெகு நாகரிகமாகவும் இயல்பாகவும் ஏற்றுக்கொண்டு, அவனை நிம்மதியாகத் தூங்கச் சொல்லி நெற்றியில் முத்தமிட்டுப்

பிரிந்தாள். பிரியும் தருணத்தில் அவளுடைய கண்களை ஒருகணம் நேர்கொண்டு பார்த்தான். வாழ்வு சுபாவமாய் அவற்றில் உயிர் கொண்டிருந்தது. அவள் கதவைக் கடந்து செல்லும் வரை, ஒருக்களித்துப் படுத்தபடி, நகரும் அவள் கால்களையே பார்த்துக்கொண்டிருந்தான். அவள் பாதங்களுக்கும் அவை பாவும் நிலத்துக்குமிடையே ஒரு சூட்சுமமான இணக்கம் வெகு பாந்தமாய் உறவு கொண்டிருப்பதாகத் தோன்றியது. தன் வாழ்நாளெல்லாம் பிரயாசைப்பட்டு அவனுக்கு ஒருபோதும் கிட்டியிராத இணக்கம். கடல் வெளியை நோக்கிய அவனுடைய இறுதிப் பயணத்துக்கான நேரம் வரை தூங்கிவிடக் கூடாதென்றே நினைத்திருந்தான். மீன் பிடிக்கச் சென்றவர்கள் ஆழ்கடலில் நிலை கொள்ளும் நேரத்தையே தன் மரணத்துக்கு உகந்த தருணமென அவன் தேர்வு செய்திருந்தான். சோர்வின் அயர்வில் அவன் தூங்கி விட்டிருந்தபோதிலும் தீர்மானித்திருந்த சரியான நேரத்துக்குக் கனவு அவனை எழுப்பிவிட்டிருந்தது.

பரந்து விரிந்த மணற்பரப்பில் அவன் நடந்து கொண்டிருக்கிறான். மணல் விரிப்பில் சூரிய நெருப்பு எரிந்துகொண்டிருக்கிறது. பாதங்கள் நிலத்தில் பாவாதபடி கால்கள் குவித்து, குதிகாலாலும் நுனிவிரல்களாலும் நடக்க யத்தனிக்கிறான். பாதங்களைத் தன் வசமிழுக்கும் மணல் ஈர்ப்பிலிருந்து அவனால் தப்பிக்க முடியவில்லை. கண் மூடி ஓடத் தொடங்குகிறான். அனல் துரத்தும் ஓட்டம். வெக்கைப் புயல் அவனை விசிறியடித்துச் செல்கிறது. ஓடிக் களைத்தவன் ஒரு சருகென மண்ணில் சரிகிறான். தன் இடது உள்ளங்கையில் தான் ஒரு அபூர்வ விதையைப் பொத்திக்கொண்டு இருப்பதைக் கவனிக்கிறான். இனி, தான் செய்ய வேண்டியதெல்லாம் அது ஒன்றுதான் என்பது போல், வலது கை கிடந்த இடத்திலேயே மண்ணைக் கிளறி அதனுள் அந்த விதையைப் போட்டு மூடுகிறான். அந்த நொடியிலேயே அதிலிருந்து ஒரு செடி வெளிப்பட்டு, அவன் பார்த்துக் கொண்டிருக்கும்போதே மரமாக, மாபெரும் விருட்சமாக, அடர்ந்து திரண்ட செங்கனிகளுடன் உயர்ந்தோங்கி நிற்கிறது. அவன் அந்த மரத்தினடியில் மல்லாந்து மலர்ந்து கிடக்கிறான். எங்கிருந்து வந்ததென்று அவன் அறியாதபடி, மிகப் பெரிய நாகமொன்று மரத்தின் மேலேறுவதைப் பார்த்து மருள்கிறான். அசுரவடிவில் வளர்ந்தபடியே அது மேலேறிக் கொண்டிருக்கிறது. அடிமரம் பிணைத்து மேலேறிய பின், தன் உடலை ஒரு விசை விசைத்து மரத்தின் கொப்பு கிளைகளை யெல்லாம் முக்கால் வளையத்துக்குத் தழுவியபடி அது படமெடுத்துச் சீறிய போது பூமி கிடுகிடுத்தது. அவன் மூச்சடங்கிக் கண் மூடி உறைந்து கிடக்கிறான். அந்நிலையிலும் அவனால் எல்லாவற்றையும் பார்க்க முடிகிறது. நாகம் ஒரு கனியைக் கவ்வுகிறது.

அந்த மாத்திரத்திலேயே கனிகளனைத்தும் சூம்பிப் போய் மரமே கிழடு தட்டி விடுகிறது. தன் தொப்புள் குழியில் ஏதோ குறுகுறுப்பதை உணர்ந்து தலை தூக்கிப் பார்க்கிறான். பாம்பின் வால் நுனி தொப்புள் குழியை நிமிண்டிக்கொண்டிருக்கிறது. பயத்தில் உடல் விரைக்க, தலை தொப்பென மண்ணில் விழுகிறது. அவன் உடல் கலகலக்கத் தொடங்கி மண்துகள்களாக மணல் விரிப்பில் ஒரு சுதைச் சிற்பமென வடிவம் பெறுகிறது. அது மேலும் கலகலத்து மண்ணோடு மண்ணாய் கரைந்துவிடக் கூடுமென அவன் பயந்தபோது, நாகவால் நுனி தொப்புள் குழியை ஒரு சுண்டு சுண்டுகிறது. உடனே மண் துகள்கள் இறுகத் தொடங்கி அவன் உடல் கல்லாய் இறுகிக்கொண்டே போகிறது. அது மேலும் முறுகி வெடித்துச் சிதறக்கூடுமென அவன் விதிர்விதிர்த்தபோது காற்றில் சப்போட்டா பழ வாசனை மிதக்கிறது. பெருத்த தனங்கள் கொண்ட பெண் நிர்வாணமாய் கல்லருகே மண்டியிட்டு அமர்கிறாள். அவள் வருகையில் மரமும் நாகமும் மறைந்துவிட்டிருக்கின்றன. இரு கைகளாலும் ஒரு முலையைப் பற்றிக் கல்மீது பாலைப் பீய்ச்சியடிக்கிறாள். மீண்டும் மறு முலையிலிருந்து பீய்ச்சுகிறாள். முலைப் பாலில் மிதந்த கல்லிலிருந்து அவன் உடல் புத்தொளியுடன் வசீகரமாய் வெளிப்படுகிறது. அவள் அவன் மீது படர்கிறாள். தன் இரு கைகளையும் அவனுடைய நெஞ்சில் ஊன்றிக்கொண்டு இயங்க ஆரம்பிக்கிறாள். இரு உடல்களும் இணைந்து தாலாடி உயர்கின்றன. அலைந்து அலைந்து உடல்கள் ஆகாய வெளியில் உயர்ந்துகொண்டிருக்கின்றன. இரையைக் கொத்திச் செல்லும் பறவையென அவள் அவனைக் கவ்விக்கொண்டு பறப்பது போலிருக்கிறது. போக சஞ்சாரத்தின் பரவசத்தில் திளைத்துப் பறக்கின்றன உடல்கள். ஒரு தருணத்தில் ஆனந்தலஹரியில் அவன் உடல் துடிதுடித்து விசைத்தபோது, அவள் காற்றில் கரைந்து விட்டிருந்தாள். அந்தர வெளியிலிருந்து அவன் உடல் பூமியை நோக்கிக் கிடுகிடுவென இறங்கிக்கொண்டிருக்கிறது. அது பூமியில் மோதிச் சிதறுவதற்கு முன்பாக அலறி எழுந்து உட்கார்ந்தான்.

பயத்தில் முகம் வியர்த்திருந்தது. கைலியில் ஏற்பட்டிருந்த ஈரப் பிசுபிசுப்பு அவனுக்குக் கழிவிரக்கத்தை ஏற்படுத்தியது. கடைசியாக அவன் எதிர்கொண்ட அவளுடைய பார்வை மனதில் விரிந்தது. அதில் கடல் வெளியின் ஆழத்தையும் வசீகரத்தையும் இப்போது உணர்ந்தான். விலகிச் சென்ற அவள் கால்களில் கடல் வெளியின் அழைப்பு இருப்பதாகப் பட்டது. அவன் வெளியேறினான். நிலவெளி அச்சமும் கடல்வெளி நம்பிக்கையும் அவன் கால்களை நகர்த்தத் தொடங்கின.

**(காலச்சுவடு, செப்டம்பர் 1996)**

# கடல் மனிதனின் வருகை

கடல் பைத்தியம் என்றே அந்தக் கிராமத்தில் முதலில் அறியப்பட்டிருந்தான் அவன். எனினும், பைத்தியம் என்ற உணர்வில் மேலெழும் பரிகாசமோ உதாசீனமோ அவன்மீது அவர்கள் ஒருபோதும் கொண்டிருக்கவில்லை. மாறாக, அதிர்ஷ்டத்தின் அடையாளமாகக் கொண்டாடப்பட்டு அவன் வருகையை எதிர்பார்த்தும் வருகையில் குதூகலித்துமிருந்தது கிராமம். பல மாதங்களுக்கு முன் ஒரு பௌர்ணமி இரவின் குளுமையான வெளிச்சத்தில் கடலோரம் நிர்வாணமாகப் படுத்திருந்தவனை அம்மாசிக் கிழவன்தான் பார்த்தார். கடற்கரையோர யானைப் பாறையில் எவருமறியாது காலத்தின் கருணை தோய்ந்த கரங்களால் பொறிக்கப்பட்டிருந்த தாமரை மொக்கு அவிழ்ந்து விரியும் ஒரு பௌர்ணமி இரவில், சில வருடங்களுக்கு முன் கடலுக்கு மீன் பிடிக்கப் போய் திரும்பிவராத அவர் மகன் வந்து சேர்வான் என கனவில் ஒலித்த வாக்கை மூச்சாக்கி வாழ்ந்திருந்தார் அம்மாசிக் கிழவன். அன்று மொக்கு அவிழ்ந்து விரிந்திருந்ததைக் கண்ட எக்களிப்போடு அலை மடியும் கடலோரம் நடந்து வந்துகொண்டிருந்த போதுதான் அம்மாசிக் கிழவனின் பார்வையில் கடல் பைத்தியத்தின் விசித்திர உருவம் தட்டுப் பட்டது.

தோள் மீது கிடந்த துண்டை அவனுக்குக் கட்டிக் குடிலுக்குக் கூட்டி வந்தார் அம்மாசிக் கிழவன். அவனுடைய தோற்றம் இதுவரை எவரும் பார்த்திராத விநோதப் பொலிவோடு இருந்தது. அகன்று விரிந்த மார்பும் கெண்டைக்கால் சதையும் வலுவின் அடையாளங்களாகச் செழுமை கொண்டிருந்தன. இவ்வளவுக்கும் சற்று மெலிவோ என்று எண்ண வைக்கும் அசாத்திய வளர்த்தி. விடைத்த மூக்கு, நீண்டு விரிந்த கால் பாதங்கள். எல்லாவற்றையும் விட, உடலெங்கும் தூவி விட்டாற் போல் படர்ந்து பரவியிருந்த மினுக்கும் வண்ணப் புள்ளிகள். அவனிடமிருந்து வார்த்தைகளாக எதுவும் வெளிப்பட்டதில்லை என்பதால் அவனை ஊமையன் என்றே தீர்மானித்து விட்டிருந்தார்கள்.

அவன் எங்கிருந்து வருகிறான், எங்கு போகிறான் என்பது உட்பட அவனைப் பற்றி எவரும் எதுவும் அறிந்திருக்கவில்லை. என்றோ ஒரு நாள், இரண்டாம் சாமத்தில் அம்மாசிக் கிழவனின் வீட்டில் தென்படும் அவன், நான்காம் சாமத்தில் மறைந்துவிடுவான். அவன் வரும் நாள் பௌர்ணமியாகவே இருப்பது பின்னர் அறியப்பட்டது. எப்போதும் அவன் கடலிலிருந்தே வருகிறான். கடல் வழியாகவே வேறெங்கோ போகிறான் என்று மட்டும் ஏகதேசமாக அறியப்பட்டும் நம்பப்பட்டும் வந்தது. அதனாலேயே அவனைப் பற்றிப் புழங்கத் தொடங்கிய கதைகள் அற்புதமும் வசீகரமும் சூடியிருந்தன. எது எப்படியென்றாலும் அவன் தன்னுடன் அதிர்ஷ்ட தேவதையையும் அழைத்து வருவதாக அவர்கள் கொண்டாடுவதற்கு அவன் வரும் ஒவ்வொரு வேளையும் ஏதோ ஒரு காரணம் இருக்கத்தான் செய்தது.

அதிர்ஷ்டத்தின் அடையாளமாக அவன் அறியப்பட்டதும், அவனைப் பற்றி ஏதுமறியாப் புதிரும் அவனைச் சுற்றி அற்புதங்கள் பின்ன ஏதுவாயின. கடலின் மீது ஏதோ படகில் வருவதைப் போல சல்லென்று அவன் நடந்து வந்தான். கரையோரம் ஒதுங்கிய நொடியில் அவனைப் பார்க்க நேரிட்டபோது, பாதங்களிரண்டும் ஒட்டிப் பிணைந்து நீண்ட துடுப்பு போலக் காணப்பட்டது. நடுக்கடலில் கடல் ஆமையின் ஓட்டிலிருந்து வெளிப்பட்டு அவன் நீந்தத் தொடங்கினான். இப்படியாகப் பல கதைகள்.

எல்லாக் கதைகளும் கடலோடு அவனைத் தொடர்புபடுத்தியே இருந்தன. இவை எல்லாவற்றையும் விடப் புதிர் நிறைந்ததோர் கதையும் இருந்தது. அம்மாசிக் கிழவன் ஊற்றிக்கொடுத்த சாராயத்தைக் குடித்துவிட்டு மூன்றாம் சாமம் முழுவதும் அவன் சிரித்த சிரிப்பில் கிராமமே விழித்திருந்தது. கடலலையின் ஓசையெனக் காற்றிலும், மண் தரையிலும், சுவர்களிலும், ஓடுகளிலும் மோதிப் புரண்டு கிளம்பிய சிரிப்பு, வயல் வெளியெல்லாம் சலசலத்துத் திரிந்தது. மறுநாள் விடியலில் ஊரே வியந்து அவரவர் அனுபவமாக அந்தச் சிரிப்பை சிலாகித்தனர். அகாலத்தில் அவசரத்துக்கு வயல் பக்கம் போன ஒருவர், சிரிப்பலைகளில் விதிர்விதிர்த்து, சிரிப்பு துரத்தத் துரத்த அவசரமாகக் குட்டையில் கால் கழுவப் போனபோது, நீரெல்லாம் அலைந்து புரண்டு ஆர்ப்பரித்ததாகவும், மீன்களெல்லாம் எம்பிக் குதித்துக் குதூகலித்ததாகவும் அதிசயித்தார். நடுக்கடலில் மீன் பிடித்துத் திரும்பியவர்களும், கடலுக்குள்ளிருந்து யாரோ சிரிப்பது போல் நள்ளிரவில் கேட்டுக் கலவரப்பட்டதாகவும், மீன்களெல்லாம் துள்ளிக் குதித்து அம்பாரமாய் வலையில் விழுந்ததாகவும் பிரமித்தனர்.

அதிர்ஷ்டத்தின் அடையாளமாகக் கொண்டாடப்பட்ட அவன், சில மாத இடைவெளியில் அரிய சித்திகள் வாய்க்கப் பெற்ற மகானாக வெளிப்பட்டான்.

ஒரு பௌர்ணமி இரவின் இரண்டாம் சாம இறுதியில் அம்மாசிக் கிழவனின் வீட்டை நோக்கி அவன் வந்து கொண்டிருந்தபோது, வாசல் திண்ணையில் உறங்கிக்கொண்டிருந்த தகப்பனின் தொடர்ந்த இருமல் சப்தத்தால் விழித்தெழுந்து அவருக்குப் போர்த்தி விட கம்பளியோடு முத்தையனின் மகள் உமையக்காள் வாசலைத் திறந்து நிற்கவும், கடல் பைத்தியம் அவ்வீட்டைக் கடக்கவும் சரியாக இருந்தது. அவனுடைய அம்மணத் தோற்றத்தால் அறையப்பட்டவளாய் அவள் ஒரு கணம் உறைந்து நின்றாள். அப்போது அவளுடைய உள்ளங்காலிலிருந்து உச்சந்தலை வரை மின்காந்த அலையொன்று பரவி இனம்புரியா சிலிர்ப்புக்கு அவளை ஆளாக்கியது. 20 வயதுக்கு மேலாகியும் பூப்படையாதிருந்த உமையக்காள் - சுற்று வட்டத்தில் போகாத கோயிலில்லை, வேண்டாத தெய்வமில்லை, பார்க்காத கோடாங்கியில்லை - அன்றிரவின் மூன்றாம் சாமத்தில் உலைந்த தூக்கத்தினிடையே பூப்படைந்தாள்.

இன்னொரு பௌர்ணமி இரவில் சின்னச்சாமியின் வீட்டுக் கதவைத் தட்டி நின்றது கடல் பைத்தியம். கதவு தட்டப்பட்ட போது, அறையை நிறைத்திருந்த அரிக்கன் வெளிச்சத்தைக் குருடாக்கும் வகையில் பாய்ந்த ஒளிக் கீற்றில் அறை தகதகத்தது. அவன் அறையினுள் நுழையாமல், வாசற்படியில் நின்றபடியே அறையோரம் பல மாதங்களாக இனம் புரியா வியாதியால் முடங்கிப் போய் இன்றோ நாளையோ என்று கிடந்த சின்னச்சாமியை ஒரு நிமிடம் பார்த்திருந்துவிட்டு அகன்று விட்டான். மறுநாள் சின்னச்சாமி எழுந்து நடமாடி ஊரை வியப்பில் ஆழ்த்தினார்.

கடல் பைத்தியம் கடல் சாமியாயிற்று. அம்மண சாமி என்றும் பௌர்ணமி சாமி என்றும் பேர்கள் இருந்தபோதிலும் கடல் சாமி என்பதே நிலைத்து நீடித்தது. சுற்றுப்பட்டியெங்கும் கடல் சாமியின் மகிமை அலைச் சப்தத்தோடும் நிலவெளிக் காற்றோடும் ஊடாடிப் பரவியது.

பௌர்ணமி இரவன்று விழித்திருக்கலாயிற்று கிராமம். சுற்று வட்டாரத்திலிருந்து திரண்டு வந்தனர் மக்கள். இரண்டாம் சாமத்துக்கு முன்னதாகக் கிராமத்துக்குள் வந்து ஊரோரப் பேச்சியம்மன் கோவில் திடலில் தங்கி மூன்றாம் சாமத்துக்காகக் காத்திருந்தனர்.

அந்நேரத்தில்தான் கடல் சாமி அம்மாசிக் கிழவனின் குடிலில் பிரசன்னமாகி இருக்கும். கடல் சாமி வரும்போதோ போகும்போதோ எவரும் எதிர்ப்படவோ, பார்த்துவிடவோ கூடாது என்றொரு நம்பிக்கை எப்படியோ நிலவியிருந்தது. அதே சமயம், கடல் சாமி அவராக விரும்பினாலன்றி எவர் கண்ணுக்கும் தெரியமாட்டார் என்றொரு நம்பிக்கையும் பரவியிருந்தது.

பௌர்ணமி இரவின் மூன்றாம் சாமத்தில் அம்மாசிக் கிழவனின் குடிலின் முன்பாக நீண்ட நாள் நோயாளிகள், ஊனமுற்றவர்கள், பைத்தியங்கள், வாக்கப்பட்டு வருடங்களாகியும் பிள்ளைப் பேறில்லாத பெண்கள், கல்யாணமாகாத பெண்கள், பேய் கொண்டாடிய பெண்கள், கடலம்மையின் கருணை வேண்டியவர்கள் எனப் பலரும் குழுமினர். குடிலின் மண் சுவரில் கடல் சாமி சாய்ந்து காலை நீட்டிச் சரிந்து உட்கார்ந்திருக்கும். ஒவ்வொருவராக வந்து காலைத் தொட்டுக் கும்பிட்டு நிற்பார்கள். கடல் சாமியின் பார்வை அவர்கள் மீது பட்டதும் அகன்றுவிட வேண்டும். கடல் சாமி பார்த்தால் போதும். பலன் நிச்சயம். கடல் சாமி நிமிர்ந்து பார்க்கவில்லையென்றாலும் அகன்றுவிட வேண்டும். அடுத்த பௌர்ணமிக்கு வரவேண்டியதுதான். நான்காம் சாமம் தொடங்கும் போது, சாமி கண்ணயர்ந்து தரையில் தலையைச் சரித்துவிடும். அன்றிரவுக்கான தரிசனம் முடிந்தது. அம்மாசிக் கிழவன் புரிந்துகொண்டு வகுத்திருந்த ஒரு ஒழுங்குக்குள் காரியங்கள் பிசகின்றி நடந்துகொண்டிருந்தன. நான்காம் சாமம் முடிவதற்கு முன்பாகவே கடல் பைத்தியம் போய்விட்டிருக்கும்.

மகனின் மகிமையில் அம்மாசிக் கிழவன் பெருமிதம் கொண்டிருந்த போதிலும் அதை மேவிக் கவிந்திருந்த ஏக்கம் தீர வழி தெரியாதிருந்தார். தன் மகன் கடலிலிருந்து வேறு ரூபம் எடுத்து வந்துவிட்டதாகவே அம்மாசிக் கிழவன் நம்பியிருந்தார். தன் மகன் முத்தப்பனைக் கூப்பிடுவது போல் முத்து என்றுதான் அவனையும் அழைத்தார். அவனுடைய தங்காத காலும் தரிக்காத போக்கும் அவருக்குக் கவலையளித்தது. அவன் நிலத்தில் நீடித்திருந்து விட்டால் எல்லா நினைவுகளும் பேச்சும் திரும்பப் பெற்று தன் மகனாகவே ஆகிவிடுவான் என்று நினைத்தார். கடலின் அழைப்புக்குக் கட்டுப்பட்டு அவன் சென்றுவிடுவதாகவும், அது அவனை நிலத்தில் நிலைக்கவிடாமல் அடிக்கிறதென்றும் அவருக்குத் தோன்றியது. நிலக்காற்றை சதா சுவாசிப்பதன் மூலம் நிலவெளியில் உறைந்திருக்கும் நினைவுகள் அவனுள் புகுந்து அவனை மீட்டுவிடும் என்று நம்பினார். நிலத்தில் அவன் கால்களைத் தரிக்கச் செய்ய ஒரு மார்க்கமும் தெரியாமல்

தவித்திருந்தார். ஆனால், நிலம் அவன் வருகையில் மூர்க்கம் கொண்டு விபரீதமாய் முகம் திருப்பிக்கொண்டு விட்டிருந்ததை எல்லோரையும் போலவே அவரும் அப்போது அறிந்திருக்கவில்லை.

அன்று பேச்சியம்மன் கோவில் திருவிழா. அடுத்த பௌர்ணமிக்கு சரியாக ஒரு வாரமிருந்தது. திருவிழாவை வெகு விமர்சையாகக் கொண்டாட பஞ்சாயத்து முடிவு செய்திருந்தது. அவர்களுக்கிருந்த ஒரே மார்க்கம் அது ஒன்றுதான். அம்மன் கோபத்துக்கு அவர்கள் ஆளாகியிருந்தனர். கடந்த 20 நாட்களுக்குள் என்னென்னவோ நடந்துவிட்டிருந்தன. முழங்கை உயரத்துக்கு பச்சைப் பசேலென்று மினுங்கி தளதளத்திருந்த பசிய பயிர்கள் இனம் தெரியா தாக்குதலால் வாடிக் கருத்து உயிர் விட்டபோது, கிராமமே அலமலந்து போயிற்று. ஒருபுறம் கடல், நடுவே குடியிருப்பு, மறுபுறம் வெள்ளாமை என்று வடிவு பெற்றிருந்த ஊர் அது. ஊரின் பசுமையையெல்லாம் சூறையாடும் மூர்க்கத்தோடு தாக்குதல் நிகழ்ந்தேறியதுபோல் புல், செடி, கொடி, மரம் எல்லாம் வாடி உலர்ந்தன. ஊரில் ஒரு பொட்டுப் பசுமை கூட இல்லாது போயிற்று.

ஆடு மாடுகள் மேய்ச்சலுக்கு வழியின்றி கிறங்கின. ஆனால் பெரும் அதிசயமாக அம்மன் கோவில் அரசமரம் மட்டும் ஒரு இலை கூடப் பட்டுப் போகாமல் குலுங்கிக் கூத்தாடியது. அரசமரப் பொந்துகளில் பாம்புகள் பெருத்துவிட்டன. கட்டுவிரியன் கடித்து பெட்டிக்கடை மாரி இறந்து போனான். விரியன் கடித்தால் விதி முடிந்ததென்று நொந்து போய் மரணத்தைப் பார்த்தபடி இருந்தனர் ஊரார். கலவரத்தால் பீடிக்கப்பட்டு நிலை குலைந்திருந்த ஊர் பஞ்சாயத்தில் ஒன்று கூடியது.

ஊர்ப் பெரியவர்கள் தங்கள் ஆயுசில் இப்படிப் பார்த்ததில்லை என்றும் இது ஏதோ பெரும் விபரீதத்தின் அறிகுறி என்றும் குலை நடுங்கினர். கடல் சாமியின் மகிமையில் கிறங்கிப் போய் பல மாதங்களாக அம்மனை மறந்து கிடந்ததால் அம்மனுக்கு ஏற்பட்டிருக்கும் கோபத்தின் விளைவுதான் இதெல்லாம் என்றது கோடாங்கியின் குரல். சில நாட்களாகவே இரவில் தினமும் தோன்றி தன்னை இம்சித்துக்கொண்டிருக்கும் கனவைச் சொல்லத் தொடங்கினார் கோடாங்கி.

கடலிலிருந்து விசித்திரமான கடல் நாகம் ஒன்று கிளம்பி அம்மன் கோவிலை நோக்கி வருகிறது. அதன் வருகையில் அம்மன் கோவில் நாகங்கள் சிதறித் தெறித்தோடுகின்றன. கடல் நாகம் அம்மனை நெருங்கும் தருணத்தில் அம்மன் தீ உருவாய் மாறுகிறாள். அம்மனின்

நெருப்புதான் ஊரைப் பொசுக்கிக்கொண்டிருக்கிறது என்றும், அம்மனைக் குளிர்விக்க வேண்டுமென்றும், கடல் சாமி என்று நாம் கொண்டாடுபவன்தான் கடல் நாகம், அவனை ஊருக்குள் வரவிடாது விரட்ட வேண்டும் என்றும் கூறி முடித்தார்.

கோடாங்கி கூறியதைக் கேட்டு வெலவெலத்துப் போன ஊரார் அம்மனைக் குளிர்விக்க விழா எடுக்க முடிவு செய்தனர். ஊர்ப் பொதுவில் கிடாய் வெட்டு, ஒவ்வொரு வீட்டாரும் பொங்கல் வைத்து பூஜை, தீமிதி என அம்மனின் கருணை வேண்டி ஊரே பரவசம் கொண்டு பிராயச்சித்தம் தேடி நின்றது. கடைசியாக, ஊர் கோடாங்கியும் பேச்சியம்மன் கோவில் பூசாரியுமான கருப்பணன் ஊர் குறையை உடுக்கடித்துக் கூறி, ஆத்தாள் கோபம் தணிந்து அருள் புரிய வேண்டி நின்றார். உடுக்கு சப்தம் வழியே ஆத்தாளின் அருள்வாக்கை வேண்டி அவர் உடல் இடுப்புக்கு மேலாக சன்னதம் கொண்டாடியது. உடுக்கொலி சப்தத்தை மேவியபடி கடலலைகளின் ஓங்காரப் பேரிரைச்சல் அவருள் ஆழ்ந்தொலிக்கத் தொடங்கியது. அலை ஓசை பல்கிப் பெருகப் பெருக அவர் உடல் பேய்க் காற்றில் அலையும் மரக் கிளையைப் போல் சுழன்றாடியது. கடல் இரைச்சலை வெட்டிப் பிளந்தபடி அசுர மின்னலொன்று அவருள் இறங்கியது. உடலே பிளந்தாற்போல் எகிறி அந்தரத்தில் ஒரு கணம் நின்றிருந்தார் கோடாங்கி. பாதம் தரையூன்றிய கணத்தில் தலை சிலுப்பியபடி உதடுகள் பிரிந்து விரிய, ‘கடல் பிசாசு மவனைக் கொண்டாடி என்னை மறந்த பாவிங்கடா நீங்க’ என்று அதிர்ந்தது வாக்கு.

‘ஆத்தா, மன்னிச்சுடு ஆத்தா’ என்ற குரல்களோடு சடசடவென்று தரையில் விழுந்து கும்பிட்டனர் ஊரார். ‘இனி அவன் வந்தா ஊரே பொசுங்கிடும்டா’ என்று ஆக்ரோஷமாய் சிலிர்த்தது ஆத்தா. ‘ஆத்தா தாயி, எங்களக் காப்பாத்து தாயி’ என்ற குரல்கள் கும்பலாய் எழுந்து சூழ்ந்தன. ‘இனி ஒவ்வொரு வெள்ளியும் ஆத்தாளுக்குப் படையல் பண்ணுங்கடா... வர்றேன்டா...’ என்றபடி ஆத்தாள் மலையேறினாள். தலைக்கு மேலே குவிந்திருந்த கைகளை எடுக்காமல், ‘ஆத்தா... தாயி... ஆத்தா....’ என்ற ஊரார் உணர்ச்சிப் பிரவாகமாகக் கனிந்திருந்தனர். அம்மாசிக் கிழவன் எப்போதோ மயங்கிச் சரிந்துவிட்டிருந்தார்.

*மண்ணில் தங்களைத் தாங்கிக் காப்பாற்றி வழி காட்டும் அம்மனுக்கும், தங்கள் வாழ்வுக்கு வளமளிக்கும் கடலம்மைக்கும் இடையே அவர்கள் சிக்கிக்கொண்டு விட்டதை அறிந்து ஊரார் நிலை குலைந்தனர். கடல் பைத்தியத்தின் வருகைக்கு முன்னான நிலையே போதுமானதும்,*

சந்தோஷமானதுமென இப்போது தோன்றியது. கடல் பைத்தியத்தின் வருகையை எப்படித் தடுப்பதென்று புரியாது தவித்தனர். அம்மனின் கோபம் வெடித்து ஊரைப் பொசுக்கும் அபாயத்திலிருந்து ஊரைக் காத்தாக வேண்டும். கடல் பைத்தியத்திடம் விபரீதமாக நடந்து கொண்டு கடலம்மையின் கோபத்துக்கு ஆளாவதிலிருந்தும் அவர்கள் தப்பியாக வேண்டும்.

அம்மாசிக் கிழவனிடமே பொறுப்பை ஒப்படைப்பதென்று முடிவானது. அவரே அவனை ஊருக்குள் அழைத்து வந்தவர் என்பதாலும், அவராலேயே இந்தச் சிக்கலை சுமுகமாக முடிக்க முடியும் என்பதாலும் பொறுப்பு அவருடையது என்றானது. வரும் பௌர்ணமியில் மட்டுமின்றி இனி என்றென்றைக்குமாக ஊரெல்லைக்குள் அவன் பிரவேசிக்காதபடி அவர் பார்த்துக்கொள்ள வேண்டும்.

அம்மாசிக் கிழவன் கதி கலங்கிப் போனார். அவருடைய வாழ்வின் ஒரே பிடிமானமும் இற்றுப் போய்விட்டது மட்டுமல்லாமல் அதைத் துண்டிக்க வேண்டிய கொடுமையும் அவர் மீதே சுமத்தப்பட்டதில் துவண்டு போனார். அதே சமயம், காலம் காலமாகத் தம் மூதாதையர் வாழ்ந்த பூமிக்குத் தன்னால் பங்கம் நேர்ந்துவிடக் கூடாதென்றும் அவருக்கிருந்தது. வரும் பௌர்ணமி நாளில் கடற்கரையோரம் அவனை எதிர்கொண்டு அவனுடனேயே அவனிடத்துக்குத் தானும் சென்றுவிடுவதென யோசித்திருந்தார்.

பௌர்ணமி நிலவொளியில் குளிர்ந்து மலர்ந்திருந்தது இரவு. கடல் பைத்தியத்தை முதன் முறையாகக் கண்ட பகுதியில் அவனை எதிர்பார்த்து உட்கார்ந்தும், நடை போட்டும் காலத்தைக் கடத்திக்கொண்டிருந்தார் அம்மாசிக் கிழவன். பேச்சியம்மன் கோயிலிலிருந்து பிடி மண் எடுத்து மடியில் முடிந்து வைத்திருந்தார். பௌர்ணமி வெளிச்சத்தில் முயங்கி ஆர்ப்பரித்துக் கும்மாளமிட்டுக் கூத்தாடியது கடல். அதன் அடியறியா ஆழமறியா உலகின் ரகசியம் கருநீல வர்ணச் சாயைகளில் ஒளிர்ந்தும் அலைகளின் சப்தக் குறிகளில் மிதந்தும் சமிக்ஞை காட்டிக்கொண்டிருந்தது.

காலம் வெகுவாகக் கடந்துவிட்டிருந்தது. அவன் வராமல் போகக் கூடுமோ என்ற எண்ணம் அம்மாசிக் கிழவனின் மனதில் கலவரமாகி அவரை வாட்டியது. அவன் வராமல் போகக் கூடுமென்று அவர் நினைத்தும் பார்த்திருக்கவில்லை. யானைப் பாறையில் எவருமறியாது காலத்தின் கருணை தோய்ந்த கரங்களால் பொறிக்கப்பட்டிருக்கும் தாமரை மொக்கு சேதி சொல்லக் கூடுமென எண்ணித் தள்ளாட்டத்துடன் விரைந்தார்.

யானைப் பாறையில் தாமரை மொக்கு மலர்ந்திருக்கவில்லை. மூடியிருந்த தாமரை மொக்கில் முகம் புதைத்துப் புலம்பினார் அம்மாசிக் கிழவன். பௌர்ணமி நிலவொளியில் அது விரிந்து மலர்ந்து தன் மகனை வரவழைக்கும் விந்தை இனி என்று நிகழுமென அறியாது அரற்றியபடி இருந்தார். கண்ணுக்கு உட்படும் கடலின் திசைப் பரப்பெங்கும் ஏக்கத்தோடு அவர் பார்வை படர்ந்து பரவியது. அப்போது தன் வாழ்நாளில் அவர் இதுவரை பார்த்திராத ஒரு அபூர்வ காட்சி தென்பட்டது. இடது உள்ளங்கையைக் கண்களுக்கு அணைப்பாக நெற்றியில் சரித்து வைத்து பார்வையை அக்காட்சியின் மீது குவித்தார். அப்போதுதான் முட்டைகளிலிருந்து வெளிப்பட்டிருந்த கடல் ஆமைக் குஞ்சுகள் கடல் நோக்கி விரைந்து கொண்டிருந்தன. காலாதீதமாகத் தொடரும் பூர்வீக சமிக்ஞைகள் வழி நடத்தி அவற்றை அழைத்துச் சென்றன. தம் வாழ்வெளிப் பிரதேசத்துக்குள் எல்லாக் குஞ்சுகளும் பிரவேசித்த பின்னரும் கடைசியாக ஒரு குஞ்சு மட்டும் மந்தமாக நகர்ந்துகொண்டிருந்தது. அதுவும் மறையும் வரை பார்த்தபடி இருந்தார் அம்மாசிக் கிழவன். அவரின் கண்களிலிருந்து கண்ணீர் கசிந்தோடி தாமரை மொக்கை நனைத்தது. கண்ணீர்த் துளிகளில் கரையத் தொடங்கியது மொக்கு. மொக்கு முற்றிலுமாகக் கரைந்து மறைந்த போது அம்மாசிக் கிழவனின் இறுதி மூச்சு வெற்றுப் பாறையைத் தடவித் தேய்ந்தது.

*(புதிய பார்வை , ஏப்ரல் 1997)*

# நாக உடல்

நாகம் வரம்பு மீறிய அபாயகரமான விளையாட்டை மேற்கொண்டபோது அது தன் மரணத்தைத் தேர்வு செய்துவிட்டிருந்தது. பாட்டியின் வேல்கம்பில் குத்துப்பட்டு இறந்ததானது, தன் எல்லை மீறிய சாகசத்துக்கு அது கொடுத்த விலையே தவிர வேறென்னவாக இருக்க முடியும். மனிதர்கள் புழங்கும் வீட்டுக்குள் பிரவேசிக்கக் கூடாது என்பதை அறிந்திருக்காமலா இருக்கும். காலத்தின் நினைவுகளில் அதன் இனத்துக்குப் படிந்துபோன மனித பயத்தை உதறும் வேட்கையை அது ஏனோ கைக் கொண்டு விட்டது. சாகசத்தின் எக்களிப்பை அனுபவிக்கும் முனைப்புதான் அதை வீட்டுக்குள் அழைத்துச் சென்றிருந்திருக்க வேண்டும். வாழ்வைப் பணயமாக வைத்த அதன் சாகச வேட்கையை விடவும், தன் விளையாட்டின் சூட்சுமப் பொறியில் என்றென்றைக்குமாக அவனைச் சிக்க வைத்திருந்ததில் தான் 30 ஆண்டுகளுக்கும் மேலாக அது அவனுடைய மனவெளியில் ஜீவித்திருக்கிறது.

அப்போது அவனுக்கு வயது 11. கிராமத்திலிருந்து நகரத்தை நோக்கி நகர்ந்த முதல் குடும்பம் அவர்களுடையது. கிராமத்தின் முதல் படிப்பாளியாகி மத்திய அரசுப் பணியிலிருந்த அப்பாவின் இட மாற்றலுக்கேற்ப அவர்கள் குடும்பம் வெவ்வேறு நகரங்களுக்குக் கிட்டதட்ட 3 ஆண்டுகளுக்கொரு முறை குடிபெயர்ந்து கொண்டிருந்தாலும் ஒவ்வொரு தேர்வு விடுமுறையின் போதும் அம்மாவோடு கிராமத்துக்கு வந்துவிடுவது வழக்கம். மத்திய தர வாழ்வுக்குத் தன் குடும்பத்தை நகர்த்தும் அப்பாவின் பிரயாசைகளை அம்மா பகிர்ந்துகொண்ட போதும் கிராம நிலங்களின் நெல்மணிகளும், கம்மங்கருதுகளும், பருத்தி வெடிப்புகளுமே அம்மாவின் சுபாவமான உலகமாக இருந்தது. அந்தக் கோடை விடுமுறையில் ஒருநாள் காலை தூங்கி எழுந்ததும் கொல்லையில் வைக்கோல் போர் ஓரமாக அவன் சிறுநீர் கழித்தபோது, அவனுடைய பார்வையைத் தன் வசம் ஈர்க்கும்

முகாந்திரமாக அவனை உற்றுப் பார்த்துக்கொண்டிருந்தது நாகம். அதன் ஈர்ப்பில் சுண்டப்பட்டுத் தன் விழிகளை உயர்த்திய போது சற்றே உடல் தெரிய வைக்கோல் போரிலிருந்து தலையை நீட்டியிருந்த நாகம், தன் பார்வையால் அவனைக் கொத்திச் சீறிப் படமெடுத்தது. உடல் உதறலெடுக்க வேகமாய் வீட்டுக்குள் விரைந்து அடுப்படியில் வேலையாயிருந்த பாட்டிக்குப் பக்கத்தில் உட்கார்ந்துகொண்டான். கலவரம் அகல நீண்ட நேரமாகியது. தூக்கச் சடவு என்று நினைத்து பாட்டி தந்த கடுங்காபியை உறிஞ்சினான். பாம்பைப் பார்த்துப் பயப்பட்டதை வெளியில் சொல்ல வெட்கப்பட்டுக் கலவரம் தணியக் காத்திருந்தான்.

அன்று மதியம் முன்னறைத் திண்ணையில் அண்ணனோடு அவன் தாயம் விளையாடிக்கொண்டிருந்தான். உருட்டுப் புளியங்கொட்டையாய் பொறுக்கி அவற்றை மண்ணில் தோய்த்துக் கல்தரையில் தேய்த்துத் தாயக் காய்களை உருவாக்க அவனுக்கு மிகவும் பிடிக்கும். அன்று அண்ணன் என்ன ஆட்டக்காய் வைத்து விளையாடியது என்பது நினைவில்லை. பரந்த நடுமுற்றத்தின் கிழக்கு மூலையில் நிறுத்தப்பட்டிருந்த மாட்டு வண்டிப் பலகையின் மீது பாட்டி காயப் போட்டிருந்த மிதுக்கவத்தலை அவன் தன் காயாக வைத்து ஆடினான். ஆடிக்கொண்டிருக்கும் போதே வெட்டுப்பட்ட காய்களைத் தின்றுவிடுவது வழக்கம். தாயம் விழுந்த போது வைக்கக் காய் இல்லாமல் போன நிலையில் பார்த்துக்கொண்டிருந்த தம்பியை எடுத்து வரும்படி விரட்டினான். போன வேகத்தில் பறந்து திரும்பியவன், பாம்பு பாம்பு என்று மூச்சு வாங்கினான்.

திண்ணையை விட்டு இறங்கியதுமே வண்டிச்சக்கரக் காலில் உடலை வளைய வளையமாய் சுருட்டிக்கொண்டு சக்கரத்தின் மீது தலை வைத்திருந்த நாகத்தை அவர்களால் பார்க்க முடிந்தது. ஆர்வமும் பயமும் அரவமின்றி அவர்களை முன்னோக்கி நகர்த்தியது. அதன் சுருள்களிலிருந்து அது மிகப் பெரிய நாகம் என்பதை அறிய முடிந்தது. வண்டிக்குச் சில அடிகளுக்கு முன்னால் அவர்கள் நின்றுவிட்டிருந்தார்கள். நாகம் அவனையே உற்றுப் பார்த்துக்கொண்டிருப்பதாகத் தோன்றியது. உரிந்த பாம்புச் சட்டையை அவன் பார்த்திருக்கிற போதிலும் உடலோடு உயிர் கொண்டிருந்த அதன் காந்தத்தில் வசீகரப்பட்டு நின்றிருந்தான். நாகம் பிளவுபட்ட நாக்கைக் காற்றில் அலையவிட்டபோது உடலின் மயிர்க்கால்களில் பயம் சிலிர்த்திருந்தது. எனினும், இன்னும் இரண்டடி எடுத்து வைத்து மிதுக்கவத்தலை எடுக்க விழையும் சாகசக் கிளர்ச்சி அவனுள் எழுந்தது.

நாகத்தின் மீது கண்கள் குத்தி இருக்க நாசூக்காக, மிக நாசூக்காக அந்த இரண்டடிகளையும் எடுத்து வைத்தான். அந்த இடத்தில் நின்று நிதானித்து ஆசுவாசப்படுத்திக் கொண்டான். நாகம் அசைவற்றிருந்தது. அவன் பக்கமிருந்த வண்டிப் பலகையின் வலது ஓரமாய் கிடந்த மிதுக்கவத்தல்களில் ஒன்றிரண்டைச் சட்டென்று எடுத்துவிடும் நோக்கத்துடன் வலது கையை நீட்ட முனைப்பு கொண்டான். ஏதோ ஒரு பாதுகாப்பு உணர்வு அவனைச் சூழ்ந்திருந்தது. நின்ற இடத்திலிருந்தே முன்னோக்கிக் குனிந்து கையை நீட்டியதுதான் தாமதம், நாகம் சீறிப் படமெடுத்து ரூர்க்கம் காட்டியது. அண்ணனும் தம்பியும் அலறிப் புடைத்து ஓடிய வேகத்தோடு அவனும் கலந்திருந்தான்.

எல்லோரும் வயல்வெளிக்குப் போயிருக்க, பக்கத்து ஊரில் தமிழ் பண்டிட்டாக இருந்த மாமா மட்டும் உள்ளறையில் தூங்கிக் கொண்டிருந்தார். ஓடியவர்கள் உள்ளறைக்குள் புகுந்திருந்தார்கள். அண்ணன்தான், ‘மாமா, பாம்பு பாம்பு’ என்று எழுப்பியது. தூக்க அசதியில் அவர் புரண்டு படுத்தார். அவர் தூக்கம் கிராமத்தில் மிகவும் பிரசித்தம். ‘மாமா, மாமா’ என்று குரலெடுத்து உலுக்கினார்கள். மாமா கண் விழித்ததும் மாட்டு வண்டியில் பாம்பு இருந்ததைக் குளறினார்கள். அவர்களுடைய பதற்றம் அவரையும் தொற்றிக்கொண்டது. விரைந்து வெளியேறியவரைத் தொடர்ந்து போய்ப் பார்த்தபோது நாகம் அங்கில்லை. அவர்கள் பதறி ஓடிய கலவரத்தின் போதே அது அபாயத்தை உணர்ந்திருக்க வேண்டும்.

அன்று முழுவதும் நினைவுகளில் அவ்வப்போது சீறிக் கலக்கமூட்டிய போதிலும் இனம் புரியா ஆர்வத்தோடு அதை அவன் எதிர்பார்த்தும் இருந்தான். மறுநாள் கருக்கல் வரை நாகம் எவர் கண்ணிலும் படவில்லை. அந்திக் கருக்கலில் நடுமுற்றத் தரையின் இருள்விரிப்பில் அம்மா கால் நீட்டி அமர்ந்து கதை சொல்லிக்கொண்டிருக்க, அண்ணனும் தம்பியும் இடது பக்கமாகவும் அவன் வலது பக்கமாகவும் அம்மாவின் முகம் பார்த்து நெருங்கி உட்கார்ந்திருந்தார்கள். அவ்வளவு பெரிய வீட்டுக்கென்று இருந்த ஒரே அரிக்கன் விளக்கு ஏதோ ஒரு அறையில் இருந்தது. ‘அப்படியே கண்ணை மூடி அசையாம இருங்க’ என்று திடீரென்ற ஒலித்த அம்மாவின் மந்திரக்குரல் அவர்களைக் கட்டிப்போட்டது. ‘சரி, எழுந்திரிங்க’ என்ற அம்மாவின் குரல் கேட்டு அவர்கள் மீண்ட போது அம்மா நின்றுகொண்டிருப்பதைப் பார்த்து அவர்களும் எழுந்து கொண்டார்கள். ‘அங்க பாருங்க’ என்று அம்மா சொன்ன திசையில் பார்த்தபோது சில அடிகள் தள்ளி நாகம் அடுக்களையை

நோக்கி வழுவழுவென விரைந்துகொண்டிருந்தது. அவர்கள் பார்த்துக் கொண்டிருக்கும் போதே அடுக்களை நிலைப்படி ஏறி வழுக்கியது. இருட்பரப்பில் அவர்களுக்காகக் கதை விரித்துக்கொண்டிருந்த அம்மாவின் தொடை மீது நாகம் ஏறியபோதுதான் அம்மா அதைக் கவனித்திருக்கிறார்கள். அது தொடைமீது ஊர்ந்து தரையிறங்கி விலகிச் செல்லும் வரை ஆடாமல், அசையாமல் அதையே பார்த்தபடி இருந்ததை அம்மா சொன்னபோது அவன் சிலிர்த்துப் போய் பயத்தில் உறைந்து போயிருந்தான்.

எங்கிருந்தோ அரிக்கன் விளக்கோடு ஓடிவந்த பாட்டி, விளக்கை வைத்துவிட்டு வேல்கம்பு எடுத்து வர கார்மேகம் மாமா வீட்டுக்குக் கிளம்பினார். அடுக்களைக்கு வெளியே அடுத்து நடக்கப் போவதை எதிர்கொள்ளும் கிளர்ச்சியோடும் கலவரத்தோடும் அவன் அம்மாவோடு ஒட்டிக்கொண்டு நின்றிருந்தான்.

பாட்டியோடு சின்ன மாமாவும் கார்மேகம் மாமாவும் வந்தார்கள். கார்மேகம் மாமா கையில் வேல்கம்பு இருந்தது. கண்மாய்க்கரை வேப்பமரத்தடியில் கார்மேகம் மாமாவை ஆடு புலி ஆட்டத்தில் எவருமே ஜெயித்ததில்லை. ஆட்டத்தில் எப்போதுமே அவர் புலிதான். ஒருவர் மாறி ஒருத்தர் வரிந்து கட்டிக்கொண்டு ஆடாக ஆட வந்து அடிபட்டுச் சாவார்கள். பாட்டி உருட்டு விறகுக் கட்டையொன்றை எடுத்துக்கொண்டார். அம்மா அவர்களைச் சின்ன மாமாவோடு முன்னறைத் திண்ணையில் உட்காரச் சொல்லிவிட்டு அரிக்கன் விளக்கை எடுத்துக்கொண்டு அடுக்களைக்குள் நுழைந்தபோது அவனும் நைசாக அம்மாவோடு சேர்ந்துகொண்டான். அம்மா ஒன்றும் சொல்லவில்லை. உள்ளறை உத்தரங்களில்தான் முதலில் அவர்கள் பார்வை பாய்ந்தது. பின், பானை வாய்களுக்குள் பார்த்தபடி செல்லும் போதே இடுக்குகளுக்குள் வேல்கம்பால் துழாவினார்கள். அவன் உள்ளறை நிலைப்படி அருகே, நாகம் வெளிப்படும் தருணத்துக்காகப் படபடப்போடு காத்திருந்தான். அநேகமாக அறையின் இண்டு இடுக்குகளில் எல்லாம் துருவிவிட்டார்கள். நாகத்தின் அரவமே இல்லை. உள்ளே போனதைப் பார்த்ததையும் அதன்பின் அது வெளிவரவில்லை என்பதையும் அம்மா சில முறையாவது உறுதிப்படுத்தும்படி ஆயிற்று. அறையின் வலது மூலைக் கோடியில் அடுக்கப்பட்டிருந்த பானை அடுக்குகளில் அவர்கள் கடைசியாக மீண்டுமொரு முறை கவனத்தைத் திருப்பியபோது நாகம் எங்கிருந்து வெளிப்பட்டது என்பது தெரியாமல் இடது பக்கச் சுவரோரமாக விரைந்து வந்துகொண்டிருந்ததை அவன் பார்த்தான்.

உடல் நடுநடுங்கி ஒடுங்க வார்த்தைகள் வெளிவர மறுத்தன. அது அவன் பார்த்துக்கொண்டிருக்கும் போதே நிலைப்படி ஏறியது. ‘மாமா, இங்கே போகுது’ என்ற வார்த்தைகள் அவனிடமிருந்து வெளிப்பட்ட போது எப்போதுமில்லாத வகையில் குரல் விகாரத்துடன் ஒலித்தது. அதன்பின் அந்த விகார ஒலி பல நாட்கள் அவனைச் சங்கடமும் கூச்சமும் கொள்ள வைத்திருக்கிறது. அந்தச் சந்தர்ப்பத்தில் அதை எப்படி அவன் சாதாரணமாகச் சொல்லியிருந்திருக்க முடியுமென்று தன்னைத் தேற்றிக்கொண்டாலும் அந்த ஒலி அசூயையாகப் பல நாட்கள் அவனுள் தங்கியிருந்தது. ஆனாலும் அவனுடைய குரல் விகாரம் அத்தருணத்தில் எவருக்கும் பிசிறடித்ததாகத் தெரியவில்லை. சட்டெனத் திரும்பிப் பாய்ந்து வந்தார்கள். நாகம் அடுக்களையை விட்டு வெளியேறி அகன்ற தரை முற்றத்தின் சுவரோரமாக விரைந்து நழுவிக்கொண்டிருந்தது. வெறும் சுற்றுச் சுவர் மட்டுமே எழுப்பி பழைய ஓடுகள் அடுக்கப்பட்டிருந்த இடத்துக்குள் அது நுழைந்ததை எல்லோருமே பார்த்தபடி இருந்தார்கள்.

அம்பாரமாய் குவிந்திருந்த அந்த ஓடுகளுக்குள் பதுங்கிவிட்ட அதை அந்த இருட்டில் அடிப்பது கஷ்டமென்றும் காலையில் பார்த்துக்கொள்ளலாமென்றும் கார்மேகம் மாமா சொன்னபோது, நாகம் அத்தருணத்திய சாத்தியங்களில் ஆகச் சிறந்ததையே தேர்ந்தெடுத்திருப்பது புலப்பட்டது. குழந்தைகள் தூங்கும் வீட்டில் பாம்பை அப்படியே விட்டுவிட முடியாது என்று பாட்டிதான் தீர்மானமாக இருந்தார். மொட்டைச் சுவரின் ஓரமாய் அரிக்கன் விளக்கை வைத்துவிட்டுப் பாட்டி சுவரேறிக் கால்களை வெளிப் பக்கமாகப் போட்டபடி உட்கார்ந்துகொண்டு கார்மேகம் மாமாவிடமிருந்து வேல்கம்பை வாங்கிக்கொண்டார். ஓடுகளின் அடுக்குகளில் காணக்கூடிய இடுக்குகளிலெல்லாம் வேல்கம்பைச் சொருகினார். கார்மேகம் மாமா உருட்டுக் கட்டையை எடுத்துக்கொண்டு உள்ளேயே நுழைந்து அதன் உள் மூலையில் நின்றுகொண்டு அவ்வப்போது ஒரு கையால் ஓடுகளை நிதானமாக எடுத்து வெளியில் போடத் தொடங்கினார்.

சின்ன மாமாவையும் சாகச ஆவேசம் பற்றிக்கொண்டு விட்டிருந்தது. அவரும் அதனுள் நுழைந்து முன்பகுதியில் நின்றபடி ஓடுகளை எடுத்துப் போட ஆரம்பித்தார். அடுக்குகள் அகலும் போதெல்லாம் பாட்டி இடுக்குகளில் வேல்கம்பை நுழைக்க மாமாக்கள் கவனமாக நின்றுகொண்டார்கள். ஓட்டின் அடுக்கு பாதியாகக் குறைந்த பின்னும் நாகம் வெளிப்படவில்லை. ஓட்டுக் குவியலின் பாதுகாப்பு கைவிடும்

தருணம் வரை அது வெளிப்படப் போவதில்லை என்ற நினைப்புக்கு மாறாக, ஓடுகளின் கடைமூலைக் குவியலிலிருந்து நாகம் திடீரென வெளிப்பட்டு மூர்க்கமாகச் சீற்றம் கொண்டு உடலை நெடிதுயர்த்திப் பாட்டியை நோக்கிப் படமெடுத்தது.

அரிக்கன் விளக்கின் மங்கல் ஒளியில் நாகம் அக்னி ஜ்வாலையாய் தகதகத்தது. உடம்பின் செதில்களிலிருந்தெல்லாம் நெருப்பு கனன்றது. திசைகள் அனைத்தும் அதன் கட்டுக்குள் இருப்பது போல் விகாசமும் வீரியமும் கொண்டிருந்தது நாகம். வாழ்வின் ஜீவாதாரமான விளைச்சலுக்கான நீராக வாழ்ந்திருந்த பாட்டி சலனமின்றிக் குளிர்ந்திருந்தார். தலையைச் சிலுப்பிச் சிலுப்பி சீற்றம் காட்டிய நாகத்தின் முன் கம்பின் வேல்முனையை நீட்டி நீட்டி பாட்டி பாவ்லா காட்டிக்கொண்டிருந்தார். இருளின் அமைதியில் நாகம் வெளிப்படுத்திய சீற்ற இரைச்சலில் அவனுடைய ரத்தம் சுண்டிவிட்டிருந்தது. பாட்டியின் ஒவ்வொரு நீட்டலுக்கும் அது சீறிச் சினந்தது. நெருப்புக்கும் நீருக்குமான போராட்டம் போன்றிருந்தது. ஒரு தருணத்தில் வெகு லாவகமான விசையுடன் பாட்டி பாய்ச்சிய வேல், நாகத்தின் கழுத்தில் சரியாகக் குத்தி நின்ற போது நெருப்புச் சருகுகள் படபடத்து உதிர்ந்தன. பாட்டி வேல்கம்பை வளைகோடாக நகர்த்தியபடியே தரையிறங்கிய போது அவன் சற்றே பின்வாங்கினான். நாகம் வேல் கம்போடு ஒரு சுழிப்பில் பின்னித் துடிதுடித்தது. பாட்டி வேல் கம்பைத் தரையில் குத்தி நிறுத்தினார். நெருப்பின் ஜொலிப்பின்றி, குட்டி முகத்தோடு வளுவளுவென சவ வெளுப்பாய்ச் சிறுத்து நீண்டிருந்த அதன் உடலைப் பார்க்கப் பாவமாயிருந்தது. கார்மேகம் மாமா, நாகத்தின் தலையைச் சிதைக்க உருட்டுக் கட்டையைக் கீழிறக்கிய போது, ‘விடுங்கண்ண, செத்துக்கிட்டிருக்கிறதைப் போய் அடிச்சுக்கிட்டு’ என்றார் அம்மா.

பாட்டியின் யோசனையின் பேரில் நாக உடலைப் புதைக்கும் முடிவு எடுக்கப்பட்டது. நாகத்தின் தலை, தரை தட்டாதபடி பாட்டி அதன் வாலை வலது கையால் பிடித்திருந்தபோது அவருடைய கை அவரின் தோள் மட்டத்துக்கும் மேலாக உயர்ந்திருந்தது. கொல்லையில் நாலு கொத்துக்கொத்தி அந்தக் குழியில் உடலை வளைய வளையமாய் இட்டு மண்ணை மூடினார்கள். அன்று இரவு, இனம் புரியாத துக்கத்தில் படுக்கையில் முகத்தைத் தலையணையில் புதைத்தபடி அவன் அழுது ஓய்ந்தான்.

அந்த விடுமுறை நாட்களில் கொல்லைப்பக்கம் போகும் போதெல்லாம் நாக சமாதி அவன் கண்களைச் சுண்டி இழுத்தது. அதனுள் அது வளைய

வளையமாய் சுருண்டு கிடக்கும் காட்சி மனதில் விரிய, ஆவலும் கனிந்த சோகமும் மேவிய உணர்வோடு அதன் முன் நின்றிருப்பான்.

விடுமுறை முடியும் தறுவாயில் ஒருநாள் காலை ஊருக்குக் கிளம்பும் ஆயத்தம் தொடங்கியது. தமிழ் பண்டிட் மாமா சீலா மீன் கருவாடுகளைப் பக்குவமாகப் பொட்டலம் கட்டிக்கொண்டிருந்தார். பஸ்ஸில் ஒருமுறை அது மானத்தை வாங்கியதிலிருந்து அந்தப் பொட்டலத்தைப் பார்க்கவே அவனுக்கு அசூயையாக இருக்கும். பின்னர், தமிழ் பண்டிட் மாமா பஸ் விரையும் வேகத்திலும் வாசனை தூக்காதபடி பொட்டலம் கட்டுவதில் திறமை பெற்று விட்டிருந்தார். எங்களை முக்குரோடில் பஸ் ஏற்றிவிடுவதற்காக சின்ன மாமா வண்டி கட்டிக்கொண்டிருந்தார். ஊரில் பாதி - மொத்தமே 30 வீடுகள் இருந்தால் அதிகம் - வீட்டில் நிறைந்திருந்தது. வந்து சொல்லட்டுமே என வீட்டில் இருந்த உறவுக்காரர்களைக் கும்பிட்டு வருவதற்காக - ஊரே உறவுதான் அம்மா சென்றிருந்தார்.

ஏதோ ஒன்று உந்தித் தள்ள அவன் கொல்லைப்பக்கம் நழுவி நாக சமாதி முன் நின்றான். அதைத் தோண்டிப் பார்க்கும் ஆர்வம் அவனுக்குள் எழுந்தபோது, புதிர்கள் அடர்ந்த ரகசிய பிரதேசத்துக்குள் மனம் நழுவுவதை அவன் அறிந்திருக்கவில்லை. என்றென்றைக்குமான ரகசியச் சுழிப்பில் அவனைச் சொருகும் வகையில் அந்த ஆர்வம் அவனுள் கிளர்ந்தது. முருங்கை மர ஓரமாய் சாய்த்து வைக்கப்பட்டிருந்த மண்வெட்டியை எடுத்து பாந்தமாய் மண்ணைக் கொத்தினான். மண் சிரமமின்றி செதில் செதிலாய் வர அவன் சுறுசுறுப்படைந்தான். குழியின் அடிமட்டம் நெருங்கிய போது, நாக உடலின் மீது மண்வெட்டி படுவதைத் தவிர்ப்பதற்காக ஒரு சுள்ளிக் குச்சியை எடுத்து மண்ணைக் கிளறி ஒதுக்கினான். குழி, நாகம் புதையுண்டதற்கான எவ்விதத் தடயமுமின்றி வெளிப்பட்டது. அதனுள் ஒரு மண் கட்டிக்குள் நீண்ட மண் புழு ஒன்று மட்டும் நெளிந்துகொண்டிருந்ததைப் பார்த்த போது இருள் மோதித் தாக்கியது போல் அவன் அந்தக் குழிக்குள் தலை சொருகும்படியாகச் சரிந்தான்.

***(இந்தியா டுடே , பிப்ரவரி 1995)***

# கண்ணாடி அறை

ரயில் சமதள நதியோட்டமென விரைந்து கொண்டிருந்தது. ரயில் விரையும் சப்தம் கண்ணாடிச் சுவர்களில் மோதிச் சிதறிச் சரிந்து மடிந்து கொண்டிருந்தது. கண்ணாடித் தடுப்புகளுடன் அமைந்திருந்த அறையில் அவன் தனியாக அமர்ந்திருந்தான். கண்ணாடி அறையில் எதிரும் புதிருமாக அழகிய வேலைப்பாடுகளுடன் கூடிய நீள மர பெஞ்ச் இருக்கைகள். அவற்றின் சாய்மானமும் கைப்பிடிகளும் பழங்கலை நுட்ப அலங்காரங்களுடன் அமைந்திருந்ததும் அறையின் கண்ணாடிப் பளபளப்பும், மரபும் நவீனமும், கம்பீரமும் சொகுசுமெனக் கூடிக் குலவியது போல் அறைக்கு விசித்திரப் பொலிவூட்டியிருந்தன.

ரயில் விரையும் திசைக்கு எதிர்திசை நோக்கிய இருக்கையில் தன் உடலைச் சரித்து, கால்களைத் தொய்வாக சற்றே அகட்டி நீட்டியபடி, பல வண்ணப் பட்டைகளை நீளவாட்டில் கொண்டிருந்த சட்டையின் மேல் இரு பொத்தான்களைக் கழற்றி விட்டுக்கொண்டு தன்னை சௌகர்யப்படுத்தி அமர்ந்திருந்தான். காட்சிகளைப் பார்த்தபடியே அவற்றிலிருந்து விலகிச் சென்றுகொண்டிருப்பதுதான் அவனுக்கு எப்போதுமே உகந்ததாக இருக்கிறது. அவனைச் சூழ்ந்திருந்த கண்ணாடிகள் அவனுடைய பிம்பத்தை பிரதிபலிக்காது மாய சொருபம் கொண்டிருந்தன.

ரயில் விரைந்துகொண்டிருந்தது. இருபுறமும் பல வண்ணப் பூக்களின் அழகிய வனம். பல இனப் பறவைகளும் பூச்சிகளும் நட்பு பாராட்டிக்கொண்டிருந்த வனாந்திரம். விரிந்து செறிந்து வசீகரம் பூண்டிருந்த அற்புத வனத்தினூடாக ரயில் விரைந்துகொண்டிருந்தது.

வலப்புறப் பக்கவாட்டுக் கண்ணாடியின் பூஞ்சலனத்தை அவன் உணர்ந்தபோது, அவனுடைய 8 வயது மகள் கனவின் பரிசென நுழைந்தாள். மலர்ச்சியும் குதூகலமும் சூடி மணம் பரப்பும் செல்லம்.

அந்திம நாட்களிலும் - தன் வாழ்வை அங்கீகரிக்கும் சாட்சியாக - அவனருகில் அவள் இருந்தால் போதும் என்ற விருப்பத்தை அவனுள் வேரோடச் செய்திருந்த செல்லம்.

இள ரோஸ் வண்ணத்தில் பூக்கள் தூவிய ஃப்ராக் அணிந்திருந்தாள். அவளுடைய கடந்த பிறந்த நாளுக்கு அவளை அழைத்துப் போய் வாங்கியது. அவளே தேர்வு செய்தது. வசீகர பட்டாம் பூச்சியென அவள் அவனருகில் அமர்ந்த போது மனவெளியில் இதம் மேவியது.

குதூகலத்தோடு அவளுடைய கையைப் பற்றித் தன்னருகில் இருத்திக்கொண்டான்.

'உன்னோட சட்டையும் என் ஃப்ராக்கும் ஒரே கலர்ப்பா' என்றாள்.

தன் ரோஸ் வண்ணச் சட்டையைத் தலை தாழ்த்திப் பார்த்துவிட்டு, நிமிர்ந்து அங்கீகரிப்பது போல் அவளை நோக்கிக் கண் சிமிட்டினான்.

இருக்கையின் ஓரமாக அமர்ந்து வேடிக்கை பார்த்துக் கொண்டிருந்தவள் சட்டெனத் திரும்பி, 'நீ எங்கப்பா போற' என்றாள்.

அவளைத் தன் இடது கையால் அணைத்துக்கொண்டபடி, அலுவலக வேலையாக வெளியூர் போவதாகவும், இம்முறை திரும்ப நாளாகுமென்றும், அதுவரை அம்மா சொல்படி கேட்டு சமத்தாக இருக்க வேண்டுமென்றும் சொன்னான். அவள் தலையசைத்துக் கொண்டிருந்தாள். திடீரென, 'நானும் உன்னோட வரட்டுமாப்பா' என்று ஏக்கத்தோடு கேட்டாள். கசிந்து முட்டிய கண்ணீரை அவளறியாது விழுங்கினான் அவன்.

இப்போது முடியாதென்றும், அவளுடைய விடுமுறையின் போது தாத்தாவின் ஊருக்கு அவளை அழைத்துப் போவதாகவும், தான் வரும்போது அவள் கேட்ட அவளுயர கரடி பொம்மை வாங்கி வருவதாகவும் ஏதேதோ சொல்லிக்கொண்டிருந்தான். அவள் கண்ணாடியில் தெரிந்த தன் பிம்பத்தோடு விளையாடியபடி அவன் குரலுக்குத் தலையாட்டிக்கொண்டிருந்தாள்.

சோர்வும் ஏக்கமும் அவனுள் கவிந்து திரளத் தொடங்கியது. அவளுடைய அசிரத்தையில் திரட்சி பெற்றிருந்த ஏக்கத்தோடு, 'நீயும் என்னோடு வந்துடுறியா' என்று வெளிப்பட்ட அவன் குரல் விகாரப்பட்டுப் பிசிறடித்தது.

மிரண்டு திரும்பிய அவள் கலவரப்பட்ட முகத்தோடு தலையசைத்து மறுத்தபடி, தயங்கித் தயங்கி அவனை விட்டு விலகி அவனைப் பார்த்தபடியே நகரத் தொடங்கினாள். அவன் செய்வதறியாது உறைந்திருந்தான். வலப்புறக் கண்ணாடி மெல்லச் சலனமுற்றது. அவள் மறைந்துவிட்டிருந்தாள். தன் அருமைச் செல்லத்திடம் கூட இயல்பாக

வெளிப்பட முடியாதபடி குலைந்து போய்விட்ட மனோலயத்துக்காகக் குமைந்தவனாகக் குன்றிப் போய் சமைந்திருந்தான்.

ரயில் விரைந்துகொண்டிருந்தது. இனம் புரியாக் கனவின் அசுரத் தாக்குதலுக்குள்ளாகி விழிப்புற்றுக் கலவரத்தோடு நிமிர்ந்து உட்கார்ந்தான். கண்கள் கண்ணாடி வெளிக்காட்சியில் மருட்சியோடு மிதந்தன. அகண்டாகாரமாக விரிந்து பரந்துபட்டிருந்த மணல் வெளிக் காட்டினூடே ரயில் விரைந்துகொண்டிருந்தது.

எவ்விதப் பசுமையும் அற்றிருந்தபோதிலும் அசாத்திய ஒழுங்கமைதியில் அடர்ந்திருந்தது பாலை. வலப்புறக் கண்ணாடி சடசடத்து அதிர்ந்து ஓய்ந்தபோது அவன் எதிரே ஒரு போலீஸ் அதிகாரி அதிகாரத்தின அலங்காரங்களுடன் நின்றிருந்தார். குழந்தையின் பட்டுப் பாதங்களால் சில்லிட்டிருந்த அறையின் காற்றை அதிகாரத்தின் காலடிகள் இறுக்கமடையச் செய்தன.

அதிகாரி அவனெதிரில் கால்மீது கால் போட்டபடி அமர்ந்து சிகரெட் பற்ற வைத்துக்கொண்டார். தீக்குச்சி சுடர் கொண்டிருந்த கணத்தில், அவனுடைய கனவொன்றில் அவனை அச்சுறுத்தும் ஓநாயின் தகதகப்பை அதிகாரியின் கண்களில் கண்டான்.

பெரிய வனாந்திரத்தின் அடர்த்தியான சிறு சதுரப் பகுதியொன்றின் மத்தியில் அவன் சிக்கிக்கொண்டிருப்பான். தப்பிக்கும் மார்க்கமறிய அவன் கண்கள் முட்டித் திரும்பும் திசைகளிலெல்லாம் ஒரு ஓநாய் தகதகக்கும் கண்களோடு அவனை மறித்திருக்கும். அவன் கண்மூடி ஓட யத்தனித்து முதல் அடி எடுத்து வைத்த மாத்திரத்திலேயே அது அவன் மீது எம்பிப் பாயும். அரண்டு போய் விழித்துக்கொள்வான்.

இனம்புரியாக் கனவின் பயம் இப்போது அவனுள் கூடு கட்டியிருந்தது. அவனுடைய இருப்பின் அடையாளத்தை அறிய வேண்டியது தன் கடமை என்று தொடங்கினார் அதிகாரி. மருட்சியை மறைக்கும் சுதாரிப்போடு அவன் தலையசைத்தான்.

அவனுடைய பெயர், ஊர், பணி விபரங்கள் பற்றி அவர் விறைப்புடன் கேட்ட கேள்விகளுக்கு அவன் பணிவோடும் அமைதியோடும் பதில் சொல்லிக்கொண்டிருந்தான். அவனுடைய பயண நோக்கம் பற்றிய கேள்விக்கு, தன் தந்தையின் இறுதிச் சடங்கில் கலந்துகொள்வதற்காகச் சென்று கொண்டிருப்பதாகச் சொன்னபோது அதிகாரம் சற்றே நெகிழ்வுற்றது.

அவன் அணிந்திருந்த கறுப்புச் சட்டையின் தாத்பரியத்தை அப்போதுதான் உணர்ந்தவராக அவனுடைய வலது கையைப் பற்றி

மெதுவாகக் குலுக்கித் தன் இரங்கலைத் தெரிவித்தார். மனிதன் துக்கம் அனுஷ்டிப்பதை சட்டம் எப்போதும் கௌரவப்படுத்தவே செய்கிறது என்றவர் தொந்தரவுக்கு சம்பிரதாய மன்னிப்பு கேட்டுக்கொண்டு விடை பெற்றார்.

வலப்புறக் கண்ணாடி மீண்டும் சடசடத்து திடப்பட்டது. அறையெங்கும் மண்டியிருந்த அதிகாரத்தின் புகை, மூச்சு முட்டச் செய்தது. நிகழ்ந்த சம்பவத்தின் இறுக்கத்திலிருந்து நழுவிச் சென்றபடியே கண்ணயர்ந்தான்.

ரயில் விரைந்துகொண்டிருந்தது. இருபுறமும் அடர்ந்து செழித்திருந்த பச்சை வயல்வெளிகளில் உயிர் கொண்டிருந்த காற்று அவனுடைய குழந்தைப் பிராய நினைவடுக்குகளை வருடியபோது புத்துணர்வோடு விழிப்புற்றான். மெல்லச் சலனமுற்றது வலப்புறக் கண்ணாடி. 4 முழ கதர் வேட்டியும் வெண்ணிற அரைக்கை கதர் சட்டையும் அணிந்திருந்த அப்பா சாந்தமாக முறுவலித்தார்.

அம்மாவின் மரணத்துக்குப் பின் அப்பா அலைக்கழிப்புகளற்ற மௌனத்தில் வாசம் செய்து வருவதாகப்பட்டது. அந்த அமைதியையும் சாந்தத்தையும் லயத்தையும் ஸ்வீகரித்துக் கொண்டுவிட விழையும் வேட்கையோடு பவ்வியமாக அவரைப் பார்த்தான். அவர் அவனருகில் அமர்ந்து அவன் தோளை இதமாகத் தொட்டார். அவன் நெகிழ்வுற்று சிறு குழந்தையாகி இருந்தான்.

சற்று நேர மௌனத்துக்குப் பின், 'எங்கே போய்க் கொண்டிருக்கிறாய்' என்று கேட்டார். 'தெரியவில்லை' என்றான்.

'தெரிந்து கொள்வாயா, தெரியவே போவதில்லையா' என்றார். அலைக்கழிக்கும் மௌனத்தில் அசைவற்றிருந்தான்.

'என்ன எதிர்பார்க்கிறாய்? எதிலிருந்து விலக விரும்புகிறாய்' என்றார் அப்பா.

'எதுவுமே எதிர்பார்க்கவில்லை. எதையுமே விரும்பவில்லை.'

'பின் எதற்காக, எங்கு இந்தப் பயணம்?'

மீண்டும் மௌனத்தில் குறுகிக்கொண்டான். இடது கைச் சுட்டு விரலால் தன் வெள்ளைச் சட்டையின் கீழ் நுனியைச் சுருட்டிக்கொண்டிருந்த அவனைக் கனிவோடு பார்த்துவிட்டு அப்பா பேசத் தொடங்கினார்.

'ஓடி ஒளிந்து கொள்ள எந்தச் சிறு பொந்தும் எவருக்குமில்லை மகனே. உன் காலத்தை அவதானி. கடந்த காலங்களிலிருந்து

பிளவுண்டு பிரிந்துவிட்டது நிகழ்காலம். வெக்கைப் புயலொன்று அதை அசுர கதியில் அடித்துச் சென்றுகொண்டிருக்கிறது. பிளவுபட்டதில் அதலபாதாளமாய் விழுந்து கிடக்கும் பள்ளத்தாக்கிலிருந்து நமக்கு உயிர்ப்பூட்டும் குரல் இன்னமும் மிதந்து வந்தபடி தானிருக்கிறது. புயலின் ஓங்கார இரைச்சலில் செவிடாகிப் போன காதுகளுக்கு உயிரூட்டத் தவிக்கும் குரல். ஊனுருக்கும் அக்குரலுக்கு உன் காதுகளை மடி. அதன் இசைமையில் உயிர்ப்புறு. கடலின் முதல் அலைச் சுழிப்பில், சூரியனின் முகம் படாது சலனித்துக்கொண்டிருக்கும் ஊற்றுகளில், அறியாக் கானகத்தின் ஓசைப் பெருக்கில், பள்ளத்தாக்குகளிலிருந்து மேலெழுந்து மிதக்கும் ஒலித் தடங்களில் நம் மூதாதையரின் கவித்துவம் உயிர் கொண்டிருக்கிறது. உன் கன்னத்து மருவில் வசிப்பது உன் தாத்தா மட்டுமல்ல; அவருடைய தாத்தாவும் கூட. அவருடைய தாத்தாவுக்கும் அதே இடத்தில் மரு இருந்தது. இவற்றின் உயிர்த்துடிப்பை உணரும்போது நினைவடுக்குகளின் ஸ்பரிசங்களில் திளைத்தெழுவாய். உனக்கான, உன் காலத்துக்கான, கனவு மெய்ப்படும். வெக்கைப் புயலின் திசைக்கு முகம் திருப்பிச் செல்வதால் ஆகப் போவது எதுவுமில்லை. வெம்பி வீழ்ந்து விடவே ஏதுவாகும். காற்றின் திசையை மாற்றும் வல்லமை சிருஷ்டியில் இருக்கிறது மகனே.'

அவர் தன்னுள்ளிருந்து ஒரு பக்கத்தைப் புரட்டி வாசித்தது போலிருந்தது. அவன் அவருடைய கை மீது தன் கையை வைத்தான். அந்த ஸ்பரிசத்தில் காந்த அலைகள் அவனுள் ஊடுருவின. அவரை முதன்முறையாக ஸ்பரிசிப்பதாக உணர்ந்தான். என்றென்றைக்குமாக அவனை மீட்கும் அபூர்வம் அதிலிருந்தது. அவர் அவனுடைய வலது தோள்பட்டையை அழுத்தமாகப் பற்றிவிட்டு நிறைந்த மலர்ச்சியோடு வெளியேறினார். குதூகலம் அவனுள் குடியேறியிருந்தது. அதில் வாசம் செய்தபடி கண்ணயர்வில் விழிப்புற்றிருந்தான்.

ரயில் விரைந்து கொண்டிருந்தது. ஊழிக் காற்றின் உக்கிரத்தோடு, தவம் கலைக்கப்பட்ட ஆத்திரத்தில் நிலத்தின் மீதான தனது கடைசி அஸ்திரத்தைப் பிரயோகிப்பதே போன்று மழை சீற்றம் கொண்டிருந்தது. குளிரில் விறைப்புற்றிருந்தது அறை. அவன் நகர்ந்து இடது மூலையில் சாய்ந்து சரிந்தபடி ஒடுங்கியிருந்தான். வானம் கறுத்துத் திரண்ட மேகங்களால் மூடப்பட்டிருந்தது. என்ன பொழுதாயிருக்கும் என்று அவனால் அறிய முடியாதிருந்தது.

இளநீலப் புடவையில் தென்றலின் சுகந்தமென அவள் உள்ளே நுழைந்தபோது அவன் கவனித்திருக்கவில்லை. அறையில் பரவிய

இளஞ்சூட்டில்தான் அவன் அவளைப் பார்த்தான். காற்றுக்கு அவள் மூட்டியிருந்த வெதுவெதுப்புக்காகக் கருணையோடும் காதலோடும் அவளைப் பார்த்தான். அவனுக்கு எதிர் இருக்கையில் அமர்ந்து, கால்களை அவனது இருக்கையில் நீட்டிப் போட்டபடி அவனையே பார்த்துக்கொண்டிருந்தாள் அவள். அவளுடைய கண்கள் கனிவில் கசிந்துருகுவதைப் போலவும் விரக வேட்கையில் சுடர் கொண்டிருப்பதைப் போலவும் பிடிபடாதிருந்தன.

என்றுமே அவளுடைய நேசத்துக்குரியவன் அவன் தானென்றும், அவன் மீது அவளுக்கு வருத்தமும் கோபமும் ஏற்பட்டிருந்தாலும் ஒருபோதும் அவனை வெறுத்ததில்லை என்றும், கண்ணுக்குத் தெரியாது காற்றில் அலையும் இறகினைக் கோதியபடி வெறுமனே அவனிருப்பதில் கூட இனி அவளுக்குப் பிரச்சனை ஏதுமில்லையென்றும் சொன்னபடி முன்னோக்கி வந்து அவன் கைகளைப் பற்றினாள்.

வெளியில் மழையின் உக்கிரதாண்டவம் உச்சமடைந்திருந்தது. கண்ணாடிகளில் ஊடுருவிப் பரவிய குளிரை விரட்டியபடி அறை கதகதப்புற்றது. பற்றிய கைகளை ஒருசேர எடுத்து, குனிந்து உள்ளங்கைகளில் முத்தமிட்டபடி கண்களை உயர்த்தி அவளைப் பார்த்தான். வயதை அறிய முடியா வனப்பு. வீட்டிலும் சரி, அலுவலகத்திலும் சரி, அவளுக்குக் கைவரப் பெற்றிருந்த அசாத்திய திறமையில் மெருகேறியிருந்த மிடுக்கு.

முறுக்கேறத் தொடங்கியிருந்த உடலின் தேவையையும் மீறி அவளுடைய மிடுக்கும் ஒய்யாரமும் அவனைக் கலகலக்கச் செய்தன. ‘பள்ளத்தாக்கிலிருந்து மேலெழுந்து வரும் குரலின் அழைப்பை அவள் எப்போதாவது உணர்ந்ததுண்டா’ என்று அபத்தமான மிடுக்கோடு கேட்டான். அவனுடைய கேள்வியை மெல்லிய இதழ் விரிப்பில் அசட்டை செய்துவிட்டு அவனுடைய கருநீலச் சட்டையின் காலர் முனைகளைப் பற்றித் தன் பக்கமாக இழுத்தாள்.

அவன் முரண்டித் திமிறினான். அவளுடைய முறுவலிலிருந்த பரிகாசம் அவனைத் துவம்சம் செய்துவிட்டிருந்தது. அவனுடைய உதாசீனத்தால் முகம் இருள எழுந்து கொண்டவள், சந்தர்ப்பத்தைக் கைக்கொள்ளும் சாதுர்யத்தால் உடனடியாக சுதாரித்துக்கொண்டு மீண்டும் அமர்ந்தாள். எதுவுமே நடந்து விட்டிருக்கவில்லை என்ற தோரணையில், ‘நீங்கள் உங்கள் விருப்பப்படி இருங்கள், நான் குடும்பத்தைக் கவனித்துக்கொள்கிறேன். உங்களால் முடிந்தவரை, இதுவரை இருந்தது போலவே அனுசரணையாக இருந்தால் போதும்’ என்றபடி மீண்டும் முன்னோக்கிக் குனிந்து அவனுடைய கைகளைத் தயக்கத்துடன் பற்றினாள்.

படபடப்பு சற்றும் தணிந்திராதிருந்த அவன் அவளுடைய கையை உதறிவிட்டு, 'ஆணவத்தின் தோகை விரித்து நீ காட்டும் அழகும் பசப்பும் சகிக்கக்கூடியதாக இல்லை' என்று விகாரமாகக் கத்தினான்.

அவனுடைய வார்த்தைகளின் சொடுக்கில் சிலிர்த்தெழுந்த அவள், 'உன்னால் ஒருவருக்கும் ஒருபோதும் எவ்வித பிரயோஜனமும் இருக்கப் போவதில்லை; இப்படியே தொலைந்து போய்விடு. நானும் குழந்தைகளும் நிம்மதியாக இருப்போம்' என்று வார்த்தைகளை விசிறியடித்துவிட்டு விருட்டென வெளியேறினாள். ஏதோ ஒரு தூண்டலில் அவளுடைய கையைப் பற்றி இழுக்க அவன் எழுந்தபோது அவள் வெளியேறி விட்டிருந்தாள். அவள் விரைந்த திசையில் அவன் பாய்ந்தபோது, ரயில் பெட்டியின் கழிவறையில் நின்றிருந்தான்.

கழிவறைக் கோப்பையில், இரு கைகளையும் நெற்றியில் ஊன்றியபடி தலைகுனிந்து தளர்வாக உட்கார்ந்திருந்தான். மழை நின்றுவிட்டிருந்தது. உடலும் மனமும் அக்னிப் பிழம்பெனத் தகித்துக் கொண்டிருந்தன. பெருமூச்சுகளால் தன்னை ஆசுவாசப்படுத்திக் கொண்டிருந்தான்.

இறுக்கங்களிலிருந்தும் சிடுக்குகளிலிருந்தும் உடலும் மனமும் விடுபட நீரில் தன்னைக் கரைத்துக்கொள்ள வேண்டுமென நினைத்தான். ஆடைகளைக் களைந்துவிட்டு ஷவரைத் திறந்து குளிக்கத் தொடங்கினான். அருவிப் பிரவாகமென நீர் கொட்டிக்கொண்டிருந்தது. உடலும் மனமும் குளிரக் குளிர நெடுநேரம் குளித்தபடி இருந்தான்.

ரயிலின் வேகம் மட்டுப்படுவதை உணர்ந்து, அது நிற்கப் போவதை ஊகித்தவனாக அம்மணமாகவே அறைக்குத் திரும்பினான். அவன் அறைக்குள் நுழைந்த தருணத்தில் மெல்லிய குலுங்கலுடன் ரயில் நின்றது. அவனுடைய நிர்வாண பிம்பம் கண்ணாடியில் ஊடுருவியிருந்தது. இருபுறமும் அடியறியா ஆழமறியா அதல பாதாளப் பள்ளத்தாக்கு ஆழ்ந்த மௌனத்தில் உறைந்திருந்தது.

உருவ அருவப் பெருவெளியெனவும், ஆதிப் பண்பின் அந்தகார உறைவிடமாகவும், புராதன சிருஷ்டித்துவத்தின் அற்புதமெனவும் உயிர் கொண்டிருந்த பள்ளத்தாக்கையும் கண்ணாடியில் ஊடாடியிருந்த தன் உடல் பிம்பத்தையும் மாறிமாறிப் பார்த்து அதிசயித்தான். அறையில் பூர்விக ஒலி அலை பரவத் தொடங்கியது. அதன் தாள ஜதிக்கேற்ப அவன் உடல் அசைந்தாடியது. பிரவாகமென இசை பல்கிப் பெருகப் பெருக அவன் உடலும் மனமும் சுழன்றாடின. கண்ணாடிகள் அவனுடைய பிம்பத்தைச் சுழற்றி விட்டபடி குதூகலித்திருந்தன.

(புதிய பார்வை, ஜனவரி 1996)

# பட்டுப்பூச்சியும் கல்வீணையும்

துயர் துயிலாது விழித்திருக்க, சாமங்கள் கடந்து உழன்று கொண்டிருந்தாள் மதுவந்தி. இழை இழையாய் விரிந்து பரவிய துயரத்தில் விசும்பலோ கேவலோ இன்றி கண்ணீராய்க் கரைந்து கொண்டிருந்தாள். அன்று மாலை அப்பா அவளை அழைத்துப் போய், வரவிருக்கும் அவளுடைய 13ஆவது பிறந்த நாளுக்காக விலையுயர்ந்த ஆடை, கிட்டத்தட்ட அவளுயரத்துக்கு அழகான ப்ரௌன் நிற கரடி பொம்மை, ஸ்கூல் பேக், செருப்பு, புதுவித பென்சில் பாக்ஸ், டிஸைன் பொட்டுகள் எனச் சின்னச்சின்னப் பொருட்களெல்லாம் வாங்கிக் கொடுத்துவிட்டுப் போயிருந்தார். கரடி அவளருகில் படுத்து எப்போதோ தூங்கிவிட்டது. அதற்கு டிண்டு என்று பெயர் வைத்துவிட்டாள் (நாளை தொலைபேசியில் அப்பா தவறாமல் பெயர் கேட்பார்).

டிண்டுவை எல்லோருக்கும் பிடித்துப்போய்விட்டது. அதுவும் எல்லோரிடமும் தயக்கமில்லாமல் சகஜமாகப் பழகியது. பார்பி அதோடு ஒட்டிக்கொண்டு ரொம்பவே செல்லம் கொஞ்சினாள். பிளாக்கிக்குத்தான் டிண்டுவிடம் லேசான வெறுப்பும் பொறாமையும் இருப்பதுபோல் பட்டது. பிளாக்கி கொள்ளை அழகு. கர்வமும் ஜாஸ்தி. இவள் பிளாக்கியிடம் எவ்வளவோ சொல்லிப் பார்த்தாள். ஆனால் அது கடைசிவரை மூஞ்சியைத் தூக்கி வைத்துக் கொண்டுதான் இருந்தது. பிளாக்கி எப்போதுமே இப்படித்தான். உடனடியாக யாருடனும் ஒட்டிக்கொள்ளாது. ஆனால் பழகிவிட்டால் உயிரைக் கொடுக்கும். நாளை பிளாக்கியிடம் கொஞ்சம் கூடுதலாகச் செல்லம் கொஞ்சவேண்டும் என்று நினைத்துக்கொண்டாள். அன்று எல்லாம் வாங்கி முடித்தபின் அவளுக்குப் பிடித்தமான ரெஸ்டாரண்டிற்குச் சென்றார்கள். சாப்பிட்டுக்கொண்டிருந்தபோது அப்பா ஒரு இதழின் பக்கமொன்றைப் புரட்டி அவளிடம் நீட்டினார். அப்பா எழுதுபவர் என்று அவளுக்குத் தெரியும். இரண்டு வருசத்துக்கு முன்பு, அப்பா அவர்களுடன் சேர்ந்திருந்த போது அப்பா எழுதிய பத்திரிகைகளில்

அப்பாவின் பெயரை மட்டும் பார்ப்பது அவளுக்கு வழக்கம். அப்பா நீட்டிய பக்கத்தில் அவர் எழுதிய ஒரு கவிதை இருந்தது. அதன் முடிவில் சமர்ப்பணம் மதுவந்திக்கு என்றிருந்தது. வாசிக்கும் போது சிரமப்பட்ட வார்த்தைகளை அப்பா புன்முறுவலோடு முழுமைப்படுத்திச் சொல்லிக்கொண்டிருந்தார். கவிதை அவளைப் பற்றியது என்று மட்டும் புரிந்தது. அந்தக் கவிதையின் இரண்டு வரிகள் எப்படியோ அவளுடன் தங்கிப் போய் விட்டிருந்தன. இரவு படுக்கையில் உழன்று கொண்டிருந்தபோது அவளே வியக்கும்படி அவை நினைவுக்கு வந்து இனம் புரியாத நெகிழ்ச்சியில் ஆழ்த்தின. 'பஞ்சவர்ணக் கிளியொன்றின் கனவில் அவன் அவளுக்கு மகளாக இருந்தான்' என்ற அந்த வரிகள் விந்தையோடு அவளைச் சூழ்ந்து சுழன்றுகொண்டிருந்தன. இனி அப்பாவைப் பார்க்க ஒரு மாசமாவது ஆகும். அப்பா அவளுடைய செல்லம். அம்மா அவளின் உயிர். அருகில் அம்மா அயர்ந்த நித்திரையில் இருந்தார். மெலிந்த தேகம். வசீகரமும் பொலிவும் குன்றி சுண்டிவிட்டிருந்த முகம். வறண்டு போயிருந்த தோல். அம்மா மலர்ந்து சிரிக்கும் தருணங்களில் உயிரின் சுனை அவர் கண்களில் குமிழியிடும். அப்போது அம்மா சுடராய்ப் பிரகாசிப்பார். வாழ்வின் உரமேறிய கண்கள். கண்கள் வழி நடத்த நகரும் வாழ்வு அவருடையது. கண்கள் மூடி அம்மா அயர்ந்துறங்கியிருந்த நிலையிலும் உயிர்ச் சுனையூறி முகம் பொலிந்திருந்ததைக் கவனித்தபோது அவளுக்கு வியப்பு மேலிட்டது. இரவு விளக்கொளியின் மந்த பிரகாசத்தில் அம்மாவின் முகத்தையே பார்த்தபடி இருந்தாள். அந்நிலை அவளுக்கு நிம்மதியூட்டியது. அதனூடாக, நள்ளிரவின் ஆத்மாவிலிருந்து தூக்கம் உதித்து அவளைத் தழுவியது. பூம்பட்டு ஸ்பரிசம் கண்ணிமைகளை வருடிக் கோத கண்கள் சொருகின.

சென்ற வருடம் 7ஆம் வகுப்பு எ பிரிவில் இவளுடன் படித்து இப்போது 8ஆம் வகுப்பு டி பிரிவுக்குப் போய்விட்ட இவளுடைய நெருங்கிய சினேகிதியான டில்ஷென் வீட்டில் இவள் அவளுடன் இருக்கிறாள். டில்ஷென் மட்டுமே வீட்டில் இருப்பது போல் இருக்கிறது. அதேசமயம், வீடு முழுவதும் அவள் ராஜ்யம் போலவும் அதில் அவள் ஒரு இளவரசி போலவும் உல்லாசமாக இருப்பதாகத் தோன்றுகிறது. அழகான விநோத வேலைப்பாடுகள் நிறைந்த முக்கோண வடிவில் அமைந்த ஒரு டப்பாவை எடுத்துத் திறக்கிறாள் டில்ஷென். அதற்குள் எண்ணற்ற பட்டுப்பூச்சிகள் ஒளிர் சிவப்பில் வெல்வெட் பளபளப்போடு சுருண்டு கிடக்கின்றன. அவள் பார்த்துக் கொண்டிருக்கும் போதே ஒரு சில, பெட்டியின் பக்கவாட்டுத் தடுப்பில் மெல்ல ஊர்கின்றன. டில்ஷென் மெதுவாக, மிக மெதுவாக, அலை

அலையாக அவற்றைத் தரையில் விடுகிறாள். சுருண்டு விழுந்த அவை மெல்ல ஊர்வதைப் பார்க்க இவளுக்கு ஏக குஷி. டில்ஷென் தன் வலது பெருவிரலையும் மோதிர விரலையும் பட்டுப்போல் மிருதுவாய் நகர்த்தி, ஒன்றை வெகு லாவகமாக எடுத்து இவளுடைய இடது உள்ளங்கையில் வைக்கிறாள். அது சற்று நேரத்தில் கால்கள் விரித்து ஊரத் தொடங்குகிறது. அதன் நகர்வில் உள்ளங்கை கூசி உடல் சிலிர்க்கிறது. இவள் அதை வலது கைச் சுட்டுவிரலால் மிருதுவாய்த் தொட்டபோது அது கால்கள் சுருட்டி மீண்டும் சுருண்டு கொள்கிறது. சற்று நேரத்தில் மீண்டும் ஊரத் தொடங்குகிறது. 'அதை நீயே வச்சுக்கோ' என்று பரவசத்தோடு சொல்கிறாள் டில்ஷென். அதை மஞ்சள் பூக்கள் மலர்ந்து பரவியிருந்த கைக்குட்டையில் இவள் பொத்தி வைத்துப் பத்திரப்படுத்திக் கொள்கிறாள்.

இவள் அதுவரை பார்த்திராத அந்த வீட்டின் பின்புறமிருந்த பெரிய திராட்சைத் தோட்டத்திற்கு டில்ஷென் இவளை அழைத்துப் போகிறாள். திராட்சைக் கொடிப் பரணில் துள்ளி ஏறி டில்ஷென் அமர்ந்தபோது பழங்களைக் கொத்திக்கொண்டிருந்த பச்சைக் கிளிகள் பதறிப் பறந்தன. டில்ஷென் சற்றே குனிந்து இவளுக்குக் கை கொடுத்துத் தூக்குகிறாள். கருநீலமும் வயலெட் வண்ணமும் மேவி ஒளிரும் திராட்சைகள் கொத்துக் கொத்தாய் தொங்குகின்றன. டில்ஷென் ஒவ்வொன்றாய் பறித்து ருசித்துச் சாப்பிட்டுக்கொண்டிருக்க, அவள் அருகிலிருந்து இவள் பறிக்கும் ஒவ்வொன்றும் இவளுடைய கைக்கு வந்ததும் சுருங்கி வெறும் வறண்ட தோலாகிக்கொண்டிருக்கிறது. இவளுக்கு அழுகை அழுகையாய் வருகிறது. டில்ஷென் இதுபற்றி ஏதுமறியாதவளாக வெகு குஷியோடு தொடர்ந்து சாப்பிட்டுக்கொண்டிருக்கிறாள். இவள் துக்கம் தாங்காமல் சட்டெனக் குதித்திறங்கி ஓட ஆரம்பிக்கிறாள்.

வீட்டின் திசை அறியாது ஓர் இடுக்கான தெருவில், கலங்கிய மனத்திலிருந்து உதித்துக் கசிந்து வரும் அழுகையோடு நடந்து கொண்டிருக்கிறாள். அந்தத் தெருமுனை கடந்தவுடன் தன் வீடு தட்டுப்படும் என்ற நம்பிக்கை ஏற்பட்டு சற்றே ஆசுவாசமடைந்தபடி விறுவிறு என்று நடக்கிறாள். பழமையான நெடிய கட்டிடங்கள் நெருக்கியடித்தபடி நீண்டுகொண்டே போகின்றன. தெருமுனை கண்ணில் பட்டபோது அங்கு படுக்கை வசத்தில் கிடந்த கல்போன்ற ஏதோ ஒன்றின் மீது டிண்டு உட்கார்ந்திருக்கிறது. ஓடிப்போய் அதை வாரி எடுக்கக் குனியும் போது அழுகிய திராட்சை நெடி முகத்திலடிக்கிறது. டிண்டு உட்கார்ந்திருப்பது விறைத்திருந்த அப்பாவின் சடலத்தின் மீதென்பது தெரிகிறது. இரு கைகளாலும் முகம் பொத்தி அப்பா என்று அலறியபடி எழுந்து உட்கார்ந்தாள் மதுவந்தி.

பயத்தில் உடம்பு உதறியது. மனம் படபடத்தது. டிண்டு விலகிப் படுத்திருந்தது. அம்மா ஆழ்ந்த உறக்கத்தில் ஒருக்களித்து அயர்ந்திருந்தார். ஒரே தாள கதியில் மெல்லிய குறட்டை அவரிடமிருந்து வெளிப்பட்டுக்கொண்டிருந்தது. அம்மாவை ஒட்டிச் சுருண்டு படுத்துக்கொண்டாள். குறட்டை சட்டென்று நின்று, அம்மாவின் வலது கை தன்னிச்சையாக அவள் முதுகை அணைத்துக்கொண்டது. தன் முகம் தூக்கி அம்மாவின் முகத்தைப் பார்த்தாள். ஒளிர் சிவப்பில் வெல்வெட் தன்மையோடு ஒரு பட்டுப்பூச்சி அம்மாவின் நெற்றியில் சுருண்டிருந்தது. அவள் அதை வியந்து பார்த்துக்கொண்டிருக்கும் போது அது ஊரத் தொடங்கியது.

தன்னிச்சையாக மகளை அணைத்துக்கொண்ட கையில் மகளின் சிறு நடுக்கத்தை உணர்ந்தாள் அம்மா. அவள் மீது போர்வையைச் சரிவரப் போர்த்திவிட்டு, முதுகைத் தடவிக் கொடுத்தபடியே இரவு விளக்கின் மங்கல் வெளிச்சத்தில் மகளின் முகத்தைப் பார்த்தாள். அவள் அசந்து தூங்கிவிட்டிருப்பது தெரிந்தது. முகம் பூஞ்சிரிப்பில் மலர்ந்திருந்தது. ஓர் அற்புதக் கனவில் அவள் உலவிக் கொண்டிருக்கக் கூடும் என்று நினைத்துக்கொண்டாள். அவளுடைய கனவில் பிரவேசித்து தானும் அவளேயாகி ஒரு பூங்கனவில் வாழ ஆசை மேலிட்டது. அதேசமயம் நள்ளிரவின் ஆத்மாவிலிருந்து தூக்கம் உதித்துக் கண்ணிமைகளைக் கோத கண்கள் சொருகின.

சிறுமியாய்த் தன் பெற்றோருடன் வாழ்ந்த சிறு நகரத்துப் பெரிய வீட்டின் படுக்கை அறைபோல் தோற்றமளித்த அந்த அறையின் இரு பக்கச் சுவர்கள் இணைந்த மூலை இடுக்கில் ஒடுங்கிப்போய் உட்கார்ந்திருக்கிறாள். அங்கிருந்து தெரியும் வரவேற்பறையின் பக்கவாட்டுச் சுவர் முழுவதையும் அடைத்தபடி ஒரு பெரிய கல்வீணை இருக்கிறது. சிறுவயதில் அவள் வாசித்த சிறு வீணையே இந்த விநோதத் தோற்றம் கொண்டிருப்பதாகத் தோன்றுகிறது. அதிலிருந்து பார்வையைத் திருப்பியபோது இவளுக்கு சில அடிகள் தள்ளி விரித்திருந்த மெத்தைப் பரப்பில் இவளே ஆடைகளின்றி வசீகரப் பொலிவோடு களிமயக்கத்தில் கிறங்கியிருக்கிறாள். அவளுக்கு ஒருவன் உயிர் மூட்டிக் கொண்டிருக்கிறான். அவளுடைய முலைகள் பெருமிதத்தோடு விம்மித் திமிர்த்திருக்கின்றன. வயிறு திட்பமாக ஒளிர்கிறது. கண்கள் களிபோதையில் மயக்கக் கதிர்வீச்சுகளை விசிறிக் கொண்டிருக்கின்றன. உடல் உறுப்புகள் அனைத்துமே

பேதமற்று ஒன்றேயாகிக் காமச் சுடரொளியில் மிளிர்கின்றன. அவன் அவளுடைய எந்த உறுப்பைத் தொட்டபோதும் முழு உடலும் சிலிர்த்துச் சிரிக்கிறது. அவளறியாத அவளுடைய இறைஞ்சலுக்குச் செவி சாய்த்து, கடவுளுடைய விரல் அவள் மேனியைத் தொட்டுத் தொட்டு அவளை இளமையின் மிடுக்குக்கு அழைத்து வந்துவிட்டது போலிருக்கிறது. அவசர கதியில் நடுத்தர வயதுக்குள் போய் விழுந்து விட்டிருந்த இவள், தன் கனவினூடாக, கனவறையின் ஓர் மூலையில் உறைந்திருந்தபடி இவளேயான அவளின் வனப்பையும் ஜொலிப்பையும் வியந்து பார்த்துக்கொண்டிருக்கிறாள். இவள் ஒருத்தி அங்கிருக்கிறாள் என்பதை அவர்கள் அறிந்திருப்பதாகவே தெரியவில்லை. அவளைத் தொட்டுத் தொட்டு இளமையின் வனப்பு வெளியில் அவளை உலவவிட்டிருப்பவன், இதற்குமுன் அவள் அறிந்த ஒருவனாகப் பார்த்துக்கொண்டிருக்கும் இவளுக்குத் தோன்றவில்லை. நிச்சயமாக அவன், இவளுடைய கணவனின் எந்தவொரு வடிவமும் இல்லை. அவன் தன் வாழ்வில் யாரென இவள் யூகித்துக்கொண்டிருக்கும் போதே அவன் இவளுடைய இளமைப் பிம்பமான அவளுக்குள் இயங்கிக்கொண்டிருக்கிறான். அவள் சிரிக்கிறாள். கலகலக்கிறாள். சப்தங்களாகச் சிதறுகிறாள். சிலிர்த்துச் சிலிர்த்துச் சிறகடிக்கிறாள். அவளுடைய காம முனகல்கள் அறைக்கு வெப்பமூட்டுகின்றன. தன்னுடைய தேவை குறித்த தீர்மானமும் தனதான ஆணைக் கையாள்வதில் தேர்ச்சியும் அவளிடம் பரிபூரணமாக வெளிப்பட்டுக் கொண்டிருக்கின்றன. இவள் எக்காலத்திலும் சகஜமாக அனுபவித்திராததை அவள் எல்லாக் காலத்தினூடாகவும் அனுபவித்துக் கொண்டிருப்பதாகத் தோன்றுகிறது.

கல்வீணையிலிருந்து நாதம் எழுந்து அறையைத் தழுவுகிறது. இவள் கண் மூடிக் களித்திருக்கிறாள். இவள் கண் திறந்த ஏதோ ஒரு தருணத்தில், களி மயக்கத்தில் புலர்ந்த விழிகளோடு இவளைப் பார்த்துச் சிரித்துக்கொண்டிருக்கிறாள் இவளேயான அவள். அவன் எப்போது நீங்கிப் போனான் என்பது தெரியவில்லை. அவளுடைய மலர்ந்த விழிகளை எதிர்கொண்டபோது இனம் புரியா விநோத உணர்வு இவளிடம் பரவியது. அவள் இரு கை நீட்டி நிறை முறுவலோடும் மலர்ந்து விரிந்த உடலின் பொலிவோடும் வா என்றழைக்கிறாள். இவள் தன்னுடைய கூச்சங்களையும் இறுக்கங்களையும் உதறி எழுந்து அவள் கைகளுக்குள் விழுகிறாள். அணைப்பின் இறுக்கம் தாளாது இவள் முகத்தை நிமிர்த்திய போது, கணவனின் முறுகிய சடலம் இவளை இறுக்கியிருப்பதை அறிகிறாள். வீறிட்டலறி எழுந்தாள்.

கனவு வெளியிலிருந்து அவளைத் துண்டித்த கணவனின் முறுகிய சடல அணைப்பின் கோரம் அவளை முழு முற்றாகத் தாக்கியிருந்தது. அருவருப்பும் திகிலும் ஆட்கொண்டு உடல் விதிர்விதிர்த்துக் கொண்டிருந்தது. அதே சமயம், நிறைவான புணர்ச்சிக் களிப்பில் உடல் பொங்கித் ததும்பியிருப்பதை உணர்ந்தாள். மனம் குற்ற உணர்ச்சியிலும் இனம் புரியாக் கலக்கத்திலும் சுருண்டு கிடந்தது. மகளிடமிருந்து சற்றே விலகித் திரும்பியபடி, தொடைகளை இறுக்கி ஒருக்களித்துப் படுத்துக் கொண்டாள். வெகு காலத்துக்குப் பின் அறையில் பதனீரின் மணம் படிந்திருப்பதை உணர்ந்தாள். அந்த வாசனையின் வழி, களிப்பின் ஒரு ரகசியத்தை அறிந்துகொண்ட ஆசுவாசம், குற்றவுணர்ச்சியை மேவி அவள் மீது படரத் தொடங்கியது. அந்த ஆசுவாசத்தின் ஸ்பரிசத்திலிருந்து தூக்கம் உதித்து அவளைத் தழுவியது.

('க', ஜனவரி-மார்ச் 2007)

# கைவிடப்பட்ட தொட்டிச்செடிகள்

வானிலிருந்து ஓர் அசுரக் கோடாரி மின்னலென இறங்கிவந்து வெட்டிப் பிளந்ததைப் போல் ரயில் பெரும் குலுங்கலுடன் துடிதுடித்து நின்றது. தடுமாறிக் குனிந்து விழப் போனவன், ஜன்னல் கம்பியைப் பிடித்து சுதாரித்து பின்புறமாய்ச் சரிந்து சாய்ந்துகொண்டான். சாமான்கள் விழுந்து உருளும் சத்தங்களும் அலமந்த மனிதக் கூப்பாடுகளும் ஒரு குழந்தையின் அழுகுரலுமாய் பல்வேறு சப்தங்கள் மேவிக் கலந்து ஏதோ ஒரு விபரீதத்தை வெளிப்படுத்திக்கொண்டிருந்தன. நிகழ்ந்தது ஒரு விபத்தாக இருக்கலாம்; அல்லது ஒரு பெரும் விபத்தைத் தவிர்த்ததாகவும் இருக்கலாம். அது ஒரு பகல் நேர பாசஞ்சர் ரயில். அந்தப் பெட்டியில் அவனிருந்த தடுப்பின் இரு பலகைகளிலுமே வேறு பயணிகள் இல்லை. வெவ்வேறு தடுப்புகளிலிருந்து பயணிகள் பதற்றமும் பரிதவிப்புமாய் குதித்திறங்கி எஞ்சின் திசை நோக்கி விரைந்துகொண்டிருந்தனர்.

வெட்டவெளிப் பிரதேசத்தில் ரயில் நின்றிருந்தது. மாலைப் பொழுதை நோக்கி மதியம் சரிந்துகொண்டிருந்த நேரம். எனினும் கோடையின் வெப்பம் அனலாய் தகித்துக்கொண்டிருந்தது. ரயில் சென்ற திசைக்கு எதிர்திசை நோக்கி ஜன்னலோர இருக்கையில் விச்ராந்தியாய் அமர்ந்திருந்த அவனுக்கு எதிர்பாராத இந்தப் பயணத் தடை எவ்விதப் பிரச்சனையாகவும் இல்லை. ஆசுவாசமாய் எழுந்து சென்று குதித்துக் கீழிறிங்கினான்.

சற்றுமுன் சென்ற சரக்கு ரயில், ஆளில்லா லெவல் கிராஸிங்கில் ஒரு லாரியுடன் மோதியதில் எஞ்சின் தடம் புரண்டு விட்ட தகவலுடன் சிலர் திரும்பிக்கொண்டிருந்தனர். இனி இந்த ரயில் கிளம்ப சில மணி நேரமாவது ஆகுமென்ற தவிப்போடும் புலம்பலோடும் பயணிகள் அல்லாடிக்கொண்டிருந்தனர். எல்லோருக்குமே அவரவர் இடத்துக்கு உரிய நேரத்தில் போய்ச் சேரவேண்டிய அவசியமும் அவசரமும்

இருந்துகொண்டிருந்தது. அப்படியாக ஏதுமில்லாத அவன் ரயிலின் கடைசிப் பெட்டியை நோக்கி நடந்தான். கடைசிப் பெட்டியைக் கடந்ததும் நின்று முன்னும் பின்னுமான இரு திசைகளிலும் பார்த்தான். ஒரு திசையில், வெகுதொலைவில் கிராமமொன்றின் குடியிருப்புப் பகுதி இருப்பதாக அனுமானிக்க முடிந்தது. மறு திசையில், கருவரி யோடிய இளம்பட்டுச் செம்மண் பரப்பும் அது முடியும் மேட்டில் ஓங்கி உயர்ந்த மரங்களும் தெரிந்தன.

அவன் செம்மண் பரப்பில் கால் பதித்தான். காலைப் பொசுக்கியது சூடு. மணற்கடல் போலப் பரந்து விரிந்திருந்தது செம்மண் பரப்பு. நடையும் மிதமான ஓட்டமுமாய் சூடு தாங்காமல் விரைந்து செல்ல முயற்சித்தான். மணல் மீது மேலோட்டமாகக் கால் பாவிச் செல்வது சாத்தியமில்லாமல் இருந்தது. ஒவ்வொரு அடியின் போதும் மணற்பரப்பு கணுக்கால் வரை உள்ளிழுத்தது. அவன் கால்களை உந்தி உந்தித் தாவி வினோதமாக விரைந்துகொண்டிருந்தான். மணல் சூட்டில் பொசுங்கிக் கால்கள் தீய்ந்துவிடும் போலத் தகித்தன. மேட்டை அடைந்ததும் ஓங்கியிருந்த மரங்களின் நிழல் விரிப்பில் கால்கள் தஞ்சமடைந்தபோது வெகு இதமாய் உணர்ந்தான். மரங்கள் மிக நெருக்கமாகவும் உயர்ந்தும் காணப்பட்டன. எல்லா மரங்களிலுமே அவற்றின் உச்சிக்கிளைகளில் பிரமாண்டமான தேனடைகள் கொத்துக் கொத்தாய் தொங்கின. ஒரு பாறை மண்டபத்தின் முகட்டில் அவன் எப்போதோ பார்த்திருந்த கொழுத்த தேனடை நினைவுக்கு வந்தது. அவன் தன் கிராமத்தில் சிறு வயதில் ஆலமரத்திலும் புளிய மரங்களிலும் பருத்திச் செடிகளிலும் தேனடைகளைப் பார்த்திருக்கிறான். அவை சிறியவை. பருத்திச் செடித் தேனடையைக் குச்சியோடு ஒடித்து, தலைக்கு மேலாக அதைச் சுழற்றிக்கொண்டே ஓடி, தேனீக்களின் கடுக்கும் கொட்டல்களிலிருந்து தப்பிக்கும் வித்தையையும் அப்போது அவன் அறிந்திருந்தான். ஒடிப்பதும் உயர்த்திச் சுழற்றியபடியே ஓடுவதும் ஒரே கணத்தில் இம்மி பிசகாமல் நடக்க வேண்டும். கொஞ்சம் பிசகினாலும் தேனீக்கள் கொட்டித் தீர்த்துவிடும். ஆரம்பத்தில் சில கொட்டல்கள் வாங்கியிருக்கிறான். ஒடித்த கணத்தில் தலைக்கு மேலாகப் பிடித்து சுழற்றிக்கொண்டே ஓடும் போது தேனீக்கள் அடையிலிருந்து சிதறிப் பறந்து கலைந்துவிடும். கொஞ்ச தூரம் ஓடி, தேனீக்கள் அடையிலிருந்து முற்றிலுமாக நீங்கிய பின்பு தேனடையைப் பிய்த்துப் பங்கிட்டு நண்பர்களோடு சாப்பிட்டிருக்கிறான். தாடையிலும் கையிலும் தேன் பிசுபிசுத்து வழியச் சாப்பிடும் போதும், தேன் தலைமுடியில் படாமல் கவனமாக இருக்க வேண்டும். பட்டால் தலைமுடி நரைத்துவிடும்

என்ற பயம் எல்லோரிடமும் இருந்தது. ஆனால், இவை ராட்சசத் தேனடைகள். அம்மரங்களின் அசுரக் கனிகளென ஒய்யாரமாகத் தொங்கிக்கொண்டிருந்த தேனடைகள். தேனடை மரங்களின் சோலையெனத் திகழ்ந்தது அந்த இடம். அந்த மேட்டின் சரிவிலிருந்து அவன் பார்வை எட்டிய திசையெங்கும் பரந்து செழித்திருந்தது நெல் வயற்காடு. வரப்புகளைக் காண முடியாதபடி பயிர்கள் வளர்ந்து தழைத்திருந்தன.

அவன் மேட்டின் விளிம்பில், கால்களைச் சரிவில் நீட்டியபடி, வயற்காட்டினைப் பார்த்தவாக்கில் உட்கார்ந்தான். மரநிழல் பரப்பின் குளுமையோடு காற்றும் இதமாக விசிறியது. வயற் காட்டினை இரண்டாகப் பிளந்து ஒரு சிறிய ஊடுபாதை நீண்டு செல்வது இப்போது அவன் பார்வையில் பட்டது. அதை அவன் பார்த்துக்கொண்டிருக்கும் போதே அது அவனை சுண்டியிழுத்தது. அதன் வசீகர அழைப்பை ஏற்று அப்பாதை நோக்கி அவன் எழுந்து நடக்க ஆரம்பித்தான்.

அவன் ஊடுபாதையில் நடந்துகொண்டிருந்தான். அதன் மணற்பரப்பு ஈரப்பதமாகக் குளிர்ந்தும் இதமாகவும் இருந்தது. இருபுறமும் ஓங்கி உயர்ந்திருந்த நெற்பயிர்கள் அடர்த்தியாக அலைந்துகொண்டிருந்தன. இளம் காற்றும் பயிர் வாசனையும் அவனை நகர்த்திக்கொண்டிருந்தன. ஒரு குகைக்குள் சென்றுகொண்டிருப்பதைப் போல் இருள் சூழத் தொடங்கியிருந்தது. திடீரென, அவன் சற்றும் எதிர்பாராத வகையில் ஊடுபாதை முடிந்துவிட்டிருந்தது. திகைப்பிலும் கலக்கத்திலும் அவன் உறைந்துவிட்டிருந்தான். திரும்பிச் சென்றுவிட எத்தனித்து அவன் திரும்பியபோது ஊடுபாதை தென்படவில்லை. நெற்பயிர் சூழ வயல்வெளி அவனை மூடிக் கவிந்திருந்தது. அவனைச் சுற்றிலும் அவனளவுக்கு உயர்ந்திருந்த நெற்பயிர்கள் அவனைச் சுற்றி இறுக்கி முறுக்கத் தொடங்கின. அவன் தலை சிலுப்பி வானத்தைப் பார்த்த அந்த தருணத்தில் எண்ணற்ற பறவைகள் கூடடையும் பதற்றத்தோடு பெருங்கூச்சலுடன் மரங்களடர்ந்த மேட்டை நோக்கிப் பறந்து கொண்டிருந்தன. நெற்கதிர்கள் அவன் கழுத்தை வளைத்து இறுக்கிய போது வெளிப்பட்ட அவனுடைய கதறல் பறவைகளின் கூச்சலோடு கலந்து கரைந்தது. அவன் உடல் சரியத் தொடங்கியது. தூரத்தில் ரயிலொன்று கூவியபடியே கிளம்பிச் செல்லும் சத்தம் பெரும் முனகலாகக் கேட்டது.

அவன் விழித்து எழுந்தபோது கட்டிலும் அறையும் சூட்டில் கனன்றுகொண்டிருந்தன. உடம்பெல்லாம் வியர்த்துக் கசகச என்றிருந்தது. எதுவும் விரிக்காமல் படுத்துவிட்டிருந்த தகரக் கட்டிலின்

மீது அவன் அலமந்து உட்கார்ந்திருந்தான். முதுகு சொத சொதவென ஈரமாகியிருந்தது. கையால் முதுகைத் துடைத்துக்கொண்டான். பெரும் சப்தத்தோடு மின்விசிறி சூடான காற்றைத் தெளித்துக்கொண்டிருந்தது. கலக்கம் மனதில் மூட்டமிட்டிருந்தது.

அன்று காலை 11 மணி அளவில் அவன் வந்து சேர்ந்திருந்த திருவல்லிக்கேணி மேன்சன் ஒன்றின் சிறிய அறையில் அவன் கொண்டு வந்து போட்டிருந்த இரண்டு போர்வைகள், ஒரு தலையணை, துணிமணிகள், புத்தகங்கள் எல்லாமே குவிந்தும் சிதறியும் கிடந்தன. அவனுடைய பொருட்களென்று வீட்டில் விடப்பட்டிருந்தவை அவை.

முந்தின நாள் இரவு அவன் நடத்திக்கொண்டிருந்த சிறிய அச்சகமொன்றை மூடியபின், நண்பன் கண்ணனோடு போய் குடித்துவிட்டு இரவு 10 மணி அளவில் வீடு திரும்பினான். வீட்டை நெருங்கும்போது, ஒருவேளை மனைவியும் குழந்தைகளும் திரும்பி வந்திருப்பார்களோ என்ற ஓர் எண்ணம் தோன்றியது. மறுநாள் விடுமுறை நாளென்பதால் இன்று வரமாட்டார்கள், நாளை சாயந்தரம்தான் வருவார்கள் என்று நினைத்துக்கொண்டான். அப்படிக் கணக்கிட்டுத்தான் இன்று அவன் குடிக்கவும் செய்திருந்தான். நான்கைந்து நாட்களுக்கு முன், சமீபமாக அவர்களுக்குள் பழக்கமாகிவிட்டிருந்த ஒரு சண்டைக்குப் பின், அவருடைய அண்ணன் வீட்டிலிருந்து காரை வரவழைத்துக் குழந்தைகளோடு அங்கு சென்றுவிட்டிருந்தார் மனைவி.

வீடிருக்கும் குறுகிய சந்துக்குள் நுழைந்து சென்று, பொதுவாசல் கதவைத் திறந்து, அரவமில்லாமல் மாடியேறி வீடடைந்தபோது, கதவு வெறுமனே சாத்தியிருந்தது. அவன் உள்ளே நுழைந்து லைட்டைப் போட்டான். வீட்டில் யாருமில்லாதது போல் தோன்றியது. பின் வீடு எப்படித் திறந்து கிடக்கும்? முன்னறையில் சில பொருட்கள் மட்டும் ஒரு மூலையில் கிடந்தன. உள்ளறை, சமையலறைகளைப் பதற்றத்துடன் சென்று பார்த்தான். தூசி, குப்பை நீங்கலாக எல்லாம் சுத்தமாகக் காலியாகி இருந்தன. அவன் இதைக் கொஞ்சமும் எதிர்பார்த்திருக்கவில்லை. சகிக்க முடியாத அவமானம் தன்னுள் படர்ந்துகொண்டிருப்பதை அவன் உணர்ந்தான். அதிர்ச்சியோடும் அவமானத்தோடும் மேவிக் கலந்து அச்சமும் அவனுள் வியாபித்தது. முன்னறையின் ஒரு மூலையில் குவிந்து கிடக்கும் பொருட்கள் அவனுடைய உடமைகளென விடப்பட்டிருப்பவை என்பது புரிந்தது. அடுத்து தான் செய்ய வேண்டியது என்ன என்பது அவனுக்குக் கொஞ்சமும் புலப்படவில்லை. போர்வையால் முன்னறையின் ஒரு பகுதியைத் தட்டி விட்டு, தலையணையை எடுத்துப் போட்டுப் படுத்துக்கொண்டான். போதையின் கருணையில் அப்படியே உறங்கிப் போனான்.

காலையில் விழிப்பு தட்டியதும், திருவல்லிக்கேணி மேன்சன் ஒன்றில் தனியறை எடுத்து வசிப்பதென முடிவெடுத்தான். அவனே ஆச்சரியப்படும் வகையில் மனம் தெளிந்திருந்தது. சில தெருக்கள் தள்ளித்தான் கண்ணன், மேலும் மூன்று நண்பர்களோடு சேர்ந்து வசிக்கும் வீடிருந்தது. அவனுடைய நண்பர்கள் இவனுக்கும் நண்பர்கள்தான். அவர்களுக்கு இந்த வீட்டை அமர்த்திக் கொடுத்ததே இவன்தான். அவர்கள் நால்வருமே அதற்கு முன்னர் திருவல்லிக்கேணி மேன்சனில் தங்கியிருந்தவர்கள்தான். நல்ல வேலை, வருமானம், சீட்டாட்டம், குடி என அமோகமாக வாழ்பவர்கள். கண்ணன் சீட்டாட்டத்தில் பெரும் சித்தன்; ஒருவேளை எத்தனாகவும் இருக்கலாம்; அல்லது இரண்டுமே கலந்து ஒன்றாகிவிட்ட மேதையாகவும் இருக்கலாம். சமைப்பதிலும் மாயவித்தைக்காரன். அவன் கைப்பாகத்தை அனுபவிப்பதற்காகவே, சமைத்துச் சாப்பிடுவதற்கென்றே, அவர்கள் வீடு எடுத்திருந்தார்கள். நால்வருக்குமே இன்னும் மணமாகவில்லை. 25 முதல் 30 வயது வரை அவர்களுக்கு இருக்கும். இவர்களில் கண்ணன் மட்டும் திருமணம் செய்துகொள்வதில்லை என்ற திடசங்கல்பத்தோடு வாழ்ந்து வருபவன். நிறைய வாசிப்பவன்; மிகக் குறைவாக எழுதுபவன். இவன் கண்ணனைப் பார்க்கக் கிளம்பினான்.

கண்ணனின் வீட்டில், விடுமுறை நாளென்பதால் நண்பர்கள் இன்னும் தூங்கிக்கொண்டிருந்தார்கள். முந்தைய இரவுக் கொண்டாட்டத்தின் தடயங்கள் அறையெங்கும் சிதறிக் கிடந்தன. கண்ணன் மட்டும் சிகரெட் புகைத்தபடி 'ஹிந்து' படித்துக்கொண்டிருந்தான். இவனைப் பார்த்ததும், 'வாங்க பாபு, என்ன இந்த நேரத்துல' என்றான். 'வாங்க கண்ணன், டீ குடிக்கப் போகலாம்' என்றான் இவன். கண்ணன் இவனை உற்றுப் பார்த்துவிட்டு, ஏதோ பிரச்சனை என்று ஊகித்தவனாக, 'வாங்க போகலாம்' என்று கூறியபடியே சட்டையை எடுத்துப் போட்டுக் கொண்டான்.

வீட்டுக்கு வெளியில் வந்து, தெருவை அடைந்து கொஞ்ச தூரம் வரை இருவரும் எதுவும் பேசிக்கொள்ளவில்லை. டீக் கடையை நெருங்கிய போது, 'என்ன விசயம் பாபு' என்று கண்ணன் கேட்டான். வீட்டில் நடந்துவிட்டிருந்ததை பாபு சொல்லி முடித்தபோது இருவரும் டீயைக் குடித்து முடித்திருந்தார்கள்.

இருவரும் சிகரெட் பற்றவைத்துக்கொண்டார்கள். கண்ணன் புகையை வெளியில் விட்டபடி, 'இங்க எங்களோட கொஞ்ச நாள் தங்கியிருங்க, மத்ததை அப்புறம் பாக்கலாம்' என்றான்.

இதை எதிர்பார்த்திருந்தவன் போல, பாபு தீர்மானமான குரலில், ‘இல்ல கண்ணன், கொஞ்ச நாள் தனியா இருக்கலாம்னு தோணுது. மேன்சன்ல ஒரு ரூம் பார்த்துக் கொடுங்க... அதுக்காகத்தான் இப்ப வந்தேன்’ என்றான்.

கண்ணனின் உதவியோடு காலையிலேயே ஒரு தனியறை அமைந்துவிட்டது. 11 மணி அளவில், அவனுடைய ஒதுக்கப்பட்ட உடமைகளை ஒரு ஆட்டோவில் அள்ளிப் போட்டு இந்த அறைக்கு வந்து சேர்ந்தான். வீட்டை விட்டுக் கிளம்பும் போது அவன் ஆசையாக வளர்த்த தொட்டிச் செடிகள் லேசாக வாட்டம் கொண்டிருப்பதைக் கவனித்தான். அவையும் அவனுடையவை என்றே விடப்பட்டிருக்க வேண்டும். எதற்காக என்றில்லாமல் அவனுடைய கண்கள் கலங்கின. அவற்றை அங்கேயே விட்டுச் செல்வதைத் தவிர, அவனுக்கும் அப்போது வேறு வழி தெரியவில்லை.

வாழ்வில் முதல் முறையாக, முப்பத்தொன்பதாவது வயதில், மேன்சனின் சிறு அறையில் தனி ஆளாக வாழ நேரிட்டிருப்பதை அந்த அறையின் வெக்கை கடுமையாக உணர்த்திக்கொண்டிருந்தது. மதியம் 3 மணிக்கு மேல் இருக்குமெனத் தோன்றியது. பசித்தது. காலையிலிருந்து நான்கைந்து தேனீர் மட்டுமே உள்ளே போயிருந்தன. சிகரெட் ஒன்றை எடுத்துப் பற்றவைத்தான். கட்டியிருந்த கைலியோடு, கட்டில் கம்பியின் மீது கிடந்த சட்டையை எடுத்து மாட்டிக்கொண்டு சட்டைப்பையை ஒருமுறை பார்த்துக்கொண்டான். பணமிருந்தது. அறைக்கதவை வெறுமனே சாத்தி விட்டு, சாப்பிட்டு வர வெளியேறினான். எதிரும் புதிருமாக ஒரே விதமான அறைகள் அமைந்திருக்க, நடுவில் ஓடிய சிறு முற்றப் பாதையில் நடந்தபோது, தொட்டிச் செடிகளுக்குக் கொஞ்சம் தண்ணீராவது ஊற்றிவிட்டு வந்திருக்கலாமென்று தோன்றியது.

*(காலம், ஜூலை 2013)*

# ஓடிய கால்கள்

தனியான காகமொன்று எங்கோ தொலைவில் கரைந்துகொண்டிருக்கும் சத்தம் வெகு சன்னமாகக் கேட்டுக்கொண்டிருந்தது. ஆளரவமற்ற வெட்டவெளியில் வெற்றுடம்போடு ஒடுங்கிப் படுத்துக்கொண்டிருந்தவரின் காதுகளில் அந்த மெல்லிய ஓலம் சலனத்தை ஏற்படுத்திக்கொண்டிருந்தது. கரைதல் ஒலி மெல்ல மெல்ல அண்மித்தபடி இருந்தது. ஒன்று இரண்டாகியது; இரண்டு பலவாகியது. காகங்கள் கூட்டம் கூட்டமாய் கூடிக் கரைந்து அவரை நெருங்கிக்கொண்டிருந்தன. பெருத்த ஓலம். அந்தக் காட்டுக்கூச்சல் அவரை நெருங்கி வரவர, அவருடைய உடல் சம்மட்டியால் பிளக்கப்படுவதைப் போல் துடிதுடித்தது. அந்த வேதனையை உடல் அனுபவித்தபோதிலும் அது வலியாக இல்லை. இம்சையாகவே இருந்தது. அவருடைய உடலில் இருந்து எவ்வித எதிர்வினையும் வெளிப்படவில்லை; அல்லது அது காட்டிய எதிர்வினையேதும் வெளித் தெரியவில்லை. அவருடைய உடலைச் சூழ்ந்து நின்றும், வட்டமடித்தும், குறுக்கும்மறுக்குமாகத் திரிந்தும் கூப்பாடு போட்டன எண்ணற்ற காகங்கள். பெரும் இரைச்சல். ஆர்ப்பரிக்கும் இரைச்சல். திடீரென ஒரு காகம் அவருடைய உடலைக் கொத்தியது. பின் ஒவ்வொன்றாய்... கூட்டம்கூட்டமாய் கொத்திக் குதறின. அது சகிக்க முடியாததாக இருந்தாலும் வலி ஏதுமில்லை. அவை கொத்திப் பிடுங்கியதில் உடலெங்கும் ரத்தம் கசியத் தொடங்கியது. கசிந்து பெருகியது. பெரும் அசூயையில் சலனமற்றுக் கிடந்தது உடல். அவற்றை விரட்ட அவர் எடுத்த பிரயத்தனங்கள் எதுவும் செயல்படவில்லை. கைகளை ஆட்டியும், உஷ், உஷ் என சத்தமிட்டும் பார்த்தார். கைகள் அசையவில்லை. குரல் வெளிப்படவில்லை. அவர் உடல் இறந்து கிடப்பதால்தான் இப்படியெல்லாம் நடக்கிறதென்று எண்ணிக்கொண்டார். தான் உயிருடன் இருப்பதாகக் காட்டிக்கொண்டால், எழுந்து உட்கார்ந்துவிட்டால், அவை பறந்துவிடும்

என்பது அவருக்குத் தெரிந்திருந்தது. பெரும் சிரமமெடுத்து எழுந்து உட்கார்ந்தார்.

ஒரு சிறிய அழுக்கடைந்த அறையின் ஒரு மூலையில் கிடந்த நைந்திருந்த பாயில் அவர் எழுந்து உட்கார்ந்திருந்தார். நெஞ்சைப் பிளந்து வெளிப்பட்டது போன்ற கடுமையான இருமலுடன் சளியைக் காறி, பக்கத்தில் மண் நிரப்பப்பட்டிருந்த கொட்டாங்குச்சியில் துப்பினார். கெட்ட வாடையடித்தது சளி. வாயைக் கழுவிக்கொள்ள வேண்டும் போலிருந்தது. ஆனால் எழுந்து செல்ல மனம் இடம் கொடுக்கவில்லை. சுற்றிலும் காலியான சார்மினார் சிகரெட் பாக்கெட்டுகள் குவிந்தும் சிதறியும் கிடந்தன. அழுக்கடைந்த தலையணையோரம் கிடந்த சிகரெட் பாக்கெட்டிலிருந்து ஒரு சிகரெட்டை வெளியில் எடுத்தார். ஜிப்பா பாக்கெட்டிலிருந்து ஒரு சிறு பொட்டலத்தை வெளியில் எடுத்துப் பக்கத்தில் வைத்துக்கொண்டார். சிகரெட்டை லேசாகவும் பக்குவமாகவும் கசக்கி அதிலிருந்த புகையிலையைக் கொட்டாங்குச்சியில் கொட்டினார். பொட்டலத்தைப் பிரித்து, அதிலிருந்து கொஞ்சம் கஞ்சாவை எடுத்து உள்ளங்கையில் வைத்துக்கொண்டு, மறுபடியும் அந்தச் சிறுபொட்டலத்தைக் கவனமாக மடித்து ஜிப்பா பாக்கெட்டில் போட்டுக்கொண்டார். இடது உள்ளங்கையிலிருந்த கஞ்சாவிலிருந்து கழிவுகளை நீக்கினார். பின் வலதுகைக் கட்டைவிரலால் அழுத்தித் தேய்த்துத் துகளாக்கி, அதை சிகரெட் சுருளுக்குள் பாந்தமாய் நிரப்பினார். அதிகாலை பூஜைக்கான ஆயத்தம் போல வெகு பவ்யமாகவும் சிரத்தையோடும் அக்காரியம் நடந்தேறியது. கஞ்சா அடைத்த அந்த சிகரெட், கனகச்சிதமாக அசல் சிகரெட் போல, உப்பலோ மெலிவோ இன்றி அச்சு அசலாக அப்படியே இருந்தது. பல்லாண்டு கால செய்நேர்த்தி. அதை அவர் பற்றவைத்தபோது, நெஞ்சைக் கீறிக்கொண்டு இருமல் வெளிக் கிளம்பியது. இடது கையால் நெஞ்சை அழுத்திப் பிடித்துக்கொண்டார். இருமல் தணிந்ததும் ஆசுவாசமாகப் புகையை இழுக்கத் தொடங்கினார். வற்றி ஒடுங்கிய உடலுக்குள் புகை பரவத் தொடங்கியதும் உடலும் மனமும் புத்துணர்ச்சி பெற்றதுபோல் அவர் முகம் மலர்ந்தது. உடல்பில் தெம்பேறுவதுபோல் உணர்ந்தார். அவர்மீது வாஞ்சையோடு இருக்கும் இரு இளைஞர்களும் இன்னும் கொஞ்ச நேரத்தில் அவரைக் கூட்டிக்கொண்டு போக வந்துவிடுவார்கள். அதற்குள் தயாராகிவிட வேண்டுமென்று எண்ணிக்கொண்டார். தயாராக என்ன இருக்கிறது. முகத்தைக் கழுவி வேறு உடுப்பு மாற்ற வேண்டும், அவ்வளவுதான்.

அவருடைய இந்த முடிவு அவருக்கே கொஞ்சம் ஆச்சரியமாகத்தான் இருந்தது. ஆனால் கடந்த சில நாட்களாகவே இப்போதைக்கு

இந்த ஒரு மார்க்கம்தான் ஒரே வழி என்ற எண்ணம் அவருக்கு நிச்சயமாகிவிட்டிருந்தது. உடல் இனியும் தாங்காது என்பது தெளிவாகவும், விடைபெறும் தருணம் வந்துவிட்டதென்பது சூட்சுமமாகவும் அவருக்குத் தெரிந்துவிட்டிருந்தது. இப்போது ஆஸ்பத்திரிக்குப் போவதன் மூலம் உடலொன்றும் சீரடைந்துவிடப் போவதில்லை. ஆனாலும் ஏதாவது ஒரு முயற்சி எடுத்துத்தானே ஆக வேண்டும். குறைந்தபட்சம் எங்காவது ஒரு கூட்டத்துக்குள் முடங்கிக்கொண்டு விட வேண்டுமென்று இருந்தது. அரசு பொது மருத்துவமனைதான் இப்போதைக்குத் தோதான இடம். சிகிச்சை, பராமரிப்பு, கூடவே கும்பல். மிகத் தோதான இடமென்பதில் சந்தேகமில்லை. தாக்குப் பிடிக்க முடியாவிட்டால் அதிலிருந்து வெளியேறியும் விடலாம். எந்தவொரு கட்டுப்பாட்டு அரணுக்குள்ளிருந்தும் வெளியேற அவரிடம் அநேக உபாயங்கள் எப்போதுமிருந்தன. படுக்கையில் இருந்தபடியே ஒரு சிகரெட் பற்றவைத்தால் போதும். வெளியில் அனுப்பிவிடுவார்கள். இப்போதைக்கு அங்கு போய்ச் சேர்ந்துவிடவேண்டும். அவ்வளவுதான்.

சிகரெட்டை அணைத்துவிட்டு வெளியில் வந்தார். வெளி வராந்தாவின் கடைசி மூலையில் இருந்த பாத்ரூம் நோக்கிச் சென்றார். அந்த அறையில் அப்போது அவர் மட்டுமே இருந்தார். இதுவும் அவருடைய இடமில்லை. அவருக்கென்று ஒரு இடம் இல்லாமலாகி ஏழெட்டு ஆண்டுகள் ஆகிவிட்டன. அந்த ஊரின் இண்டுஇடுக்குகள்கூட அவருக்கு அத்துப்படி என்பதால் எங்காவது படுத்துக்கொண்டுவிடுவார். இந்த இடம், ஒரு பெரிய அலுவலகத்தின் காவலாளி அறை. அதன் உரிமையாளர் இவருடைய முன்னாள் மாணவர். சில நாட்களுக்கு முன்பு அவரைச் சந்தித்தபோது அவர் செய்த உதவி இது. முன்புபோல நடந்து திரியவோ, அங்கும் இங்குமாகப் படுத்துக்கொள்ளவோ இயலாதபடி உடல் மிகவும் தளர்ந்துவிட்டிருந்தது. அதனால் ஏதாவது ஏற்பாடு செய்யும்படி கேட்டுக்கொண்டதால், காவலாளி அறையில் ஒண்டிக்கொள்ள இடம் கொடுத்திருக்கிறார். இரண்டு நாட்களுக்கு முன்பு ஊருக்குப் போன வாட்ச்மேன் இன்னும் திரும்பவில்லை. ஒருவேளை, இப்போது தான்தான் இங்கு வாட்ச்மேனோ என்று நினைத்துக்கொண்டார். சம்பளமில்லாத வாட்ச்மேன் என்று எண்ணி சிரித்துக்கொண்டார். ஒவ்வொரு எட்டாய் எடுத்துவைத்து நடப்பதும் மிகவும் சிரமமாகத்தான் இருந்தது. எதற்கு இந்தப் பாடு என்று எண்ணிக்கொண்டார். ஒருவழியாக, பாத்ரூம் சென்று, ஜிப்பா கையிரண்டையும் மேலே இழுத்துவிட்டுக்கொண்டு வாளியில் இருந்த தண்ணீரில் முகம் கழுவி

சிறுகதைகள் ● 273

வாய் கொப்பளித்தார். இரண்டு மூன்று முறை நன்றாகக் கொப்பளித்துத் துப்பினார். கைகளில் அப்பிக்கிடந்த சொறிசிரங்கைப் பார்த்ததும், 'காகங்கள் கொத்திய புண்கள்' என்று சொல்லிக்கொண்டார். அந்தத் தொடர் மனதில் உருவானபோது, தன்னை விழித்தெழச் செய்த அசூயையான அந்த அதிகாலைக் கனவு மங்கலாக நினைவுக்கு வந்தது. அது கனவுக்காட்சியா, மனம் உருவாக்கிய பிம்பமா என்பதும் தெளிவில்லாமல் இருந்தது. இப்போதெல்லாம் மனம் விரிக்கும் காட்சிகள் கனவின் புதிரோடுதான் இருப்பதாக எண்ணிக்கொண்டார். எல்லாமே குழம்பிப்போய்விட்டதாகத் தோன்றியது.

மீண்டும் அறைக்குத் திரும்பினார். நடப்பது போல் அல்ல, ஊர்வது போல் இருந்தது. அறைக்கு வந்து சலவை செய்த வேட்டி ஜிப்பாவை எடுத்து மாட்டிக்கொண்டார். கொஞ்சம் பழுப்பேறியிருந்தது என்றாலும் சலவை செய்தது. பழைய ஜிப்பாவிலிருந்து கஞ்சா பொட்டலத்தை எடுத்து, இந்த ஜிப்பா பாக்கெட்டில் போட்டுக்கொண்டார். சிகரெட் பாக்கெட்டையும் தீப்பெட்டியையும் எடுத்துக்கொண்டார். ஜிப்பா பாக்கெட் விளிம்பு கிழிந்திருப்பதை அப்போதுதான் கவனித்தார். இதைத் தவிர நல்ல உடுப்பேதும் இப்போது அவரிடமில்லை. மெல்ல நடந்து அக்கட்டிடத்தின் பிரதான வாசலுக்கு வந்தார். நன்றாக விடிந்து போக்குவரத்தும் ஜன நடமாட்டமும் தொடங்கிவிட்டிருந்தது. வாசலில் நின்று தெரு பார்த்தபடி, ஒரு சிகரெட் பற்றவைத்துக்கொண்டார். திடீரென, இன்று என்ன தேதி, கிழமை என்று நினைத்துப் பார்த்தார். அவருக்குத் தெரிந்திருக்கவில்லை. தெரிந்து என்ன ஆகப்போகிறது என்று விட்டுவிட்டார்.

ஒரு ஸ்கூட்டர் அவர் முன்னால் வந்து நின்றது. அவர் தயாராக நின்றுகொண்டிருந்ததைப் பார்க்க, ஓட்டி வந்த சிவராமனுக்கும் பின்னால் இருந்த மோகனகிருஷ்ணனுக்கும் பெரும் ஆச்சரியமாக இருந்தது.

'என்ன ஆச்சரியமா இருக்கா?' என்று லேசான புன்னகையுடன் அவர்களைப் பார்த்துக் கேட்டார் ராஜன்.

'நம்பவே முடியலை' என்றான் கிருஷ்ணன் சிரித்தபடி.

'சரி, எப்படி போறோம்' என்றார் ராஜன்.

'இருங்க, ரிக்ஷா கூட்டிட்டு வர்றேன். நீங்க அதுல வந்திருங்க. நாங்க ஸ்கூட்டர்ல போயிடுவோம்' என்றான் ராமன்.

சரி என்பது போலத் தலையசைத்தபடி, 'பின்னால் பஸ் ஸ்டாண்டு பக்கத்துல ரிக்ஷா நிக்கும்' என்றார்.

தலையாட்டியபடியே கிளம்பிச் சென்றான் ராமன். ஸ்கூட்டரிலிருந்து இறங்கி அவருக்கருகே நின்றிருந்த கிருஷ்ணன், ஒரு சிகரெட் பற்ற வைத்துக்கொண்டு, 'நல்லா தூங்கினீங்களா?' என்று கேட்டான்.

காதில் விழாதவர் போல அவர், 'நேத்து போட்டுக் கொடுத்த சிகரெட் எப்படி இருந்துச்சு... ஏதாவது வேலை பண்ணுச்சா?' என்று கேட்டார்.

'ஒண்ணுமே இல்லை... ஏமாத்திட்டீங்க...' என்று பாவமாக முகத்தை வைத்துக்கொண்டு சொன்னான் கிருஷ்ணன்.

பதிலேதும் சொல்லாமல் அவர் சிரித்துக்கொண்டார்.

இன்று காலை மருத்துவமனை போகவிருப்பதைத் தெரிவிப்பதற்காக நேற்று இரவு அவரைப் பார்க்க சிவராமனும் கிருஷ்ணனும் வந்திருந்தார்கள். சிறிது நேரம் பேசிக்கொண்டிருந்தார்கள். இடையில் ராஜன் கஞ்சா போட்டு ஒரு சிகரெட் பற்ற வைத்துக்கொண்டபோது, எனக்கு ஒண்ணு கொடுங்களேன்... குடிச்சுப் பாக்கிறேன் என்றான் கிருஷ்ணன்.

'இதுக்கு முன்னாடி அடிச்சிருக்கியா' என்று கேட்டார் ராஜன்.

'ம்ஹூம்' என்று தலையசைத்தான் கிருஷ்ணன்.

'சரி, ஷேஃப் டோஸ் போட்டுத் தர்றேன்' என்று கூறி சிகரெட்டிலிருந்த புகையிலையோடு கொஞ்சம் கஞ்சாவும் கலந்து போட்டுக்கொடுத்தார்.

கிருஷ்ணனுக்கு ஆசையாகவும் இருந்தது; தயக்கமாகவும் இருந்தது. பதற்றத்துடன் அதை வாங்கிப் பற்றவைத்து, அவர் இழுக்கும் பாணியிலேயே இழுத்தான். நடக்கப் போகும் ஏதோ ஒன்றை எதிர்பார்த்தபடி பரபரப்புடன் அதைச் சுண்டச் சுண்ட இழுத்து முடித்தான். முடித்த கையோடு அவரிடமிருந்து விடைபெற்று சிவராமனும் கிருஷ்ணனும் கிளம்பிவிட்டார்கள். வீட்டுக்குப் போன பின்பு கூட, ஏதோ நடந்துவிடும் என்று மிகுந்த கவனத்துடனேயே இருந்தான் கிருஷ்ணன். எதுவுமே நிகழவில்லை. ஒருவகையில் ஏமாற்றமாக இருந்தாலும் கொஞ்சம் நிம்மதியாகவும் இருந்தது.

சிவராமனின் ஸ்கூட்டர் வந்து நின்றது. பின்னாலேயே ஒரு ரிக்ஷாவும் வந்தது. சிவராமன் ரிக்ஷாக்காரரிடம், 'சாரை ஏத்திக்கங்க. கேட்கிட்ட நாங்க வெயிட் பண்றோம். வந்திடுங்க' என்றான். 'சாமிய நல்லாத் தெரியுமே... ஏறிக்கங்க சாமி' என்றார் ரிக்ஷாக்காரர்.

ஏற சிரமப்பட்டார். இருவரும் சேர்ந்து கைத்தாங்கலாக ஏற்றிவிட்டார்கள். ரிக்ஷா கிளம்பியது.

ஒரு சிகரெட் அடிச்சுட்டுக் கிளம்பலாம்' என்றபடி ராமன், கிருஷ்ணனிடம் ஒரு சிகரெட் வாங்கிப் பற்றவைத்துக்கொண்டான்.

ரிக்ஷாவை ஓட்டியபடியே ரிக்ஷாக்காரர் பேச்சுக் கொடுத்தார். 'சாமி என்னத் தெரியுதுங்களா..?'

'தெரியாம என்னப்பா... மாணிக்கம்தானே நீ...'

'இப்படி ஆயிட்டீங்களே சாமி... முன்னாடிலாம் நீங்க நடந்து வந்தா, நாங்கள்லாம் அப்படியே மலைச்சுப் போயி பாப்பம்... சரி சாமி, போனது போகட்டும். உடம்பை தேத்திட்டு வாங்க... எல்லாம் சரியாயிடும்.'

'எதுவுமே இனி சரியாகாது மாணிக்கம். என்னமோ அங்க போய் படுத்துக்கணும்னு தோணுது. போறேன். அவ்வளவுதான்.'

'அப்படிலாம் சொல்லாதீங்க சாமி. உங்களுக்குத் தெரியாததில்ல... பெரிய படிப்பெலாம் படிச்சவங்க நீங்க...?'

ராஜன் லேசாக சிரித்துக்கொண்டார். 'ஒரு காலத்துல என்னைப் பெரிய புத்திசாலினு நினைச்சிக்கிட்டு ரொம்ப கர்வத்தோடதான் திரிஞ்சேன். ஆனா இப்பதான் புரியுது... இந்த ஊர்லயே நான்தான் பெரிய மக்குனு.... ஒரு சாமர்த்தியமும் இல்லாம வாழ்ந்திருக்கேன்னு இப்ப தெளிவா தெரியுது...'

'அப்படிலாம் பேசாதீங்க சாமி. திரும்ப ஜம்முனு வருவீங்க. நீங்க மனசு வச்சா போதும்... எல்லாம் சரியாயிடும்.'

'நான் என்ன மாணிக்கம் மனசு வைக்கிறது. அது என்ன நினைக்குதோ அதுதான். இப்ப ஆஸ்பத்திரில போய் படுத்துக்கோனு சொல்லுது... போய்க்கிட்டிருக்கேன், அவ்வளவுதான்... சரி நீ உன் பாதையிலே கவனமாப் போ...' என்றபடி ஒரு சிகரெட்டை எடுத்துப் பற்றவைத்துக்கொண்டார்.

இருவரும் மௌனமானார்கள். ரிக்ஷா ஆஸ்பத்திரியை நோக்கி நகர்ந்துகொண்டிருந்தது.

ஒரு நீண்ட கூடம் போலிருந்த அந்த வார்டின் முதல் வரிசையில் அமைந்திருந்த கடைசிப் படுக்கையில் ராஜன் படுத்திருந்தார். டிரிப்ஸ் ஏறிக்கொண்டிருந்தது. அரைத்தூக்க நிலையில் அசதியோடு படுத்திருப்பது போலிருந்தது. ஏழெட்டு வரிசைகளாக ஒவ்வொரு வரிசைக்கும் நான்கு படுக்கைகள்வீதம் கிட்டத்தட்ட 30க்கும் மேற்பட்ட படுக்கைகள் கொண்ட அந்தப் பெரிய அறையின் ஏகதேசமான மத்தியில் இருந்த டாக்டர் மேசைக்குப் பக்கத்தில் சிவராமனும்

மோகன கிருஷ்ணனும் நின்றிருந்தார்கள். மேசையின் ஓர் ஓரத்தில் ஒருகால் மடித்தும் மறுகாலைத் தொங்கவிட்டும் உட்கார்ந்திருந்தபடி இளம்வயது டாக்டர் அவர்கள் இருவரோடும் பேசிக்கொண்டிருந்தார்.

'இன்னைக்கு எடுத்த டெஸ்ட்டுகளோட ரிசல்ட்ஸ், எக்ஸ்ரே எல்லாம் நாளை காலைல கிடைச்சிடும். அதுக்கப்புறம் அவருக்கு ஆகவேண்டியதைச் செய்யலாம். இன்னைக்கு மட்டும் அவர் சாப்பிடறதுக்கு அவர் விரும்பியதை வாங்கிக் கொடுங்க... ரொம்ப பலவீனமா இருக்காரு. அதனால்தான் இப்போதைக்கு டிரிப்ஸ் ஏத்தியிருக்கு' என்றார் டாக்டர்.

'கொஞ்சநாளாவே அவர் எதுவும் சாப்பிடுறதில்லை டாக்டர்' என்றான் சிவராமன். 'சாப்பிட முடியறதில்லை. ஒரு லட்டு இல்லேனா ஒரு ஜிலேபி. எப்பவாச்சும் கொஞ்சம் திராட்சை... இதுதான் அவரோட ஒருநாள் சாப்பாடு. மத்தபடி புகைதான்... கஞ்சாதான்.''

'சரி, பார்க்கலாம்' என்றார் டாக்டர். 'இப்படி ஒரு பெர்சனாலிட்டி ஏனிப்படி தன் வாழ்க்கைய தாறுமாறா ஆக்கிவச்சிருக்காரு... மனித வாழ்க்கை ரொம்பவும் விசித்திரமானதுதான்.'

இருவரும் பதிலேதும் பேசவில்லை.

'ரோட்ல படுத்துக் கிடக்கிறது... மத்தவங்ககிட்ட காசுக்கு நிக்கறது... இதெல்லாம் அவருக்கு இழிவாத் தெரியலியா...?'

'இல்ல டாக்டர்... எனக்குத் தெரிஞ்சு, அவரைப் பொறுத்த வரை இந்த வாழ்க்கையில் எந்தவொன்னும் இழிந்ததில்லை. எந்தவொன்னையும் அவர் உயர்வா நினைச்சதாவும் தெரியலை. எல்லாமே வாழ்க்கைதான். வாழ்க்கையின் எண்ணற்ற கோலங்கள்... அவ்வளவுதான். வாழ்க்கை ஒன்றுதான் பெறுமதியானது. அதில் எல்லாமும் இருந்துகொண்டுதான் இருக்கும். அவை எல்லாவற்றையும் அறிந்துகொண்டு விட வேண்டுமென்பதுதான் அவருடைய எண்ணமாகவும் செயலாகவும் இருக்குது' என்றுஉணர்ச்சி வசப்பட்டவனாகப் பேசினான் கிருஷ்ணன்.

'பெரிய ரைட்டரா?' என்றார் டாக்டர்.

'சந்தேகமே இல்லாம்...' என்றான் கிருஷ்ணன். ரொம்ப முக்கியமான ரைட்டர். அவரோட உலகமும் சரி, அதை அவர் கிரியேட் பண்ணியிருக்கிற விதமும் சரி, தமிழுக்கு ரொம்ப புதுசு. தமிழோட ஒரே avant garde ரைட்டர் அவர்தான். ஆனா அவருக்குத் தன்னைப் பத்தி அப்படியான பெரிய நினைப்பெல்லாம் கிடையாது.'

கிருஷ்ணன் உணர்ச்சி வசப்படுவது சிவராமனுக்கு சிறு சங்கடத்தை ஏற்படுத்தியது. ஆனால், சிவராமனின் நண்பரான அந்த இளம்

டாக்டரிடம் ராஜனைப் பற்றி அறியும் ஆர்வம் மிகுந்திருப்பது தெரிந்தது.

'இப்படியான ஒரு பெர்சனாலிட்டியுடன் பழகக் கிடைக்கிறது பாக்கியம்தான். இன்னும் கொஞ்ச நாள் இங்கதான இருக்கப்போறார்... பாத்துக்கலாம்' என்றார் டாக்டர்.

'அப்படினா அவருக்கு ஒரு புது டோனர் கிடைச்ச மாதிரிதான்' என்றான் சிவராமன்.

டாக்டர் சிரித்தபடியே கிருஷ்ணனிடம் அவரோட ஒர்க்ஸ் இருந்தா தாங்க... படிச்சுப் பாக்கிறேன்' என்றார். 'இல்ல, எங்க கிடைக்கும்னு சொல்லுங்க, வாங்கிக்கிறேன்.'

'மூணு புத்தகங்கள்தான் வந்திருக்கு... அதுவும் அவர் நல்லா இருந்த காலத்துல அவரே போட்டது. எதுவும் முறையா விநியோகிக்கப்படலை... அதனால் இப்ப எங்க கிடைக்கும்னு தெரியலை. என்கிட்ட இருக்கு... நாளைக்கு கொண்டு வந்து தர்றேன்' என்றான் கிருஷ்ணன்.

'தேங்க்ஸ்' என்றபடி டாக்டர், 'என்ன சிவராமன், ஆபிசுக்குப் போகலியா? லீவு போட்டாச்சா' என்று கேட்டார்.

'இல்ல டாக்டர், பெர்மிஷன் போட்டிருக்கேன். பையப் போய்க்கலாம்... ஒண்ணும் பிரச்சனையில்லை' என்றான் சிவராமன்.

'நல்ல வேலை சிவராமன் உங்களோடது. கொடுத்து வச்ச ஆளு. உங்க யூனியன் வேற ரொம்ப ஸ்டாரங்க் இல்லியா!' என்றார் டாக்டர்.

சிவராமன் சிரித்தபடி தலையாட்டினான். தொடர்ந்து, 'சரி டாக்டர், நாங்க அவரோட கொஞ்ச நேரம் இருந்துட்டு கிளம்பறோம்... சாயந்தரமா திரும்ப வர்றோம்' என்றான்.

'ஓகே, சிவராமன். சாயந்தரம் நான் இருக்கமாட்டேன். நாளை காலைல பாக்கலாம்' என்றபடி டாக்டர் அவர்களோடு கை குலுக்கினார்.

அவர்கள் இருவரும் ராஜன் படுத்திருக்கும் படுக்கையை நோக்கிச் சென்றார்கள். டிரிப்ஸ் சொட்டுச் சொட்டாக இறங்கிக்கொண்டிருந்தது. அவர் முகம் சற்று தெளிந்திருப்பது போல் கிருஷ்ணனுக்குத் தோன்றியது. கட்டிலுக்குப் பக்கத்திலிருந்த ஸ்டுலில் கிருஷ்ணன் உட்கார்ந்துகொண்டான். அடுத்த கட்டிலுக்குப் பக்கமிருந்த ஸ்டூலைக் கேட்டு வாங்கி, அவர் தலைமாட்டுக்குப் பக்கத்தில் சிவராமன் உட்கார்ந்து கொண்டான்.

'என்ன சொல்றார் டாக்டர்' என்றார் ராஜன்.

நாளை காலைல எல்லா ரிசல்ட்சும் வந்தபிறகு, பாத்துட்டு ட்ரீட்மெண்ட் ஆரம்பிக்கலாம்னார்' என்றான் சிவராமன்.

வார்டின் பின்புற வாசலையொட்டி, உள்ளே தயக்கத்துடன் எட்டிப் பார்த்தபடி, மொசுமொசுவென்று புஷ்டியாக இருந்த ஒரு வெள்ளைப்பூனை 'மியாவ், மியாவ்' என்று கீச்சிட்டுக்கொண்டிருந்தது. ராஜனுடைய கட்டில் பின்புற வாசலுக்குப் பக்கமாக இருந்ததால், கிருஷ்ணன் அந்தப் பூனையை வேடிக்கை பார்த்துக்கொண்டிருந்தான். அது யாருடைய கவனத்தையோ தன் பக்கம் திருப்புவதற்காக பிரயாசைப்படுவதுபோலிருந்தது. நான்கைந்து கட்டிலுக்குப் பின்னாலிருந்து ஒரு நடுத்தர வயது அம்மா, ஒரு கையில் டம்ளருடனும் மற்றொரு கையில் ரொட்டித் துண்டோடும் அதை நோக்கிச் சென்றுகொண்டிருந்தார். அவர், அந்தப் பூனையை நெருங்க நெருங்க அதன் மியாவ்' சத்தம் வேகமெடுத்தது. அந்த அம்மா புன்னகையோடு அதைக் கடந்து, வாசல் தாண்டி ஓர் ஓரமாக இருந்த கிண்ணத்தில் டம்ளரிலிருந்த பாலை ஊற்றினார். அதன் பக்கத்தில் ரொட்டியை சில துண்டுகளாகப் பிய்த்துப்போட்டார். பூனை திரும்பி நின்று அதைப் பார்த்துக்கொண்டிருந்தது. பின், அவர் திரும்பி வாசல் கடந்து சில எட்டுகள் எடுத்து வைக்கும்வரை தன் இடம் மாறாமல் நின்றிருந்த பூனை, அவர் உள்ளே வந்ததும், கிண்ணத்தை நோக்கிச் சென்று பாலை நக்கிக் குடித்தது.

அந்த அம்மா கிருஷ்ணனைக் கடந்தபோது, நின்று லேசான புன்முறுவலுடன், 'மொதவே ஊத்தி வைச்சுருக்கணும்பா. கொஞ்சம் லேட்டாயிடுச்சு. அவர் உடம்ப க்ளீன் பண்றதுக்குள்ள பெரும் பாடாயிருச்சு. எல்லாக் காரியத்தையும் அந்தந்த நேரத்துல செய்ய முடியுதா என்ன... கொஞ்சம் லேட்டானதுக்கு என்ன கூப்பாடு போடுது, பாருப்பா' என்றபடி கடந்து சென்றார். கிருஷ்ணன் திகைத்துப்போய் எதுவும் சொல்லத் தோன்றாமல் உட்கார்ந்திருந்தான். அவன் எதேச்சையாகப் பூனையைக் கவனித்தபோது, அது குடிப்பதை நிறுத்திவிட்டு ஒளிரும் பசும்மஞ்சள் கண்களால் அவனை உறுத்துப் பார்த்துக்கொண்டிருந்தது.

'என்ன போகலாமா?' என்று கேட்டான் சிவராமன். 'போயிட்டு சாயந்தரமா வரலாம். அவர் ரெஸ்ட் எடுக்கட்டும்.'

'சரி' என்று எழுந்துகொண்ட கிருஷ்ணன், கஞ்சா எதுவும் வச்சிருக்கீங்களா... நீங்கபாட்டுக்கு ஸ்மோக் பண்ணி வைக்காதீங்க, வெளில அனும்பும்படி ஆயிடும். தயவுசெஞ்சு, கொஞ்ச நாளைக்கு இங்க இருக்கறவரைக்கும் அதைத் தொடவேண்டாம்' என்றான்.

‘இருக்கு... தேவைப்பட்டா ரகசியமா டாய்லட்டுல போய் போட்டுக்கறேன்’ என்றார்.

‘கொடுங்க. நான் சாயந்தரமா போட்டுட்டு வந்து தர்றேன்.நைட் டாய்லட்டுல போய் யூஸ் பண்ணிக்கங்க’ என்றான்.

சரி என்பது போலத் தலையாட்டியபடி, வலது கையால் வலதுகைப் பக்கமிருந்த ஜிப்பா பாக்கெட்டிலிருந்து சிகரெட் டப்பாவையும் சிறு பொட்டலத்தையும் எடுத்துக் கொடுத்தார்.

எதையும் ஏற்றுக்கொள்ளவும், யாருக்கும் சிரமம் தராமல் அனுசரணையாக இருக்கவும் அவர் தீர்மானம் எடுத்துக்கொண்டுவிட்டது போலிருந்தது அந்தச் செய்கை.

அவர் ஆஸ்பத்திரியில் இருக்கப் போகும் இந்த நாட்களில் அவருக்குத் தேவைப்படும் பொருட்களென என்னவெல்லாம் வாங்க வேண்டும் என்று அவர்கள் இருவரும் பேசிக்கொண்டபடியே சென்றார்கள். தட்டு, டம்ளர் , ப்ளாஸ்க், இரண்டு ஜோடி வேஷ்டி ஜிப்பா, துண்டு. அவரைத் தொடர்ந்து பராமரிக்க ஒரு அட்டெண்டர் ஏற்பாடு செய்வது பற்றியும் சிவராமன் யோசித்தான்.

மாலையில் மீண்டும் அவரைப் பார்க்க சிவராமனும் மோகன கிருஷ்ணனும் மருத்துவமனை சென்றார்கள். எல்லா நோயாளிகளின் படுக்கைகளைச் சுற்றிலும் உற்றார், உறவினர், நண்பர்களெனப் பலர் இருந்துகொண்டிருந்தார்கள். ஏதேதோ கொடுத்துக்கொண்டும், பேசிக்கொண்டும், மௌனமாகவும் ஆறுதலாகவும் இருந்து கொண்டிருந்தார்கள். கலகலப்பு, கலக்கம், கவலை, மகிழ்ச்சி, வேதனை, கண்ணீர், நம்பிக்கை, ஆறுதல், பராமரிப்பு என மனித மனங்கள் நெகிழ்ந்துகொண்டிருந்தன. ராஜன் மட்டும் தனியாக இருந்தார். கட்டிலின் மீது கால் நீட்டி சாய்ந்து உட்கார்ந்திருந்தபடி அவர் வேடிக்கை பார்த்துக்கொண்டிருந்தார். மிகவும் அமைதியாக இருப்பது போலிருந்தது அவர் தோற்றம். அவர்கள் இருவரும் அவர் பக்கத்தில் சென்றதும் புன்னகைத்தார்.

‘எப்படி இருந்தது. நல்லா ரெஸ்ட் எடுத்திங்களா?’ என்று கேட்டான் சிவராமன்.

‘டிரிப்ஸ் ஏத்தினது கொஞ்சம் தெம்பாதான் இருக்கு’ என்றார் ராஜன். ‘கூட்டத்தோடு இருக்கறதும் நல்லாதான் இருக்கு’ என்றவர், கிருஷ்ணனைப் பார்த்து, ‘போட்டுக் கொண்டாந்திருக்கியா’ என்று கேட்டார்.

‘இல்ல... டிரை பண்ணிப் பாத்தேன்... போட வரலை. நைட் நீங்களே , கண்டிப்பா வேணும்னா டாய்லட்டுல போய் போட்டுக்கங்க’ என்றபடி, சிகரெட் பாக்கெட்டையும் சிறு பொட்டலத்தையும் உள்ளங்கைக்குள் பொத்தி ரகசியம் போலக் கொடுத்தான் கிருஷ்ணன். அவர் அதை சாதாரணமாக வாங்கி ஜிப்பா பாக்கெட்டுக்குள் போட்டுக்கொண்டார்.

நோயாளிகளைப் பார்க்க வந்தவர்கள் கொஞ்சம் கொஞ்சமாக வெளியேறிக்கொண்டிருந்தார்கள். இரண்டு ஸ்டூலை எடுத்துக் கட்டிலின் இரு புறமுமாகப் போட்டுக்கொண்டு சிவராமனும் கிருஷ்ணனும் உட்கார்ந்துகொண்டார்கள்.

‘ஏதாவது சாப்பிடறீங்களா? வாங்கிட்டு வரவா’ என்று கேட்டான் சிவராமன்.

‘இப்ப எதுவும் வேண்டாம்... டிரிப்ஸ் ஏத்தினதில வயிறு நிறைஞ்சு இருக்குற மாதிரி இருக்கு. நாளைக்கு வரும்போது கொஞ்சம் கிரேப்ஸ் வாங்கிட்டு வா... போதும்’ என்றார்.

‘இங்க இருக்கும் போது ஏதோ நம்பிக்கை சுரக்கிற மாதிரி இருக்கு... ஆனா நீங்க எல்லாவற்றின் மீதும் நம்பிக்கை இழந்து விட்டிருக்கீங்க’ என்றான் கிருஷ்ணன்.

ராஜன் லேசாக சிரித்தார். ‘வாஸ்தவம்தான். நான் எந்தவொன்றின் மீதும் நம்பிக்கை கொண்டிருக்கவில்லை. புதிதான ஏதோ ஒரு நம்பிக்கைக்கும் என்னிடம் இடம் இருப்பதாகத் தெரியவில்லை’ என்று ஆங்கிலத்தில் சொன்னார். எது பற்றியாவது அவர் தீவிரமாகப் பேசத் தொடங்கும் போது, அதன் எடுப்பு பெரும்பாலும் ஆங்கிலத்தில்தான் இருக்கும். தொடர்ந்து ஆங்கிலத்திலும் தமிழிலுமாகப் பேசத் தொடங்கினார்.

‘நம்பிக்கை’ என அழுத்தமாக உச்சரித்தவர், தொடர்ந்து, ‘நம்பிக்கை என்பது தன்னளவில் போற்றுவதற்குரிய ஒன்றல்ல’ என்றார். ‘மனித இன வரலாற்றில் நம்பிக்கையின் பேரால் நடந்திருக்கும் படுகொலைகள், வேறெந்த வகை மரணத்தை விடவும் அதிகம். மத நம்பிக்கையின் பேரில் நடந்துகொண்டிருக்கும் இஸ்ரேல் அரபு நாடுகளுக்கு இடையேயான யுத்தங்கள் பற்றி உங்களுக்குத் தெரியும்தானே. யூதர்கள், கிறிஸ்துவர்கள், முஸ்லீம்கள் என மும்மதத்து மக்களும் பல நூற்றாண்டுகளாக இந்த நம்பிக்கையில் சிக்குண்டு மடிந்துகொண்டே இருக்கிறார்கள்.’

அவர் குரலில் துயரம் தோய்ந்திருந்தது. தொடர்ந்து பேசினார். ‘மோசஸ், ஏசு, முகம்மது போன்ற இறைத்தூதர்களிடம் வெளிப்பட்ட

ஞானத் தெறிப்புகளிலிருந்துதான் மதங்கள் உருவாகின. ஜெருசலேம் இம்மூன்று மதங்களின் புனித பூமியாக இருந்துகொண்டிருக்கிறது. இறுதித் தீர்ப்பு நாளுக்கான நிகழ்விடமாகவும் அது புனைவு பெற்றிருக்கிறது. வாழ்வை அல்ல, மரணத்தை நினைவூட்டியபடி சலனம் கொள்ளும் நகரம் அது. இறுதித் தீர்ப்பு நாளை முன்னிறுத்தி இயங்கும் நகரம். அதைக் கைப்பற்றி தனது சொந்தமாக்கிக் கொள்ள மதங்கள் மேற்கொள்ளும் வெறியாட்டத்தில் ஜெருசலேம் காலம் காலமாக ஒரு படுகொலைக் களமாக இருந்துவருகிறது. யூத, கிறிஸ்துவ, இஸ்லாமிய அடிப்படைவாதம் நம் காலத்தில் மீண்டும் உக்கிரமடைந்துள்ளது. நம் கால உலக அரங்கில் 'இறுதித் தீர்ப்பு நாள்' என்பது அசுர பலமும் வேகமும் பெற்றுள்ளது.' லேசாக மூச்சு வாங்கி, தன்னை ஆசுவாசப்படுத்திக்கொண்டு தொடர்ந்து பேசினார்.

'ஜெருசலேமைக் கைப்பற்ற நடக்கும் படுகொலைகள், யுத்தங்கள், பயங்கரவாத நடவடிக்கைகள், முற்றுகைகள், பேரழிவுகள் என இடையறாது நடக்கும் போராட்டங்கள் அந்த நகரைத் தொடர்ந்து யுத்த களமாக வைத்துள்ளன. மதங்களின் கொலைக்களமாகவும் எலும்புக் கிடங்காகவும் அந்நகரம் இருந்துகொண்டிருக்கிறது.'

அவருக்கு இருமல் வந்தது. கடுமையான இருமல். ஒரு கையால் நெஞ்சையும் மறுகையால் வயிற்றையும் அழுத்திப் பிடித்துக் கொண்டு இருமினார்.

'சரி, கொஞ்சம் அமைதியா இருங்க' என்றான் சிவராமன்.

அவர் தன்னை ஆசுவாசப்படுத்திக் கொண்டார். கொஞ்சம் தண்ணீர் குடித்தார். மீண்டும் நன்றாகச் சாய்ந்து கொண்டு பேச ஆரம்பித்தார். பக்கத்துப் படுக்கையிலிருந்த நடுத்தர வயது நோயாளியும் அவருக்குத் துணையாக இருந்த இளைஞனும் கூட அவர் பேசுவதை ஆவலுடன் கேட்டுக்கொண்டிருப்பதை கிருஷ்ணன் கவனித்தான்.

'நடுநிலைமை என்ற பாவனையில் ஐரோப்பா இஸ்ரேல் மக்களுக்கும் அவர்களது கலாசாரத்துக்கும் ஆதரவளிப்பதால், அது அரபுப் பண்பாட்டைத் தாழ்மைப்படுத்தி ஒரு ஏகாதிபத்தியத்தை நிலை நிறுத்தியுள்ளது. மிகவும் வளர்ச்சியுற்ற யூத மக்கள் தங்கள் மத்தியில் ஒரு இடத்தைப் பெற்றிருக்கும்போது, அரபு மக்களுக்கு ஒரு புதிய ஏகாதிபத்தியத்துக்கு இரையாகிவிடுவோமோ என்ற அச்சம் இருப்பது நியாயம்தான்' என்றார்.

அவர் குரல் தளர்ந்துவிட்டிருந்தது. அவர் பேசுவதைக் கேட்பதில் சிவராமனுக்கும் கிருஷ்ணனுக்கும் ஆர்வமும் கிளர்ச்சியும் இருந்த

போதிலும் அவர் தன்னை வருத்திக்கொள்கிறாரோ என்ற பதற்றமும் இருந்தது.

'இறுதித் தீர்ப்பு நாள்! என்ன ஒரு அழகான கற்பனை... என்ன ஒரு மகத்தான நம்பிக்கை! ஆனால், அதன் விளைவுகள் எவ்வளவு கொடூரமானவை' என்று கூறிவிட்டுக் கொஞ்ச நேரம் அமைதியாக இருந்தார்.

சிறிதுநேரம் கழிந்ததும், டாய்லெட் போக வேண்டுமென்றார். அவருடைய படுக்கைக்குப் பக்கத்தில்தான் டாய்லெட் செல்வதற்கான பின்புற வாசல் இருந்தது. நடப்பதற்கு வெகுவாக சிரமப்பட்டார். கைத்தாங்கலாக இருவரும் கூட்டிப் போனார்கள். அவருடைய கைகள் மிக மோசமாக நடுங்கின. டாய்லெட்டுக்குள் நுழைந்துகொண்டதும், சுவரில் சாய்ந்து நின்றுகொண்டு, ஒரு சிகரெட்டை வெளியில் எடுத்தார். அதன் ஒரு முனையை உள்ளங்கையில் தட்டி, சிகரெட்டை விரல்களால் நீவி புகையிலையை வெளியில் எடுக்க முற்பட்டார். கை விரல்கள் மோசமாக உதறியதில், சிகரெட் பிடிமானமற்றுக் கீழே விழுந்தது. பதறி அதை எடுக்கத் தள்ளாடினார். அதற்குள் அது டாய்லெட் தரையின் ஈரச் சொதசொதப்பில் ஊறிவிட்டிருந்தது. 'ஐயோ.... விடுங்க' என்று அலறினான் கிருஷ்ணன்.

அவர் மிகவும் தளர்வுற்றவராக, டாய்லெட்டில் குந்தி உட்கார முயற்சித்தார். முடியவில்லை. அவர் குனிந்து உட்கார அவர்கள் உதவிப் பார்த்தார்கள். பாதிக்கு மேல் அவரால் குனிய முடியவில்லை. அரை குறையாகக் குனிந்திருந்தபடியே முயற்சித்தார். எதுவும் வரவில்லை. எழுந்துகொண்டு, கைகளால் தலையைத் தாங்கியபடியே, 'கடவுளே, என்னைச் சீக்கிரம் உன்னிடம் அழைத்துக்கொள்' என்று கதறி அழுதார். இருவரும் செய்வதறியாது கலக்கத்துடன் அருகில் நின்றிருந்தார்கள். 'சரி, வாங்க போகலாம்!' என்றான் கிருஷ்ணன். குவளையில் தண்ணீர் பிடித்து அவருடைய பிருஷ்டத்தைக் கழுவி, கால்களிலும் நீரூற்றினான் சிவராமன்.

வேட்டியைத் தூக்கிக் கட்டியபடியே அவர்களுடன் திரும்பி வந்து படுக்கையில் உட்கார்ந்துகொண்டார். உடம்பு , கை கால்களெல்லாம் வெடுவெடுவென்று நடுங்கின.

'என்ன செய்யுது?' என்று கேட்டான் சிவராமன், 'குளிருது... ரொம்பக் குளிருது. சிதையில் போய் படுத்துக் கொண்டால்தான் இந்தக் குளிர் அடங்கும்' என்றார்.

என்ன சொல்வதென்று தெரியாமல் இருவரும் மருட்சியோடு நின்றிருந்தார்கள். சற்று நிதானித்து, 'சரி படுத்துக்கங்க' என்றபடி

வீட்டிலிருந்து கொண்டு வந்திருந்த போர்வையைப் பையிலிருந்து வெளியில் எடுத்தான் சிவராமன். அவர் படுத்துக்கொண்டதும் போர்த்திவிட்டான். அவர்களுக்கு எவ்வித சிரமமும் தந்துவிடக் கூடாது என்று எண்ணியவர் போல ஒருங்கிப் படுத்துக்கொண்டார் ராஜன்.

அவர் உதடுகள் ஏதோ முணுமுணுப்பது போலத் தோன்றியது.

'என்ன வேணும். டாக்டரை வேணும்னா கூட்டிட்டு வரட்டுமா' என்று கேட்டான் சிவராமன். வேண்டாம் என்பது போலத் தலையசைத்தார்.

அவர் தலைமாட்டுக்குப் பக்கமாக ஸ்டூலை இழுத்துப் போட்டுக்கொண்டு உட்கார்ந்தான் சிவராமன். மீண்டும் அவர் உதடுகள் முணுமுணுத்தன.

'என்ன' என்றபடி அவரை நோக்கிக் குனிந்தான் சிவராமன். கிருஷ்ணன் நகர்ந்து சிவராமனை ஒட்டி நின்றுகொண்டான்.

*'I fall upon the thorns of life! I bleed...'* என்றார். அதையே இரண்டு மூன்று முறை சொன்னார். கண்கள் மூடித் தூங்க முயற்சித்தார்.

சிறிது நேரம் இருவரும் அவரைப் பார்த்தபடியே இருந்தார்கள். 'சரி, அவர் தூங்கட்டும். நாளை காலைல வரலாம்' என்றான் கிருஷ்ணன். அவரிடமிருந்து விலக மனமில்லாதது போல், சிவராமன் கலக்கத்துடன் அப்படியே உட்கார்ந்திருந்தான்.

கிருஷ்ணன், சிவராமனின் தோள்மீது கை வைத்தான். 'சரி போகலாம்' என்றபடி எழுந்துகொண்டான் சிவராமன்.

பக்கத்துப் படுக்கை நோயாளிக்குத் துணையாக இருந்த இளைஞனிடம், 'கொஞ்சம் பாத்துக்கங்க... நாளை காலைல வர்றோம்' என்று தயங்கியபடி சொன்னான் சிவராமன். அந்த இளைஞன் அசட்டையாகத் தலையாட்டினான்.

**ம**றுநாள் காலை மருத்துவமனையில் ராஜன் அனுமதிக்கப்பட்டிருந்த வார்டை நோக்கி சிவராமனும் கிருஷ்ணனும் வேக வேகமாக நடந்துகொண்டிருந்தார்கள். காலை ஆறரை, ஏழு மணிக்கெல்லாம் காஃபியோடு வந்து சிவராமன் பார்த்துக்கொள்வதென்றும் எட்டரை, ஒன்பது மணியளவில் கிருஷ்ணன் வந்து கவனித்துக்கொள்வதென்றும் அவர்கள் பேசி வைத்திருந்தார்கள். ஆனால் சிவராமனுக்கு வீட்டில் ஒரு நெருக்கடி. காலையில் கிளம்ப முடியாமல் போய்விட்டது. நேரமாகிவிட்டதால் சேர்ந்தே போய்விடலாமென நினைத்து கிருஷ்ணன் வீட்டுக்குப் போய் அவனையும் கூட்டிக்கொண்டு

சிவராமனின் ஸ்கூட்டரில் இருவரும் மருத்துவமனை வந்து சேர்ந்த போது மணி எட்டரையை நெருங்கிவிட்டிருந்தது. மருத்துவமனை பரபரப்பாக இயங்கிக்கொண்டிருந்தது. அவர்கள் அந்த வார்டை நெருங்கிவிட்டிருந்த போது, சீருடைப் பணியாளர் ஒருவர் ஒரு சிறிய தகர டிரேக்கள் கொண்ட தள்ளுவண்டியில் ரொட்டி பாக்கெட்டுகளோடு அந்த வார்டிலிருந்து வெளியேறி வந்துகொண்டிருந்தார். கதவுகளற்ற நுழைவாசலருகே ஒரு பூனை நின்றுகொண்டிருந்தது. அது நேற்று அவன் பின்வாசலருகே பார்த்த பூனை போல் தானிருந்தது. ஆனால் அப்படி உறுதியாகச் சொல்ல முடியாது என்பது போலவும் அவனுக்குத் தோன்றியது. நேற்று பார்த்த பூனை முழு வெள்ளையாக இருந்ததாகத்தான் ஞாபகம். ஆனால் இதன் உடம்பில் அங்கங்கே சில பழுப்பு வண்ணத் திட்டுகள் இருந்தன.

அவர்கள் வார்டுக்குள் நுழைந்தபோது, எல்லோருடைய பார்வையும் சட்டென அவர்கள் மீது குவிந்தது. ராஜனுடைய படுக்கை காலியாக இருந்தது. அவர்களுக்கு திக்கென்றானது. ஒருவரை ஒருவர் பார்த்துக்கொண்டார்கள். தாக்குப் பிடிக்க முடியாமல் அங்கிருந்து நழுவிவிட்டாரோ என்று தோன்றியது.

நேற்று பூனைக்குப் பாலும் ரொட்டியும் கொடுத்த அந்த அம்மா பதற்றத்தோடு அவர்கள் முன்வந்து, 'என்னப்பா... இப்படி விட்டுட்டுப் போயிட்டீங்களே... உங்க ஐயா உங்களை விட்டுப் போயிட்டாருப்பா...' என்று தழுதழுத்த குரலில் கூறினார்கள்.

ஒரு கணத் திகைப்பிற்குப் பின் சுதாரித்து, 'எப்பம்மா... எப்படிம்மா...' என்று கிருஷ்ணன் கேட்டான்.

'ராத்திரி தூக்கத்திலேயே போயிட்டாரு போலப்பா. எங்க யாருக்கும் எதுவும் தெரியாது. யாருக்கும் தொல்லை இல்லாம... தொல்லை கொடுக்காம போய்ச் சேந்துட்டாரு. காலைல டாக்டர் ரவுண்ட்ஸ் வந்து பாத்தப்பதான் தெரிஞ்சது... நல்ல சாவுதான். என்ன நீங்கள்லாம் பக்கத்துல இல்லாததுதான் குறை...' என்றார் அந்த அம்மா.

இருவரும் என்ன சொல்வதென்று தெரியாமல் அதிர்ந்து போய் நின்றிருந்தார்கள். ஒருவிதக் குற்றவுணர்வு அவர்கள் மீது இறங்கியிருந்தது. கொஞ்சம் தயக்கத்தோடு சிவராமன், 'இப்ப எங்க...' என்றான்.

'டாக்டர் பாத்துட்டு மார்ச்சுவரிக்குக் கொண்டு போகச் சொல்லிட்டாருப்பா...'

'சரிம்மா... நாங்க டாக்டரைப் போய்ப் பாக்கிறோம்' என்றான் சிவராமன்.

அவர்கள் இருவரும் டாக்டருடைய அறைக்குச் செல்வதற்காகத் திரும்பியபோது, ‘இந்தக் காலத்துப் பசங்களெல்லாம் இப்படித்தான் இருக்காங்க’ என்று ஒரு ஆண் குரல் சொல்வது கேட்டது.

டாக்டரின் அறையில் அவருக்கு எதிரிலிருந்த இருக்கைகளில் சிவராமனும் கிருஷ்ணனும் அமர்ந்திருந்தார்கள். டாக்டரின் முன் ராஜனுடைய எக்ஸ்ரே மற்றும் மருத்துவப் பரிசோதனை அறிக்கைகள் இருந்தன.

‘என்னுடைய பதினைந்து வருட அனுபவத்தில் ஒருவருடைய மெடிக்கல் ரிப்போர்ட்ஸ் பார்க்கப்படும் முன்பாகவே, அவர் இறந்து போவது இதுதான் முதல் முறை... அவருடன் பழகும் வாய்ப்பு எனக்குக் கிடைக்காமல் போனது ஒரு இழப்புதான்’ என்றார் டாக்டர். சிறிய மௌனத்துக்குப் பின் அவர் கூறினார். ‘உண்மையில் அவர் சட்டென இறந்துவிட்டதில் ஆச்சரியப்பட ஏதுமில்லை. அவர் இவ்வளவு நாள் உயிரோடிருந்ததுதான் பெரிய ஆச்சரியம். ஒரு பக்க நுரையீரலே அவருக்கு இல்லை. எப்படி தாக்குப் பிடித்தாரென்றே தெரியவில்லை... சரி, அடுத்து ஆக வேண்டியதைப் பாருங்கள்’ என்றார் டாக்டர்.

‘இப்ப அதுதான் டாக்டர் பெரிய பிரச்சனை’ என்றான் சிவராமன். ‘நேத்து ராஜனைச் சேர்த்திருக்கும் தகவலை அவரோட மனைவிக்குத் தெரியப்படுத்தி விடுவதுதான் நல்லது என என் மனைவி மாலா அபிப்ராயப்பட்டாள். அவருடைய மனைவி ஒரு மகளிர் விடுதியில் தங்கியிருந்து அலுவலகம் சென்று வருவதால், நேற்று மாலை அந்த விடுதிக்குச் சென்று அவர்களைப் பார்த்து சொல்லிவிடும்படி நான் மாலாவிடம் சொன்னேன். அவளும் போய் பார்த்திருக்கிறாள். ஆனால் அவர்கள் அவர் பற்றி எதுவும் கேட்க விரும்பவில்லை என்று பேச்சை முறித்துவிட்டிருக்கிறார்கள். இப்ப மறுபடியும் அவர்களைத்தான் போய்ப் பார்த்து விசயத்தைச் சொல்ல வேண்டும்’ என்றான். ‘அது வரை உடல் இங்கு மார்ச்சுவரியில் இருக்கலாம்தானே’ என்று கேட்டான்.

‘அது ஒன்னும் பிரச்சனையில்லை’ என்றார் டாக்டர். ‘நீங்க போகும் போது, மார்ச்சுவரி போய் பார்த்துட்டு அங்கிருக்கும் ஆளையும் கவனிச்சுட்டுப் போங்க... நீங்க போய் தைரியமா அந்த அம்மாவைப் பாருங்க. ஆள் உயிரோட இருக்கிறவரைதான் வெறுப்பு, சண்டை, கோபதாபமெல்லாம்... ஆள் இறந்துட்டா , அது எல்லாப் பிரச்சனைக்கும் நிரந்தர முடிவென்பதால், அடுத்து ஆக வேண்டியதைக் கவனிப்பதற்கு மனம் தயாராகிவிடும். நீங்கள் அவருடைய மனைவியைப் பாருங்க, எல்லாம் சுலபமாக முடிந்துவிடும்.’

டாக்டரின் வார்த்தைகள் அவர்களுக்குத் தெம்பூட்டின. டாக்டரின் அறையை விட்டுக் கிளம்பி பிண அறைக்குச் செல்லும்வரை அவர்கள் இருவரும் எதுவும் பேசிக்கொள்ளவில்லை.

மருத்துவமனையின் மரங்கள் நிறைந்த வெட்டவெளிப் பகுதியொன்றின் ஒரு மூலையில் பிண அறை இருந்தது. அந்த வெட்டவெளியில் அவர்கள் நடந்து சென்றபோது, எண்ணற்ற காகங்கள் அங்கு இருந்துகொண்டிருந்தன. அவ்வளவு காகங்களை ஒருசேர அதற்கு முன் பார்த்திருக்கவில்லை என கிருஷ்ணன் நினைத்தான். எல்லாமே ஒன்றுபோல் இருப்பதாகவும், எந்தவொன்றும் தனித்து அடையாளம் காணக் கூடியதாக இல்லையெனவும் நினைத்தான். அப்படி இல்லாமல் இருக்குமா என்ன? அவனுக்கு நிச்சயமாகத் தெரியவில்லை.

ஒரு பெஞ்சின் மீது ராஜனின் உடல் கிடத்தப்பட்டிருந்தது. அவர்கள் இருவரும் உடலைப் பார்த்தபடி மௌனமாக நின்றிருந்தார்கள். சிவராமனுக்குக் கண்களில் நீர் முட்டிக்கொண்டு நின்றது. நேற்று காலை அவரை சிகிச்சைக்காக அழைத்துக்கொண்டு வந்தபோது, முறையான சிகிச்சை பெற்றால் அவர் தேறிவிடுவார் என்றுதான் அவர்கள் நினைத்திருந்தார்கள். கொஞ்சமும் எதிர்பார்த்திராத ஒரு இக்கட்டை அவர்கள் இப்போது எதிர்கொண்டிருந்தார்கள். அவர் வெகு நிம்மதியாக உறங்கிக்கொண்டிருப்பதாகக் கிருஷ்ணனுக்குத் தோன்றியது. மரணம் அவருடைய முகத்துக்கு ஒளியூட்டியிருந்தது. நிறைவும் சார்ந்தமும் அந்த ஒளியில் புலப்பட்டன. அவர் என்பது இப்போது இந்த உடல் மட்டும்தான். இந்த உடல் எரிக்கப்பட வேண்டும் அல்லது புதைக்கப்பட வேண்டும். அதை இந்த உடலுக்கு உரியவர்கள் மேற்கொள்ள வேண்டும். அவர் உயிரோடு இருந்தபோது அவருக்கு நெருக்கமாகவும் அணுக்கமாகவும் இருந்த அவர்கள், உயிர் பிரிந்து உடல் என்றானதும் அந்நியமாகி விட்டார்கள். இந்த உடலோடு அவர்களுக்கு எவ்வித பந்தமுமில்லை. ஆனால் இந்த உடலை அதற்கு உரியவர்களிடம் சேர்க்க வேண்டிய பொறுப்பு அவர்களுக்கு இருக்கிறது. அதுதான் இனி அவர்கள் செய்யவேண்டியது. சில நாட்களுக்கு முன்பு ராஜன் சொன்ன ஒரு விசயம், இப்போது ஒரு பிரத்தியட்ச உண்மையாக அவர்கள் முன் இருந்துகொண்டிருக்கிறது. அன்று அவர் சொன்னது இப்போது கிருஷ்ணனின் நினைவுக்கு வந்தது. ஒரு மாதத்துக்கு முன்பு, சென்னை சென்று நண்பர்களை எல்லாம் பார்த்துவிட்டு வரப்போவதாகச் சொல்லி சிவராமனிடம் அவர் பணம் கேட்டார். இவ்வளவு மோசமான உடல்நலத்தோடு இப்போது ஏன் அலைய வேண்டும் என சிவராமன் கொஞ்சம் கறாரான குரலில்

சொன்னான். அப்போது கிருஷ்ணனும் உடனிருந்தான். அதற்கு அவர், 'ஏன், போற வழியில செத்திடுவேன்னு பயப்படுறியா?... இருக்கிற வரைக்கும்தான் இந்த உடம்பு என்னோட பிரச்சனை. செத்துட்டா இந்த உடம்பை என்ன செய்யணும், எங்க சேக்கணும்கிறது மத்தவங்களோட பிரச்சனை. புரியுதா..?' என்றபடி லேசாகச் சிரித்தார். இப்போதும் உள்ளுக்குள் அந்த சிரிப்பு அவரிடம் இருந்துகொண்டிருப்பது போல் கிருஷ்ணனுக்குத் தோன்றியது. இப்போது அவருடைய பிரச்சனைகளிலிருந்து அவர் வெளியேறிவிட்டார். அந்த உடல் பெரும் சுமையாய் அவர்கள் மீது ஏறிவிட்டிருந்தது.

ஒரு இளம் வயதுப் பணியாளர் வேகமாகப் பிண அறைக்குள் நுழைந்தார். ஒரு மரத்தடியில் நின்று பீடி குடித்துக்கொண்டிருந்தவர், நாங்கள் உள்ளே நுழைவதைப் பார்த்துவிட்டு வேகமாக வந்திருக்க வேண்டும். அவரிடமிருந்து பீடி வாசனை குப்பென்று வந்தது.

'அய்யாவோட பசங்களா...' என்று கேட்டார் அவர்.

'இல்லை... தெரிஞ்சவங்க' என்றான் கிருஷ்ணன்.

'உறவுக்காரங்க யாரும் வரலியா..? நீங்கதான் சேத்தீங்களா?'

'இருக்காங்க... இனிமேதான் அவங்களைக் கண்டுபிடிச்சுக் கூட்டிட்டு வரணும்' என்றான் கிருஷ்ணன்.

அந்தப் பணியாளரின் முகபாவம் எதுவும் புரியாதது போல் இருந்தாலும் அவர் தலையாட்டினார். பிறகு, 'ஐயாவோட ஜிப்பா பாக்கெட்டுல சிகரெட் டப்பா, தீப்பெட்டியோட ஒரு கஞ்சா பொட்டலமும் இருந்துச்சு...' என்றார்.

'இருக்கட்டும்... அத நீங்க எடுத்துக்கங்க...' என்றான் கிருஷ்ணன்.

அவர் தலையாட்டினார். ராஜனின் மரணத்தின் போது அவரிடம் எஞ்சியிருந்தது அவைதான் என்ற உண்மை அவர்களைத் தாக்கியது. கஞ்சாப் பொட்டலம் பயன்படுத்தப்படாமல் தங்கிப் போனதற்கு அவன் ஒரு காரணம் என்ற எண்ணம் ஒரு குற்றவுணர்வாகக் கிருஷ்ணனிடம் ஊடுருவியது. ஒருவேளை அவர் கஞ்சா குடித்துக்கொண்டிருந்திருந்தால் இன்னும் கொஞ்ச நாள் இருந்திருந்திருப்பாரோ... அந்தப் பிண அறைப் பணியாளர் ஏனோ திரும்பத் திரும்ப, 'அய்யா பாக்கெட்டில் கஞ்சாப்பொட்டலம் இருந்தது' என சொல்லிக்கொண்டே இருந்தார்.

'சரி நாங்க கிளம்பறோம். இனிமே போய்தான் அவரோட உறவுக்காரங்களைப் பார்த்து விசயத்தை சொல்லணும். அதுக்கப்புறமா வந்து பாடிய எடுத்துக்கறோம். அதுவரை இங்கயே இருக்கட்டும். பாத்துக்கங்க' என்றான் சிவராமன்.

‘அதெல்லாம் நான் பாத்துக்கறேன் சார்... நீங்க போயிட்டு வாங்க... ஐஸ்பார் வாங்கணும்... பணம் கொடுத்துட்டுப் போங்க...’ என்றார்.

சிவராமன் பர்ஸை எடுத்து, அதிலிருந்து பத்து ரூபாய் நோட்டு ஒன்றை எடுத்து அவரிடம் நீட்டினான். அவர் அடைந்த புளகாங்கிதம் அவருடைய முகத்தில் தெரிந்தது. ஏதோ நினைவு வந்தவனாக சிவராமன், தன் கைப் பையிலிருந்து திராட்சைப் பழப் பொட்டலத்தை எடுத்து அவரிடம் கொடுத்தான்.

அவர் மலர்ச்சியோடு அதை வாங்கிக்கொண்டு, ‘அய்யாவுக்கு வாங்கி வந்ததுங்களா?’ என்று கேட்டார். இருவரும் தலையாட்டியபடி கிளம்பினார்கள்.

சிவராமனின் ஸ்கூட்டர் ஓர் அலுவலகத்தின் முன் நின்றது. ராஜனின் மனைவி லட்சுமி பணியாற்றும் அலுவலகம் அது. ராஜனின் உடலை ஒப்படைக்கும் பாரத்தைச் சுமந்தபடி, இருவரும் தயக்கத்தோடு அந்த அலுவலகத்திற்குள் நுழைந்தார்கள். அவர்கள் மனம் கனத்திருந்தது. இருவரும் அந்த அம்மாவை இதுவரை பார்த்தது கூடக் கிடையாது. அவரைச் சந்திப்பதிலும், ராஜனுடைய மரணச்செய்தியை அவரிடம் சொல்ல இருப்பதிலும் கடுமையான பதற்றம் அவர்களைப் பிடித்திருந்தது. அவர்கள் இதுவரை எதிர்கொண்டிராத இக்கட்டான நிலைமை. இப்போது எதிர்கொண்டாக வேண்டிய கட்டாயம்.

அவர்கள் அலுவலகத்திற்குள் நுழைந்தபோது, அது ஒரு விசாலமான கூடமாக இருந்தது. மூன்று வரிசைகளாக, முப்பதுக்கும் மேற்பட்டோர் அங்கு பணியாற்றிக்கொண்டிருந்தார்கள். எல்லோருடைய மேசைகளிலும் ஏகப்பட்ட பைல்கள் குவிந்திருந்தன. நுழைந்ததும், முதலாவதாகத் தென்பட்ட பணியாளரிடம், திருமதி லட்சுமியைப் பார்க்க வேண்டுமென்று சிவராமன் ஆங்கிலத்தில் சொன்னான். அவர் ஒரு சிப்பந்தியை வரவழைத்து விபரம் சொன்னார். அந்த சிப்பந்தி வராந்தாவில் இருந்த ஒரு பெஞ்சில் அவர்களை உட்காரச் சொல்லிவிட்டு உள்ளே போனார். அவர்கள் பரஸ்பரம் எதுவும் பேசிக் கொள்ளாமல் காத்திருந்தனர். அவர்களுடைய மௌனத்தின் ஊடாக அவர் உடல் இருந்துகொண்டிருந்தது. ஒவ்வொரு நொடியையும் அவர்கள் உணர்ந்துகொண்டிருந்தார்கள். பத்து நிமிடங்களுக்குப் பிறகு, ஒரு நடுத்தர வயதுப் பெண்மணி அவர்களை நோக்கி வந்தார். அவர்களுக்குப் பக்கத்தில் அவர் வந்ததும் அவர்கள் இருவரும் எழுந்து கொண்டார்கள்.

'யார் நீங்க? என்ன விசயம்?' என்று தன்மையான குரலில் அவர் கேட்டார்.

'ராஜன் சாரோட ஃப்ரெண்ட்ஸ்...' என்று இழுத்தான் சிவராமன்.

அவனை சட்டென இடைமறித்து, 'சரி... என்ன விஷயம் சொல்லுங்க?' என்ற அவருடைய குரலில் கண்டிப்பு வெளிப்பட்டது.

'ராஜன் சார் இறந்துட்டாங்க' என்று வெடுக்கெனச் சொன்னான் கிருஷ்ணன்.

ஒரு கணம் அந்த அம்மா திடுக்கிட்டுப் போனார். நிதானத்திற்குத் திரும்பாமலேயே, 'எங்க... எப்ப...' என்றார்.

அவருடைய குரலில் பதற்றம் வெளிப்பட்டது.

'ஜி.எச்.ல... நேத்து காலைலதான் சேத்தோம். ராத்திரி தூக்கத்துலேயே இறந்துட்டார்...' என்றான் கிருஷ்ணன்.

அவர் பெஞ்சில் உட்கார்ந்துகொண்டு, அவர்களையும் உட்காரச் சொன்னார். இருவரும் உட்கார்ந்துகொண்டார்கள்.

'நேத்து ஒரு பொண்ணு ஹாஸ்டலுக்கு வந்து அவரை ஹாஸ்பிடல்ல சேர்த்துக்கிறதா சொல்லுச்சு... அது யாரு தம்பி' என்று கேட்டார்.

'என்னோட ஒய்ப் தான் மேடம்' என்றான் சிவராமன்.

'அவரால நாங்க பட்ட கஷ்டம் கொஞ்சநஞ்சமில்லை தம்பி... அதனாலதான் அப்படி முறிச்சு பேசும்படி ஆயிடுச்சு... இந்த வேலைனு ஒண்ணு இருந்ததால எப்படியோ சமாளிச்சுட்டேன்... சரி, அதையெல்லாம் இப்ப பேசி என்ன ஆகப்போகுது...' அவர் மெதுவாக நிதானமடைந்து கொண்டிருப்பது தெரிந்தது.

'பாடி இப்ப எங்க இருக்கு...'

'மார்ச்சுவரிலதான் மேடம்' என்றான் சிவராமன்.

ஒரு நிமிட மௌனத்துக்குப் பின் அவர், 'இருங்க, எங்க அண்ணன்ட ஃபோன்ல பேசிட்டு வாறேன் .... அதுக்கப்புறம் என்ன செய்யறதுனு முடிவு பண்ணலாம்' என்றபடி எழுந்து உள்ளே சென்றார்.

அவர் திரும்பி வரும் வரை இருவரும் மௌனமாகக் காத்திருந்தார்கள். இடையில் மௌனத்தைக் கலைத்து, 'பாவம், இந்த அம்மா...' என்றான் சிவராமன். மௌனமாகத் தலையாட்டினான் கிருஷ்ணன்.

அவர் திரும்பி வந்தபோது முகம் தெளிந்திருந்தது. எங்க அண்ணன்ட பேசினேன். பாடிய நாளை காலை 7 மணிக்கு மார்ச்சுவரில இருந்து நேரா தத்தநேரி சுடுகாட்டுக்குக் கொண்டு வரச் சொல்றாரு. அங்க

வைச்சு சடங்கெல்லாம் செஞ்சுக்கலாம்னார்...' என்று கூறிவிட்டுக் கொஞ்ச நேரம் தயங்கினார். பிறகு தழுதழுத்த குரலில், 'தம்பி, நீங்க யாருன்னு எனக்குத் தெரியாது. கடைசி காலத்துல அவருக்கு ரொம்ப உதவியா இருந்திருக்கீங்க... நாளைக்கு காலைல பாடிய சுடுகாட்டுக்குக் கொண்டு வந்துட்டீங்கன்னா பெரிய உபகாரமா இருக்கும்...' என்றார்.

இருவரும் சரி என்பது போல் தலையாட்டினார்கள். அவர் கையெடுத்துக் கும்பிட்டார். அவருடைய கண்களில் நீர் ததும்பியிருந்தது.

'சரிங்க மேடம், நாளைக்குக் காலைல பாடிய சுடுகாட்டுக்குக் கொண்டு வந்துடறோம்...' என்றான் சிவராமன். அவர்கள் இருவருக்கும் பின்னாலிருந்து யாரோ ஒருவர் அவர்கள் மீது சுமத்தப்பட்டிருந்த பெரும் பாரத்தை இறக்கிவைத்தது போல அவர்கள் உணர்ந்தார்கள். இருவரிடமிருந்தும் ஆசுவாசப் பெருமூச்சு வெளிப்பட்டது.

(பிகபாடபுரம், இதழ் 3, ஏப்ரல் 2016)

## உயிர் மீட்கும் தருணம்

கொந்தளிப்பும் கொண்டாட்டமும் ஒன்றையொன்று மேவிக் கலந்து உயிர் கொண்ட அதீத வெளிப்பாட்டு வடிவமென எப்போதும் ததும்பிக்கொண்டிருக்கும் இளம் கலைஞன் அவன். முதல் நாள் இரவு மிதமிஞ்சிக் குடித்துவிட்டு ஒரு தருணத்தில் குதூகலமாய் கொண்டாடுவதிலாகட்டும், மறு தருணத்தில் கோபம் கொண்டு கொந்தளிப்பதிலாகட்டும் எவ்வித பாசாங்குமற்று வெளிப்படும் அசலான ஜீவன். மறுநாள் காலை, இரவுக் குடிக்கு மாற்றாக, மாங்கு மாங்கென நடைப்பயிற்சி மேற்கொள்வதிலும் அதே உக்கிரம் வெளிப்பட்டபடி இருக்கும். நடைப்பயிற்சியின் போது, கைகளையும் கால்களையும் ஆவேசமாய் உதறியபடி அவன் நடந்து செல்லும் போது இதுவரையான எல்லாக் கடவுள்களையும் துர்தேவதைகளையும் கைகளால் விசிறி எறிந்தும் கால்களால் எத்தித் தள்ளியும் செல்வது போலிருக்கும். கடவுள்களை அவன் ஒதுக்கித் தள்ளினானா அல்லது அவர்கள் அவனைக் கைவிட்டார்களா என்பதைத் தீர்மானமாகச் சொல்லிவிட முடியாது. இரண்டுமாகவும் இருக்கலாம். ஆனால் அவன் எப்போதும் தனக்கான ஒரு புதிய கடவுளைக் கண்டடைந்துவிடும் ஆவேசத்தோடும் நம்பிக்கையோடும்தான் இருந்துகொண்டிருந்தான். அவனுடைய இருப்பையும் படைப்பையும் அதுதான் தீர்மானித்துக் கொண்டிருந்தது. அதில் அவன் சலிப்படையும் போதோ, சோர்வடையும் போதோ அவன் மனம் அதலபாதாளத்துக்கு அதி விரைவாக நழுவிச் செல்லும்; தற்கொலை மனோபாவம் கிளை விரித்தாடும்.

அன்று மாலை, என் அச்சகத்துப் பணியாளர்கள் வேலை முடித்துச் சென்றுவிட்ட பிறகு, அதன் தொடர்ச்சியாக நான் மேற்கொண்டாக வேண்டிய என் வேலைகளைக் கவனித்துக்கொண்டிருந்தேன். (மறுநாள் காலை பணியாளர்கள் வந்ததும் தங்கள் வேலையை அவர்கள் தொடர, நான் ஒவ்வொரு நாள் மாலையும் இரண்டு, மூன்று மணி நேரம் வேலை பார்க்க வேண்டியிருக்கும்.) அப்போது அலுவலக வாசல் முன்பு,

அவனுடைய ஸ்கூட்டர் வந்து நிற்கும் சத்தமும், அவனுடைய உற்சாகக் குரலும் ஒரு சேரக் கேட்டன. மதுரையிலிருந்து நான் சென்னைக்குக் குடியேறிய ஆரம்ப நாட்களிலிருந்து எனக்கு நெருக்கமாகிவிட்ட இதமான நட்பு அவனுடையது. சென்னை மாநகரின் ஆடம்பரப் பகுதிகளை எனக்கு அறிமுகப்படுத்தியது அவன்தான். ஸ்கூட்டரில் திடீரென வந்து, 'கிளம்புங்க, ஒரு நல்ல பார் போகலாம்' என அழைத்துப்போவான் ஒருநாள். இன்னொரு நாள், 'பெட்ரோல் போட துட்டில்லை. ஒரு பதினைஞ்சு ரூபாய் கொடுங்க' என்று நிற்பான். இந்த இரண்டின் போதுமே அவனுடைய குரலின் துள்ளலில் ஒரு மாற்றமும் இருக்காது. ஸ்கூட்டரை நிறுத்திவிட்டு, உள்ளே நுழையும்போதே, 'தலைவா' எனக் குரல் எழுப்பியபடி வந்தான். அதே வேகத்தில், 'எல்லாமே சுத்த வேஸ்ட், மீனிங்லெஸ். இன்னைக்கி ராத்திரி தற்கொலை பண்ணிக்கறதுன்னு முடிவு பண்ணிட்டேன். அதுக்கு முன்னாடி கடைசியா உங்களோட ஒரு கொண்டாட்டத்தைப் போடலாம்னு இருக்கேன். வாங்க போகலாம்' என்றான்.

நான் அவன் சொன்னதைக் கேட்டு திடுக்கிடவோ, அதிர்ச்சியடைவோ, கலவரப்படவோ இல்லை. அதே சமயம் உதாசீனப்படுத்தி விடக்கூடாது என்ற கவனத்தோடு இருந்தேன். 'சரி ரமேஷ் போகலாம், உக்காருங்க... ரெண்டு நிமிஷத்துல கிளம்பிடலாம்' என்று கூறியபடி அலுவலகத்தை மூடுவதற்கு ஆயத்தமானேன். அவன் உட்காராமல் உடலை அசைத்தாட்டியபடியே நிலை கொள்ளாமல் நின்றிருந்தான். நான் பூட்டையும் சாவியையும் கையில் எடுத்துக்கொண்டபோது, 'உங்க ஸ்கூட்டர் சாவியக் கொடுங்க. இங்கயே வச்சுட்டுப் போயிடலாம். உங்க ஞாபகமா ஸ்கூட்டர் எங்கிட்ட இருக்கட்டும்' என்று லேசாகச் சிரித்தபடி சொன்னேன். அவன் அட்டகாசமாக, உரக்கச் சிரித்தபடி, தன்னுடைய பேண்ட் பாக்கெட்டிலிருந்து ஸ்கூட்டர் சாவியை எடுத்து நீட்டினான். நான் அதை வாங்கி, அலுவலக மேசையின் மேல் இழுப்பறையைத் திறந்து உள்ளே போட்டேன். பின்னர் அதிலிருந்த பிளாஸ்டிக் டப்பாவிலிருந்து கொஞ்சம் பணத்தை வெளியில் எடுத்தேன்.

'வேண்டாம். அது அங்கேயே இருக்கட்டும். எங்கிட்ட போதுமான பணம் இருக்கு. காலி பண்ணிடலாம்' என்றான். நான் லேசாகச் சிரித்தபடியே, பணத்தைத் திரும்பவும் பெட்டிக்குள் வைத்தேன்.

இருவரும் வாசலுக்கு வந்து அலுவலகத்தைப் பூட்டிவிட்டுக் கிளம்பினோம். தெரு முனை வந்ததும் ஒரு ரிக்ஷா அமர்த்திக் கொண்டோம். அச்சகம் இருந்த இடம் மைலாப்பூர். நாங்கள்

சிறுகதைகள் ● 293

போகவிருந்தது மந்தைவெளி பஸ் ஸ்டாண்டுக்கு எதிரில் உள்ள மதுக்கடை. நடந்துகூடப் போய்விடலாம். ஆனாலும் ரிக்ஷாவைப் பார்த்ததும் அதில் ஊர்வலமாகப் போக ஆசைப்பட்டான் அவன். அந்த மதுக்கடைக்குப் பின்னால் உள்ள பார், மிக விசாலமான திறந்த வெளி கொண்டது. ஓரளவு சுத்தமாகப் பராமரிக்கப்படுவதும் கூட மாலையில் நிதானமாகக் குடிப்பதற்கு வழக்கமாக நான் தேர்வு செய்யும் இடம் அது. மேலும் அந்த மதுக்கடையை ஒட்டி நடைபாதையில் ஒரு கோழி சூப் கடை உண்டு. சூப் மிக ருசியாக இருக்கும். ஒரு கப் சூப் இரண்டு ரூபாய். எண்பதுகளின் இறுதியிலான அப்போது குவார்ட்டர் பிராந்தி விலை முப்பது ரூபாய் என்று ஞாபகம். பாரில் சேவை புரியும் பணியாளர்களே சூப் வாங்கிக்கொண்டு வருவார்கள். பார் கிச்சனின் ஓர் அங்கமாகவே சூப் கடை இருந்தது. பிராந்தி ஒரு மடக்கு, சூப் ஒரு மடக்கு, சிகரெட் ஒரு இழுப்பு - வெகு அற்புதமாக இருக்கும். இன்று வரை அந்த சூப் - பிராந்தி இணைக்கு இணையாக இன்னொன்றை நான் ருசித்திருக்கவில்லை என்பதை என்னால் நிச்சயமாகச் சொல்ல முடியும்.

மதுக்கடைக்கு முன்பாக ரிக்ஷா நின்றபோது, நான் இறங்கிக்கொண்டேன். உள்ளிருந்தபடியே ரிக்ஷாக்காரருக்குப் பணம் கொடுத்துக்கொண்டிருந்தான் அவன். நான் நடைபாதையில் நின்றிருந்த அத்தருணத்தில், சட்டென என் எதிரில், ஆச்சரியமும் மலர்ச்சியும் நிறைந்த முகபாவத்தோடு நின்றிருந்தாள் பூர்ணிமா. 'ஹாய்...' என்றாள். ஓர் அதிசயத்தை எதிர்கொண்டது போல் மிகுந்த பரவசத்தோடு, 'என்ன இந்தப் பக்கம்' என்றேன் நான். அவள் கை பிடித்து நின்றிருந்தது அவளுடைய பெண் குழந்தை. இரண்டு வயது இருக்கலாம். உடலையும் மனதையும் தழுவியபடி, இனம் புரியா ஓர் உணர்வு படர்ந்துகொண்டிருந்தது. அவளைப் போலவே அபூர்வ அழகுடன் இருந்தது குழந்தை. கையில் எடுத்துக் கொஞ்ச ஆசையாக இருந்தது. நாங்கள் நின்றிருந்த இடம் மதுக்கடை வாசலருகிலான நடைபாதை என்பதால், சுபாவமாக சில எட்டுகள் நடந்து, அதைக் கடந்து போய் நின்றுகொண்டோம். நான் இந்த அச்சகத்தை ஆரம்பிப்பதற்கு முன்பாகப் பணியாற்றிய நிறுவனத்தில் என்னுடன் பணிபுரிந்தவர் பூர்ணிமா. உண்மையிலேயே பெயருக்கேற்ப பூரணமானவள். பூரணி. பரிபூரணி.

குழந்தையைத் தூக்கி வைத்துக்கொண்டு பெயர் கேட்டேன். மலர்ந்த புன்னகையோடு 'மதுவந்தி' என்றாள். 'நீங்க வைச்ச பேர் தான்.' என் கால்களை விட்டுத் தரை நழுவிச் செல்வது போலிருந்தது.

இரண்டாண்டுகளுக்கு முன்பு, அவளுடைய கணவர் என் அச்சகத் தொடர்பு எண்ணில் என்னைக் கூப்பிட்டுப் பெண்குழந்தை பிறந்திருப்பதாகக் கூறினார். சந்தோஷமாகவும், அதே சமயம் அவர் என் எண்ணைத் தேடிப் பிடித்துத் தகவல் சொன்னது ஆச்சரியமாகவும் இருந்தது. மேலும், குழந்தைக்கு ஒரு பெயர் சொல்லும்படி அவர் கேட்டது எனக்கு வியப்பாகவும் ஓரளவு அதிர்ச்சியாகவும் கூட இருந்தது. அப்போது அவரிடம் நான் சொன்ன பெயர்தான் மதுவந்தி. அதற்குப் பின்னரும் கூட, நான் அவளையோ குழந்தையையோ சென்று பார்த்திருக்கவில்லை. அவளுடைய வீட்டுச் சூழலில் அவளைப் பார்க்க என் மனம் ஏனோ பிடிவாதமாக மறுத்தது.

நான் அவளுடைய கணவரைப் பற்றிக் கேட்டேன். என் மனைவி குழந்தைகளைப் பற்றி அவள் கேட்டாள். சம்பிரதாய உரையாடலோடும் இனம் புரியாக் கிளர்ச்சியோடும் ஒருவித மிதப்பில் நின்றுகொண்டிருந்தோம். நாங்கள் நின்றுகொண்டிருந்த இடத்துக்குப் பக்கத்தில் ஒரு பெரிய பலசரக்குக் கடை இருந்தது. நான் அவளுடைய குழந்தைக்கு சாக்லெட் வாங்கித் தர ஆசைப் பட்டேன். கை தன்னிச்சையாகப் பேண்ட் பாக்கெட்டைத் தடவிப் பார்த்தது. நான் பணமேதும் எடுத்து வந்திருக்கவில்லை என்பது நினைவு வந்தது. அப்போதுதான் என் கண்கள் ரமேஷைத் தேடின. நாங்கள் இறங்கிய இடத்துக்குப் பக்கத்திலேயே, சற்றுப் பின் தள்ளி நின்றுகொண்டிருந்தான். அவன் எங்களைப் பார்த்தபடி அங்கு நின்றுகொண்டிருப்பதை நான் அப்போதுதான் கவனித்தேன். தலையாட்டினான். ரமேஷிற்கும் பூர்ணிமாவைத் தெரியும். நான் முன்பு வேலை பார்த்த நிறுவனத்துக்கு வந்து போகிறவன்தான் அவன். ஆனாலும் பூர்ணிமாவோடு அவனுக்குப் பழக்கமேதும் இல்லை. அவளுடைய கிறங்கடிக்கும் அழகில் கிறுகிறுத்தும், என்னிடம் அவள் கொண்டிருந்த நட்பையும், காட்டிய பிரியத்தையும் கண்டு பொறாமையும் பட்டிருந்த சிலரில் அவனும் ஒருவன்.

என் தவிப்பைப் புரிந்துகொண்ட பூர்ணிமா, 'ஒண்ணும் வேண்டாம். என் குழந்தைக்கு ஒரு முத்தம் கொடுங்க... அது போதும்' என்றாள். என் மெய் சிலிர்த்தது.

ரமேஷ், அவன் நின்றிருந்த இடத்துக்குப் பக்கத்திலிருந்த பேக்கரியிலிருந்து சில சாக்லெட்டுகளை வாங்கிக்கொண்டு வந்து என்னிடம் நீட்டியபடி, பூர்ணிமாவைப் பார்த்து, 'ஹலோ' என்று மலர்ச்சியோடு சொன்னான். அவன் முகத்தில் ஓர் ஒளி படர்ந்திருந்தது. அவளும் பதிலுக்கு 'ஹலோ' சொல்லிவிட்டு, 'எப்படி இருக்கீங்க'

என்று கேட்டாள். 'ஜோரா இருக்கேன்' என்று குதூகலமாய் சொன்னான். 'சரி, நீங்க பேசிக்கிட்டு இருங்க... பாக்கலாம்' என்றபடி எங்களை விட்டு நகர்ந்து சென்றான்.

மந்தைவெளியில் இருக்கும் அவளுடைய அக்கா வீட்டுக்கு வந்திருப்பதாகவும், இன்னும் இரண்டு, மூன்று நாள் இங்கு இருப்பாள் என்றும், இங்கிருந்து போவதற்கு முன்னால் அச்சகத்துக்கு வந்து பார்க்க முயற்சிப்பதாகவும் கூறினாள். அச்சகம் இருக்குமிடத்தையும் தெளிவாகக் கேட்டுத் தெரிந்துகொண்டாள்.

குழந்தையை என்னிடமிருந்து வாங்கிக்கொண்டாள். 'வரட்டுமா' என்றபடியே என் கண்களைத் தீர்க்கமாகப் பார்த்தாள். அவளுடைய கண்களில் மெல்லிய சோகம் படர்ந்துகொண்டிருப்பது தெரிந்தது. நான் தலையசைத்தபடி குழந்தைக்கு 'டாட்டா' காட்டினேன். அதுவும் புன்னகையோடு 'டாட்டா' காட்டியது. 'அளவாக் குடிங்க' என்று சொல்லியபடி நகர்ந்து போனாள். அவர்கள் போவதைக் கண் இமைக்காமல் பார்த்துக்கொண்டிருந்தேன். கண்களில் நீர் திரண்டது.

சட்டெனத் திரும்பி ரமேஷைப் பார்த்தேன். என்னைப் பார்த்துக்கொண்டிருந்த அவன், நான் அவனைப் பார்த்ததும் திரும்பிக்கொண்டான். பரவசம், பரிதவிப்பு, நிறைவு, ஏக்கம் என ஏதேதோ உணர்ச்சிகளின் கலவையாய் மனம் சீரற்று இருந்தது. இருவருமே எதுவும் பேசிக்கொள்ளாமல் பாருக்குள் நுழைந்தோம்.

பாருக்குள் கணிசமான கூட்டம் இருந்தது. போதையின் இரைச்சல் நிறைந்திருந்தது. நாங்கள் உள்ளே நுழைவதைப் பார்த்துவிட்ட பரிசாரக இளைஞன், 'சார் இங்க வாங்க...' என்றான். கடகடவென ஒரு மூலை இருக்கையை சுத்தம் செய்தான். அருமையான இளைஞன். அற்புதமாகப் பாடுவான். சினிமாப் பாடகனாகும் கனவோடு இருப்பவன். அதேசமயம், அங்கு வழக்கமாக வரும் வாடிக்கையாளர்கள் அனைவருக்கும் பிரியமானவன். ஒவ்வொருவருமே அவர்களுக்குத்தான் அவன் மிக நெருக்கம் என உணரும் விதமாக அவனுடைய கவனிப்பு பிரத்தியேகமாக இருக்கும். சேவைப் பணிக்கென்றே தன்னை அர்ப்பணித்துக்கொண்டவன் போல அவன் செயல் அமைந்திருக்கும். இரவு பார் நேரம் முடியும் சமயத்தில், அவன் ஒவ்வொருவரையும் வெகு பாந்தமாய் கிளம்பச் செய்வான். அவன் பாட ஆரம்பிப்பது அப்போதுதான். டி. எம். சௌந்தரராஜன், பி.பி.ஸ்ரீனிவாஸ் இணைந்து பாடிய 'பொன்னொன்று கண்டேன், பெண் அங்கு இல்லை' என்ற பாடலை இருவர் குரலிலும் இசைவாகப் பாடுவான். இடை இடையே பின்னணி இசை வரும் இடங்களில் 'டைம் முடிஞ்சுடுச்சு' என்று

இதமாகச் சொல்வான். போதையின் கருணையும் அவனுடைய குரலின் இனிமையும் ஒரு மாய உலகத்தைப் பரிசாக அளிக்கும். அந்தப் பரிசின் மகிமையோடு ஒவ்வொருவரும் நிறைவாக வெளியேறுவார்கள்.

அந்த இளைஞன் ஒதுக்கிக் கொடுத்த இடத்தில் போய் அமர்ந்தோம். என்ன வாங்க வேண்டுமென்பதை என்னுடைய தீர்மானத்துக்கு விட்டான் ரமேஷ். பிராந்தி அரை பாட்டில், இரண்டு சூப், வெஜிடபிள் சாலட், இரண்டு முந்திரி பருப்பு பாக்கெட், நான்கு தண்ணீர் பாக்கெட் சொன்னேன். வறுத்த முந்திரிமீது ரமேஷுக்கு மிகுந்த மோகமுண்டு. ஒரு சிகரெட் பாக்கெட்டையும் தீப்பெட்டியையும் எடுத்து மேசைமீது போட்டான் ரமேஷ். நானும் பூர்ணிமாவும் பேசிக்கொண்டிருந்த போது அவன் அவற்றை வாங்கியிருக்க வேண்டும். அவன் வழக்கமாகப் புகைப்பதில்லை. ஆனால் மது அருந்தும் போது மட்டும் ஓரிரு சிகரெட் பிடிப்பான்.

நான் சிகரெட் பாக்கெட்டைப் பிரித்து, அதிலிருந்து ஒன்றை உருவிப் பற்ற வைத்துக்கொண்டேன்.

'என்ன ஒரு வியப்பூட்டும் அழகு. எல்லாவற்றையும் புரட்டிப் போட்டுவிட்டுப் போய்விட்டாள்' என்றான் ரமேஷ்

நான் பதில் சொல்லாமல் புகைத்தபடி இருந்தேன். பூர்ணிமாவை சந்தித்தது, அவன் மனநிலையை முற்றிலுமாக மாற்றிவிட்டதாகவும் அவனுடைய தற்கொலை மனோபாவத்தை அவள் தடுத்தாட்கொண்டு விட்டதாகவும் தோன்றியது. என்னுடைய வேலையை அவள் வெகு சுலபமாக ஒன்றும் செய்யாமல் செய்துவிட்டுப் போய்விட்டாள். பூரணியை எதிர்பாராமல் சந்தித்ததில் அவன் தெளிந்துவிட்டது போலவும் நான் ததும்பிக்கொண்டிருப்பது போலவும் உணர்ந்தேன்.

'பூர்ணிமாவோடு தொடர்பிலதான் இருக்கிங்களா?' என்று கேட்டான் ரமேஷ்.

'இல்லை ரமேஷ்... மூணு வருசத்துக்குப் பிறகு இப்பதான் பார்க்கிறேன்... குழந்தை பிறந்தது தெரியும். அவளுடைய கணவர் தொலைபேசியில் கூப்பிட்டுச் சொன்னார். அந்தக் குழந்தையைக் கூட இப்பதான் பார்க்கிறேன்...' என்று நான் கூறிக்கொண்டிருந்த போது பரிசாரக இளைஞன் ஒரு ட்ரேயுடன் வந்து நின்றான்.

பிராந்தி பாட்டில், தண்ணீர் பாக்கெட்டுகள், சூப், சாலட், முந்திரி எல்லாம் ஒரு ஒழுங்கில் ட்ரேயில் இருந்தன. ஒவ்வொன்றாக எடுத்து வைத்தான்.

‘எக்ஸெலண்ட் நண்பா’ என்று அந்த இளைஞனைப் பார்த்துச் சொன்னான் ரமேஷ். மலர்ந்த முகத்தோடு அந்தப் புகழ்ச்சியை ஏற்றுக்கொண்டான் இளைஞன்.

பிராந்தி பாட்டிலைத் திறந்து, ஒரே அளவாய் இரண்டு கிளாஸிலும் ஊற்றினான் ரமேஷ். பிறகு தண்ணீர் பாக்கெட்டின் முனையை ஒரு பல்லால் மட்டுமே கடித்து உருவாக்கிய மெல்லிய துவாரத்தின் வழியாக, கிளாஸிற்குள் தண்ணீரைப் பீய்ச்சியடித்தான். வித்தைக்காரன். பிராந்தியும் நீரும் கலந்து நுரைத்துக் கலங்கி மேலேறிப் பின் தெளிந்திருக்கும். அவன் இல்லாதபோது நானும் அப்படிச் செய்ய முயற்சித்திருக்கிறேன். கச்சிதமான ஒரு பல் துவாரத்தை உருவாக்க என்னால் ஒருபோதும் முடிந்ததில்லை. கடைசியில் பற்களால் கடித்துக் கிழித்து ஊற்றுவதாகத்தான் அது முடிந்திருக்கிறது.

இரண்டு கிளாஸையும் நிறைத்த பின், தன்னுடைய கிளாஸை எடுத்து உயர்த்திப் பிடித்தபடி, ‘அமரத்துவக் காதலுக்காக’ என்று சத்தமாக நாடகார்த்த பாணியில் சொன்னான். ஒரு சிலர் பார்வை அவன் மீது விழுந்தது. ஒரு சில குரல்கள் ‘சியர்ஸ்’ என அவனை ஆமோதித்தன. நான் கூச்சத்தோடு தலையாட்டினேன்.

இருவரும் குடிக்க ஆரம்பித்தோம். அவன் தன்னுடைய மதுவை ஒரே மூச்சில் குடித்துவிட்டு, கிளாஸை மேசையின் மீது வைத்தான். நான் எப்போதும் போல ஒரு மடக்கு குடித்துவிட்டு வைத்தேன். ஒரு சிகரெட் பற்றவைத்துக்கொண்டேன். அவனும் ஒரு சிகரெட் பற்றவைத்தான். இருவரும் சூப்பை உறிஞ்சியபடி புகைத்துக் கொண்டிருந்தோம். ‘சூப், அபாரம்’ என்றான். அவன் மீண்டும் பூர்ணிமா பற்றிப் பேசக் கூடுமென நினைத்து, நான் அதைத் தவிர்க்க விரும்பியதால், ‘சரி, உங்க பிரச்சனை என்ன, சொல்லுங்க’ என்றேன்.

‘அது ஒண்ணும் இல்லை கண்ணன். எப்போதும் போல அப்பா அம்மாவோட சண்டை. இன்னைக்குக் காலைல வழக்கம் போல ஆரம்பிச்ச சின்ன வாய்த் தகராறு , கொஞ்சம் மோசமாயிருச்சு. அப்பா கை வைச்சுட்டாரு... சரி , அதை விடுங்க... ஒரு ஆர்ட்டிஸ்ட்டா என்னை அங்கீகரிக்க ஐம்பது பேர் கூட இல்லாத சமூகம் இது. யாருக்குமே கலை தேவையா இல்லை... வாழவே வெறுப்பா இருந்துச்சு... அவ்வளவுதான். ஆனா, அந்த இருட்டு இப்ப கலைஞ்சு போச்சு. திடீர்னு பூர்ணிமா வந்து ஒளி ஏத்தின் மாதிரி இருக்கு... இப்ப மனசெல்லாம் நீங்களும் பூர்ணிமாவும் சந்திச்ச தருணம்தான் வெளிச்சமா நிறைஞ்சிருக்கு. என்ன ஒரு அழகான, இங்கிதமான பெண். உங்க பழைய ஆபிஸ்ல எத்தனையோ முறை பூர்ணிமாவைப்

பார்த்திருக்கேன். ஒரு வார்த்தை கூடப் பேசினதில்லை. எப்பவாவது லேசான புன்முறுவல் கிடைக்கும். அதுவும் நீங்க பக்கத்தில் இருந்தால் மட்டும். இன்னைக்கு எப்படி இருக்கீங்கனு கேட்டுட்டா, மனசு முழுக்க அந்த இரண்டு வார்த்தைகள்தான் சிறகு முளைச்சு பறந்துக்கிட்டிருக்கு...' என்றான் ரமேஷ்.

நான் என்னுடைய முதல் சுற்றை முடித்துவிட்டிருந்தேன். அதே லாவகக் கலவையுடன் இரண்டாவது சுற்று தயாரானது.

பூர்ணிமாவின் திடீர் சந்திப்பில் பேதலித்துவிட்டிருந்த என் மனம் மெதுவாக சமச்சீர் அடைந்துகொண்டிருந்தது. நான் என் கிளாஸை உயர்த்தி, 'பூர்ணிமாவை சந்திக்க வைத்த கடவுளின் கருணைக்காக...' என்றபடி ஒரு மடக்கு உறிஞ்சினேன். ரமேஷ் புன்னகைத்தபடி, பாதி கிளாஸைக் குடித்துவிட்டுக் கீழே வைத்தான்.

'உங்களுடைய கடவுள் கருணை மிக்கவர்தான், கண்ணன். சந்தேகமில்லை. இது உங்கள் கடவுளால் உங்களுக்காக நடந்தது. உங்களோடு இருந்ததால் எனக்கும் கொஞ்சம் ஒளி கிடைச்சிருக்கு... அவ்வளவுதான்' என்றபடி சிரித்தான் ரமேஷ். அவனுடைய சிரிப்பில் ஒளி தென்பட்டது. மேலும், 'என்னுடைய கடவுள் படுமட்டமானவர்' என்றான். 'என்னைக் குப்புறத் தள்ளிவிட்டு வேடிக்கை பார்ப்பது மட்டுமல்ல, கைகொட்டி சிரிக்கவும் செய்வார்' என்று சொல்லிவிட்டு, கிளாஸில் மிச்சமிருந்ததை மடக்கென்று குடித்து முடித்தான்.

நான் அவனைப் பார்த்தபடியே, மெதுவாகக் குடித்துக் கொண்டிருந்தேன். 'நமக்கு வியப்பூட்டும் எவ்வளவோ விசயங்கள் இந்த உலகத்தில் இருந்துக்கிட்டுதான் இருக்கு. நமக்கு வியப்பூட்டும் அந்த அற்புதத்தில்தான் அழகு இருக்கு. பூர்ணிமா எப்போதும் எனக்குள் ஒரு வியப்பாகத்தான் இருந்துக்கிட்டிருக்கா... இந்த பாரில் வேலை செய்யும் இந்தப் பையனைப் பாருங்க... அவனுடைய செயல் நம்மை வியக்க வைக்குது இல்லையா... அதுதான் அழகு' என்றேன்.

அவனுடைய கிளாஸில் அடுத்து சுற்றுக்கான பிராந்தியை ஊற்றியபடியே, 'வாஸ்தவம்தான்' என்றான் ரமேஷ்.

'இந்த வியப்புதான் அழகு... இந்த அழகுதான் நமக்கு பரவசத்தைத் தருது...' என்றபடி என் கிளாஸை எடுத்து மிச்சமிருந்ததைக் குடித்துவிட்டு வைத்தேன்.

பாட்டிலில் மிச்சமிருந்ததை ஊற்றி என் கிளாஸை தண்ணீரால் நிரப்பினான் ரமேஷ். நான், ஒரு சிகரெட் பற்றவைத்துக்கொண்டு தொடர்ந்தேன்.

‘அதனாலதான் ரமேஷ், சர்ரியலிஸக் கலை இயக்கத்தின் பாதிப்பில் நவீன கவிதைகள் எழுதிய பிரெட்டன், அற்புதம் என்பது எப்போதுமே அழகானதுதான், அற்புதமான எந்த ஒன்றுமே அழகானதுதான். உண்மையில், அற்புதம் மட்டும்தான் அழகானது என்றார்’ என்றபடி என் கிளாஸை எடுத்துக் கொஞ்சம் குடித்துவிட்டுத் தொடர்ந்தேன். ‘நம்பிக்கையை முற்றிலுமாக இழந்துவிட்ட மனிதனுக்கு இந்த உலகத்தில் எஞ்சியிருப்பது அழகு மட்டும்தான்’ என்றேன்.

‘யெஸ்’ என்று மேசையில் ஓங்கித் தட்டினான் ரமேஷ். அந்த இளைஞனை அழைத்து, இன்னொரு குவார்ட்டரும் இரண்டு சூப்பும் கொண்டு வரும்படி குதூகலத்துடன் சொன்னான்.

‘ஆம், அழகுதான் கடவுள்’ என்றான். எதையோ கண்டடைந்துவிட்ட பிரகாசம் அவன் முகத்தில் தெரிந்தது. தன் கிளாஸில் மிச்சமிருந்த மதுவோடு எழுந்து நின்று, சுற்றியிருந்தவர்களைப் பார்த்து, ஒரு பிரசங்கியைப் போல, ‘நண்பர்களே! நான் என் புதிய கடவுளைக் கண்டடைந்து விட்டேன்... அழகுதான் கடவுள். அழகு நம்மைக் காப்பாற்றும்’ என்றபடி ஒரே மடக்கில் கிளாஸில் மிச்சமிருந்ததை உள்ளே தள்ளினான். சில கைதட்டல் சத்தம் கேட்டது. என் கைதட்டலும் சேர்ந்துகொண்டது. இரண்டு கைகளையும் விரித்து, தலை வணங்கியபடி, அவன் நாடகார்த்தமாக நின்றுகொண்டிருந்தான்.

*(பிரசுரமாகாதது, 2015)*

## சிதைவு

'அருண் இப்போது இந்த உலகத்தில் இல்லை' என்று காவல்துறை உயர் அதிகாரி அவளிடம் சொன்னபோது, அந்த அறையிலிருந்து அவளை அந்தரத்தில் விசிறி எறிந்த மாதிரி இருந்தது. அவள் திடுக்கிட்டுப் போய் அதிர்ச்சியில் உறைந்திருந்தாள். அவளுடைய இதயத் துடிப்பு அவளுக்குக் கேட்டது. அது, அந்த விசாலமான அறை முழுவதும் ஒலித்துக்கொண்டிருப்பதாகத் தோன்றியது. நா வறண்டு விட்டிருந்தது. தொண்டையை ஏதோ ஒன்று - கலவரமாகவோ, பயமாகவோ இருக்கலாம் - அடைத்துக்கொண்டிருந்தது. மூச்சு முட்டியது. கண்கள் இருண்டு, அவள் மயங்கிக்கொண்டிருப்பதாக உணர்ந்தாள். அமர்ந்திருந்த இருக்கையின் இரு கைகளையும் அழுத்திப் பிடித்துக்கொண்டாள்.

'மாலதி' என்று கூப்பிட்டபடி, ஒரு கிளாஸ் தண்ணீரை அவள் முன் நகர்த்தினார், அதிகாரி. நடுங்கும் விரல்களால் கிளாஸைப் பற்றிய மாலதி, கிளாஸ் நழுவிவிடுமோ என்று பதற்றப்பட்டாள். இதயம் படபடத்தது. இரண்டு கைகளாலும் இறுகப் பற்றியபடி, நன்றாகக் குனிந்து, ஒரு மடக்கு குடித்தாள். அவளுக்கு குப்பென்று வியர்த்துவிட்டிருந்தது. மெதுவாக, மிக மெதுவாக, கிளாஸை மேசைமீது வைத்துவிட்டு அவரைச் சற்றே நிமிர்ந்து பார்த்தாள். கண்களில் நீர் முட்டிக்கொண்டு நின்றது. அவளையே உன்னிப்பாகப் பார்த்தபடி இருந்தார் அதிகாரி. அவருடைய முகத்திலிருந்து அவளால் எதுவுமே அறிந்து கொள்ள முடியவில்லை. தெரியாத மொழியில் எழுதப்பட்ட ஒரு பக்கத்தைப் பார்ப்பது போலிருந்தது அவருடைய முகம்.

'சார்' என்ற வார்த்தை அவளிடமிருந்து நடுக்கத்தோடு வெளிப்பட்ட போது, கண்களில் முட்டிக்கொண்டிருந்த நீர் கீழிறங்கியது. அவள் பேசட்டும் என்பது போல மௌனமாக இருந்தார் அதிகாரி. அவரிடமிருந்து பார்வையை அகற்றியபடி, 'புரியலை சார்....' என்றாள், நடுக்கம் குறையாமல்.

‘புரியணும் மாலதி. அருண் இந்த உலகத்தில் இல்லை, அவ்வளவுதான். இதை நீ புரிந்துகொண்டாக வேண்டும். வேறு வழியில்லை. அவன் இல்லாத உலகத்தில் வாழ உன்னை நீ தயார்படுத்திக் கொள்ள வேண்டும்.’

‘என்ன நடந்தது சார்’ என்று மிகுந்த தயக்கத்தோடு கேட்டாள். குரலில் நடுக்கம் குறைந்திருந்தது.

‘இல்லை மாலதி. அது வேண்டாம். அதை என்னால் சொல்ல முடியாது. சொல்லவும் கூடாது. ஆனால் அருண் இந்த உலகை விட்டு நீங்கிவிட்டான் என்பது மட்டும் நிச்சயம். இந்தப் பதவியில் இருந்து கொண்டு இதைக்கூட நான் சொல்லக் கூடாது. முயற்சி செய்து கொண்டு இருக்கிறோம், பார்க்கலாம். தைரியமாக இரு என்றுதான் சொல்ல வேண்டும். ஆனால் நீ நிஜத்தைப் புரிந்துகொண்டு உன் வாழ்க்கையைத் தொடர வேண்டும் என்பதற்காகத் தான் இதைச் சொல்கிறேன். நீயும் இதை ஒரு ரகசியமாகக் காப்பாற்ற வேண்டும். ஏதோ ஒரு அசட்டு நம்பிக்கையில் நீ உன்னைத் தொலைத்துக்கொண்டு விடக்கூடாது என்பதற்காகத்தான், ஒரு தர்மத்தை மீறி, இதை நான் உனக்குச் சொல்கிறேன். தயவுசெய்து புரிந்துகொண்டு, ஆக வேண்டியதைப் பார். நீ ஒரு நல்ல ஸ்காலர். நீ உன் வாழ்க்கையில் இன்னும் வெகுதூரம் செல்ல வேண்டியிருக்கிறது. மறதியின் கருணையில் எனக்கு நம்பிக்கை இருக்கிறது.’

‘என்ன நடந்தது என்றுகூடத் தெரியாமல் எப்படி சார்...’ என்று கொஞ்சம் தைரியமாகவே கேட்டாள் மாலதி. குரலில் நடுக்கம் இல்லை.

‘உன் நிலைமை எனக்குப் புரிகிறது மாலதி. அதைத் தெரிந்து கொண்டு நாம் செய்யக்கூடியது எதுவுமே இல்லை.’

‘நீதி என்று ஒன்று இல்லையா சார்?’

‘இது பொதுநீதிக்கு அப்பாற்பட்ட விசயம் மாலதி. தயவுசெய்து இதற்கு மேல் நாம் இது பற்றிப் பேச வேண்டாம். அதுதான் நல்லது.’

என்ன பேசுவதென்று தெரியாமல் கலக்கத்தோடும் மௌனத்தோடும் இருந்தாள் மாலதி. மீண்டும் கண்களில் நீர் முட்டி நின்றது.

‘நீ எவ்வளவு சீக்கிரம் டில்லி போக முடியுமோ அவ்வளவு சீக்கிரம் டில்லி போய் உன் ஆய்வைத் தொடரப் பார்’ என்று பேச்சுக்கு முற்றுப்புள்ளி வைத்தது போல் சொன்னார் அதிகாரி. கடைசியாக அவர் எழுந்து, அவளருகில் வந்து, ‘தைரியமாக இரு’ என்று அவளுடைய தோளில் கை வைத்துச் சொன்னார். ஒரு கான்ஸ்டபிளை அழைத்து, அவளை ஒரு ஆட்டோ பிடித்து அனுப்பி வைக்கும்படி சொன்னார்.

அவள் எழுந்துகொண்டாள். ‘உனக்கு வேறு ஏதாவது உதவி தேவைப்பட்டால், எப்போது வேண்டுமானாலும் தயங்காமல் கேள். என்னால் முடிந்ததைச் செய்கிறேன்’ என்றார் உயரதிகாரி.

மாலதி, தலையை ஆட்டி, மிகவும் சிரமப்பட்டு உருவாக்கிய ஒரு கோணல் புன்னகையோடு வெளியேறினாள்.

ஆட்டோ டிரைவர், ‘எங்கே போகணும்மா’ என்று கேட்டபோது, அவள் ஒருமாதிரி சுதாரித்து ‘பெசண்ட் நகர் பீச் போங்க’ என்றாள். அவள் டில்லியை விட்டு வந்து இருபது நாட்களுக்கு மேலாகி விட்டது. ஆய்வுக்கான களப்பணிக்குச் செல்வதாகத்தான் பேராசிரியரிடம் சொல்லிவிட்டு வந்தாள். இங்கு வந்ததும் அவளுடைய சினேகிதியும் எம்.ஏ.வில் வகுப்புத் தோழியுமான கவிதா வீட்டில் தங்கினாள். அருணுக்கும் கவிதா நல்ல பழக்கம். அவனும் அவர்களோடு படித்தவன்தான். கவிதாவின் வீடு பெசண்ட் நகரில்தான் இருந்தது. ஒரு வருடத்துக்கு முன்புதான் அவளுக்குத் திருமணம் நடந்தது. கணவன் சங்கர் கணினிப் பொறியாளன். கவிதா ஒரு கல்லூரியில் விரிவுரையாளராகப் பணியாற்றினாள். அருண், திருவான்மியூரில் ஒரு வீட்டின் மாடியில் தங்கியிருந்து சென்னைப் பல்கலைக்கழகத்தில் தன் ஆய்வினை மேற்கொண்டு வந்தான். அருண் எப்போதாவது, வார விடுமுறை நாட்களில் கவிதாவின் வீட்டுக்குச் செல்வது வழக்கம். வாரத்துக்கு இரண்டு அல்லது மூன்று முறை டில்லியில் மாலதி தங்கியிருக்கும் விடுதிக்கு தொலைபேசியில் அருண் பேசுவான். அடுத்து, என்று எப்போது கூப்பிடுவான் என்பதைச் சொல்லித்தான் பேச்சை முடிப்பான். (முத்தங்களோடும்தான்.) அதேபோல் தவறாமல் கூப்பிடுவான். அந்த நேரத்தில் அவள் தொலைபேசி அருகே பரபரப்போடு காத்திருப்பாள். இணைப்பு கிடைப்பதில் உள்ள பிரச்சனை அல்லது விடுதியில் வேறு யாராவது பேசிக்கொண்டிருப்பது போன்ற காரணங்களால் கொஞ்சம் தாமதமாகுமே தவிர, அவனால் ஒருபோதும் சிறு தாமதமும் ஏற்பட்டதில்லை. கடைசியாக, அவன் கூப்பிடத் தவறியபோதுதான் அது முதல் முறையாக அமைந்தது. அதற்கடுத்த ஒவ்வொரு நாளும் அவனுடைய தொலைபேசிக்காக அவள் பரிதவித்திருந்தாள். வராந்தாவில் தொலைபேசி ஒலித்தபோதெல்லாம் ஓடிப்போய், அது அவளுக்கில்லை என அறிந்து ஏமாந்து கொண்டிருந்தாள். நான்கைந்து நாட்களுக்குப் பிறகு, கவலை அவளை வெகுவாகப் பீடிக்கத் தொடங்கியது. என்ன, ஏது என யோசனைகள் கரையான் புற்றென வளர்ந்து அவளை அரிக்கத் தொடங்கின. அதன்

பிறகுதான், அவள் கவிதாவைத் தொலைபேசியில் கூப்பிட்டுப் பேசினாள். அருண் அவளுடைய வீட்டுக்கு வந்து பல நாட்கள் ஆகிவிட்டதாகவும், சங்கரை அருணுடைய வீட்டுக்கு அனுப்பி பார்த்து வரச்செய்து பின்னர் தகவல் தெரிவிப்பதாகவும் கவிதா சொன்னாள். கவிதா தெரிவித்த தகவல் அவளை மேலும் கலக்கமடையச் செய்தது. அவனுடைய வீடு பூட்டிக் கிடப்பதாகவும், அவன் வீட்டுக்கு வந்து பத்து நாட்களுக்கு மேலாகி விட்டதாகச் சொல்லி வீட்டுக்கார அம்மா கவலைப்பட்டதாகவும் தெரிவித்தாள். இப்படி அவன் ஒருபோதும் சொல்லாமல் கொள்ளாமல் போனதில்லை என்றும் அந்த அம்மா கூறியிருக்கிறார்.

கடற்கரை மணலில் உட்கார்ந்துகொண்டிருந்தபோது அவளுக்குக் கிறுகிறுவென்று வந்தது. சுட்டெரிக்கும் வெயிலிலும் சில ஜோடிகள், அங்கொன்றும் இங்கொன்றுமாக, மிக நெருக்கமாக அமர்ந்திருந்தார்கள். அவள் இப்போது உட்கார்ந்திருக்கும் அதே இடத்தில் அருணோடு சில முறை வந்து இருந்திருக்கிறாள். முதன்முறையாக அந்த இடத்தில் இப்போது அவள் தனியாக இருந்தாள். மனம் விம்மியபடி இருந்தது. கண்ணீர் விடாமல் கசிந்தோடிக்கொண்டிருந்தது. அவ்வப்போது கைக்குட்டையால் தன்னிச்சையாகத் துடைத்தபடி இருந்தாள். அவன் இல்லை என்பதைத் தாங்கிக்கொண்டு அவளால் எப்படி இங்கு உட்கார்ந்திருக்க முடிகிறது? அதை விடவும் அவன் இல்லாமல் போனதில் இருக்கும் புதிர் அவளைக் கொடுமையாக வாட்டி வதைத்துக்கொண்டிருந்தது. யாரால்? எப்படி? ஏன்? விடை காண வேண்டிய காவல் துறையின் ஓர் உயரதிகாரியே அது மூடி மறைக்கப்பட வேண்டிய விசயம் என்று கருதுகிறார். எனில், அது சாதாரண மரணமில்லை. அசாதாரண மரணம் என்றுகூட இல்லை. அதற்கும் அப்பாற்பட்டது. பொதுநீதிக்கும் அப்பாற்பட்டது. அப்படியானால் நீதியையும் வெல்லக்கூடிய ஒரு நீதி. அப்படியான ஒன்றினால் அவன் ஏன் நீக்கப்பட வேண்டும். விசாரணைக்கும் தீர்ப்புக்கும் அப்பாற்பட்ட ஒரு நிகழ்வு என்றால் அது கொலை இல்லை. ஒரு நீக்கம். அவ்வளவுதான். அவ்வளவுதானா? அருண்தான் அவளுடைய வாழ்வின் சூரியன். ஒரு சூரியனை எப்படி நீக்கிவிட முடியும்?

சூரியன் இல்லாத வாழ்க்கையை எப்படி வாழ்வது? இருள். இருள். இருள். இருட்டில் நிழல் கூடத் துணைக்கு வராது. நிழலற்ற, ஒளியற்ற இருண்ட வாழ்க்கை. அவளுடைய இந்த நிலையை அவள் யாரோடும் பகிர்ந்து கொள்ளக் கூடாது. கவிதாவின் வீட்டுக்கு அவள் இப்போது

சென்று தனித்திருக்க முடியாது. கவிதாவும் சங்கரும் வேலைக்குப் போயிருப்பார்கள். இரவு ஏழு மணிக்கு மேல்தான் வருவார்கள். அந்த வீட்டின் ஒரு சாவி அவளிடம் தரப்பட்டிருந்தாலும், அங்கு சென்று தனித்திருப்பது சாத்தியமற்றதாகத் தோன்றியது. அந்த வீட்டுக்குச் செல்வதற்கு முன், அவள் தன்னை ஓரளவாவது திடப்படுத்திக்கொள்ள வேண்டும். அப்படி முடியுமா என்ன? அவளுக்கென்று ஓரிடம் இல்லாதது போல் வெறுமையாக இருந்தது. திடீரென, அருணின் அறைக்குக் சென்றால் என்ன என்று தோன்றியது. அந்த எண்ணம் சிறு வெளிச்சமாக உருப்பெற்றது. அவள் டில்லிக்குச் சென்றுவிட்ட கடந்த இரண்டு வருடங்களில், மூன்று முறை சென்னைக்கு வந்திருக்கிறாள். அந்த அறையில் தங்கியிருக்கிறாள். அவன் வசித்த இடம், அவன் புழங்கிய இடம். அங்கு சென்றுவிட வேண்டும். இத்தருணத்தில் இந்த பூமியில் அவளுக்கான ஒரே புகலிடம். கொஞ்ச நேரம்தான் என்றாலும் அது மட்டுமே அவளுக்கு உயிரூட்டும்.

அவள் இம்முறை அருணைத் தேடி சென்னை வந்த இரண்டாம் நாள் அவனுடைய வீட்டுக்குச் சென்றாள். அந்த வீட்டுக்கார அம்மாவுக்கு அருணும் மாலதியும் மணமுடித்துக்கொள்ள இருக்கிற காதலர்கள் என்பது தெரியும். அன்று அவர்களிடம் அருண் பற்றிப் பேசிக்கொண்டிருந்தபோது கூட, ‘எனக்கு ஒரு பொண்ணு இருந்தா அவனுக்குக் கட்டிக் கொடுத்திருப்பேம்மா... அவ்வளவு தங்கமான பையன். இப்ப நீதானே அவனைக் கட்டிக்கப் போற... அதனால நீயும் எனக்குப் பொண்ணு மாதிரிதான்’ என்றார்கள். அச்சந்திப்பின் போது, கடந்த மூன்று நான்கு மாதங்களாக அருணைப் பார்க்கப் புதிதாக இரண்டு, மூன்று பேர் வந்து போனதாகவும், அவர்களுடைய பேச்சிலிருந்து அவர்கள் இலங்கைத் தமிழர்களென்று தெரிந்து கொண்டதாகவும் ஒரு தகவல் சொன்னார்கள். அருணுக்கு ஈழப் போராட்டத்தின் மீது லேசான கவனமுண்டு என்பது அவளுக்குத் தெரியுமென்பதால் அப்போது அதுவொன்றும் வித்தியாசமாகத் தோன்றவில்லை. அவன் தங்கியிருந்த மாடிப்பகுதியின் ஒரு சாவி வீட்டுக்கார அம்மாவிடம் இருப்பது அவளுக்குத் தெரியுமென்றாலும் அப்போது ஏனோ அதை வாங்கிச் சென்று மேலே போய் இருக்கலாமென்று அவளுக்குத் தோன்றவில்லை. ஒருவேளை, கூச்சம் அவளை அப்படிச் செய்யவிடாமல் தடுத்திருக்கலாம்.

இப்போது லௌகீகக் கூச்சத்துக்கெல்லாம் அவளிடம் இடமில்லை. அவனுடைய அறையின் சுவாசம் அவளுக்கு வேண்டும். அங்குதான் அவளால் குமுறி அழ முடியும். அவனுடைய படுக்கை, அவனுடைய

ஆடைகள், அவனுடைய புத்தகங்கள், குறிப்பேடுகள், அவனுடைய சுவாசம், அவனுடைய வாசனை கொண்ட அறை. அவனுடைய அறையிலிருந்துதான் அவர்கள் இருவரும் நடந்து வந்து ஏகதேசம் இதே இடத்தில் அமர்ந்திருந்தார்கள். மாலதி எழுந்துகொண்டாள். ஆடையில் ஒட்டியிருந்த மணலை அவளுடைய கைகள் சுபாவமாகத் தட்டி விட்டன. மெதுவாக நடக்கத் தொடங்கினாள்.

அழுதுகொண்டிருக்கும் முகத்தோடு அந்த அம்மா முன் போய் நிற்கக்கூடாது. சிறு தடுமாற்றம்கூட அவளை வெடித்துவிடச் செய்யும். திடமாக, சகஜமாக அவர்முன் நிற்க வேண்டும். ஒரு கடையில் தண்ணீர் பாட்டில் வாங்கி நன்றாக முகம் கழுவினாள். மீதியைக் குடித்துக்கொண்டாள். வாழ்வின் ஒளியை இழந்துவிட்ட துயரம் குமுறிக்கொண்டே இருந்தது. உடனடியாக அவனுடைய அறைக்குள் சென்று பதுங்கிக்கொண்டு விட வேண்டும். ஒரு ஆட்டோ பிடித்து அவனுடைய வீட்டுக்குச் சென்றாள்.

'என்னம்மா, எதுவும் தகவல் தெரிஞ்சதா?' என்று கேட்டார் வீட்டுக்கார அம்மா.

'ஆமாம்மா. மலைக் காட்டுக்குள்ளதான் இருக்கானாம். ஒரு வெளிநாட்டு ஸ்காலர்க்கு உதவியா திடீர்னு போகும்படி ஆயிடுச்சாம். அங்க அவங்களோட திருவிழா ஒண்ணு நடக்கப் போகுதாம். அதையும் இருந்து பாத்துட்டுதான் வரப் போறானாம். அதனால் அவன் வர இன்னும் பத்து நாளாகும் போல' என்றாள் மாலதி.

'சரி, அதுக்கு ஏன் அழுது வடிஞ்சு இருக்க... கண்ணுலாம் சிவந்து மூஞ்சியெல்லாம் வீங்கியிருக்கு... அதுதான் பத்து நாள்ல வந்துர்றதா சொல்லியிருக்கான்ல.'

'இல்லம்மா, நான் வந்து இருபது நாளைக்கு மேலாச்சு. இன்னும் பத்து நாள் வெயிட் பண்ண முடியாது. நான் நாளைக்கு டில்லி கிளம்புறேம்மா...'

'பார்க்காமப் போறமேனு கவலையா இருக்கா..? கட்டிக்கப் போறவன்தானே. எங்க போயிடப் போறான். காலாகாலத்துல படிப்ப முடிச்சு, கல்யாணம் பண்ணிக்கிட்டு குடும்பம் நடத்துனா எல்லாம் சரியாப் போயிடும். கவலைப்படாத கண்ணு' என்றார் வீட்டுக்கார அம்மா.

ததும்பிய கண்ணீரோடு சமாளித்துக்கொண்டு நின்ற மாலதி 'அம்மா...' என்று தயக்கத்தோடு சொன்னாள்.

'என்னம்மா... என்ன?' என்று வாத்சல்யத்தோடு கேட்டார் வீட்டுக்கார அம்மா.

'இல்லம்மா... அவனோட ரூம்ல கொஞ்சநேரம் இருந்துட்டுப் போகலாம்னு தோணுச்சு... அதான்...'

'அட பேப்பிள்ள... இதுக்கா இவ்வளவு யோசிக்கிற. டில்லி போற வரைக்கும் கூட இருந்துட்டுப் போ கண்ணு... இது உன் வீடுதான். இரு, சாவிய எடுத்துட்டு வர்றேன்.'

அந்த அம்மா, அந்த அறையின் சுவர் அலமாரியின் மேல் தட்டில் இருந்து ஒரு டப்பாவை எடுத்து, அதன் மூடியைத் திறந்து, அதிலிருந்து ஒரு சாவியை எடுத்துக்கொண்டு வந்து அவளிடம் கொடுத்தார்.

'ஏதாவது சாப்பிட்டிட்டு மேல போறியா... இல்ல, நான் மேல எடுத்துட்டு வரட்டுமா...' என்று கேட்டார் வீட்டுக்கார அம்மா.

'இல்லம்மா... எதுவும் வேண்டாம். இப்பதான் சாப்பிட்டிட்டு நேரா இங்கதான் வர்றேன்' என்றாள் மாலதி.

'சரி... போய் இரு. சமையல் கட்டுல கொஞ்சம் வேலை இருக்கு. எல்லாம் முடிச்சுட்டு வர்றேன்.'

அவள் தலையசைத்தபடி எழுந்துகொண்டாள். மாடிப்படி ஏறும்போது உடலும் மனமும் படபடத்தன. கண்கள் இருட்டிக் கொண்டு வருவது போலிருந்தது. மயங்கி விழுந்துவிடுவோமோ என்று பயந்தாள். மெதுவாகவும் கவனமாகவும் படியேறினாள். முதல் மாடியை அடைந்து, கதவின் முன் நின்று பூட்டில் சாவியை சொருகியபோது கை நடுங்கியது. ஒரு வழியாக சமாளித்துப் பூட்டைத் திறந்து, உள்ளே நுழைந்து கதவை வெறுமனே சாத்தினாள்.

அறை, எப்போதும் போல, பளிச்சென்று அவனைப் போலவே சுத்தமாகவும் நேர்த்தியாகவும் இருந்தது. அவன் இல்லாதபோது கூட வேலைக்காரப் பெண் அவ்வப்போது கூட்டிப் பெருக்கியிருக்க வேண்டும். இதெல்லாம் வீட்டுக்கார அம்மாவின் ஏற்பாடாகத்தான் இருக்கும். ஒரு மாதம் போல் அடைத்துக் கிடந்த வீடு போலவே இல்லை. இவ்வளவு நேரமும் அவளை ஒரு கட்டுக்குள் வைத்துக்கொண்டிருந்த தடுப்புகளையெல்லாம் உடைத்துக்கொண்டு பீறிட்டுக் கிளம்பியது அழுகை. அவனுடைய படுக்கையில் விழுந்து, குப்புறப் படுத்துக்கொண்டு தேம்பித் தேம்பி அழுதாள். அவனுடைய படுக்கையிலிருந்த அவனுடைய வாசனை அவளுடைய நாசியை ஊடுருவியது. தலையணையில் முகத்தை அழுத்தமாகப் புதைத்துக்கொண்டு அவனுடைய வாசனையை ஆழமாக

உறிஞ்சினாள். அவள் தொடர்ந்து உயிர்த்திருப்பதற்கான வாசனையை சேகரமாக்கிக் கொள்ளும் எத்தனிப்பாக அது இருந்தது. அவனுடைய படுக்கையிலிருந்து உயிர் கொண்ட அவனுடைய உடலின் வெப்பம் அவள் மீது படர்ந்துகொண்டிருந்தது. கண்ணீரில் கரைந்தபடியே அறையை நோட்டமிட்டாள்.

வீட்டின் கதவைத் திறந்ததும் வெளிப்படும் ஓர் அறை. அதன் இடது மூலையிலிருந்து உள் நுழைந்தால் சிறு சமையலறை. வலது மூலையிலிருந்து உள் நுழைந்தால் கழிப்பறையுடன் கூடிய குளியலறை.

அறையின் எதிர் சுவற்றில் இருந்த ஹேங்கரில் அவனுடைய டி.சர்ட் தொங்கிக்கொண்டிருந்தது. நீலநிற டி.சர்ட். அவன் கிளம்புவதற்கு முன் கடைசியாகப் போட்டுக் கழற்றியதாக இருக்க வேண்டும். அதன் பக்கத்திலிருந்த சுவர் அலமாரி முழுவதும் புத்தகங்கள் சீராக அடுக்கப்பட்டிருந்தன. அதன் கீழ்த்தட்டில் குறிப்பேடுகளும், ஃபைல்களும், காகிதக் கட்டுகளும் நிரம்பியிருந்தன. அறையின் வலப்புற சுவரோரம், தரையில் சிறிய எழுதுமேசை இருந்தது. அதன் மீது ஒரு நோட்டும், ஒரு பேனாக் கூடும் இருந்தன. அந்தப் பேனாக் கூடு அவள் டில்லியிலிருந்து ஒருமுறை அவனுக்காக வாங்கிவந்தது. அந்தக் கூட்டில் ஒரேவிதமான மூன்று பேனாக்களும் ஒரு பென்சிலும் இருந்தன.

அவள் படுக்கையை விட்டு எழுந்து, ஹேங்கரில் தொங்கிக்கொண்டிருந்த நீலநிற டி.சர்ட்டை எடுத்தாள். அதை முகத்தோடு சேர்த்து அணைத்துக்கொண்டாள். பின்னாலிருந்து அருண் அவளை அணைத்துக் கழுத்தில் முகர்வது போலிருந்தது. சட்டெனத் திரும்பினாள். அவனோடு மிக நெருக்கமாக இருந்த போது அவள் அறிந்திருந்த அவனுடைய வாசனை அவனாக வடிவம் கொண்டிருந்தது. டி.சர்ட்டை முகத்தோடு வைத்து அழுத்திக்கொண்டு தேம்பினாள். அப்படியே நகர்ந்து புத்தக அலமாரியை நோக்கிச் சென்றாள்.

புத்தக அலமாரியின் ஓர் அடுக்கு முழுவதும் ஓர் இயக்கத்தின் பிரசுரங்களும் புத்தகங்களும் அடுக்கப்பட்டிருந்தன. அதற்கு முன் அவள் அங்கு வந்திருந்தபோது அவை இருந்திருக்கவில்லை. அவை எல்லாமே படிக்கப்பட்டு, சில இடங்களில் பக்கவாட்டில் பென்சிலால் கோடும் இடப்பட்டிருந்தது. அவன் இதுபற்றி அவளிடம் எதுவும் பேசியதாக அவளுக்கு நினைவில்லை. ஏதோ ஓரிரு முறை லேசாகக் குறிப்பிட்ட மாதிரியும் இருந்தது.

அவனுடைய நீலநிற டி.சர்ட்டை மடியில் வைத்துக்கொண்டு, சிறிய எழுதுமேசை முன் தரையில் அமர்ந்துகொண்டாள். அதன்

மேலிருந்த குறிப்பேட்டைப் புரட்டினாள். 'Cultural Anthropology' என்ற புத்தகத்திலிருந்து அவன் எடுத்து எழுதியிருந்த பல குறிப்புகளும், அவை குறித்த அவனுடைய கருத்துகளும் அதில் இருந்தன. அழகான கையெழுத்து. அதைப் புரட்டிக்கொண்டிருந்த போது, அவன் நிச்சயம் வருவான், தன் ஆய்வைத் தொடர்வான் என்ற நம்பிக்கை துளிர்விட்டது. அவன் நீக்கப்படவில்லை. அவன் எங்கோ, எதற்காகவோ மறைந்திருக்கிறான் என்று நிச்சயமாகத் தோன்றியது. அருண் இந்த உலகத்தில்தான் எங்கேயோ இருந்துகொண்டிருக்கிறான். சந்தேகமே இல்லை. இந்த எண்ணம் அவளுக்குள் வலுப்பெறத் தொடங்கியதும் சற்றே ஆசுவாசமாக உணர்ந்தாள். அவள் நாளையே டில்லி சென்று தன் ஆய்வுப் பணியைத் தொடர்வாள். அவன் வருவான். தொடர்பு கொள்வான். அதுவரை அலையடித்துக்கொண்டிருந்த உயரதிகாரியின் பேச்சு இப்போது, தற்காலிகமாகவேனும் ஓய்ந்துவிட்டிருந்தது.

நேரமாகிக்கொண்டிருந்தது. வீட்டுக்கார அம்மா எப்போது வேண்டுமானாலும் மேலே வரலாமென்று தோன்றியது. அவர் மேலே வருவதற்குள் கீழே இறங்கிவிட வேண்டுமென்று மனம் பரபரத்தது. பேனா கூட்டிலிருந்து ஒரு பேனாவையும் பென்சிலையும் எடுத்துத் தன் கைப்பைக்குள் போட்டுக்கொண்டாள். அடுக்கி வைக்கப்பட்டிருந்த செய்தித்தாள்களிலிருந்து ஒன்றை எடுத்து, அவனுடைய நீலநிற டி.சர்ட்டை அதில் சுருட்டி, தன் கைப் பைக்குள் திணித்துக்கொண்டாள். இனி, கிளம்ப வேண்டியதுதான். டில்லி கிளம்புவதற்கான ஆயத்தங்களை அவள் துரிதமாக மேற்கொள்ள வேண்டும்.

மாடிப்படியில் யாரோ ஏறிவரும் சத்தம் கேட்டது. வீட்டுக்கார அம்மாவாகத் தானிருக்கும். அவர் வந்தவுடன் சொல்லிவிட்டுக் கிளம்பிவிடலாமென நினைத்துப் படுக்கையில் உட்கார்ந்து கொண்டாள். கைப்பையைக் கைகள் மார்போடு அணைத்திருந்தன. மாடிப்படிக் காலடிச் சத்தம் சற்று அழுத்தமாகக் கேட்டது. எழுந்து சென்று, கதவைத் திறந்து, வாசலில் நின்று பார்த்தாள். படிக்கட்டுகள் வெறிச்சோடிக் கிடந்தன. ஆனாலும் படியேறி வரும் காலடிச் சத்தம் அவளுக்கு சத்தமாகக் கேட்டது. அவளுடைய கண்கள் இருண்டன. கால்கள் துவண்டன. அப்படியே சரிந்து கீழே விழுந்தாள். அந்த நிலையிலும் படியேறி வரும் காலடிச் சத்தம் அவளுடைய காதுகளில் அதிர்ந்துகொண்டிருந்தது.

(பிரசுரமாகாதது, 2015)

சிறுகதைகள்

# மஞ்சள் மோகினி

புறநகர்ப் பகுதியின் ஒதுக்குப்புறத்தில் தன் தேவைக்கேற்ப பிரத்தியேகமாக வடிவமைத்துக் கட்டிய சிறிய மஞ்சள் வீட்டின் படுக்கையறையில் அவன் வெகு சாவதானமாகப் படுத்திருந்தான். காலை உணவையும் கடுங்காபியையும் ஒரு சிகரெட்டையும் அவன் அப்போதுதான் முடித்திருந்தான். பொதுவாக, காலை உணவுக்குப் பின், அவனுடைய ஸ்டூடியோவாக இருக்கும் முன்னறையில் ஓரிரு மணி நேரம் கேன்வாஸ் முன் நிற்பான். ஒன்றியும் விலகியும் அதனோடு உறவாடிக்கொண்டிருப்பான். இன்று வழக்கத்துக்கு மாறாக, படுக்கையறைக்குள் நுழைந்து புராதனமான மரக்கட்டிலில் படுத்துக்கொண்டுவிட்டான். ஜன்னல் வழியாகத் தெரிந்த ஒரு கொத்து மஞ்சள் பூக்களில் மனம் லயித்திருந்தது. 'மஞ்சள்தான் என்ன ஒரு வசீகர அழகு' என்று மனதுக்குள் சொல்லிக்கொண்டான். இளம் வெயிலின் தகதகப்பில் அந்த மஞ்சள் மலர்கள் அதிபிரகாசம்கொண்டிருந்தன.

விசாலமான முன்னறை, பாத்ரூமுடன் கூடிய படுக்கையறை, சமையலறை என வீடென்னவோ அவனுடைய புழக்கத்துக்குத் தோதாக அமைந்த சிறிய வீடுதான். ஆனால் வீட்டைச் சுற்றிலும், முன்னும் பின்னுமாகப் பரந்தவெளி கொண்டது. வீட்டின் வெளி இரும்புக் கிராதிக்கும், வீட்டு வாசலுக்கும் முன் அகன்று விரிந்திருக்கும் வராந்தா. அதன் இருபுறமும் வரிசையாகத் தொட்டிச் செடிகள். வராந்தாவுக்கு இருபுறமும் நெல்லி, கொய்யா, மா, வேம்பு, தென்னை, பப்பாளி, சப்போட்டா மரங்கள். வீட்டின் இருபுறமும் விதவிதமான பூச்செடிகள். கொல்லை முழுவதும் வாழை மரங்கள். அவனுடைய அன்றாட நடைமுறை ஏகதேசம் ஒரே மாதிரியாகத்தான் இருக்கும். அதிகாலை நடை முடிந்து வந்ததும், அவனுடைய முதல் காரியம் தோட்டத்துச் செடிகளுக்கும் மரங்களுக்கும் நீர் ஊற்றுவதுதான். அவற்றின் ஒவ்வொரு மாற்றத்தையும் வளர்ச்சியையும் உன்னிப்பாகக் கவனிப்பான். பெரும் காதலுடன் அவன் இக்காரியத்தை அன்றாடம்

மேற்கொண்டு வந்தான். நீர் விட்டு முடிந்ததும் வீட்டு வாசலின் இடதுபக்க இடுப்புயரக் கல் திண்டில், கால்களைத் தொங்கவிட்டு அமர்ந்துகொண்டு சிகரெட் பற்ற வைப்பான். ஏகாந்தமாய்ப் புகையை உள்ளிழுத்தும் வெளியேற்றியும் களித்திருப்பான்.

அவன் நடை முடிந்து திரும்பி வருவதற்காகவும் நீரூற்றி முடிப்பதற்காகவும் காத்துக்கொண்டிருந்த, தேன் சிட்டு, தவிட்டுக்குருவி, மைனா, ரெட்டைவால் குருவி, மீன்கொத்தி, மரங்கொத்தி, கௌதாரி, ஆந்தை, செம்போத்து ஆகியன ஒவ்வொன்றாய் அங்கு வந்து சேரும். வலப்பக்கத்தின் அகன்ற திண்டிலும் வராந்தா நெடுகிலும் அவற்றுக்கான உணவுகளை வைப்பான். அரிசி, தானியங்கள், பிஸ்கெட், கேக் துணுக்குகள், சாதம், ரொட்டித்துண்டுகள் என அவை விதம்விதமாக இருக்கும். எவ்வித சச்சரவுமின்றி ஒவ்வொன்றும் அதற்கென வைக்கப்பட்ட இடத்துக்கு வந்து சாப்பிடும். காகங்களை மட்டும் அவை அனுமதிப்பதில்லை. அவை சாப்பிட்டு முடிப்பதற்காகக் காகங்கள் மரங்களின் மீது கரைந்தபடி காத்திருக்கும். அவை சாப்பிட்டு அகன்றதும், அவன் மீண்டும் வீட்டுக்குள் சென்று பிஸ்கெட் பாக்கெட்டுகள் இரண்டை எடுத்து வந்து திண்டில் அமர்ந்தபடி, பிஸ்கெட்டுகளைத் துண்டுகளாக்கி முற்றத்தில் எறிவான். காகங்கள் இறங்கி வந்து, தங்களுக்குள் சண்டையிட்டபடி, கொத்திக்கொத்தி எடுத்துச் செல்லும். அவன் தொடர்ந்து போட்டுக்கொண்டிருப்பான்.

பிறகு, சமையலறை சென்று பால் காய்ச்சுவான். வலது மூலைச் சுவரில் ஒட்டி இருந்தபடி, ஒரு பருத்த பழுப்பு நிறப் பல்லி தலை தூக்கி அவனைப் பார்த்துக்கொண்டிருக்கும். சமையல் மேடையின் வலது பக்கமாகக் கொஞ்சம் தள்ளி சில சொட்டுப் பாலை விட்டுவிட்டு மீண்டும் மின்அடுப்பின் முன் நின்றுகொள்வான். பல்லி சாதுவாக நகர்ந்து வந்து பாலை நக்கும். அவன் அதைக் கவனியாதது போல் கவனித்துக்கொண்டிருப்பான். இவையெல்லாம் அவன் அன்றாட நியதிகள்.

அவன் இந்த வீட்டுக்கு வந்து எட்டாண்டுகள் ஆகிவிட்டன. நடுத்தர வயதோடும் தனிமையின் வண்ணங்களோடும் அங்கு அவன் தன் ஓவிய வாழ்க்கையை வாழ்ந்து வந்தான். வீட்டின் விசாலமான முன்னறைதான் அவனுடைய ஸ்டூடியோ. முடிக்கப்பட்ட ஓவியங்கள் சுவரோரங்களில் சாத்தி வைக்கப்பட்டிருக்கும். அவன் அப்போது உருவாக்கிக்கொண்டிருக்கும் ஓவியம் ஈசலில் இருந்துகொண்டிருக்கும். ஈசலுக்கு வலது பக்கத்தில் வண்ணக் கறைகளாலான ஒரு பெரிய மேஜை. அதன் மீது வண்ண ட்யூப்கள், பிரஸ்கள் அடங்கிய ஒரு

சிறுகதைகள் ● 311

குடுவை, வெவ்வேறு விதமான பேலட்கள், ஸ்கெட்ச் நோட்டுகள், நான்கைந்து புத்தகங்கள், பிராந்தி பாட்டில், கண்ணாடி டம்ளர்கள், சிகரெட் பெட்டி, தீப்பெட்டி, பெரிய ஆஸ்ட்ரே என மேஜை நிறைந்திருக்கும்.

அன்று கார்த்திகை பௌர்ணமி. அவன் மனம் இன்னதென்று புரியாத ஒரு எதிர்பார்ப்பில் தவித்துக்கொண்டிருந்தது. ஒவ்வொரு கார்த்திகை பௌர்ணமியன்றும், இந்த வீட்டுக்கு வந்த கடந்த எட்டு ஆண்டுகளாக, அப்படியான ஓர் உணர்வு அவனறியாமல், அவனை ஆக்கிரமித்து விடுகிறது. இந்த எட்டு ஆண்டுகளில் அப்படியேதும் விசித்திரமாக நடந்துவிடவில்லை என்றாலும், மனம் அந்த நாளில் ஒரு பரபரப்புக்கு ஆட்பட்டு விடுவதைத் தவிர்க்க முடியவில்லை. அன்று காலை உணவுக்குப் பின், அவன் கேன்வாஸ் முன் நிற்பதில்லை. புத்தகங்கள் வாசிப்பதில்லை. படுக்கையறைக் கட்டிலில் வந்து படுத்துக்கொள்வான். அன்றும் அப்படித்தான் இனம் புரியாப் பரிதவிப்போடும் ஏதோ ஒரு நம்பிக்கையோடும் விசித்திரமான மனநிலையில் படுத்திருந்தான்.

ஜன்னல் வழியாகத் தெரிந்த தோட்டத்து மஞ்சள் பூங்கொத்துகள் எப்போதும் இல்லாத வகையில் மகத்துவம் கொண்டிருப்பதாகத் தோன்றி, அவன் மனம் எக்களித்தது. அப்போது ஒரு வண்ணத்துப்பூச்சி பறந்து வந்து ஒரு மஞ்சள் பூவின் மீதமர்ந்தது. அவனுடைய தோட்டத்தில் கணக்கற்ற வண்ணத்துப்பூச்சிகள் நாளின் ஏதோ ஒரு நேரத்தில் பறந்து பறந்து திரிவதும், பின்னர் எங்கு போயின என்றறியாதபடி மறைந்து விடுவதுமாக இருக்கும். அளவுகளிலும் வண்ணச் சேர்க்கைகளிலும் அவற்றுக்கிடையே வித்தியாசங்கள் இருந்தாலும் அவனால் எந்த ஒன்றையும் தனித்து அடையாளம் காண முடிந்ததில்லை. அதற்காக அவன் பிரயாசைப்பட்டதுமில்லை. ஆனால் 'வண்ணத்துப்பூச்சிகளும் கண் தெரியாக் கவிஞனும்' என்றொரு ஓவிய வரிசையைப் படைக்க அவையே ஆதாரமாக இருந்திருக்கின்றன. கண் தெரியாக் கவிஞன், ஆயிரமாயிரம் கண்கள் கொண்ட வண்ணத்துப்பூச்சியின் சிறகுகளை உடலாகக் கொண்டு காணும் உலகு பற்றிய ஓவிய வரிசை அது. ஆனால், இப்போது மஞ்சள் பூவில் வந்தமர்ந்திருக்கும் வண்ணத்துப்பூச்சி, இதற்கு முன் அவன் பார்த்திராதது என்பதில் சந்தேகமில்லை. பழுப்பு மஞ்சள் வண்ணத்தில், வேறெந்த வண்ணக்கலப்புமின்றி இருந்த அது, ஏதோ ஒரு குகை ஓவியத்திலிருந்து வெளியேறி இந்த இடம் தேடி வந்துவிட்டதாகத் தோன்றியது. அவன் அதைப் பெருவியப்புடன் பார்த்துக்கொண்டிருக்கும்போதே, பறந்து வந்து ஜன்னல் கம்பியில்

அமர்ந்தது. அறைக்குள் நுழைந்து அவனுடைய வலது புறங்கையில் உட்கார்ந்தது. அசங்காமல் அப்படியே இருந்தான். எனினும், அது அங்கிருந்தும் பறந்து அவன் உடலைச் சுற்றி வட்டமடித்துவிட்டு ஜன்னல் வழியாக வெளியேறியது. அவன் உடல் சிலிர்க்கப் படுத்திருந்தான்.

திடீரென அறைக்குள் மஞ்சள் வாசனை பரவுவது போல் அவன் உணர்ந்தான். அப்போது அவன் கண்கள் மூடியிருந்தன. நாசியில் மஞ்சள் வாசனை உரசியது போலிருந்தது. அவனுக்குத் திகைப்பும் ஆச்சரியமும் மேலிட்டது. எனினும், மனதின் மாயமென்று நினைத்துக்கொண்டான். ஆனால் மஞ்சள் வாசனை அறைக்குள் அடர்த்தியாகப் பரவியது. அவன் எழுந்து உட்கார்ந்தான். வாசனை கும்மென்று நாசியைத் துளைத்தது. அவன் இவ்வளவு காலமும் எதிர்பார்த்திருந்த ஏதோ ஒரு விந்தை இன்று நிகழப் போகிறதென்று தோன்றியது. அவனுடைய உடலும், மனமும் சிலிர்த்தன. அவன் அறையைச் சுற்றிலும் ஏதும் புரியாமல் பார்த்தான். அப்போது தங்க மஞ்சள் வண்ணச் சேலை, ரவிக்கையணிந்த ஒரு பெண், தெய்வீக ஜொலிப்போடு, தகதகவென மஞ்சள் பிரகாசத்தில் மலர்ந்த புன்னகையோடு அறைக்குள் நுழைந்தாள்.

ஏதும் செய்ய அறியாதும், யாரென்று அறியாத அவளுடைய வருகையை எப்படி எதிர்கொள்வதென்று தெரியாமலும் பிரமையில் உறைந்து போய் உட்கார்ந்திருந்தான். முகம் இறுகிவிட்டிருந்தது. அவள் மலர்ந்த புன்னகை மாறாமல் மிக சாவகாசமாக அவனெதிரில் அமர்ந்தாள். அறை மஞ்சள் வாசனையில் குளித்திருந்தது. அவன் சகஜ நிலைக்குத் திரும்ப பிரயத்தனப்பட்டுக் கொண்டிருந்தான். அவளோ, வெகு இயல்பாக, வர வேண்டிய இடத்துக்கு வந்திருப்பதான சகஜ பாவத்தோடும், தனக்கு உரித்தான இடத்தில் இருந்துகொண்டிருப்பதான உரிமையோடும் அமர்ந்திருந்தாள். அவளுடைய இந்த தோரணை அவனைக் கொஞ்சம் கொஞ்சமாக மீட்டுக்கொண்டிருந்தது. அவள் யாரென அவன் அறியாதிருந்தபோதிலும், அவன் இவ்வளவு காலமும் எதிர்பார்த்துக் காத்திருந்தது அவளுடைய இந்த வருகையைத்தான் என ஒரு பொறி அவனுள் எழுந்தது. அவளுடைய உடலிலிருந்து வெளிப்பட்டு அறையைச் சூழ்ந்திருந்த மஞ்சள் வாசனை, பூர்வகத்தில் அவன் அறிந்திருந்ததும் அவனை ஆட்கொண்டிருந்ததுமென அவனுக்கு உறுதிப்பட்டது. அந்த வாசனை அவனை வேறொரு காலத்துக்கு அழைத்துச் செல்வது போன்ற மயக்கத்தைத் தந்துகொண்டிருந்தது. அவள் பூரண மலர்ச்சியோடு அவனை நோக்கிக் கைகளை நீட்டினாள். அவற்றை அவன் பரவசத்துடன் பற்றிக்கொண்டபோது, அவனையும் அறியாமல், “மோகினி”, என்ற சன்னமான குரல் அவனிடமிருந்து

வெளிப்பட்டது. ஆம் என்பது போல் கண் சிரிப்பில் பதில் சொன்னாள் அவள். காலம் காலமான ஒரு பந்தம் தொடர்ந்துகொண்டிருப்பதான ஒரு எண்ணம் அவன் மனதில் குடியேறிவிட்டிருந்தது.

அவளுடைய உள்ளங்கைகளிலும் புறங்கைகளிலும் வேட்கையுடன் முத்தங்கள் இட்டான். மஞ்சள் மணம் நாசியிலும் உதடுகளிலும் படிந்து அவனைக் கிறுகிறுக்கச் செய்தது. அந்த மணம் அவனுடைய உடலிலும் பரவிக்கொண்டிருந்தது. அவன் அவளுடைய ஒளிரும் கண்களை உற்றுப் பார்த்தபடியே, தன்னையறியாமல், மீண்டும் "மோகினி" என முணுமுணுத்தான். அவளும் ஆம் என்பது போல மீண்டும் அதே கண் சிமிட்டலுடன் புன்னகைத்தாள்.

அவன் அவளுடைய இரு பாதங்களையும் கைகளில் தாங்கிக் கால் விரல்களுக்கு முத்தமிட்டான். மஞ்சள் நறுமணம் உதடுகளில் தோய்ந்து உள்ளுக்குள் பரவியது. அவள் தன்னுடைய இடதுகால் பெருவிரலால் அவனுடைய கீழுதட்டை வருடினாள். அவன் அதைக் கவ்விச் சுவைத்தான். அவள் அவனுடைய ஆடைகளைக் களையத் தொடங்கினாள். அவள் எப்போது அவளுடைய ஆடைகளைக் களைந்து விட்டிருந்தாள் என்பதை அவன் அறிந்திருக்கவில்லை. அவளுடைய நிர்வாணத்திலிருந்து மஞ்சள் நறுமணம் அருவியெனப் பாய்ந்தது.

காமத்தில் கிளர்ந்து விம்மிப் புடைத்திருந்த வெண்கலச் சிலை வடிவான முலைகளை அவனுடைய மார்பில் தேய்த்தாள். அவளுடைய கைகள் அவனுடைய கழுத்தை வளைத்திருந்தன. அவன் தன்னுடைய முகத்தை அவளுடைய இடது கை அக்குளில் புதைத்தான். மஞ்சள் வாசத்தில் திளைத்து திக்குமுக்காடிப்போய் அக்குளை நாவால் வருடினான். முத்தமிட்டான். மூக்கால் தேய்த்தான். மஞ்சள் வாசனையைப் பருகியபடி கிறங்கிக் கிடந்தான்.

உடல்கள் பின்னிப் பிணைந்து தாலாடின. அவள் அவன் மீது அமர்ந்து இயங்கத் தொடங்கினாள். மெல்ல மெல்ல வேகமெடுத்தது அவள் இயக்கம். அவன் அது வரை அறிந்திராத உலகத்துக்கு அவனைத் தன்னோடு பிணைத்து அழைத்துச் சென்றுகொண்டிருந்தாள். அவளின் துரித இயக்கத்தில் முளைத்தன சிறகுகள். இரு உடல்களும் மஞ்சளாற்றில் முக்குளித்து நீந்தித் திளைத்தன. உடல் துய்ப்பின் உச்சத்தை அவர்கள் தொட்டுவிடவிருந்த தருணத்தில் அவள் மோகக் குரலில் சொன்னாள்: "என்னோடு வா. நாம் முன்னர் வாழ்ந்திருந்த வேறொரு காலத்துக்கு உன்னை அழைத்துச் செல்கிறேன்."

கடலென விரிந்து பரந்திருந்த மணல் பரப்பில் அவர்கள் கை கோத்து நடந்துகொண்டிருந்தார்கள். காணும் தொலைவெங்கும் விரிந்திருந்த மணல்வெளி, பௌர்ணமி நிலவொளியில் பிரகாசித்துக்கொண்டிருந்தது. இதமான காற்றின் பூங்கோதலில் அவர்கள் குதூகலமாக நடந்துகொண்டிருந்தார்கள். ஆழ்ந்த நிசப்தத்தில் உயிர் கொண்டிருந்தது அந்த மணல் பிரதேசம். அவன் இது வரை அறிந்திராததும், அவள் முன்னரே அறிந்திருந்ததுமான ஒரு பிரதேசத்தில் அவளின் உற்ற துணையோடும் கருணையோடும் நேசத்தோடும் காலாதீதப் பிணைப்போடும் மிகவும் பாதுகாப்பாகப் பயணித்துக் கொண்டிருப்பதாக அவனுக்குத் தோன்றியது. கைகள் பிணைத்து சேர்ந்தே நடந்தாலும் முன்னெட்டு அவளுடையதாகவும், தொடர்ந்திணையும் எட்டு அவனுடையதாகவும் இருந்துகொண்டிருந்தது. முடிவற்ற மணல் வெளியாக அது நீண்டுகொண்டிருந்தது. பௌர்ணமி நிலவும் எண்ணற்ற நட்சத்திரங்களும் வானில் ஒளிர்ந்துகொண்டிருந்தன. அவற்றின் மஞ்சள் ஒளிப் பிரவாகத்தில் மணல்வெளி மினுங்கிக்கொண்டிருந்தது. அவளுடைய தங்க மஞ்சள் பட்டாடை ஜொலித்துக்கொண்டிருந்தது. எந்தவொரு நகையும் ஒப்பனையுமின்றிப் பிரகாசித்தது பெண்மையின் பரிபூரணம். அவளிடமிருந்து வெளிப்பட்ட மஞ்சள் நறுமணம் வெளியெங்கும் வியாபித்திருந்தது. அந்த வாசனைதான் அதன் பூர்வீக ஸ்தலத்துக்கு அவர்களை இட்டுச் சென்றுகொண்டிருப்பதாக அவன் நினைத்துக்கொண்டான். அவர்கள் உல்லாசமாக நடந்துகொண்டிருந்தார்கள். அவன் அதுவரை அறிந்திராத இனம்புரியாப் பரவசம் அவனுள் மிதந்துகொண்டிருந்தது. அதே சமயம், அவளுடனான இந்தப் பயணத்தில் அவன் அறியப் போவதை அறிந்து கொள்வதற்கான படபடப்பும் அவனை ஆக்கிரமித்திருந்தது. ஆனால், எங்கு, எதற்காகச் சென்றுகொண்டிருக்கிறோம் என்பதில் அவளிடம் ஒரு நிச்சயத்தன்மை இருப்பதை அவனால் திடமாக உணர முடிந்தது.

அவர்கள் நடந்துகொண்டிருந்தார்கள். அவன் அவளுடைய முகத்தை ஏறிட்டுப் பார்த்தான். அவளுடைய கவனமெல்லாம் முன்னால் செல்லும் ஒரு தடத்தின் மீது பதிந்திருப்பதை அவன் அப்போதுதான் கவனித்தான். இளமஞ்சள் ஒளி மிதந்திருந்த மணல் பரப்பில் ஒரு அழுத்தமான தடிமனான வளைகோடு தெரிந்தது. அந்தத் தடத்தைப் பின்தொடர்ந்துதான் அவள் சென்றுகொண்டிருக்கிறாள் என்பது புரிந்தது. ஆனால் அது என்ன தடமென அவனுக்குத் தெரியவில்லை. அவன் ஒரு கணம் நின்று அவளுடைய முகத்தை உன்னிப்பாகப் பார்த்தான். அவளும் நின்று ஒரு கணம் அவனைப் பார்த்தாள். 'என்ன' என்பது

போல் ஒரு மோகனப் பார்வை. 'என்ன தடமிது' எனப் பார்வையில் கேட்டான். "நம்மை வழி நடத்தியபடி முன் செல்லும் பாம்பின் தடம்" என்று மிக அமைதியாகச் சன்னமான குரலில் சொன்னாள். ஆனாலும் ஒரு அசரீரி போல் அந்த நிசப்த வெளியை வெட்டிப் பிளந்தது அவள் குரல். அவன் திடுக்குற்றவனாய்த் திகைப்போடும் திகிலோடும் அவளைப் பார்த்தான். அவள் மீண்டும் தடத்தின் மீது பார்வையைக் குவித்து மௌனமாக நடக்கத் தொடங்கினாள். அவனும் இணைந்துகொண்டான். முன் சென்ற தடம் ஓரிரு அடி தூரத்துக்கு மட்டுமே தெரிந்தது. பின்னால் திரும்பிப் பார்த்தான். தடமேதுமில்லை. பாம்பின் தடம் மட்டுமல்ல, அவர்களுடைய காலடித் தடங்களும் காணப்படவில்லை. அவள் எட்டு எடுத்து வைக்க வைக்க ஓரிரு அடி தூரத்துக்குத் தடம் தெரிவதையும், அவர்கள் நகர நகரத் தடம் மறைந்துவிடுவதையும் கவனித்தான். அவனுக்கு நடப்பதெல்லாமே விநோதமாகவும் பிடிபடாப் புதிராகவும் இருந்தது. அவளுடைய கண்களுக்கு மட்டுமே தெரிந்து, அவனுடைய கண்களுக்குப் புலப்படாத பாம்பொன்று முன்னால் சென்றுகொண்டிருப்பதை உணர்ந்தபோது, அவன் உடல் சில்லிட்டது.

அவர்கள் நடந்துகொண்டிருந்தார்கள். தொலைவில் அங்குமிங்குமாகப் பாறைகள் தென்படத் தொடங்கின. மணல்வெளி முடிந்து பாறைகள் மிகுந்த ஒரு பரப்பை அவர்கள் நெருங்கிக்கொண்டிருந்தார்கள். அவளுடைய நடையில் அலாதியான வேகம் கூடியிருந்தது. அவளிடமும் ஒரு பரபரப்பு தொற்றிக்கொண்டு விட்டிருப்பதை அவன் உணர்ந்தான். அவளுடைய முகம் தகதகத்துக் கொண்டிருந்தது. உயரம் குறைவான அகன்ற ஒரு சிறு பாறையின் விளிம்பில் தடம் முடிந்துவிட்டிருந்தது. அவளை அவன் பார்த்தபோது, அவளுடைய முகம் முழு நிறைவில் சுடர்ந்தது. அந்தப் பாறையின் முன் இரு கால்களையும் மடக்கித் தரையில் அமர்ந்தாள். அவனும் அவளைப் போலவே அவளருகில் அமர்ந்தான்.

அவள் எவ்விதச் சிரமுமின்றித் தன் இரு கைகளாலும் பாறையைத் தள்ளினாள். அவளுடைய கை விரல் மந்திரத்துக்குக் கட்டுண்டது போல் பாறை நகர்ந்தது. பாறை இருந்த இடத்தில் ஒரு குகை வாசலைப் போலிருந்த பெரும் குழியை அவன் வியப்புடன் எட்டிப் பார்த்தபோது அவனுக்கு மூச்சுத் திணறியது. குழியின் மேற்பகுதியில் மட்டும் மெல்லிய வெளிச்சம் தெரிந்தது. இருள் மண்டியிருந்த உள் பகுதி அவனுக்குத் தெரியவில்லை. அதன் ஆழமறியாத திகைப்போடும் திகிலொடும் அவளைப் புதிராகப் பார்த்தான்.

"வா, உள்ளே போகலாம்" என்றாள் மோகினி.

"இருட்டாயிருக்கே" என்று மருண்டுபோய் மிரட்சியுடன் கேட்டான் அவன்.

"வா, வெளிச்சம் நம் கூடவே வரும்" என்றாள்.

குகை வாசலின் விளிம்பில் உட்கார்ந்தபடி கால்களை உள்ளே விட்டாள். அதே போல் அவளருகில் அமர்ந்துகொண்ட அவன், குறுகலான ஒரு கருங்கல் படிக்கட்டின் மீது வெளிச்சம் படர்ந்திருப்பதையும் அதில் அவள் கால்கள் பதித்திருப்பதையும் கவனித்தான். "என்னைத் தொடர்ந்து வா" என்றாள் மோகினி. அவள் பார்வையில் தைரியம் பெற்றவனாய் உற்சாகத்துடன், சரி என்பது போல் தலையசைத்தான்.

அவன் முகம் பார்த்தபடி, அவள் ஒவ்வொரு படிக்கட்டாய் கால் வைத்தபடி இறங்கிக்கொண்டிருந்தாள். வெளிச்சம் ஒவ்வொரு படிக்கட்டாய் முன்னால் விழுந்துகொண்டிருந்தது. அவளுடைய முகம் பார்த்தபடி அவனும் இறங்கிக்கொண்டிருந்தான். அவள் இருட்டின் துணையோடும், அவன் வெளிச்சத்தின் தயவோடும் பரஸ்பரம் முகம் பார்த்தபடி முன் பின்னாக இறங்கிக்கொண்டிருந்தார்கள்.

அனேகமாக 15 படிகள் இருந்திருக்கும். அவள் குகையின் தரைத் தளத்தில் காலூன்றி நின்றாள். அவள் நின்றிருந்த இடத்தில் வெளிச்சம் வட்டமிட்டிருந்தது. சுற்றிலும் கனத்த இருட்டு. அவளையும் வெளிச்ச வட்டத்தையும் தவிர எதுவும் தெரியவில்லை. அவன் அசந்து போய் அவளருகில் காலூன்றியபோது, அவள் அவனுடைய கையைப் பற்றிக்கொண்டாள். கை கோத்தபடியே சில எட்டுகள் உள்ளுக்குள் நடந்தாள். பின் ஓரிடத்தில் நின்றபடி, அவனை இறுகத் தழுவி அவனுடைய உதடுகளில் அழுத்தமாக முத்தமிட்டாள். அவன் கண்கள் மூடி முத்த பரவசத்தில் லயித்திருந்தான். அவனிடமிருந்து தன் உதடுகளை அவள் நீக்கியபோது அவன் கண்கள் மெல்லத் திறந்தன. தரைத் தளமெங்கும் ஒளி வெகு பிரகாசமாய்ப் பரவியிருந்தது. அவன் கண்கள் கூசின. மெல்ல மெல்ல அவன் கண்கள் வெளிச்சத்துக்குப் பழகியதும் அவள் அவனிடம், "இதோ பார், நீ முன்னொரு காலத்தில் வரைந்த ஓவியங்கள்" என எதிரில் விரிந்திருந்த நெடுஞ்சுவரைக் காட்டினாள். சுவரெங்கும் ஏழெட்டு ஓவியங்கள், எவ்விதச் சட்டக அமைப்புமின்றி ஒரு மியூரல் போலத் தென்பட்டன. அவன் அதன் முன் திகைத்தும் உறைந்தும் போய் நின்றிருந்தான். பழுப்பு மஞ்சள் வண்ணத்திலான அந்தக் குகை ஓவியங்கள் காலத்தால் மிகவும் பழமையானவை என்பதில் சந்தேகமில்லை. அவன் பார்த்தபடி

நின்றிருந்தான். ஓவியப் படிமங்கள் மெல்ல மெல்ல அவனுக்குப் புலப்படலாயின.

எல்லா ஓவியங்களிலும் அவற்றின் மையப்புலத்தில் ஆண் பெண் நிர்வாண உடல்கள் கலவியில் ஈடுபட்டிருந்தன. முன் பின் புலங்களிலும் இரு புறங்களிலும் பல்லி, நாய், முயல், மான், குதிரை, யானை, வண்ணத்துப்பூச்சிகள், செடி கொடிகள், மரம் எனப் பல படிமங்கள் வரையப்பட்டிருந்தன. கோடுகள் மிக மிக எளிமையாக அமைந்திருந்தன. ஆதி எளிமை. மையப் பகுதியில் ஆண்-பெண் உடல்கள் பல்வேறு நிலைகளில் கூடி முயங்கியிருந்தன. அவர்களின் முகங்கள் எந்தவொன்றிலும் வெளிப்படவில்லை. எனினும், அவர்கள் அவனும் மோகனியும்தான் என்பதை உடல்கள் அவனுக்குத் தெளிவாகச் சொல்லின. அவர்களின் கலவி நிலைகள், அன்று பகலில் அவர்கள் கூடியிருந்த நிலைகளே என்றறிந்தபோது அவன் வியப்பின் உச்சத்தில் பொறிகள் கலங்க நின்றிருந்தான். அவன் முன்னொரு ஜென்மத்தில், வேறொரு காலத்தில் அவளுடன் வாழ்ந்திருந்தான் என்பதை அவை ஊர்ஜிதப்படுத்திக்கொண்டிருந்தன. அவன் உடலும், மனமும் இனம்புரியா உணர்வில் விதிர் விதிர்த்துக்கொண்டிருந்தன. காலங்கள் கடந்து காலமற்ற ஒரு காலத்தில் நின்றுகொண்டிருப்பதாக உணர்ந்தான். காலம் காலமாகத் தொடர்ந்துகொண்டிருக்கும் காலாதீத மோகினியைக் காதல்வேட்கையுடன் பார்த்தான். எல்லாம் அறிந்திருந்தும் ஏதும் அறியாதது போல அவள் அவனைப் பார்த்தாள்.

அவள் மீண்டும் அவன் கையைப் பற்றினாள். மேலும் சில எட்டுகள் உள்ளுக்குள் அழைத்துச் சென்றாள். குகையின் தரைத் தளம் முடிந்து அதன் ஒரு மூலையில் மீண்டும் ஒரு சிறு குகை, ஒரு பொந்து போல் தென்பட்டது. அவள் தன் கை கால்களை ஊன்றிக் குனிந்தாள். அவனைப் பார்த்துப் பின்தொடரும்படி கண்களால் சைகை செய்தவாறு உள்ளே ஊர்ந்து செல்லத் தொடங்கினாள். அவனும் அவளுடைய ஒளிரும் உள்ளங்கால்களில் முகம் உரச, அவளைப் பின்தொடர்ந்து ஊர்ந்தான். அந்தக் குகை முடிவில் அமைந்திருந்த சிறு படிக்கட்டைக் கடந்ததும் வெளிப்பட்ட சிறு அறைக்குள் அவள் எழுந்து நின்றாள். உடல் திருப்பி அவனுக்குக் கை கொடுத்தாள். அவள் கையைப் பற்றியபடி அவனும் எழுந்து நின்றான். அவள் நகர்ந்து அவனுக்கு வலப் பக்கமாக வந்து அவனருகில் நின்றாள். அவள் நகர்ந்ததும் வெளிப்பட்டது, அமர்ந்த நிலையிலான ஆளுயரக் கல் சிற்பம். ஒரு பீடத்தில் இடது கால் மடித்து வலது காலைத் தொங்கவிட்டிருந்தது அந்த நிர்வாணப் பெண் சிற்பம். அச்சு அசலாக

அவளின் வடிவம்தான. மோகினி வடிவம். "நீ வடித்த என் சிலை" என்றபடி மறைந்தாள் மோகினி. திகிலடைந்தவனாகக் காலமற்று நிலைத்திருக்கும் ஒரு காலத்தில் நிர்கதியாக நின்றுகொண்டிருந்தான் அவன். என்ன செய்வதென்று அறியாமல், ஏது செய்கிறோமென்று தெரியாமல் அவனறியாது அந்தச் சிலை முன் மண்டியிட்டான். கண் மூடி சிலை முன் சிலையென உறைந்திருந்தான். தரை மீதிருந்த சிலையின் வலது கால் மெல்ல உயர்ந்தது. மடித்திருந்த இடது கால் கீழிறங்கியது. மேலுயர்ந்த வலது கால் பெருவிரல் அவனுடைய கீழுதட்டைத் தடவியது.

*('இடைவெளி', இதழ் 2, 2018)*